कीगो हिगाशिनो यांचा जन्म ओसाका इथे झाला. त्यांनी अभियंता म्हणून काम करत असतानाच कादंबऱ्या लिहिण्यास सुरुवात केली आणि २७व्या वर्षी एदोगावा रॅम्पो पारितोषिक मिळवलं. जपानमध्ये द *डिवोशन ऑफ सस्पेक्ट 'एक्स'*च्या वीस लाखांहून अधिक प्रतींचा खप झाला असून त्यावर चित्रपटाची निर्मितीही करण्यात आली आहे.

द डिवोशन ऑफ सस्पेक्ट X

कीगो हिगाशिनो

अनुवाद : मीना शेटे-संभू

MANJUL
मंजुल पब्लिशिंग हाउस

First published in India by

MANJUL

Manjul Publishing House

Corporate and Editorial Office

•2nd Floor, Usha Preet Complex, 42 Malviya Nagar,
Bhopal 462 003 – India

Sales and Marketing Office

•C-16, Sector 3, Noida, Uttar Pradesh 201301, India
Website: www.manjulindia.com

Distribution Centres

Ahmedabad, Bengaluru, Bhopal, Kolkata, Chennai,
Hyderabad, Mumbai, New Delhi, Pune

Marathi translation of *The Devotion of Suspect X* by Keigo Higashino

YOGISHA X NO KENSHIN by HIGASHINO Keigo

Original Japanese edition published by Bungeishunju Ltd., Japan in 2005.

Marathi translation rights reserved by Manjul Publishing House Pvt. Ltd.
under the license granted by HIGASHINO Keigo, arranged with
Bungeishunju Ltd. through Japan UNI Agency, Inc., Japan.

Marathi edition first published in 2023

ISBN: 978-93-5543-166-0

Marathi translation: Meena Shete-Sambhu

Printed and bound in India by Thomson Press (India) Ltd.

द डिवोशन ऑफ सस्पेक्ट X

एक

इशिगामी रोजच्याप्रमाणेच सकाळी बरोबर ७.३५ वाजता त्याच्या अपार्टमेंटमधून बाहेर पडला. रस्त्यावर पाऊल ठेवण्याच्या आधी सायकलनी जवळजवळ भरलेल्या सायकल स्टँडवर त्याने एक कटाक्ष टाकला. तिथे हिरवी सायकल नसल्याचं त्याच्या नजरेनं बरोबर हेरलं. खरं म्हणजे मार्च महिना केव्हाच सुरू झाला होता, पण तरी अजूनही चांगलाच थंडगार बोचरा वारा वाहत होता. मान खाली करून स्कार्फमध्ये हनुवटी खुपसूनच तो चालू लागला. दक्षिणेकडे सुमारे वीस यार्डांवर शिन–ओह्राशी रोड सुरू होत होता. हा रस्ता ज्या कोपऱ्यावर त्या रस्त्याला मिळत होता तिथून शिन ओहाशी रोड पूर्वेकडे एदोगावा जिल्ह्यात पोहोचत होता आणि पश्चिमेकडे निहोनबाशीला जात होता. निहोनबाशीच्या अगदी अलीकडे शिन ओहाशी ब्रिजवरून तो समिदा नदी ओलांडत होता.

इशिगामीच्या अपार्टमेंटपासून त्याच्या कामाच्या ठिकाणी जाण्याचा सगळ्यांत जवळचा रस्ता दक्षिणेकडून जात होता. सेएचो गार्डन पार्क या बगिचाच्या अलीकडेच असलेल्या एका खासगी हायस्कूलमध्ये तो काम करत होता आणि पार्कपासून ते जेमतेम पाव मैल अंतरावर होतं. तो शिक्षक होता आणि गणित विषय शिकवत होता.

शिन ओहाशी रस्त्याला तो रस्ता जिथे मिळत होता, त्या कोपऱ्यावरच्या लाल दिव्याजवळ इशिगामी दक्षिणेकडून चालत पोहोचला. त्यानंतर तो

उजवीकडे शिन ओहाशी पुलाच्या दिशेनं वळला. जोरदार थंडगार वारा त्याच्या चेहऱ्याला झोंबत होता आणि त्या झोतामुळे त्याच्या कोटाची खालची बाजू फडफडत होती. त्याने आपले हात खिशांमध्ये खुपसले आणि पुढे झुकून तो झपाझप पावलं टाकत चालू लागला.

आकाशात काळ्या ढगांची इतकी दाटी झाली होती की, त्यांच्या करड्या प्रतिबिंबामुळे सुमिदा नदी नेहमीच्या तुलनेतही जास्तच काळसर दिसत होती. एक छोटीशी होडी प्रवाहाच्या वरच्या दिशेनं निघाली होती. ती होडी हळूहळू पुढे चालली होती, इशिगामीनं पूल ओलांडला त्या वेळी त्याला ती होडी दिसली होती.

तो दुसऱ्या बाजूला असलेल्या पायऱ्यांवरून उतरून पुलाच्या पायथ्याशी सुमिदा नदीजवळ पोहोचला. पुलाला आधार देणाऱ्याला लोखंडी पट्ट्यांच्या मधून तो नदीच्या दिशेनं चालू लागला. नदी काठावर दोन्ही बाजूंना कॉंक्रीटचे पदपथ तयार करण्यात आले होते. त्याच्याही पुढे गेल्यानंतर खालच्या बाजूला कियोसु ब्रिजजवळ अनेक लोक आपल्या कुटुंबीयांसह नदीकाठावर फिरायला येत. तिथेच काही जोडपीही गंमत म्हणून फिरायला येत असत. पण असे लोक नदीकाठावरून या बाजूला इतक्या दूरवर क्वचितच फिरायला येत. त्या परिसरात पुठ्ठ्यांच्या अनेक झोपड्या बांधलेल्या होत्या आणि त्यांच्यावर निळ्या रंगाचं प्लॅस्टिक पसरलेलं होतं, त्यामुळे फिरायला आलेले लोक या झोपड्या ओलांडून इकडे येण्याची फारशी तसदी घेत नसत. तिथेच वरच्या बाजूला नदीच्या पश्चिमेकडून जाणाऱ्या द्रुतगती महामार्गाच्या उड्डाणपुलाच्या सावलीत बेघर लोक राहत होते. महामार्गाला जोडणाऱ्या आणि भयंकर दिसणाऱ्या त्या भल्यामोठ्या उड्डाणपुलामुळे या लोकांना वाऱ्यापासून आणि पावसापासून काही प्रमाणात संरक्षण देणारा निवारा मिळत असावा, असं इशिगामीच्या लक्षात आलं होतं. नदीच्या दुसऱ्या बाजूला एकही झोपडी नव्हती, त्यामुळे त्याच्या या सिद्धांताला चांगलाच दुजोरा मिळत होता. खरं तर बेघरांच्या सुरुवातीच्या झुंडीनं योगायोगानं त्या बाजूला झोपड्या बांधल्या असाव्यात आणि मग इतरांनी आपल्या समुदायाच्या सुरक्षिततेला जास्त महत्त्व देऊन वस्ती असलेल्या ठिकाणी राहण्याला पसंती दिली असावी याचीही शक्यता होतीच. काहीही झालं तरी नदीचा त्या बाजूचा परिसर तसा एकाकीच होता. त्यामुळे त्या परिसरात एकांतवासात राहण्यापेक्षा वस्तीत राहणं चांगलंच होतं.

झोपड्यांच्या रांगांमधून चालत तो खाली आला. चालत असताना तो त्यांच्यावर ओझरता कटाक्षही टाकत होता. त्यांच्यापैकी बहुतेक झोपड्यांमध्ये एखाद्या पुरुषाला ताठ उभं राहणं फारसं शक्य नव्हतंच. काही झोपड्या तर जेमतेम कमरेइतक्या उंचीच्याच होत्या. त्यांना झोपड्या तरी कसं म्हणता येणार होतं? ते छोटेसे बॉक्स किंवा पेट्याच होत्या. फक्त तिथे झोपण्याची सोय होत असावी.

त्यांच्या भोवताली कपडे पडलेले होते, तिथे घरगुती आयुष्य असल्याचं तेच एकमेव चिन्ह होतं. रस्ता आणि नदीचं पाणी यांच्या दरम्यानच्या रेलिंगसमोर एक माणूस वाकून दात घासत उभा होता. इशिगामीनं त्याला नीट निरखून पाहिलं. तो पासष्टीच्या जवळपास आल्यासारखा दिसत होता. त्याच्या करड्या, पांढऱ्या केसांचं त्याने पोनीटेल बांधलं होतं. त्याने बहुधा काम सोडलेलं असावं. कारण जर तो शारीरिक कष्टाचं काम करत असता तर या वेळी असा आजूबाजूला रेंगाळत राहिलाच नसता. सकाळच्या वेळीच त्या कामांवरच्या लोकांची भरती करून घेतली जात होती. तो रोजगार विनिमय कार्यालयातही गेला नसता. कारण त्यांनी अगदी त्याच्याकरिता योग्य नोकरी शोधली असती तरी इतके लांब केस असल्यामुळे त्याला मुलाखतीच्या वेळी घालवून देण्यात आलं असतं. खरं सांगायचं तर त्याच्या वयाच्या कुठल्याही माणसाला नोकरी मिळण्याची शक्यता जवळजवळ नगण्यच होती.

दुसरा माणूस पायांनी रिकामे कॅन तुडवत त्याच्या झोपण्याच्या बॉक्सजवळ उभा होता. इशिगामीनं त्याआधीही अनेक वेळा ते दृश्य पाहिलं होतं आणि त्याने मनातल्या मनात 'कॅन मॅन' असं त्या माणसाचं नामकरणही केलं होतं. कॅन मॅन हा पन्नाशीच्या आसपासचा दिसत होता. त्याच्या अंगावर चांगले कपडे होते आणि त्याच्याकडे एक सायकलही होती. इशिगामीच्या लक्षात आलं होतं की, कॅन गोळा करण्यासाठी माराव्या लागणाऱ्या फेऱ्यांमुळे तो जास्त सक्रिय आणि इतरांच्या तुलनेत जास्त चपळ, जागरूकही होता. तो त्या समुदायाच्या टोकाला, पुलाखाली दूरवर असलेल्या जागेत राहत होता. बहुधा ती जागा त्याच्या खास अधिकारामुळे त्याला मिळाली होती. कॅन मॅन त्या गर्दीतही एखाद्या खेड्यात राहणारा प्रौढ असावा किंवा जुन्या काळातील असावा तसा दिसत होता – किंवा निदान इशिगामीला तरी तो तसा वाटत होता.

पुठ्ठ्याच्या त्या झोपडपट्ट्या हळूहळू कमी होत जाऊन संपत होत्या, तिथे थोड्याच अंतरावर आणखी एक माणूस बाकड्यावर बसला होता. त्याच्या अंगावरचा कोट एके काळी फिकट तपकिरी रंगाचा असावा, पण आता तो जीर्ण झाला होता आणि करड्या रंगाचा दिसत होता. त्याने पांढऱ्या नक्षीकामाच्या शर्टावर सुटावरचं जाकीट घातलं होतं आणि त्यावर तो कोट घातला होता. त्याने बहुधा त्याच्या कोटाच्या खिशात नेकटाय लपवली असावी असा इशिगामीचा अंदाज होता. काही दिवसांपूर्वीच इशिगामीनं त्याला औद्योगिक व्यापाराविषयीचं मासिक वाचताना पाहिलं होतं आणि त्यानंतर 'इंजिनिअर' असं त्याचं टोपण नाव ठेवलं होतं. त्याचे केस बारीक कापलेले होते आणि त्याने दाढी केलेली होती. कदाचित लवकरच आपण कामावर परत जाऊ असं त्याला वाटत असावं. तो कदाचित रोजगार विनिमय कार्यालयात जाऊन आला असावा, पण त्याला नोकरी मिळाली नसावी. त्यापुढेही त्याला नोकरी मिळालीच नाही तर अखेरीस त्याला त्याचा अभिमानही सोडून द्यावाच लागला असता. इशिगामीनं जेमतेम दहा दिवसांपूर्वीच त्या इंजिनिअरला पहिल्यांदा पाहिलं होतं. इंजिनिअरला तोपर्यंत नदीकाठावर राहण्याच्या त्या आयुष्याची सवय झालेली नव्हती. त्यामुळे अजूनही तो स्वतःमध्ये आणि त्या निळ्या प्लॅस्टिकच्या आच्छादनाखाली राहणाऱ्या लोकांमध्ये एक काल्पनिक रेषा आखून घेऊन राहत होता. तो तिथे राहत होता, पण घर नसताना स्वतःच्या जिवावर कसं राहावं ते त्याला अद्याप समजत नव्हतं.

इशिगामी नदीकाठावरून तसाच चालत पुढे गेला. कियोसु ब्रिजच्या पुढे त्याला तीन कुत्र्यांना फिरायला घेऊन चाललेली एक प्रौढ स्त्री दिसली. ते कुत्रे डॅक्सहुंडचा जातीच्या कुत्र्यांसारखे दिसत होते आणि प्रत्येकाच्या गळ्यातील फितीचा रंग वेगवेगळा होता. एकीचा लाल, एकीचा निळा आणि एकीचा गुलाबी रंग होता. तो तिच्या जवळ पोहोचल्यानंतर तिचं त्याच्याकडे लक्ष गेल्याचं दिसतं. तिने स्मित केलं आणि मान डोलावली. त्यानेही प्रत्युत्तरादाखल मान डोलावली.

"गुड मॉर्निंग," त्याने अभिवादन केलं.

"गुड मॉर्निंग, थंडी आहे ना?" ती म्हणाली.

'खूपच,' त्याने खूप थंडी असल्याचा आविर्भाव करण्यासाठी चेहरा थोडासा वेडावाकडा केला.

''तुमचा दिवस शुभ जाओ,'' अशा शुभेच्छा देऊन ती प्रौढ स्त्री तिथून पुढे गेली आणि त्याने तिच्याकडे बघून मान डोलावून तिचा निरोप घेतला.

काही दिवसांपूर्वी इशिगामीला ती महिला प्लॅस्टिकच्या पिशवीतून सँडविचसारखं काही तरी घेऊन आल्याचं दिसलं होतं. बहुधा तो तिचा नाश्ता असावा. त्यावरून ती एकटी राहत असावी असा अंदाज त्याने बांधला होता. तिचं घर तिथून फारसं लांब नसावं असंही त्याला वाटलं, कारण ती रबरी तळ असलेली चप्पल घालत होती आणि अशी चप्पल घालून ती कार चालवू शकली नसती. काही वर्षांपूर्वी तिच्या पतीचं निधन झालं असावं आणि आता तिच्या तीन कुत्र्यांसह ती राहत असावी. जर ती घरात तीन कुत्री पाळत असेल, तर तिचं घर मोठं असलं पाहिजे. तिच्या कुत्र्यांमुळे तिला जवळपासच्या एखाद्या छोट्याशा घरात राहायला जाणंही शक्य होत नसावं. तिनं कदाचित भाडं आधीच भरून ठेवलं असेल, पण तरीही देखभाल खर्च द्यावाच लागेल. त्यामुळे तिला काटकसर करून बचत करावीच लागत असावी. बहुधा या हिवाळ्यात ती ब्युटी पार्लरमध्ये गेली नव्हती, कारण तिचे केस रंगवलेले दिसत नव्हते. त्यांचा नैसर्गिक रंग दिसत होता.

कियोसु पुलाच्या तळाशी असलेल्या पायऱ्या चढून इशिगामी पुन्हा एकदा रस्त्यावर आला. आता तिथून पुलाच्या पलीकडेच शाळा होती, पण तो वळला आणि विरुद्ध दिशेला चालत गेला.

त्या रस्त्यावर 'बेन्तेन ते' असा फलक दिसत होता. तिथेच एक लहानशी खानावळ होती आणि तिथे दुपारच्या जेवणाचे डबे मिळत होते. इशिगामीनं ॲल्युमिनिअमच्या कडांमध्ये बसवलेला तो काचेचा दरवाजा उघडला.

''गुड मॉर्निंग, आत या, आत या,'' त्याच्या कानांवर आवाज पडला. ते त्याला परिचित असलेलं अभिवादन आणि परिचित आवाज होता, पण त्यामुळे कशी कोण जाणे, इशिगामीच्या पावलांना नेहमीच गती मिळत असे. काउंटरच्या पलीकडून यासुको हानाओकानं त्याच्याकडे पाहून स्मित केलं. तिने पांढरी हॅट घातली होती.

दुकानात इतर कोणीच नसल्याचं पाहिल्यानंतर इशिगामी थोडासा रोमांचित झाला. ते दोघं तिथे एकांतात होते.

''मला एक स्पेशल हवं आहे,'' तो म्हणाला.

''एक स्पेशल पाठवा,'' तिने तितक्याच झटपट आणि आनंदानं मागच्या बाजूला पाहून म्हटलं. इशिगामी त्याच्या पाकिटात रोखून पाहत असल्यामुळे त्याने तिच्या चेहऱ्यावरचे भाव पाहिले नव्हते. ते एकमेकांच्या शेजारी राहत होते, त्यामुळे जेवणाच्या डब्याची ऑर्डर देण्याखेरीज इतरही काही तरी आपण बोललं पाहिजे असं इशिगामीला वाटत होतं, पण त्याला काय बोलावं ते सुचत नव्हतं.

अखेरीस तोंडातल्या तोंडात पुटपुटल्यासारखा तो म्हणाला, ''आज खूपच थंडी आहे ना...,'' पण तोपर्यंत दुसऱ्या ग्राहकानं तो सरकता दरवाजा उघडला होता. त्याच्या आवाजात त्याचे शब्द कुठल्या कुठे हरवून गेले. यासुकोचं लक्ष नव्यानं आलेल्या ग्राहकाकडे गेलं होतं.

हातात जेवणाचा डबा घेऊन इशिगामी दुकानातून बाहेर पडला. या वेळी तो थेट कियोसु ब्रिजच्या दिशेनं गेला. बेन्तेन तेमध्ये जाण्यासाठी त्याने केलेला वळणदार प्रवास आता संपला होता.

सकाळच्या घाईगर्दीच्या वेळेनंतर बेन्तेन तेमधील गोष्टी आता निदान ग्राहकांच्या वर्दळीचा विचार करता तरी थंडावल्या होत्या. मागच्या बाजूला मात्र दुपारचं जेवण तयार करण्याची गडबड सुरू होती. अनेक स्थानिक कंपन्यांच्या सगळ्या कर्मचाऱ्यांना दुपारी बारापर्यंत डबे पोहोचवले जात होते. त्यामुळे ग्राहकांची वर्दळ थांबली की, यासुको मागच्या बाजूला जाऊन कामात मदत करत असे.

बेन्तेन तेमध्ये चार कर्मचारी होते. योनाझावा हा व्यवस्थापक होता आणि सायोको ही त्याची पत्नी त्याला मदत करत होती. कानेको हा अर्धवेळ काम करणारा कर्मचारी होता आणि तो डबे पोहोचवण्याचं काम करत होता, तर यासुको येणाऱ्या सगळ्या ग्राहकांना काय हवं आहे ते पाहून त्यांच्या देखभालीचं काम करत होती.

या नोकरीच्या आधी यासुकोनं किन्शिचोमधील नाइट क्लबमध्ये काम केलं होतं. योनाझावा तिथे नियमितपणे येत असे आणि सायोकोही क्लबची 'मामा' (प्रमुख अधिकारी) होती. मात्र सायोकोनं तिथली नोकरी सोडेपर्यंत यासुकोला त्या दोघांचा विवाह झाल्याचं माहीत नव्हतं.

''तिला बारमधील 'मामा' होण्याच्याऐवजी जेवणाचा पुरवठा करणाऱ्या दुकानातील चांगली पत्नी व्हायचं आहे,'' योनाझावानं तिला सांगितलं.

"तू यावर विश्वास ठेवू शकतेस का? काही लोक मला आश्चर्यचकित करणं कधीच सोडून देत नाहीत," तो पुढे म्हणाला. त्यानंतर क्लबमध्ये अफवा सुरू झाल्या, पण सायोकोच्या मते त्या जोडप्याला आपला स्वतःचा व्यवसाय चालवायचा होता आणि त्यांनी खूप काळापासून ते स्वप्न पाहिलं होतं. ते स्वप्न प्रत्यक्षात उतरवण्यासाठीच ती क्लबमधलं काम करत होती.

बेन्तेन ते उघडल्यानंतर यासुकोला तिथे येण्याची आणि नंतर त्या दोघांचं कसं काय चाललंय ते पाहण्याची सवय लागली होती. व्यवसाय तर चांगलाच चालला होता. विशेषतः दुकान उघडल्यानंतर एका वर्षानं तो छानच सुरू झाला होता आणि त्यामुळे त्यांनी तिला ती त्यांना मदत करू शकेल का असं विचारलं होतं. त्या दोघांना आपल्या जिवावर इतका मोठा होत चाललेला व्यवसाय सांभाळणं कठीण होत चाललं होतं.

"तू त्या संदिग्ध, अंधाऱ्या जगातील व्यवसायात कायम राहू शकणार नाहीस, यासुको," सायोकोनं तिला सांगितलं. "शिवाय मिसातो मोठी होत चाललेय. तिची आई नाइट क्लबमध्ये काम करत असल्यामुळे तिच्या मनात गंड निर्माण व्हावा असं तर तुला वाटणार नाही, असं मला वाटतं. अर्थातच हा माझा प्रश्न नाही, पण विचार करून बघ."

मिसातो ही यासुकोची एकुलती एक मुलगी होती. यासुकोनं पाच वर्षांपूर्वी घटस्फोट घेतल्यामुळे मिसातोच्या नशिबात वडलांचं सुख नव्हतं. त्या व्यवसायात ती कायमस्वरूपी राहू शकणार नव्हती, हे सायोकोला सांगण्याची गरजच यासुकोला पडली नव्हती. तिच्या मुलीच्या हिताखेरीज तिच्या स्वतःच्या वयाचा प्रश्नही होताच. त्यामुळेच तिला क्लबमधील नोकरी अगदी हवीच असती तरीही तिला ती किती काळापर्यंत करता आली असती हा एक प्रश्न होताच.

तिला ती नोकरी सोडण्याचा निर्णय घेण्याकरिता जेमतेम एका दिवसाचा कालावधी लागला. शिवाय क्लबनंही तिला तिथेच थांबण्याचा बिलकूल आग्रह केला नाही. त्यांनी तिला फक्त सदिच्छा दिल्या आणि तो विषय तिथेच संपवून टाकला. आपल्या भविष्याची चिंता भेडसावत असलेली ती क्लबमधील पहिली आणि एकटीच व्यक्ती नव्हती, हे तर अगदीच स्पष्ट होतं.

वर्षभरापूर्वीच्या वसंत ऋतूत तिच्या सध्याच्या अपार्टमेंटमध्ये ती राहायला आली होती. त्याच वर्षी मिसातो ज्युनियर हायस्कूलमध्ये गेली होती, हा एक योगायोगच होता. तिची जुनी जागा तिच्या नवीन नोकरीच्या

ठिकाणापासून खूपच लांब होती. हे क्बलमधल्या कामासारखं नव्हतं. इथे कामावर पोहोचण्यासाठी तिला सहा वाजता उठून साडेसहाला सायकलवरून निघालं लागत होतं. तिच्या हिरव्या सायकलवरून ती जात होती.

''तो हायस्कूलचा शिक्षक आजही पुन्हा आला होता ना?'' सायोकोनं तिला जेवणाच्या सुट्टीच्या वेळी विचारलं.

''तो रोजच येतो की, नाही का?'' यासुकोनं तिला विचारलं. सायोको तिच्या पतीकडे पाहून मिश्किलपणे स्मित करत असल्याचं तिने पाहिलं आणि ती म्हणाली, ''काय? हे सगळं काय आहे? कशासाठी हसताय?''

''नाही, नाही, काही नाही. आम्ही फक्त एवढंच म्हणत होतो की एखाद्या दिवशी तो तुला प्रेमात पाडेल,'' सायोको म्हणाली,

'का,...य?' यासुको चहाचा कप हातात घेऊन मागे झुकली.

''तू काल कामावर आली नव्हतीस. बरोबर? मग काय झालं असेल...काही अंदाज बांधता येतो का बघ बरं! अगं तोही काल आलाच नाही. तू ज्या दिवशी येत नाहीस ते दिवस वगळून तो रोज इथे येतो, ही गोष्ट तुला आश्चर्यकारक वाटत नाही?'' सायोकोनं विचारलं

''मला वाटतं की तो योगायोग असेल.''

''पण आम्हाला असं वाटतं की, तो योगायोग नसावा,'' सायोकोनं पुन्हा एकदा आपल्या पतीकडे कटाक्ष टाकला.

योनाझावानं मान डोलावली. तोही खिदळल्यासारखा हसत होता. ''हे सगळं अलीकडच्या काही काळापासूनच सुरू आहे,'' पत्नीकडे पाहत मान डोलावत तो म्हणाला. ''यासुको ज्या ज्या दिवशी येत नाही किंवा बाहेर जाते, त्या त्या दिवशी तोही जेवणाचा डबा घेण्यासाठी येत नाही,'' ती म्हणाली. ''मला याचं आश्चर्यच वाटतं. खरं सांगायचं तर कालही तो आला नाही, त्या वेळी तर माझी खात्रीच पटली.''

''पण संपूर्ण दुकान बंद असतं, त्याच वेळी मलाही सुट्टी असते. इतर वेळी माझ्या सुट्ट्या ठरलेल्या नसतात. त्यामुळे समजा, दर सोमवारी मी येत नाही, वगैरेसारखी एखादी पक्की ठरलेली सुट्टी नसते किंवा अशी चटकन लक्षात येण्याजोगी कुठलीच गोष्ट नाही.'' यासुको म्हणाली.

''त्यामुळेच तर ही गोष्ट जास्तच संशयास्पद होते,'' सायोकोनं निष्कर्ष काढला. तिच्या डोळ्यांत चेष्टेखोरपणाची झाक होती. ''तो तुझ्या शेजारीच

राहतो, हो की नाही? तू कामावर जाण्यासाठी निघाल्याचं त्याला दिसतच असणार. त्यामुळे तू कामावर गेलीस की नाही ते त्याला कळतच असेल.''

यासुकोनं नकारार्थी मान हलवली. ''पण मी बाहेर पडत असताना तो मला कधीच भेटलेला नाही. अगदी एकदासुद्धा नाही,'' ती म्हणाली.

''कदाचित तो तुला दुसऱ्या एखाद्या ठिकाणाहून पाहत असेल. म्हणजे...एखाद्या खिडकीतून वगैरे?''

''त्याच्या खिडकीतून माझा दरवाजा त्याला दिसत असेल असं मला वाटत नाही.''

''ते काहीही असो, त्याला तुझ्यात स्वारस्य आहे. तुला तो लगेच किंवा काही दिवसांनी का होईना, ते सांगेलच,'' योनाझावा म्हणाला. ''आमचं म्हणशील तर आम्हाला एक नियमित ग्राहक मिळालाय. त्याबद्दल आम्ही तुझे आभारच मानतो. त्यामुळे आमच्या दृष्टीनं ती एक चांगली बातमी आहे. किन्शिचोमधील तुझ्या प्रशिक्षणाचा तुला फायदा झालाय असं दिसतंय.''

यासुकोच्या चेहऱ्यावर ओढून ताणून आणलेलं स्मित होतं. त्या शाळाशिक्षकाचा विचार करत तिने उरलेला चहा संपवून टाकला.

त्याचं नाव इशिगामी होतं. त्या नवीन जागेत राहायला गेल्यानंतर ती स्वतःच त्या रात्री त्याच्या अपार्टमेंटमध्ये गेली होती आणि तिने त्याला तिची ओळख करून दिली होती. त्या वेळी तिला तो शिक्षक असल्याचं समजलं होतं. तो एक जाडजूड पुरुष होता. त्याचा चेहरा गोल होता. त्याच्या जाडसर चेहऱ्यामुळे त्याचे लहान डोळे त्याच्या चेहऱ्यावर एखादा धागा असावा तसे वाटत होते. त्याचे केस विरळ होत चालले होते आणि त्याने ते बारीक कापले होते. त्यामुळे तो नक्कीच जास्त तरुण असला तरी जवळजवळ पन्नाशीला आल्यासारखा दिसत होता. त्याचं फॅशनकडे फारसं लक्ष नव्हतं आणि तो नेहमी एकाच प्रकारचे कपडे वापरत होता. त्या हिवाळ्यात तो त्याचं दुपारचं जेवण विकत घ्यायला आला त्या वेळी तपकिरी स्वेटरवर त्याने त्याचा तोच एकमेव कोट घातला होता. त्याच्या अपार्टमेंटच्या छोट्याशा बाल्कनीत त्याचे वाळत घातलेले कपडे दिसत असत, त्यावरून त्याचे कपडे तो स्वतःच धूत होता हे स्पष्टच होतं. तो अविवाहित होता. तो घटस्फोटित किंवा विधुर नव्हता असा यासुकोचा अंदाज होता.

तिने पुन्हा एकदा विचार केला. त्याला तिच्यात स्वारस्य वाटत असावं असं वाटण्याजोगा एखादा संकेत आठवतो का हे पाहण्याचा तिने बराच प्रयत्न केला, पण तिला तसा एकही प्रसंग किंवा संकेत आठवला नाही. तो खरं तर तिच्या अपार्टमेंटच्या भिंतीला गेलेल्या एखाद्या छोट्या तड्यासारखा होता. तो तडा तिथे असल्याचं माहीत असलं तरी त्याच्याकडे फारसं लक्ष दिलं जात नाही. तितकं लक्ष देण्याची गरजही भासत नाही.

ज्या ज्या वेळी ते भेटले होते, त्या त्या वेळी त्यांनी एकमेकांना अभिवादन केलं होतं आणि अपार्टमेंटच्या इमारतीच्या व्यवस्थापनाविषयीही त्यांनी एकदा चर्चा केली होती. तरीही यासुकोला त्या माणसाविषयी वैयक्तिक अशी अत्यल्प माहितीच होती, हे आता तिच्या लक्षात आलं. त्याच्या अपार्टमेंटच्या दरवाजाच्या बाहेर दोरीनं बांधून रद्दीत घालण्यासाठी ठेवलेल्या गणिताच्या पुस्तकांचा गठ्ठा दिसल्यामुळे तो गणित विषय शिकवत होता ते तिला अगदी अलीकडेच समजलं होतं.

त्याने आपल्याला कधीच डेटवर जाण्याविषयी विचारू नये, अशी यासुकोची इच्छा होती. त्यानंतर तो प्रश्न विचारताना त्या खिन्न दिसणाऱ्या माणसाचा चेहरा कसा दिसेल याचा काहीच अंदाज बांधता न आल्यामुळे तिने स्वतःशीच स्मित केलं,

नेहमीप्रमाणेच बेन्तेन तेमधील दुपारच्या जेवणाच्या आधीची माध्यान्हीच्या वेळची गर्दी पुन्हा सुरू झाली आणि दुपार उलटून जाईपर्यंत ती भरपूर वाढत राहिली. दुपारचा एक वाजेपर्यंत तर तिथे तशीच वर्दळ सुरू होती, त्यानंतर वातावरण थोडं शांत झालं.

यासुको रजिस्टरमध्ये बिलांचं वर्गीकरण करून त्यांची नोंद करत असतानाच काचेचा सरकता दरवाजा उघडला गेला आणि कोणी तरी आत आलं. 'हॅलो,' तिने आपोआपच वर पाहत सवयीनं म्हटलं. पण समोर उभ्या असलेल्या व्यक्तीला पाहिल्याबरोबर ती जागच्या जागीच गोठून गेली. तिचे डोळे एकदम विस्फारले आणि तिचा आवाज घशातच अडकल्यासारखा झाला.

''तू तर छान दिसतेयस,'' तिथे उभ्या असलेल्या त्या पुरुषानं म्हटलं. तो स्मित करत होता, पण त्याच्या डोळ्यांत काळोखी दाटून आली होती.

''तू...? मी इथे असल्याचं तू कसं काय शोधून काढलंस?''

''हे इतकं आश्चर्य वाटण्यासारखं आहे? मला वाटलं तर माझी पूर्वाश्रमीची पत्नी कुठे काम करते ते मी शोधून काढू शकतोच,'' त्या माणसानं दुकानात आजूबाजूला पाहिलं. त्याच्या गडद रंगाच्या नेव्ही विंडब्रेकरच्या खिशात त्याने दोन्ही हात खुपसले होते. एखादा संभाव्य ग्राहक आपण काय खरेदी करू शकू त्याचा अंदाज घेत असल्याप्रमाणे तो इकडेतिकडे बघत होता.

''पण का? आता का?'' यासुकोनं विचारलं. तिचा स्वर तिखट होता, पण आवाज खालच्या पट्टीत होता. तिने संतप्तपणे त्याच्याकडे रोखून पाहिलं. मागच्या बाजूला असलेल्या योनाझावा दांपत्यानं त्यांचं बोलणं ऐकू नये अशी ती मनातल्या मनात प्रार्थना करत होती.

''इतकी घाबरल्यासारखी पाहू नकोस. मी तुला किती दिवसांपूर्वी अख़ेरचा भेटलो होतो बरं? आणि हो, तू माझ्याकडे बघून छानसं स्मितही करू शकत नाहीस का?'' तो कुत्सितपणे हसत म्हणाला.

यासुकोचा थरकाप उडाला. ''तू इथे गप्पा मारण्यासाठी आला असलास तर संकट ओढवून घेतोयस. तू आताच्या आता इथून चालता हो.''

''खरं म्हणजे मी इथं काही कारणानं आलो आहे. माझं तुझ्याकडे थोडं काम होतं. तू थोडा वेळ बाहेर येऊ शकशील का?'' त्याने विचारलं.

''मूर्खासारखा वागू नकोस. मी काम करत आहे ते तुला दिसत नाही का?'' यासुको म्हणाली आणि लगेच तिला आपण उगाचच तसं बोलून गेलो असं वाटलं. कारण याचा अर्थ ती कामात नसती तर त्याला भेटली असती असा होत होता.

त्या माणसाने ओठांवरून जीभ फिरवली आणि तिला विचारलं, ''तुझं काम कधी संपेल?''

''त्याने काहीही फरक पडणार नाही. मला तुझ्याशी बोलण्याची इच्छाच नाही. कृपा करून इथून निघून जा आणि पुन्हा कधीही परत येऊ नकोस.''

''अरे बापरे! किती हा थंडपणा!''

''तुला कशाची अपेक्षा आहे?''

एखाद्या ग्राहकानं आत यावं, म्हणून यासुकोनं बाहेर नजर टाकली. पण रस्ता पूर्णपणे रिकामा होता.

"ठीक आहे, तू जर अशीच वागणार असशील, तर मी दुसरा एखादा प्रयत्न करून बघेन," त्या माणसानं डोकं खाजवत म्हटलं.

यासुकोच्या डोक्यात धोक्याच्या घंटा घणघणू लागल्या. "तुला नेमकं काय म्हणायचं आहे?"

"मला असं म्हणायचं आहे की, जर माझी पत्नी माझं ऐकणार नसेल, तर कदाचित माझी मुलगी माझं म्हणणं ऐकून घेईल. तिची शाळा इथून जवळच आहे, हो ना?"

"ते धाडस तू करू नकोस."

"ठीक आहे. मग तूच मदत करू शकशील. मला कुठल्याही प्रकारे मदत झाली तरी ते चालणार आहे."

यासुकोनं उसासा टाकला. त्याने तिथून निघून जावं एवढंच तिला वाटत होतं. "मी इथे संध्याकाळी सहापर्यंत कामावर आहे."

"पहाटेपासून संध्याकाळी सहापर्यंत? तुला ते बराच काळ राबवून घेतात," तो म्हणाला.

"त्याची तू काळजी करण्याची गरज नाही."

"ठीक आहे. मग मी सहा वाजता येतो."

"नाही. इथे नको. बाहेर पडल्यावर उजवीकडे वळ आणि कोपऱ्यापर्यंत तसाच थेट चालत जा. तिथून जवळच एक फॅमिली रेस्टॉरंट आहे. तिथे बरोबर साडेसहा वाजता ये."

"वा, खूपच छान आणि तू तिथे येण्याची तसदी घेच, कारण तू तिथे आली नाहीस तर..."

"मी तिथे येईन. आता लगेच इथून नीघ. आताच्या आता."

"ठीक आहे, ठीक आहे. मला लाथ घालून रस्त्यावर हाकलूनच देतेयस की," त्या माणसानं तिथून निघण्याच्या आधी आणखी एकदा त्या दुकानावरून सभोवार नजर फिरवली आणि बाहेर पडून सरकता दरवाजा थोडा जास्तच जोरात ओढून लावून घेतला.

यासुकोनं कपाळावर हात ठेवला. तिचं डोकं फुटेल की काय असं वाटण्याइतपत दुखत होतं आणि तिला मळमळही होत होती. अतिशय निराशेमुळे तिला छाती जडावल्यासारखी वाटू लागली.

शिन्जी तोगाशी याच्याशी तिचा आठ वर्षांपूर्वी विवाह झाला होता. आता तिच्या मनात ती सगळी गलिच्छ कहाणी पुन्हा एकदा घोळू लागली.

तो तिला भेटला होता त्या वेळी यासुको अकासाकातील एका क्लबमध्ये होस्टेस म्हणून काम करत होती. तिथे तोगाशी नियमितपणे येत होता.

तो परदेशी कारचा विक्रेता होता. त्याचं राहणीमान उच्च होतं आणि त्याने तिलाही त्याच्या ऐश-आरामी आयुष्यात समाविष्ट करून घेतलं होतं. तो तिला महागड्या भेटवस्तू देत होता, महागड्या रेस्टॉरंट्समध्ये नेत होता. त्याने तिला लग्नाची मागणी घातल्यानंतर तिला आपण प्रेटी वुमनमधील जुलिया रॉबर्ट्स असल्यासारखं वाटलं होतं. पहिला विवाह अपयशी ठरल्यानंतर आपल्या मुलीला सांभाळण्यासाठी दीर्घ काळ काम करून करून ती अगदी थकून गेली होती.

सुरुवातीला ते आनंदात होते. तोगाशीकडे नियमित उत्पन्न होतं. त्यामुळे यासुकोनं नाइट क्लबमधून आपली सुटका करून घेतली. तो मिसातोबरोबरही खूपच चांगला वागत होता आणि मिसातोही त्याला आपला 'डॅडी' मानण्यासाठी तिच्याकडून जोरदार प्रयत्न करत होती.

मात्र काही दिवसांतच सगळ्या गोष्टी भराभर बिघडत गेल्या. तोगाशी कंपनीच्या निधींमध्ये वर्षानुवर्षं अफरातफर करत राहिल्याचं समजल्यानंतर त्याच्या मालकानं तोगाशीला कामावरून काढून टाकलं. ते सगळं प्रकरण त्यांना बाहेर पडू द्यायचं नव्हतं, कारण तसं झालं तर कंपनीच्या निर्णयक्षमतेविषयी आणि पर्यवेक्षणाविषयी लोकांच्या मनात प्रश्नचिन्ह निर्माण झालं असतं आणि त्यांना ते नको होतं. त्यामुळे हे प्रकरण फार ताणण्यात आलं नाही. त्याच्याविषयी पोलिसांत तक्रार करण्यात आली नाही. पण याचा अर्थ जो सगळा पैसा तो खर्च करत होता तो घाणेरडा, अफरातफरीचा पैसा होता.

त्यानंतर तोगाशीचं वागणं बदललं किंवा मुळात तो जशी व्यक्ती होता, तो त्याचा स्वभाव अखेरीस उफाळून बाहेर पडला. ज्या दिवशी तो जुगार खेळायला बाहेर जात नसे, त्या वेळी तो घरात आरामात लोळत पडत असे. यासुकोनं तक्रार केली तर तो मारहाण करत असे. त्याने भरमसाट दारू प्यायलाही सुरुवात केली होती. अगदी तारवटलेल्या डोळ्यांनीच तो सतत वावरत होता आणि केव्हाही भांडण उकरून काढायलाच टपून बसत होता.

यासुकोकडे आता पुन्हा कामावर परतण्याखेरीज पर्याय नव्हता. पण ती मिळवत असलेला सगळा पैसा तोगाशी तिच्याकडून जबरदस्तीनं काढून घेत होता. ज्या वेळी त्यातला थोडाफार पैसा ती लपवू लागली, त्या वेळी तो पगाराच्या दिवशी क्लबवर जाऊ लागला आणि तिने पगाराला हात लावण्याआधीच तो सगळाच्या सगळा पगार काढून घेऊ लागला.

मिसातो आपल्या सावत्र वडलांना घाबरायला लागली होती. तिला त्याच्या सोबत घरात एकटं राहायला आवडत नव्हतं. यासुको ज्या क्लबमध्ये काम करत होती, त्या क्लबमध्येही फक्त त्याला टाळण्यासाठीच ती काही वेळा येत होती.

यासुकोनं तोगाशीकडे घटस्फोटाची मागणी केली. पण तो ते ऐकत नव्हता. तिने त्यासाठी त्याच्याकडे आग्रह धरायला सुरुवात केल्यावर तो तिला मारहाण करू लागला. अखेरीस काही महिने अतिशय यातना सहन केल्यानंतर ती तिच्या एका ग्राहकानं सुचवलेल्या वकिलाकडे गेली. घटस्फोट घेण्याची तयारी नसलेल्या तोगाशीला घटस्फोटाच्या कागदपत्रावर सही करण्यास राजी करण्यात त्या वकिलाला यश आलं. अखेरीस आपण न्यायालयात हा खटला जिंकण्याची बिलकूल शक्यता नाही हे तिच्या पतीच्या लक्षात आलं होतं. शिवाय त्याने शांतपणानं घटस्फोट दिला नाही, तर त्याला पोटगी द्यावी लागेल हेही त्याला समजलं होतं.

पण तरीही फक्त घटस्फोटामुळे सगळे प्रश्न सुटले नव्हते. त्यानंतरच्या काही महिन्यांत तोगाशी यासुकोकडे आणि तिच्या मुलीकडे जात होता. आता सगळं सुरळीत झालं आहे, असं त्याने तिला सांगितलं होतं. त्याने आता स्वतःला कामाला जुंपून घेतलं आहे असंही तो तिला छातीठोकपणे सांगत होता. त्यांच्यातील सगळ्या गोष्टी पुन्हा व्यवस्थितपणे सुरू ठेवणं तिला जमणार नाही का, असं तो तिला आर्जवानं विचारत होता. यासुकोनं त्याला टाळण्याचा प्रयत्न केल्यानंतर त्याने मिसातोला भेटण्यास सुरुवात केली होती. काही वेळा त्यासाठी तिची वाट पाहत तो तिच्या शाळेच्या बाहेर उभा राहत होता.

एके दिवशी तो यासुकोकडे अगदी गयावया करत तिचे पाय धरू लागल्यावर तिच्या मनात त्याच्याविषयी सहानुभूती निर्माण झाली. खरं म्हणजे तिला तो ते सगळं नाटक करत होता हे अगदी पुरेपूर माहीत होतं, पण तरीही तिला त्याची दया आली. कदाचित त्याच्याविषयी तिच्या मनात

पूर्वी निर्माण झालेल्या प्रेमाचा थोडासा लवलेश तोपर्यंत शिल्लक असावा. तिने त्याला थोडे पैसे दिले.

तीच तिची चूक ठरली. एकदा तोगाशीला पैशाची चटक लागल्यानंतर त्याने तिच्याकडे वरचेवर येण्यास सुरुवात केली. दर वेळी तो तिच्या समोर जवळजवळ लोटांगणच घालून दयायाचना करत असे. पण तरीही दर वेळी त्याच्या विनंतीमधला निर्लज्ज कोडगेपणा वाढतच चालला होता.

अखेरीस यासुकोनं क्लब सोडला आणि ती नवीन अपार्टमेंटमध्ये राहायला आली. खरं म्हणजे तिला मिसातोची शाळा बदलण्याची बिलकूल इच्छा नव्हती, पण तरीही तिने तीही बदलली. त्यानंतर तोगाशीचं येणं बंद झालं होतं. वर्षभरापूर्वी तिने पुन्हा एकदा नोकरी बदलली होती आणि बेन्तेन ते इथे ती नोकरी करत होती. तिच्यावर कोसळणाऱ्या त्या चालत्याबोलत्या आपत्तीपासून तिने सुटका करून घेतली होती असा आता तिला विश्वास वाटत होता.

योनाझावा दांपत्याला तिच्या पूर्वाश्रमीच्या पतीविषयी काही कळावं किंवा तो पुन्हा आल्याचं समजावं असं तिला वाटत नव्हतं. तिला त्यांना तिची चिंता वाटत राहावी असं वाटत नव्हतं. मिसातोलाही तोगाशी परत आल्याचं समजू शकणार नव्हतं. त्याने पुन्हा भेटायला येऊ नये याची आपणच खात्री करून घेतली पाहिजे असं तिने मनोमन ठरवलं होतं. यासुकोनं भिंतीवरच्या घड्याळावर नजर टाकली आणि दातओठ खाल्ले.

साडेसहाच्या थोडं आधी ती दुकानातून बाहेर पडली आणि रेस्टारंटमध्ये गेली. तिला तिथे खिडकीजवळ सिगरेट ओढत बसलेला तोगाशी दिसला. त्याच्या समोरच कॉफीचा कपही होता. यासुकोनं स्वतःसाठी हॉट कोकोची ऑर्डर दिली आणि ती त्याच्या समोर जाऊन बसली. एका सॉफ्ट ड्रिंकवर एक बाटली मोफत मिळत असल्यामुळे ती नेहमी सॉफ्ट ड्रिंकची ऑर्डर देत असे. पण आज तिला तिथे जास्त वेळ बसण्याची इच्छा नव्हती.

''का आलायस?'' तिने त्याच्याकडे तीक्ष्णपणे पाहत विचारलं.

तोगाशीच्या चेहऱ्यावर नरमाईचे भाव पसरले. ''तू खूपच घाईत आहेस याची मला खात्री आहे,'' तो म्हणाला.

''मला बरीच कामं आहेत. त्यामुळे तुझ्याकडे इथे येण्याचं खरोखरच काही कारण असेल, तर लगेच सांगून टाक.''

''यासुको,'' तोगाशीनं यासुकोनं टेबलावर ठेवलेल्या हातावर हात ठेवण्याचा प्रयत्न केला, पण यासुकोनं तिचा हात झटकन मागे घेतला. त्याने ओठ मुडपले. ''तू वाईट मनःस्थितीत दिसतेस.''

''मी तसं का नसावं? माझा असा पाठलाग करण्याचं तुझ्याकडे काही तरी चांगलं कारण असेलच.''

''किती दुराव्यानं, किती शत्रुत्वानं वागतेस. पण मी याकडे लक्ष देण्याची गरज नाही असं मला वाटतं, मात्र मी याविषयी अतिशय गंभीर आहे.''

''कशाविषयी गंभीर आहेस?''

वेट्रेसनं तिच्यासाठी कोको आणला. यासुकोनं कोकोचा मग उचलला आणि त्याचा घोट घेतला. जिभेला चटका बसण्याइतका कोको गरम होता. तिला तो शक्य तितक्या लवकर पिऊन संपवायचा होता आणि तिथून झटपट बाहेर निघून जायचं होतं.

''तू एकटीच राहतेस. हो ना?'' तोगाशीनं भुवया वक्राकार करत आणि खाली वळवत विचारलं.

''मग? त्याच्याशी तुला काय करायचं आहे?''

''असं एकटीनं स्वतःच्या जिवावर राहून एका मुलीला मोठं करणं ही गोष्ट एकट्या स्त्रीसाठी अवघड आहे. त्याची तिला जास्तीत जास्त किंमत मोजावी लागले हे तुला माहीत आहे. काहीही झालं तरी या खानावळीत ते तुला असा कितीसा पैसा देणार आहेत? या पैशावर तिच्या भवितव्याची हमी तू मिळवू शकणार नाहीस. असं बघ. तू पुनर्विचार करावास असं मला वाटतं. आपल्याविषयी पुनर्विचार कर. मी बदललो आहे. मी आधी होतो तसा आता नाही.''

''कसला बदल झालाय? तू काम करतोयस का?''

''ते मी करेन. मला आधीच एक नोकरी मिळालेय.''

''पण म्हणजे तू अजूनही काम करत नाहीस. करतोस का?''

''मला नोकरी मिळालेय असं मी आताच तुला सांगितलं. पुढच्या महिन्यापासून मला कामावर रुजू व्हायला सांगितलं गेलंय. ती नवीन कंपनी आहे, पण एकदा का गोष्टी व्यवस्थितपणे रुळावर आल्या की, तुला आणि तुझ्या मुलीला शांत, समाधानी आयुष्य जगता येईल.''

''आभारी आहे, पण खरं तर आभारी नाही. तुला इतका सगळा पैसा मिळाला तर तुला तो वाटून घेण्यासाठी, खर्च करण्यासाठी कोणीही दुसरी स्त्री मिळेल. फक्त आमच्यावर कृपा कर आणि आम्हाला एकटं सोडून दे.''

''यासुको, मला तुझी गरज आहे.''

तिने कप हातात धरलेल्या हाताला स्पर्श करण्यासाठी तोगाशीनं पुन्हा एकदा त्याचा हात पुढे केला. ''मला स्पर्श करू नकोस,'' तिने त्याच्या पकडीतून आपला हात सोडवून घेतला. तिच्या हालचालीमुळे थोडासा कोको सांडला आणि तोगाशीच्या बोटांवर पडला. 'आऊ!' त्याने झटका बसल्यासारखा त्याचा हात मागे घेतला आणि तिच्याकडे पाहिलं. त्याच्या नजरेत दुष्टपणा शिगोशीग भरला होता.

यासुकोनं संतप्तपणे पाहिलं. ''तू पुन्हा इथे येऊन पूर्वीचीच वाक्यं माझ्या समोर घोकत राहू नकोस. निदान आता जे काय घडून गेलं आहे, त्यानंतर तर नकोच. मी तुझ्यावर विश्वास ठेवावा अशी अपेक्षा तरी तू कशी काय ठेवू शकतोस? मी आधीच सांगितलं आहे, त्याप्रमाणे मला पुन्हा तुझ्या सोबत राहण्याची बिलकूल इच्छा नाही. अगदी थोडीशीसुद्धा नाही. त्यामुळे आता ही आशा सोडून दे. समजलं?''

यासुको उठून उभी राहिली. तोगाशी तिच्याकडे मूकपणे पाहत राहिला. त्याच्या नजरेकडे दुर्लक्ष करून तिने तिच्या कोकोचे पैसे टेबलावर ठेवले आणि ती तडक दरवाजाच्या दिशेनं निघाली.

रेस्टॉरंटच्या बाहेर गेल्याबरोबर तिने पार्किंगमधून तिची सायकल झटपट बाहेर काढली आणि ती गतीनं पेडल मारू लागली. तोगाशी आपल्या पाठीमागून धुसफुसत, मुसमुसत धावत येत असल्याचं चित्र तिच्या नजरेसमोर तरळून गेलं, तशी ती जास्तच जोरात पेडल मारू लागली. ती तशीच कियोसु बाशी रस्त्यापर्यंत खाली आली आणि कियोसु ब्रिजवरून डावीकडे वळली.

तिला जे जे सांगायचं होतं ते सगळं तिने सांगून टाकलं होतं. पण तिला माहीत होतं की, ती त्यांची शेवटची भेट नव्हती. तो लवकरच पुन्हा एकदा आला असता. त्याने तिचा पाठलाग केला असता. तिला उपद्रव केला असता. कदाचित तिची शोभा केली असती. कदाचित तो मिसातोच्या शाळेतही गेला असता. तो यासुको मेटाकुटीला येण्याची वाट पाहत थांबला

असता. त्याला माहीत होतं की, मग तिने अखेरीस कंटाळून त्याला पैसे दिले असते.

अपार्टमेंटमध्ये पोहोचल्यानंतर यासुकोनं जेवण तयार करण्यास सुरुवात केली. खरं म्हणजे जेवण तयार करणं हे मोठं काम नव्हतंच. खानावळीतलं उरलेलं अन्न ती बरोबर घेऊन आली होती आणि ते गरम करून ठेवायचं होतं. पण आज तेवढं कामसुद्धा तिला अवघड वाटत होतं. थोड्या, थोड्या वेळानं तिच्या मनात भयावह कल्पना पिंगा घालत होत्या आणि तिच्या नजरेसमोर काही दृश्यं तरळून जात होती, त्यामुळे तिचे हात थरथरत होते आणि हातातील वस्तू खाली पडत होत्या.

मिसातो लवकरच शाळेतून परत आली असती. ती शाळेच्या बॅडमिंटन क्लबमध्ये होती आणि नेहमीच शाळा सुटल्यानंतर बॅडमिंटनचा सराव करत होती. त्यानंतर मैत्रिणींशी गप्पा मारून ती सहसा सातपर्यंत घरी येत असे.

दरवाजावरची बेल वाजली. यासुकोच्या कपाळावर आठ्या पडल्या आणि ती दरवाजाजवळ केली. ती मिसातो असणं शक्यच नव्हतं, कारण तिच्याकडे दरवाजाची चावी होती आणि थेट दरवाजा उघडून ती नेहमीच आत येत होती.

''कोण आहे?'' यासुकोनं दरवाजा न उघडताच विचारलं. ''कोण आहे?''

क्षणभर तिथे शांतता पसरली आणि नंतर आवाज आला, ''मी आहे.''

यासुकोनं काहीच उत्तर दिलं नाही. तिच्या डोळ्यांसमोर अंधारी पसरली. तिच्या मनातून भीतीची लहर दौडत गेली. तोगाशीनं आधीच तिचं अपार्टमेंट शोधून काढलं होतं. बहुतेक त्याने एखाद्या रात्री बेन्तेन तेपासून तिचा पाठलाग केला असावा.

तोगाशी दरवाजा ठोठावू लागला. ''ए..., दरवाजा उघड.'' तो ओरडत होता.

तिने मान हलवली आणि दरवाजाची साखळी तशीच अडकवून ठेवून दरवाजाचं कुलूप उघडलं.

दरवाजा सुमारे चार इंचांनी उघडला. त्याच्या बरोबर समोर तोगाशीचा चेहरा दिसत होता. तो खिदळल्यासारखा खदखदून हसला. त्याचे दात पिवळे होते.

''तू इथे का आलायस? तू निघून जा.''

''माझं बोलणं संपलेलं नव्हतं. बाळा, तू नेहमीसारखीच तापटपणानं वागलीस. बरोबर ना?''

''मी तुला सांगितलंय की, आपल्यातील नातं संपलंय. आपण ते संपवलंय. बस्स. झालं. आता पुन्हा कधीही ते जोडलं जाणार नाही.''

''मला काय म्हणायचं आहे ते निदान एकदा ऐकून तरी घे. मला फक्त आत येऊ दे.''

''मी तुला आत घेणार नाही. तू चालता हो.''

''ए, तू मला आत घेतलं नाहीस तर मी इथेच थांबून तुझी वाट बघेन. मिसातो आता केव्हाही घरी येईल. जर मी तुझ्याशी बोलू शकतो, तर मी तिच्याशीही बोलू शकेन.''

''तिचा तुझ्याशी कसलाच संबंध नाही.''

''मग मला आत येऊ देत.''

''मी पोलिसांना बोलावेन.''

''बोलाव. एखादा पुरुष त्याच्या पूर्वाश्रमीच्या पत्नीला भेटायला आला तर त्यात काय चुकीचं आहे? पोलिससुद्धा माझीच बाजू घेतील. ते म्हणतील की, मॅडम, निदान तुम्ही त्याला आत तरी घ्यायचं होतं. त्याचं म्हणणं तरी ऐकून घ्यायचं होतं.''

यासुकोनं रागानं ओठ चावला. तिला त्याचं म्हणणं बरोबर होतं हे मान्य करायचं नव्हतं, पण त्याचं म्हणणं बरोबरच होतं. तिने आधीही पोलिसांना फोन केला होता आणि त्यांनी तिला मदत होण्याजोगं काहीच केलं नव्हतं. शिवाय तिला तिथे आणखी शोभा करून घ्यायची नव्हती. तिथे राहणाऱ्या बहुतेक भाडेकरूंची खात्री देण्यासाठी कोणी ना कोणी जामीनदार होते. पण कुठल्याही जामीनदाराशिवायच ती तिथे राहत होती. कोणीही तिच्यामुळे त्रास होत असल्याची तक्रार केली असती तर तिला ताबडतोब रस्त्यावर यावं लागलं असतं.

''ठीक आहे. पण तुला आताच्या आता निघून जावंच लागेल.''

''अर्थात. अगदी नक्की,'' तोगाशी म्हणाला. त्याचे डोळे विजयोन्मादानं चमकत होते.

यासुकोनं साखळी काढली आणि दरवाजा उघडला. तोगाशी आत आला. त्याने शूज काढून खोलीभर नजर फिरवली. ते छोटंसं अपार्टमेंट होतं. एक स्वयंपाकघर आणि आणखी दोन खोल्या होत्या. दरवाजाला लागून असलेली खोली जपानी पद्धतीनं सजवलेली होती आणि जमिनीवर गवताच्या जाडजूड विणलेल्या सहा जपानी चटया सहज बसू शकतील इतकी ती मोठी होती. तिच्या उजव्या बाजूला दरवाजा होता आणि तो स्वयंपाकघरात उघडत होता. मागच्या बाजूला आणखी एक जास्त लहान जपानी पद्धतीची खोली होती आणि तिच्या पलीकडे सरकता दरवाजा होता. तो उघडला की तिथे एक लहानशी बाल्कनी होती.

''थोडी लहान, थोडीशी जुनाट जागा आहे, पण वाईट नाही,'' तोगाशीनं खाली बसल्यावर शेरा मारला. तो खोलीच्या मध्यभागी असलेल्या कमी उंचीच्या कोतात्सुच्या टेबलाच्या खाली पाय सोडून बसला होता. ''तुझं कोतात्सु थंड आहे,'' तो म्हणाला आणि प्लग आणि सॉकेट कुठे आहे ते शोधून ते गरम करण्यासाठी आसपास धुंडाळू लागला.

''तू इथे का आलायस ते मला माहीत आहे,'' यासुको उभी राहिली आणि त्याच्याकडे बघत म्हणाली. ''तू काहीही म्हण, पण अखेरीस हे सगळं पैशासाठी सुरू आहे.''

''तुला काय म्हणायचं आहे?'' तोगाशीनं कपाळाला आठ्या घालत त्याच्या जाकिटातून सेव्हन स्टार्सचं पाकीट बाहेर काढलं. त्याने डिस्पोझिबल लायटरच्या साहाय्यानं एक सिगरेट शिलगावली आणि तो आजूबाजूला जास्त बारकाईनं आणि जाणीवपूर्वक पाहू लागला. पहिल्यांदाच तिथे ॲश ट्रे नसल्याचं त्याच्या लक्षात आलं. तो उठून उभा राहिला आणि त्याने तिथल्या कचऱ्यातून एक रिकामा कॅन शोधून काढला आणि तो त्या टेबलावर ठेवून दिला. पुन्हा एकदा खाली बसून त्याने त्याच्या सिगरेटची राख त्याच्यात झाडली.

''याचा अर्थ तू इथे फक्त माझ्याकडून पैसे काढायला आलायस. माझं म्हणणं बरोबर आहे. हो ना?''

''तुला हे सगळं असंच असावं असं वाटत असेल, तर ठीक आहे. तसं होऊ दे. मला तेही आवडेल.''

''तुला एखादा येनसुद्धा मिळणार नाही.''

त्याने संतापानं विचारलं, "असं आहे का?"

"निघून जा आणि पुन्हा कधीही इकडे येऊ नकोस."

तेवढ्यात अपार्टमेंटचा दरवाजा खाड्कन उघडला आणि मिसातो आत आली. तिच्या अंगावर शाळेचा गणवेष होता. दारातून आत आल्यावर अनोळखी शूज दिसल्यानंतर ती क्षणभर तिथेच थबकली. त्यानंतर तिला कोण आलं होतं ते दिसलं आणि तिच्या चेहऱ्यावर एकदम प्रचंड भीती पसरली. तिच्या हातातून बॅडमिंटन रॅकेट गळून पडलं आणि त्याचा जमिनीवर आवाज झाला.

"हॅलो मिसातो, अरे किती थोडासा काळ गेला, पण तू किती मोठी झालेयस," तोगाशी म्हणाला. त्याने अतिशय सहजपणे बोलत असल्याचा आव आणला होता.

मिसातोनं तिच्या आईकडे नजर टाकली. त्यानंतर पायांतील चपला तशाच काढून ठेवून चकार शब्दही न बोलता ती आत निघून गेली. ती तडक मागच्या खोलीत गेली आणि तिने झटकन तो सरकता दरवाजा शक्य तितका घट्ट लावून घेतला.

पुन्हा बोलण्याच्या आधी तोगाशी क्षणभर थांबला. "हे सगळं कशासाठी सुरू आहे असं तुला वाटतंय ते मला माहीत नाही. पण मला आपल्यातील गोष्टी पुन्हा एकदा चांगल्या आणि सुरळीत करायच्या आहेत. पण असं करता येईल का, हे विचारण्यात काय वाईट आहे तेच मला समजत नाही."

"मी आधीच सांगितलं आहे त्याप्रमाणे मला यात स्वारस्य नाही. मलाही माहीत आहे, की तुलासुद्धा मी या सगळ्याला होकार देणार नाही हे खात्रीनं माहीत आहे. तू फक्त मला विचार करायला लावावं म्हणून हे कारण पुढे करतोयस."

याने अचूक शरसंधान झालं होतं. निदान तिच्या वाक्यानं तसं काम तरी करायला हवं होतं. पण तोगाशीनं त्याला काहीच प्रतिसाद दिला नाही. रिमोट उचलून त्याने टीव्ही सुरू केला. तिथे कार्टून शो सुरू होता.

यासुकोनं उसासा टाकला आणि ती स्वयंपाकघरात निघून गेली. तिने सिंकजवळच्या ड्रॉवरमधून तिची पर्स काढली आणि तिच्यातून दहा हजार येनच्या दोन नोटा बाहेर काढल्या.

''हे घे आणि चालता हो,'' ती म्हणाली. तिने ते पैसे कोतात्सुवर ठेवले होते.

''हे काय आहे? मला वाटलं होतं की, तू तर मला बिलकूल पैसाच देणार नाहीस.''

''हे इतकेच आहेत. आणखी जास्त माझ्याकडे नाहीत.''

''ठीक आहे. पण मला त्यांची गरज नाही.''

''तुला काही तरी मिळाल्याशिवाय तू इथून जाणार नाहीस. तुला आणखी पैसे हवे आहेत याची मला खात्रीच आहे. पण आमच्यासाठीसुद्धा सगळ्या गोष्टी सुलभतेनं सुरू नाहीत.''

तोगाशीनं त्या नोटांकडे पाहिलं आणि नंतर यासुकोच्या चेहऱ्याकडे पाहिलं.

''ठीक आहे. मी जातोय. पण मी इथे खरोखरच पैशांसाठी आलो नव्हतो. ती तुझीच कल्पना होती.''

तोगाशीनं त्या नोटा उचलल्या आणि आपल्या खिशात कोंबल्या. त्यानंतर त्याने त्याच्या हातात उरलेलं सिगरेटचं थोटुक त्या कॅनमध्ये फेकून दिलं आणि कोतात्सुच्या आतून पाय बाहेर काढून घेतले. तो उभा राहिला आणि बाहेरच्या दरवाजाकडे जाण्याच्या ऐवजी मागच्या दरवाजाकडे गेला. झटपट हालचाल करून त्याने तो दरवाजा सताड उघडला. दुसऱ्या बाजूनं मिसातो ओरडल्याचा आवाज यासुकोनं ऐकला.

''तू काय करतोयस?'' यासुको त्याच्या पाठोपाठ धावत जात ओरडली.

''माझ्या सावत्र मुलीला मी हॅलो म्हणतोय. मी तसं म्हणू शकतोच. हो ना?''

''यापुढे ती तुझी मुलगी किंवा इतर कोणीही नाही.''

''मला थोडा वेळ दे. अच्छा. मी तुला पुन्हा भेटेन मिसातो,'' तोगाशी म्हणाला. तो अजूनही खोलीत डोकावून पाहत होता. तो ज्या प्रकारे उभा होता, त्यामुळे यासुकोच्या नजरेला मिसातो पडत नव्हती. त्यामुळे तिची मुलगी त्याला कसा प्रतिसाद देत होती ते तिला दिसत नव्हतं.

अखेरीस तो दरवाजातून मागे वळला आणि पुढच्या दरवाजाकडे गेला. ''ती एखाद्या दिवशी सुंदर स्त्री होईल. मी त्याची वाट पाहतोय.''

''ही तू कसली मूर्खासारखी बडबड करतोयस?''

''ही मूर्खपणाची बडबड नाही. ती तीन वर्षांत भरपूर पैसा कमावेल. तिला कोणीही विकत घेईल.''

''तू आताच्या आता चालता हो.''

''मी चाललोय. मी चाललोय. निदान आजच्या दिवसापुरता तरी नक्कीच चाललोय.''

''पुन्हा इकडे आलास तर खबरदार!''

''अरेरे! मी तसं वचन देऊ शकेन असा विचारही करू नकोस.''

''तू आला नाहीस तर त्यात तुझंच भलं...''

''यासुको ऐक,'' तोगाशीनं वळून न पाहताच म्हटलं. ''तुझी माझ्यापासून कधीही सुटका होणार नाही. तुला का ते माहीत आहे? कारण दर वेळी माझ्या आधी तूच नेहमी मला शरण येतेस. आपलं म्हणणं सोडून देतेस,'' तो शांतपणे खिदळल्यासारखा हसला आणि नंतर शूज घालण्यासाठी पुढे वाकला.

यासुको तशीच सुन्नपणे मूक उभी होती. तिने तिच्या पाठीगागे कसला तरी आवाज झाल्याचं ऐकलं. तिने मागे वळून पाहिलं. तिथे मिसातो उभी होती. ती अजूनही तिच्या गणवेषातच होती आणि धावतच पुढे आली होती. डोक्याच्या मागे उंचावलेल्या हातांत तिने काही तरी पकडून ठेवलं होतं. मिसातो तोगाशीच्या मागे आली. यासुको जागच्या जागीच गारठली होती. मिसातोला रोखण्यासाठी ती जागची हलूसुद्धा शकली नाही किंवा ओरडूही शकली नाही. ती फक्त भयचकित होऊन पाहत राहिली होती. मिसातोनं ती वस्तू जोरात खाली आणली आणि तोगाशीच्या डोक्यावर पाठीमागून प्रहार केला. तिला फक्त एक जोरदार फटका मारल्याचा आवाज ऐकू आला आणि त्या पाठोपाठ तोगाशी जमिनीवर कोसळल्याचं दिसलं.

दोन

त्यानंतर मिसातोच्या हातातून काही तरी खाली पडलं. ती पितळी फुलदाणी होती. योनाझावा दांपत्यानं बेन्तेन ते ज्या दिवशी सुरू झालं होतं, त्या वेळी तिथे आलेल्या ग्राहकांना भेट म्हणून ती फुलदाणी दिली होती.

'मिसातो,' यासुको किंचाळली. अखेर तिच्या तोंडातून आवाज बाहेर पडला होता. ती तिच्या मुलीकडे गेली.

मिसातोचा चेहरा निर्विकार होता. ती एखाद्या दगडी पुतळ्यासारखी निश्चल होती. ती काही क्षण तशीच उभी राहिली. त्यानंतर अचानकच तिचे डोळे विस्फारले. ती यासुकोच्या खांद्यांच्या पलीकडे मागे पाहत होती.

यासुको गर्रकन मागे वळली. तोगाशी हळूहळू लटपटत उभा राहत होता. त्याचं तोंड वेदनेनं वेडंवाकडं झालं होतं. एका हातानं डोक्याच्या मागे झालेली जखम त्याने दाबून धरली होती.

"नालायक....कुत्री..." तोगाशी खेकसला. त्याचा चेहरा तिरस्कारानं लाल झाला होता आणि नजर मिसातोवर खिळून राहिली होती. तो पुन्हा एकदा धडपडला आणि नंतर त्याने तिच्या दिशेनं झेप घेतली.

यासुको त्या दोघांच्या मध्ये उभी राहिली. 'थांब!' ती ओरडली.

"बाजूला हो!" तोगाशी किंचाळला. त्याने तिचा हात पकडला आणि तिला बाजूला ढकलून दिलं. यासुको धडपडत पडली. भिंतीवर जोरात आपटल्यामुळे ती गुडघ्यावर पडली.

मिसातो पळण्यासाठी वळलीच होती, तेवढ्यात त्याने तिचे खांदे पकडले आणि आपली सगळी शक्ती एकवटून त्याने त्या मुलीला जमिनीवर ढकलून दिलं. त्यानंतर तो दोन्ही बाजूंना एकेक पाय टाकून तिच्या अंगावर बसला. तिचे लांबसडक केस पकडून धरून उजव्या हातानं तो तिला मारू लागला. ''मी तुला ठारच मारणार आहे, छोट्या कुत्री,'' तो किंचाळत म्हणाला.

तो तिला खरोखरच ठार मारेल, असा विचार यासुकोच्या मनात आला. तो खरोख़रच तिला ठार मारणार आहे.

ती तोपर्यंत गुडघ्यांवरच बसली होती. पण आता ती सैरभैर झाल्यासारखी आजूबाजूला बघत होती. कोतात्सुमधून बाहेर पडलेल्या विजेच्या वायरनं तिचं लक्ष वेधून घेतलं. तिने ती चटकन धरली. त्यानंतर भिंतीवरच्या सॉकेटमधून ती ओढून काढली. तिचं दुसरं टोक अजूनही कोतात्सुच्या वरच्या भागाच्या कोपऱ्याला जोडलेलं होतं. ती उभी राहिली आणि तिने हातात त्या वायरचा वेढा तयार केला.

तिच्या मुलीच्या अंगावर बसलेल्या तोगाशीच्या ती मागे गेली. तो तिला सतत मारत होता आणि रागानं बेभान होऊन विव्हळल्यासारखा ओरडत होता. तिने त्याच्या डोक्यातून वायरचा वेढा त्याच्या गळ्यात घातला आणि सर्व शक्तिनिशी त्याला मागे खेचलं.

तोगाशीनं गुदमरल्यासारखी किंकाळी फोडली आणि पाठीवर पडला. काय घडलं होतं ते लक्षात आल्यानंतर त्याने त्या वायरभोवती त्याची बोटं फिरवून वायर गळ्यातून काढून टाकण्याचा प्रयत्न करायला सुरुवात केली, पण यासुको ती वायर तशीच खेचत राहिली. तो माणूस तिच्यासाठी आणि तिच्या मुलीसाठी अभिशाप बनून आला होता. तिच्या मुलीपासून त्याला दूर ठेवावंच लागणार होतं आणि हे तिलाच करावं लागणार होतं. तिला त्याच्यापासून सुटका करून घ्यावीच लागणार होती. जर तिने हे त्या वेळी तसंच सोडून दिलं असतं तर तिला पुन्हा कधीच अशी संधी मिळाली नसती.

पण तिच्या पूर्वाश्रमीच्या पतीच्या ताकदीच्या तुलनेत यासुकोकडे जेमतेम काही अंशच ताकद होती. ते वायरची खेचाखेची करत असताना तिच्या हातातून ती वायर निसटली. दरम्यानच्या काळात मिसातो त्या माणसाच्या अंगाखालून कशीबशी बाहेर पडली होती आणि आता तीही तिच्या आईच्या मदतीसाठी धावली होती. तोगाशीची त्याच्या मानेभोवतीची

वायर दूर करणारी बोटं ती वायरवरून बाजूला करू लागली. ती त्याच्या छातीवर बसली आणि तिने त्याला जमिनीवर घट्ट जखडून ठेवलं.

"मॉम, लवकर, लवकर खेच!" मिसातो ओरडली.

आता विचार करायला वेळच नव्हता. यासुकोनं तिचे डोळे घट्ट बंद करून घेतले आणि तिला शक्य होतं तितक्या जोरात ती वायर आवळली. तिचं हृदय जोरात धडधडत होतं. ते उसळी मारून बाहेर पडेल की काय, असं तिला वाटत होतं. ती तो फास जास्तीत जास्त जोरात आवळू लागल्यावर तिच्या शरीरातील रक्तही तसंच उसळून बाहेर पडत असल्यासारखं तिला वाटलं आणि तिला तो आवाजही ऐकू येत असल्यासारखं वाटू लागलं.

ती तशीच बेभानपणे ती वायर खेचत किती वेळ उभी राहिली होती ते तिच्याही लक्षात आलं नव्हतं. अखेरीस तिच्या कानांवर "मॉम, मॉम" अशा हाका मारल्याचा अगदी क्षीण आवाज पडला. तिच्या मनावर साचलेल्या धुक्यातून तो आवाज हळूहळू आतपर्यंत शिरला आणि ती पुन्हा भानावर आली.

यासुकोनं हळूहळू डोळे उघडले. अजूनही तिची त्या वायरवरची पकड बिलकूल ढिली झाली नव्हती.

तोगाशी अगदी तिच्या समोरच पडला होता. त्याचे डोळे सताड उघडे होते आणि ते अगदी निर्विकार, करडे दिसत होते. त्याची नजर थिजली होती आणि ती शून्यात स्थिरावली होती. त्याच्या चेहऱ्यावर फिकट निळसर रंग पसरला होता आणि रक्तही साकळल्यासारखं दिसत होतं. त्या वायरमुळे त्याच्या मानेभोवती गडद रंगाची रेघ उमटली होती.

तोगाशी हलत नव्हता. त्याच्या तोंडातून लाळ गळत होती आणि नाकही वाहत होतं. यासुकोनं किंकाळी फोडली आणि तिच्या हातातून ती वायर गळून पडली. त्याबरोबर तोगाशीचं डोकं तातामीवर थाड्दिशी आदळलं. त्याच्या अंगात जिवंतपणाचं कुठलंच लक्षण दिसत नव्हतं. मिसातो सावधपणे त्याच्यापासून बाजूला सरकली. तिच्या शाळेच्या गणवेषाचा स्कर्ट चुरगाळून गेल्यामुळे त्याची अगदी वाट लागली होती. ती मागच्या बाजूला भिंतीला टेकून बसली. क्षणभर त्या मायलेकी मूकपणे बसून राहिल्या. त्यांच्या नजरा त्या निपचित पडलेल्या माणसावर खिळून राहिल्या होत्या. स्वयंपाकघरातील झळाळणाऱ्या प्रकाशाचा किंचित घोंघावल्यासारखा येणारा आवाज यासुकोला खूपच मोठा असल्यासारखं वाटत होतं.

''आपण हे काय केलं?'' यासुको म्हणाली. तिचा आवाज थरथरत होता. तिला काहीही सुचत नव्हतं आणि काहीही समजत नव्हतं. ''मी त्याला ठार मारलं,'' ती कशीबशी म्हणाली.

'मॉम....'

यासुकोनं तिच्या मुलीकडे पाहिलं. मिसातोचा चेहरा पांढराफटक पडला होता, पण तिचे डोळे लाल होते आणि तिच्या गालांवरून अश्रू ओघळून सुकल्याचं दिसत होतं. ती नक्कीच रडली होती. पण तिला रडण्यासाठी कधी वेळ मिळाला होता ते यासुकोला समजलं नव्हतं.

तिने पुन्हा एकदा तोगाशीकडे पाहिलं. ती अगदी मोडून पडली. त्याने झटकन जिवंत व्हावं असं तिला वाटत होतं आणि त्याच वेळी त्याने कधीच जिवंत होऊ नये, असंही तिला वाटत होतं. पण तिला काय वाटत होतं यामुळे काहीही फरक पडणार नव्हता. त्याच्या थिजलेल्या मृत नजरेवरून तो पुन्हा जिवंत होणार नव्हता हे स्पष्ट होतं.

''त्यानेच हे केलं. त्यानेच हे ओढवून घेतलं. ती त्याचीच चूक होती,'' मिसातो दोन्ही पाय गुडघ्यात दुमडून छातीजवळ घेत म्हणाली. तिने त्यांच्यात आपलं तोंड खुपसलं आणि ती मुसमुसत हुंदके देऊ लागली.

''आपण हे काय केलंय?'' यासुको बोलू लागली. तेवढ्यात दरवाजावरची बेल वाजली आणि तिचं संपूर्ण शरीर आश्चर्यानं हादरून गेलं.

मिसातोन वर पाहिलं. तिचे गाल चकाकत होते. त्यांची दृष्टादृष्ट झाली. त्या एकमेकींना नजरेनंच विचारत होत्या, ''कोण आलं असेल?''

नंतर दरवाजा ठोठावल्याचा आवाज ऐकू आला आणि त्या पाठोपाठ एका पुरुषाचा आवाज आला, ''मिस हानाओका?''

तो आवाज तिने आधीही ऐकला होता, पण तो कोणाचा होता याचा विचार करण्याचं त्राण तिच्यात उरलं नव्हतं. यासुको जागीच खिळल्यासारखी झाली होती. तिच्या अंगातली सगळी शक्ती पार निघून गेली होती. ती आणि मिसातो फक्त एकमेकींकडे पाहत राहिल्या होत्या.

पुन्हा एकदा ठकठक झाली.

''मिस हानाओका, मिस हानाओका?'

त्या दोघी घरातच होत्या हे बाहेर आलेल्या व्यक्तीला माहीत होतं. त्यामुळे त्यांच्यापैकी एकीला प्रतिसाद द्यावाच लागणार होता. पण आत 'ते'...असताना त्या दरवाजा कसा काय उघडू शकणार होत्या?

''मागच्या खोलीत जा. दरवाजा लावून घे आणि बाहेर येऊ नकोस,'' यासुकोनं मिसातोला कुजबुजल्यासारखं हळू आवाजात सांगितलं. तिचा मेंदू आता हळूहळू पूर्वपदावर येऊ लागला होता.

दरवाजा आणखी एकदा ठोठावला गेला.

यासुकोनं दीर्घ श्वास घेतला. तिने स्वतःलाच सांगितलं, ''काहीही झालेलं नाही. नेहमीसारखीच आणखी एक संध्याकाळ आहे.'' ''कोण आहे?'' आपल्याला आता नाटक करावंच लागणार आहे हे माहीत असल्याप्रमाणे तिने विचारलं. आपल्या पूर्वाश्रमीच्या नवऱ्याचा नुकताच फरशीवर गळा घोटून खून न केलेल्या, नेहमीच्या सर्वसामान्य स्त्रीचा अवतार तिने धारण केला होता. तिने पुन्हा एकदा विचारलं, ''कोण आहे?''

''अं..मी आहे, इशिगामी. तुमचा शेजारी.''

यासुको विचार करू लागली. त्या वेळी त्यांनी कुठल्या, कुठल्या प्रकारचे आवाज काढले होते कोणास ठाऊक! अर्थातच त्यांच्या शेजाऱ्यांना त्यांच्याविषयी संशय घेण्यास खूपच जागा होती. इशिगामी त्यांच्या वतीनंच चौकशी करायला आला असावा.

''एक मिनिट हं,'' यासुको म्हणाली. तिने आवाज शांत ठेवण्याचा प्रयत्न केला होता, पण तो त्यालाही तसाच वाटला असेल का याविषयी तिची खात्री नव्हती.

यासुकोनं खोलीत सगळीकडे नजर फिरवली. मिसातो तिच्या खोलीत गेली होती आणि तिने तो सरकता दरवाजा लावून घेतला होता. त्यानंतर यासुकोनं तोगाशीच्या मृतदेहाकडे पाहिलं. तिला त्याचं काही तरी करावंच लागणार होतं.

भिंतीच्या कोपऱ्याजवळच कोतात्सु टेबल होतं. त्याच्या नेहमीच्या जागेहून ते थोडंसं पुढे आलं होतं. तिने ते टेबल काही फूट पुढे ओढून घेतलं आणि त्या मृतदेहावर ठेवून दिलं. त्या टेबलावरून खाली लोंबकळणाऱ्या जाडजूड रजईमुळे तोगाशी दिसत नव्हता. कोतात्सु ठेवण्याची ती विचित्र जागा होती, पण आता ती त्याशिवाय इतर काहीही करू शकत नव्हती.

आपले कपडे ठीकठाक असल्याची खात्री करून घेऊन ती हळूहळू दरवाजाच्या दिशेला गेली. तोगाशीचे सैलसर मऊ बूट तिथेच पडल्याचं तिच्या लक्षात आलं. तिने ते नजरेस पडू नयेत अशा प्रकारे दुसरीकडे ठेवले.

त्यानंतर आवाज होऊ न देता तिने हळुवारपणे दरवाजा उघडला आणि साखळी काढली. दरवाजाचं कुलूप काढलं गेलं होतं. धडधडणारं हृदय शांत करण्यासाठी तिने छातीवर हात ठेवला होता.

अखेरीस मनाचा हिय्या करून तिने दरवाजा उघडला. तिला इशिगामीचा मोठा गोल चेहरा बाहेर घिरट्या घालत असल्यासारखा दिसला. त्याच्या बारीक डोळ्यांनी त्याने यासुकोकडे रोखून पाहिलं. त्याच्या चेहऱ्यावरचे भाव ओळखता येणं शक्य नव्हतं, त्यामुळे यासुकोच्या अंगावर शहारा आला.

''अं.....मी तुम्हाला काय मदत करू शकते?'' यासुकोनं विचारलं. तिच्या कपाळाचे स्नायू ताणले गेल्याचं जाणवत असलं तरी तिने चेहऱ्यावर ओढून ताणून स्मित आणलं होतं.

''मला कसला तरी आवाज ऐकू आला,'' इशिगामी म्हणाला. ''इथं काही झालंय का?'' इशिगामीनं विचारलं. अजूनही त्याच्या चेहऱ्यावरचे भाव वाचणं शक्य नव्हतं.

''अं, तसं काहीच नाही,'' तिने जोरजोरात मान हलवत सांगितलं. ''माफ करा, तुम्हाला उगाचच त्रास झाला,'' तिने उत्तर दिलं.

''काहीच घडलं नसेल तर मग ठीक आहे,'' इशिगामीही म्हणाला, पण तरीही त्याची नजर त्या खोलीत काही दिसतंय का याचा शोध घेत होती.

यासुकोचा थरकाप उडाला. तिच्या मनात पहिल्यांदा जो विचार आला त्यानुसार तिने ठोकून दिलं. ''हां हां, ते होय, तो एक किडा होता. झुरळ होतं.''

'झुरळ?'

''होय. भिंतीवर एक झुरळ होतं. मी आणि माझी मुलगी त्याला मारण्याचा प्रयत्न करत होतो. मला वाटतं की, त्यामुळे बराच आरडाओरडा झाला असावा.''

''तुम्ही त्याला मारलं का?''

यासुकोचा चेहरा कठोर झाला. 'कोणाला?' तिने विचारलं.

''झुरळाला. त्याला तुम्ही मारलं का?''

''होय, होय. आम्ही त्याला मारलं की,'' ती म्हणाली. प्रत्येक शब्दाबरोबर ती मान झुकवत होती. ''आम्ही त्याला अगदी व्यवस्थित मारून टाकलं. सारं काही ठीक आहे. आभारी आहे.''

''अच्छा. ठीक आहे. तुम्हाला कधीही कशाची गरज असेल तर मी तुम्हाला मदत करू शकेन. मदत मागायला संकोच करू नका,'' तो म्हणाला.

''अतिशय आभारी आहे. मला माफ करा. इतका सगळा आरडाओरडा झाला त्याबद्दल. खरोखरच माफ करा,'' ती म्हणाली. यासुकोनं मान झुकवली आणि नंतर दरवाजा बंद केला. त्यानंतर तिने त्याला कुलूप लावून टाकलं. त्यानंतर इशिगामी तिथून गेल्याचा आणि त्याच्या अपार्टमेंटमध्ये जाऊन त्याने दरवाजा लावून घेतल्याचा आवाज ऐकल्यावरच यासुकोनं सुटकेचा नि:श्वास सोडला. त्यानंतर ती ओणवी बसली आणि आपले थरथरणारे हात दिसू नयेत म्हणून तिने ते फरशीवर दाबून धरले.

तिला मागच्या बाजूला सरकता दरवाजा सरकवल्याचा आवाज आला. 'मॉम?'

बराच वेळ जाऊ दिल्यावर यासुको थरथरत उभी राहिली. तिने कोतात्सुच्या कव्हरला आलेला फुगीरपणा पाहिला आणि नैराश्याची नवीन लाट तिच्या शरीराला चिरत आरपार गेली. ''आपल्याकडे कुठलाच पर्याय नव्हता,'' ती अखेरीस म्हणाली.

''आता आपण काय करणार आहोत?'' मिसातोनं तिच्या आईकडे पाहत विचारलं.

''आपण पोलिसांना बोलावण्याखेरीज आणखी दुसरं काय करू शकणार आहोत?''

''तू स्वतःला पोलिसांच्या स्वाधीन करणार आहेस?''

''तुला चांगलीच कल्पना आहे. तो मेलाय. मी त्याला ठार मारलंय.''

''पण मग तुझं काय होईल?''

''मला माहीत नाही,'' यासुकोनं तिचे विस्कटलेले केस हातानं मागे सारले. ती नक्कीच भयावह दिसत असेल असं तिला वाटलं. शेजारी राहणाऱ्या त्या गणितज्ञाला काय वाटलं असेल याचा विचार ती करत होती. पण त्याला फारसं महत्त्वच नव्हतं.

''तू तुरुंगात जाशील का?'' मिसातोनं विचारलं.

''हं, मला तसं वाटतंय. होय.'' यासुकोच्या ओठांवर किंचितसं स्मित झळकलं.

तिला आधीच आपण गलितगात्र झाल्याचं लक्षात आलं होतं. ''काहीही झालं तरी मी त्याला ठार मारलंय.''

मिसातोनं जोरजोरात मान हलवली. ''पण हे बरोबर नाही.''

''का नाही?''

''ती तुझी चूक नव्हती. ती सगळी त्याची चूक होती. आता तो कायमचाच गेलाय. तो पूर्वीही जात होता. पण तसाच परत येत राहिला होता. तुझा आणि माझा छळ करत राहिला होता...त्याच्यासाठी तू तुरुंगात जाता कामा नये.''

''खून हा खून असतो. बाकीच्या सगळ्या गोष्टी हे फक्त त्याच्याविषयीचे तपशील असतात.''

मिसातोला तिने सगळी परिस्थिती समजावून सांगितल्यानंतर तिला आपल्या भावनांवरही नियंत्रण मिळवल्यासारखं वाटलं. ती विचित्र गोष्ट होती, पण असं झालं होतं खरं! आता जे घडलं होतं त्याविषयी ती जवळजवळ थंड डोक्यानं शांतपणे विचार करू शकत होती. ती जसजशी शांत होत गेली तसतसं तिच्याकडे खरोखरच दुसरा कुठलाच पर्याय नाही का, याविषयी तिला खात्री वाटेनाशी झाली. तिला मिसातोनं नाइटक्लबची यजमान असलेल्या बाईची मुलगी म्हणून मोठं करायचं नव्हतं. पण खुनी स्त्रीची मुलगी हे लेबल तर त्याहूनही जास्त वाईट होतं. पण तिला त्यातून बाहेर पडण्याचा मार्ग दिसत नव्हता. पण जे काही घडलं होतं त्यातून बाहेर पडणं शक्य नसलं तरी लोकांच्या नजरेत त्या दोघी चांगल्याच राहतील असं काही तरी ती करू शकली असती.

यासुकोनं खोलीच्या कोपऱ्यात पडलेला कॉर्डलेस फोन पाहिला आणि ती त्याच्याकडे गेली. तिने तो उचलला.

''मॉम, नाही...नको,'' मिसातो खोलीतून धावत तिच्याकडे आली आणि तिच्या आईच्या हातातून तो रिसीव्हर काढून घेण्याचा प्रयत्न करू लागली.

''सोडून दे,''

''नाही, तू असं करू शकत नाहीस,'' यासुकोचं मनगट पकडून मिसातो ओरडली. तिची पकड घट्ट होती. कदाचित शाळेतील बॅडमिंटनच्या सरावाचा तो परिणाम असावा.

''मला सोड प्लीज,'' यासुको म्हणाली.

''नाही, मॉम. मी तुला ते करू देणार नाही. त्याऐवजी मी तुरुंगात जाईन.''

''मूर्ख कुठली! तू काय बोलतेयस?''

मिसातोनं तिच्या आईकडे उद्धटपणे पाहिलं. ''मी त्याच्यावर पहिल्यांदा घाव घातला. तू तर फक्त त्याच्यापासून माझी सुटका करू पाहत होतीस. शिवाय ते सगळं सुरू झाल्यानंतर मी तुला मदत केली. मीसुद्धा त्याला ठार मारलं.''

यासुकोचं शरीर ताठरलं. तिची फोनवरची पकड शिथिल झाली. मिसातोनं तिच्या हातातून फोन काढून घेतला. तो छातीशी कवटाळून ती खोलीच्या दुसऱ्या कोपऱ्यात गेली आणि तिच्या आईकडे पाठ करून उभी राहिली.

यासुकोनं मनातल्या मनात अतिशय कठोरपणे, पण प्रामाणिकपणे विचार केला. पोलीस काय करतील? तिने स्वतःच तोगाशीला ठार मारलं असं सांगितलं तर ते तिच्यावर विश्वास ठेवतील का? त्यासाठी ते फक्त तिचाच शब्द खरा आहे, असं मानतील का?

तिने स्वतःच त्याला ठार मारलं आहे असं दिसण्याजोगा एखादा मार्ग आहे का, असा विचारही तिच्या मनात तरळून गेला. पण तिने तो लगेच मनातून काढून टाकला. तिने असं काहीही करण्याचा प्रयत्न केला असता तर तिचे पोरकट प्रयत्न त्यांच्या लगेच लक्षात आले असते.

मला मिसातोचं रक्षण करावंच लागेल. तिच्यासारख्या आईसोबत मोठं होणं ही गोष्ट त्या मुलीसाठी खरोखरच आधीपासूनच खूपच कठीण होती. मिसातोला आणखी त्रास होणार नाही याची खात्री असती तर यासुकोनं अतिशय आनंदानं आपलं आयुष्यही तिला देऊन टाकलं असतं.

मग मी काय केलं पाहिजे? मी करू शकण्याजोगं काही आहे का? तिचं विचारचक्र जोरजोरात फिरू लागलं.

तेवढ्यात एका आवाजानं तिच्या विचारांच्या तंद्रीतून तिला बाहेर काढलं. हळूहळू तिच्या लक्षात आलं की, मिसातोनं हातात गच्च पकडून ठेवलेला फोन वाजत होता. मिसातोचे डोळे विस्फारले आणि ती तिच्या आईकडे पाहू लागली.

यासुकोनं शांतपणे हात पुढे केला. मिसातोनं ओठ चावला आणि हळूहळू फोन तिच्या हातात दिला.

यासुकोनं जोरजोरात सुरू असलेल्या श्वासावर नियंत्रण मिळवलं. त्यानंतर तिने रिसीव्हर कानाला लावला आणि बटण दाबलं. ''बोला? हॅलो? हानाओका बोलतेय.''

''अं...मी इशिगामी बोलतोय. तुमचा शेजारी.''

यासुको वेड्यासारखी फोनकडे पाहत राहिली. पुन्हा एकदा तो शिक्षक बोलत होता. या वेळी त्याला काय हवं असणार होतं? ''बोला, मी काय मदत करू शकते?''

''अं, ...म्हणजे मला ...खरं तर तुम्ही आता काय करणार आहात त्याचा मी विचार करत होतो.''

तो काय बोलत होता ते यासुकोला समजलं नव्हतं. ''माफ करा, पण कशाविषयी?''

''एक मिनिट, हां...'' इशिगामी क्षणभर थांबला आणि नंतर तो म्हणाला, ''तुम्ही पोलिसांना फोन करणार असाल तर ते ठीक आहे. मी त्याविषयी काहीही म्हणणार नाही. पण जर तुम्ही तसं करणार नसाल तर मी तुम्हाला काही मदत करू शकेन.''

'काय?' यासुको आ वासून उभी राहिली होती. तो नेमकं काय बडबडत होता?

''मी तिथे आता आलो तर चालेल का, ते ठीक वाटेल का?'' फोनवरून एखादी गुप्त गोष्ट बोलल्यासारखा तो हळू आवाजात तिला विचारत होता.

''काय? नाही. मला तसं वाटत नाही. तसं चालणार नाही.'' यासुको चाचरत म्हणाली. तिचं शरीर थंडगार घामानं निथळत होतं.

''मिस हानाओका,' इशिगामी पुढे बोलू लागला, ''मृतदेहाची विल्हेवाट लावणं अतिशय अवघड असतं. एखादी स्त्री स्वतःच ते एकटीनं करू शकत नाही.''

यासुको निःशब्द झाली.

त्याने नक्कीच त्यांचं सगळं बोलणं चोरून ऐकलं होतं. मिसातोबरोबर झालेलं तिचं सगळं बोलणं त्याने नक्कीच ऐकलं होतं. कदाचित त्याने सारं

काही ऐकलं असावं. तोगाशीबरोबर झालेला तिचा वाद, त्यांची मारामारी हे सगळं त्याने ऐकलं असावं.

तो नेहमीच तसं करत असावा, तिने मान झुकवून विचार केला. आता त्याच्यातून सुटका नव्हती. तिला यात स्वतःलाच अडकायचं होतं. मिसातो यात सामील होती हे प्रकाशात येऊ नये असा प्रयत्न तिला करावाच लागणार होता.

''मिस हानाओका, तुम्ही ऐकताय ना?''

''अं, होय. मी ऐकतेय.''

''मी तिथे येऊ का?''

''पण मी आताच तुम्हाला सांगितलं की...'' यासुको थांबली आणि तिने तिच्या मुलीकडे पाहिलं. मिसातो यासुकोच्या पाठीमागे शून्यात पाहत उभी होती आणि तिच्या चेहऱ्यावर भीती व गोंधळ उडाल्याचं दिसत होतं. 'मी कोणाबरोबर बोलतेय याचा ती खरोखरच विचार करत असेल,' यासुकोच्या मनात आलं.

जर इशिगामीनं त्याच्या अपार्टमेंटमधून सारं काही ऐकलं असेल तर मिसातोचाही या खुनात हात असल्याचं त्याने ऐकलंच असेल, असं तिला वाटलं. मग त्याला माहीत असलेलं सारं काही त्याने पोलिसांना सांगितलं तर...?

यासुकोनं आवंढा गिळला. ''ठीक आहे. तुमचं बरोबर आहे. खरं तर मी तुम्हाला मदतीविषयी विचारावं असं काही तरी घडलंय. कृपा करून इकडे या.''

''मी तिथे लगेच येतो,'' इशिगामीनं उत्तर दिलं.

''कोण होतं?'' यासुकोनं फोन ठेवल्याबरोबर लगेच मिसातोनं विचारलं.

''आपल्या शेजारचा तो शिक्षक- इशिगामी.''

''का? त्याला कसं काय...''

''मी तुला सगळं नंतर सांगेन. तू तुझ्या खोलीत जा आणि दरवाजा बंद करून टाक. लगेच, आताच्या आता.''

मिसातोच्या चेहऱ्यावर तरीही गोंधळल्याचे भाव होते. पण ती पुन्हा एकदा मागच्या खोलीत निघून गेली. त्या मुलीनं खोलीचा दरवाजा लावून

घेतला, जवळजवळ त्याच वेळी यासुकोला इशिगामी त्याच्या अपार्टमेंटमधून बाहेर पडल्याचा आवाज आला. काही क्षणांनंतर दरवाजाची बेल वाजली. यासुको दरवाजाकडे जाणाऱ्या मार्गिकेकडे गेली. तिने दरवाजाचं कुलूप काढलं. साखळी काढली.

इशिगामीच्या चेहऱ्यावर चौकसपणाचे भाव होते आणि तो तिथे वाट पाहत उभा होता. काही कारणानं त्याने गडद रंगाचं नेव्ही जाकीट घातलं होतं. क्षणभरापूर्वी तर त्याने ते घातलं नव्हतं, यासुकोच्या मनात आलं.

''आत या.''

इशिगामीनं मान डोलावली आणि तो आत आला.

तो आत आला. यासुकोनं दरवाजा बंद केल्यावर तो शिक्षक खोलीत आणखी आत आला आणि बिलकूल इकडेतिकडे न बघता त्याने कोतात्सुवरचं कव्हर बाजूला केलं. तोगाशीचा मृतदेह जवळून पाहण्यासाठी तो ओणवा झाला आणि त्याने खाली वाकून ते पाहिलं. त्याच्या चेहऱ्यावरचे भाव पाहिल्यानंतर तो सखोल विचारांत बुडून गेला असावा असं दिसत होतं. पहिल्यांदाच त्याने हातमोजे घातल्याचं यासुकोच्या लक्षात आलं.

थोडीशी बिचकतच यासुकोही त्याच्या शेजारी तशीच ओणवी बसली. तोगाशीच्या चेहऱ्यावरून जिवंतपणाची सगळी लक्षणं गायब झाली होती. थुंकी किंवा इतर काही तरी होतं, पण त्याच्या ओठांवरून बाहेर पडून ते त्याच्या त्वचेवर सुकलं होतं.

''तुम्ही आमचं बोलणं ऐकलं, हो ना?'' यासुकोनं विचारलं.

''ऐकलं? काय ऐकलं?''

''भिंतीला कान लावून तुम्ही आमचं बोलणं ऐकू शकता. म्हणूनच तुम्ही मला फोन केला.''

इशिगामी यासुकोकडे वळला. त्याचा चेहरा निर्विकार होता. ''जर मला तुमचं बोलणं ऐकता येतं, असं तुम्हाला म्हणायचं असेल तर ते शक्य नाही. या इमारतीत कितीही दोष असले तरी ती ध्वनिरोधक आहे. खरं तर त्याच एका कारणामुळे मी इकडे राहायला आलो.''

''मग तुम्हाला कसं काय -''

''काय झालं ते ओळखता आलं, असंच विचारायचं आहे ना तुम्हाला?''

यासुकोनं होकारार्थी मान डोलावली.

इशिगामीनं खोलीच्या कोपऱ्यात पडलेल्या रिकाम्या कॅनकडे बोट दाखवलं. त्याच्यातून फरशीवर थोडीशी राख सांडली होती.

''काही मिनिटांपूर्वी मी तुमच्या दरवाजावर टकटक केली, त्या वेळी मला सिगरेटच्या धुराचा वास आला. तुमच्याकडे पाहुणा आला असावा हे लक्षात आल्यामुळे मी बाहेर शूज दिसतात का ते पाहिलं. पण तिथे काहीच नव्हतं. मी खोलीत पाहिलं त्या वेळी कोतात्सुच्या खाली कोणी तरी असावं असं मला वाटलं. शिवाय वायर खेचून काढण्यात आली होती. एखाद्याला जर लपूनच बसायचं असतं तर तो सरळ मागच्या बाजूच्या खोलीत गेला असता. याचा अर्थ असा होता की, कोतात्सुच्या खाली असलेली व्यक्ती लपलेली नव्हती. तिला तिथे लपवण्यात आलं होतं. ज्या वेळी मला ऐकू आलेल्या ठोसा मारल्यासारख्या आणि इतर हाणामारीच्या आवाजांचा आणि या सगळ्या गोष्टींचा मी एकत्रितपणे विचार केला त्या वेळी सगळं चित्र माझ्या नजरेसमोर आलं. तुम्ही दरवाजा उघडला त्या वेळी तुमचे केसही नेहमीच्या तुलनेत खूपच विस्कटलेले होते. शिवाय आणखी एक गोष्ट. या इमारतीत झुरळं नाहीत. आता मी इथे अनेक वर्षं राहतोय आणि मी कधीही इथे झुरळाला बघितलेलं नाही.''

इशिगामी बोलत असताना यासुको त्याच्या तोंडाकडे एकटक पाहत होती. त्याचा आवाज शांत होता आणि तो बिलकूल आवाज चढवत नव्हता. त्याच्या चेहऱ्यावरचे भावही बदलत नव्हते. 'त्याच्या विद्यार्थ्यांना शिकवत असतानाही तो असाच शिकवत असेल असं मी अगदी शपथपूर्वक सांगू शकेन,' तिच्या मनात विचार आला. भीती आणि निराशा यांमुळे तिचे विचार सैरभैर झाले होते.

नंतर ती त्याच्याकडे टक लावून बघत असल्याचं तिच्या लक्षात आलं आणि तिने आपली नजर दुसरीकडे वळवली. तोही तिच्याकडेच निरखून पाहत होता असं तिला वाटलं.

तो अतिशय समतोल बुद्धीचा आणि हुशार आहे, असा विचार तिच्या मनात आला. नाही तर तिच्या पुढच्या दरवाजातून एक दृष्टिक्षेप टाकल्यानंतर त्याने इतका सगळा अर्थ कसा काय काढला असता? त्याच वेळी यासुकोला दिलासा मिळाल्यासारखंही वाटलं. त्याने जर कुठलंच संभाषण ऐकलं नव्हतं, तर त्याचा अर्थ त्याला तिथे काय घडलं होतं त्याचे तपशीलही माहीत नव्हते.

''तो माझा पूर्वाश्रमीचा नवरा होता,'' ती म्हणाली. ''आम्ही काही वर्षांपूर्वीच घटस्फोट घेतला होता, पण तो सतत येत होता. त्याला पैसे दिल्याशिवाय तो जात नव्हता...आजसुद्धा तो त्यासाठीच आला होता. माझ्यात ते सगळं आणखी सहन करण्याची ताकद उरली नव्हती आणि मला वाटतं की, मी फक्त त्याला थोडं मारलं होतं....'' पण यासुको बोलता बोलता थांबली. ती त्याला ते सगळं कसं झालं ते सांगणार नव्हती. तिला मिसातोनं काय केलं होतं ते त्याला बिलकूल सांगायचं नव्हतं. ती यात सामील होती हे तिला कोणालाच सांगायचं नव्हतं.

''तुम्ही स्वतःला पोलिसांच्या स्वाधीन करणार आहात का?''

''मला वाटतं की, यातून बाहेर पडण्याचा तोच एकमेव मार्ग आहे. पण मला हे मिसातोच्या बाबतीत घडावं असं वाटत नाही. ती त्याला पात्रच नाही.''

ती आणखीही काही बोलली असती पण तितक्यात तिला मागच्या खोलीचा दरवाजा सरकवल्याचा आवाज आला. संतप्त मिसातो खोलीत आली.

''नाही मॉम, तू असं करू शकत नाहीस. मी तुला तसं करू देणार नाही.''

''मिसातो, गप्प बस. एकदम शांत राहा.''

''मी गप्प बसणार नाही. मी तुला सांगून ठेवते मी गप्प बसणार नाही. मि. इशिगामी तुम्ही ऐकताय का? त्या माणसाला कोणी मारलं ते मी तुम्हाला सांगते.''

'मिसातो,'

यासुकोनं आवाज चढवला.

त्याबरोबर मिसातोचं तोंड एकदम बंद झालं आणि ती आईकडे अगदी रागानं बेभान झाल्यासारखी पाहू लागली. तिचे डोळे लालभडक झाले होते.

''मिस हानाओका,'' इशिगामी शांतपणे म्हणाला, ''तुम्हाला ही गोष्ट माझ्यापासून लपवण्याची गरज नाही.''

''मी काहीही लपवत नाही – ''

''मला माहीत आहे की, तुम्ही स्वतःच्या जिवावर त्याला ठार मारलेलं नाही. तुमच्या मुलीनं तुम्हाला मदत केलीच असेल.''

यासुकोनं नकारार्थी मान हलवली. ''नाही. हे खरं नाही. मी ते सगळं स्वतःच केलं. नंतर ती घरी आली. ते सगळं नुकतंच झालं होतं आणि त्यानंतर थोड्याच वेळात ती घरी आली. तिचा याच्याशी काहीही संबंध नाही.''

तिने जे सांगितलं होतं त्यावर इशिगामीचा विश्वास बसला नव्हता हे स्पष्टच होतं. त्याने उसासा टाकला आणि मिसातोकडे पाहिलं. ''मला वाटतं की, हे लपवून तुमच्या मुलीसाठी हे सगळं तुम्ही जास्त कठीण करून टाकत आहात.''

''मी खोटं बोलत नाही. तुम्हाला माझ्यावर विश्वास ठेवावाच लागेल,'' यासुकोनं इशिगामीच्या गुडघ्यावर हात ठेवत म्हटलं.

इशिगामीनं क्षणभर तिच्या हाताकडे रोखून पाहिलं आणि नंतर पुन्हा एकदा त्या मृतदेहाकडे नजर टाकली. त्यानंतर त्याने मान वळवली. ''पोलीस या सगळ्याकडे कसं पाहतील त्याला जास्त महत्त्व आहे. त्यांना सहजासहजी बनवणं सोपं नाही असं मला वाटतं.''

''का नाही?'' यासुकोनं विचारलं आणि असं विचारून आपण खोटं बोलत असल्याचं आपण मान्य करत असल्याचं तिच्या नंतर लक्षात आलं.

इशिगामीनं त्या मृतदेहाच्या उजव्या हाताकडे निर्देश केला. ''त्याच्या मनगटावर आणि हाताच्या मागच्या बाजूला वळ आणि मुका मार बसल्याच्या खुणा आहेत. मला वाटतं की, तिथे नक्कीच बोटांच्या खुणाही आढळून येतील. त्याचा खून मागच्या बाजूनं गळा आवळून करण्यात आला असावा असा माझा अंदाज आहे. साहजिकच त्याने आपोआपच त्याचा गळा सोडवण्याचा प्रयत्न केला असणार. पण कोणी तरी त्याला तसं करण्यापासून रोखल्यामुळे या खुणा निर्माण झाल्या आहेत. हा पुरावा अगदी स्पष्ट आहे.''

''ती मीच होते,'' यासुकोनं ठामपणानं आग्रह धरला. ''तेसुद्धा मीच केलं होतं.''

''मिस हानाओका, ही गोष्ट अशक्य आहे.''

'का?'

''तुम्ही मागच्या बाजूनं त्याचा गळा आवळला, बरोबर? त्याच वेळी समोरून तुम्ही त्याचे हात कसे काय ओढू शकाल? हे अशक्य आहे. त्यासाठी तुम्हाला चार हात असले पाहिजेत.''

यासुकोकडे बोलण्यासारखं आणखी काहीच नव्हतं. तिला आता आपण एखाद्या बोगद्यात अडकलो आहोत आणि त्याच्यातून सुटकेचा कुठलाच मार्ग दिसत नाही, असं वाटत होतं. तिने मान झुकवली. तिचे खांदे थरथरत होते. जर एका दृष्टिक्षेपातच इशिगामी हे सगळं सांगू शकत होता, मग पोलिसांनी तर याहूनही लवकर सगळं ओळखलं असतं.

''मला मिसातोला या सगळ्यांत अडकू द्यायचं नाही. मला तिला मदत करायचीच आहे...''

''तूसुद्धा तुरुंगात जावंस असं मला वाटत नाही मॉम,'' मिसातो म्हणाली. तिचा आवाज आता घशातच अडकल्यासारखा झाला होता.

यासुकोनं दोन्ही हातांनी आपला चेहरा झाकून घेतला. ''मला आता काय करावं तेच कळेनासं झालंय,'' ती कसंबसं म्हणाली.

तिच्या भोवतीची हवा खूपच जड झाल्यासारखं तिला वाटत होतं. आपण बसल्याजागीच चिरडून गेलो पाहिजे असं तिला वाटत होतं.

'मिस्टर,' मिसातो बोलली. ''तुम्ही मॉमनं तुरुंगात जावं हे सांगण्यासाठीच इथे आला आहात, बरोबर ना?''

इशिगामीनं उत्तर देण्याच्या आधी थोडा वेळ गेला. नंतर तो म्हणाला, ''मी तुला आणि तुझ्या आईला मदत करू शकेन असं वाटल्यामुळे मी तुम्हाला फोन केला होता. जर तुम्हाला तुरुंगात जायचं असेल तर ठीक आहे. मी तुमच्याशी वाद घालणार नाही. पण जर तुम्ही तुरुंगात गेलात तर तुम्हां दोघींनाच सगळ्या गोष्टी हाताळणं कठीण जाईल असं मला वाटतं.''

यासुकोनं तिच्या चेहऱ्यावरचे हात बाजूला घेतले. इशिगामीनं फोनवर काही तरी वेगळं, काही तरी विचित्र म्हटल्याचं तिला आठवलं. एखादी स्त्री स्वतःच एखाद्या मृतदेहाची विल्हेवाट लावू शकत नाही, असं काहीसं त्यानं म्हटल्याचं तिला आठवलं.

''आम्हाला तुरुंगात जावं लागू नये असा काही उपाय आहे का?'' मिसातोनं विचारलं.

यासुकोनं वर पाहिलं. मान कलती करून इशिगामी विचार करत होता. त्याच्या चेहऱ्यावर कुठलाच भाव दिसत नव्हता.

''मला असं दिसतंय की, तुमच्याकडे दोन पर्याय आहेत. एक तर इथे काही घडलं होतं हे नाकारा किंवा इथे जे घडलं आहे त्याच्याशी तुमचा

काही संबंध आहे हे नाकारा. पण यांपैकी काहीही असलं तरी तुम्हाला त्याकरिता या मृतदेहापासून तुमची सुटका करून घ्यावीच लागेल.''

''आम्ही तसं करू शकू का?'' मिसातोनं विचारलं.

'मिसातो,' यासुको कडक आवाजात म्हणाली, ''आपण अशा प्रकारचं काहीही करणार नाही.''

''प्लीज मॉम,'' ती इशिगामीकडे वळली. ''आम्ही खरोखरच यातून सुटू असं तुम्हाला वाटतं का?''

''ते अवघड आहे, पण अशक्य नाही,'' इशिगामीनं उत्तर दिलं. त्याचा आवाज यांत्रिकीपणानं शांत होता. त्याच्या आवाजात कसल्याच भावभावना नसल्यामुळे तिच्या डळमळीत विचारांपेक्षा यासुकोला त्याचं म्हणणं जास्त तार्किक वाटलं.

'मॉम,' मिसातो म्हणाली, ''त्यांना आपल्याला मदत करू देत ना. आपल्याकडे हाच एकमेव मार्ग आहे.''

''पण मी हे करू शकत नाही -'' यासुकोनं इशिगामीकडे पाहिलं.

त्याच्या बारीक डोळ्यांची नजर फरशीवर खिळून राहिली होती. तो त्यांच्या निर्णयाची वाट पाहत होता.

सायोकोनं तिला काय सांगितलं होतं ते यासुकोला आठवलं. त्या शिक्षकाला ती आवडत होती. ज्या वेळी ती असत होती, फक्त त्याच वेळी तो जेवणाचा डबा न्यायला तिथे येत होता.

सायोकोनं तसं सांगितल्याबद्दल आता तिला आनंद झाला होता, अन्यथा इशिगामीच्या समजूतदारपणाविषयी तिच्या मनात अकारणच शंका आली असती. तसं नसतं तर ज्या शेजाऱ्याशी आपण क्वचितप्रसंगी थोडंफार बोललो आहोत, त्याला इतक्या अवघड परिस्थितीत आपल्याकडून इतकी मदत करण्याची इच्छा कोणीही का व्यक्त केली असती? त्या खोलीत येऊन त्याने आधीच अटकेचा धोका पत्करला होता.

''अगदी आपण हा मृतदेह कुठे तरी लपवला तरी तो कोणाला ना कोणाला सापडणार नाही का?'' यासुकोनं विचारलं.

''आपण तो मृतदेह लपवणार आहोत की नाही, याविषयी आपण अद्याप ठरवलेलं नाही,'' इशिगामीनं उत्तर दिलं. ''आपल्या हातात सगळी माहिती आली की, मगच आपण त्या मृतदेहाचं काय करायचं ते ठरवू शकू.

आपल्याला आता इतकंच निश्चितपणानं माहीत आहे की, आपण त्याला निश्चितपणे असं इथे पडून राहू देणार नाही.''

''कसली माहिती?''

''या माणसाविषयीची माहिती.'' इशिगामीनं त्या मृतदेहाकडे पाहत म्हटलं. ''त्याचं आयुष्य आपल्याला माहीत हवं. त्याचं संपूर्ण नाव, पत्ता, वय, व्यवसाय ही माहिती आपल्याला हवी. शिवाय तो इथे का आला होता ते कारण, इथून कुठे जायचं असा त्याचा विचार होता, त्याला कुटुंब आहे का अशी सगळी माहिती आपल्याला असली पाहिजे. कृपा करून तुम्हाला माहीत असलेली त्याची सगळी माहिती मला सांगा.''

''ठीक आहे, मी....''

''म्हणजे तसं नाही,'' इशिगामीनं तिचं बोलणं मध्येच तोडत म्हटलं, ''त्याच्या आधी आपल्याला हा मृतदेह हलवावा लागेल. शक्य तितक्या लवकर ही खोली स्वच्छ करावी लागेल. तसंही इथे पुराव्यांचे ढिगारे आहेत याची मला खात्रीच आहे,'' आपलं बोलणं संपवण्याच्या आधीच इशिगामीनं मृतदेहाचं डोकं आणि धड धरलं होतं.

''हलवायचं? पण कुठे?''

''माझ्या घरी,'' इशिगामी म्हणाला. त्याने तिच्याकडे एक दृष्टिक्षेप टाकला. साहजिकच तीच स्पष्टपणे करण्याजोगी निवड होती हे त्याने त्यामधून तिला सूचित केलं आणि त्याने तो मृतदेह त्याच्या खांद्यावर टाकला. तो आश्चर्य वाटावं इतका ताकदवान होता. यासुकोला त्याच्या नेव्ही विंडब्रेकरवर ज्युदो क्लब अशी पांढऱ्या धाग्यानं एम्ब्रॉयडरी केलेली अक्षरं दिसत होती. दरवाजाच्या बाहेर पडल्यानंतर इशिगामी झटकन त्याच्या शेजारच्या अपार्टमेंटमध्ये शिरला. त्याच्या सोबत यासुको आणि मिसातोही होत्या. त्याही चिंतातुरपणे त्याच्या पाठोपाठ चालल्या होत्या. त्या शिक्षकाचं अपार्टमेंट अतिशय अस्ताव्यस्त होतं. समोरच्याच खोलीत गणिताची किती तरी पुस्तकं आणि जर्नल्स तशीच अस्ताव्यस्तपणे पडलेली होती. इशिगामीच्या खांद्यावर अजूनही तो मृतदेह तसाच होता. त्याने लाथेनंच काही ढिगारे सरकवून तिथल्या तातामी चटयांवरची जागा साफ केली. त्यानंतर त्याने सहजपणे त्याच्या खांद्यावरचं ओझं तिथल्या जमिनीवर टाकलं. तो मृतदेह धप्पदिशी खाली पडला. मृताचे डोळे गोठल्यासारखे सताड उघडे होते आणि जणू काही तो त्या खोलीत रोखून पाहत असल्याप्रमाणे तिथे पडला होता!

अपार्टमेंटच्या खुल्या दरवाजातच उभ्या असलेल्या मायलेकींकडे वळून इशिगामी म्हणाला, ''मिस हानाओका, तुम्ही इथे राहावं असं मला वाटतं. तुमच्या मुलीनं पुढच्या दरवाजानं आत जाऊन साफसफाईला सुरुवात करावी. व्हॅक्युम क्लिनरचा वापर कर आणि शक्य तितकं सारं काही स्वच्छ करून टाक,' तो म्हणाला.

मिसातोनं मान डोलावली. तिचा चेहरा म्लान झाला होता आणि झटकन आईकडे एक दृष्टिक्षेप टाकून ती अपार्टमेंटच्या प्रवेश-मार्गिकेत दिसेनाशी झाली.

''दरवाजा बंद करा,'' इशिगामीनं यासुकोला सांगितलं.

''अं...हो, हो,'' यासुकोनं त्याने सांगितल्याप्रमाणे केलं आणि नंतर ती थोडीशी गोंधळल्यासारखी बिचकतच उभी राहिली.

''तुम्ही आत येऊ शकता...पण हे अपार्टमेंट तुमच्या अपार्टमेंटसारखं स्वच्छ नाही.''

इशिगामीनं खुर्चीवरची लहान उशी ओढून काढली आणि त्या मृतदेहाच्या शेजारी ठेवली. यासुको खोलीत शिरली, पण त्या उशीवर बसली नाही. त्याऐवजी त्या मृतदेहापासून तोंड फिरवून ती एका भिंतीला पाठ टेकवून बसली. इशिगामीच्या उशिरा लक्षात आलं की, तिला त्या मृतदेहाची भीती वाटत होती.

''अरे, सॉरी हं,'' त्याने ती उशी उचलली आणि तिच्याकडे दिली. ''हे घ्या, यावर बसा,'' तो म्हणाला.

''नाही, मी ठीक आहे,'' ती खाली पाहत म्हणाली. तिचं डोकं थोडंसं गरगरत होतं.

इशिगामीनं पुन्हा एकदा ती उशी खुर्चीवर ठेवून दिली आणि नंतर तो त्या मृतदेहाच्या शेजारी बसला.

मृतदेहाच्या गळ्याभोवती लालसर-काळपट टेंगूळ आल्यासारखा भाग दिसत होता.

''विजेची वायर, हो ना?''

'काय?'

''तुम्ही त्याचा गळा घोटलात त्या वेळी त्यासाठी तुम्ही विजेच्या वायरचाच वापर केला होता ना?''

''होय. बरोबर आहे. कोतात्सुची वायर होती.''

''अर्थात कोतात्सुचीच वायर,'' इशिगामी म्हणाला. त्या वेळी त्याच्या डोळ्यांसमोर कोतात्सु ठेवलेल्या टेबलावरच्या रजईचं डिझाइन दिसत होतं. ''तुम्ही कदाचित यापासून सुटका करून घेण्याचा विचार करत असाल. पण काळजी करू नका. मी नंतर स्वतःच हे सगळं हाताळेन. योगायोगानं...,'' इशिगामीनं पुन्हा एकदा त्या मृतदेहाकडे नजर टाकली. ''तुम्ही आज त्याला भेटायचं असं ठरवलं होतं का?''

यासुकोनं नकारार्थी मान हलवली. ''नाही. मुळीच नाही. तो अचानकच आमच्या खानावळीत अगदी अनपेक्षितपणे दुपारी आला. त्यानंतर संध्याकाळी जवळच्याच एका फॅमिली रेस्टॉरंटमध्ये आम्ही भेटलो. माझ्याकडे त्याला तिथून घालवून देण्याचा तेवढाच एकमेव उपाय होता. त्यानंतर आता माझी त्याच्या तावडीतून सुटका झाली असं मला वाटलं होतं. नंतर तो माझ्या अपार्टमेंटमध्ये आला.''

''फॅमिली रेस्टॉरंट? अरे बाप रे!'' तो म्हणाला.

याचा अर्थ त्यांना कोणीही बघितलं नसल्याची शक्यता साफ चुकीची होती, इशिगामीच्या मनात आलं. त्याने मृतदेहाच्या जाकिटाच्या खिशात हात घातला. त्यातून दहा हजार येनची नोट बाहेर पडली. त्या पाठोपाठ दुसरी नोटही बाहेर पडली.

''हेच पैसे मी त्याला – ''

''तुम्ही त्याला हे दिले होते?''

तिने मान डोलावली आणि इशिगामीनं ते पैसे तिच्या समोर धरले. पण यासुकोनं हात पुढे करून ते घेतले नाहीत.

इशिगामी त्याचा सूट हँगरला अडकवून ठेवलेल्या भिंतीकडे गेला आणि त्याने त्याच्या खिशातून त्याचं पाकीट बाहेर काढलं. त्याने त्याच्यातून वीस हजार येन काढले आणि त्या मृताच्या जाकिटातून काढलेले ते येन त्याने त्याच्या पाकिटात ठेवले.

''तुम्हाला ते का नको होते ते मी समजू शकतो,'' इशिगामी म्हणाला आणि त्याने स्वतःच्या पाकिटातून काढलेले येन तिच्या हातात दिले.

क्षणभर तिने संकोचल्यासारखं दाखवलं आणि नंतर शांतपणे ते पैसे घेऊन त्याचे आभार मानले.

''ठीक आहे,'' इशिगामी म्हणाला आणि त्याने पुन्हा एकदा मृताचे खिसे तपासले. त्याला तोगाशीचं पाकीट सापडलं. त्यात थोडेसेच पैसे होते. त्यात चालकाचा परवाना होता आणि थोड्या रिसीट होत्या.

''शिन्जी तोगाशी...पश्चिम शिंजुकु, शिंजुकु वॉर्ड. सध्या तो इथेच राहत होता असं तुम्हाला वाटतं का?'' परवान्यावर नजर टाकल्यानंतर त्याने यासुकोला विचारलं.

तिच्या कपाळावर आठ्या पडल्या आणि तिने नकारार्थी मान हलवली. ''मला खात्रीनं सांगता येणार नाही, पण मला तसं वाटत नाही. तो काही दिवसांपूर्वी निशी–शिंजुकुमध्ये राहत होता हे मला माहीत आहे, पण त्याला तिथे भाडं न भरल्यामुळे रस्त्यावर यावं लागलं होतं असं काहीसं तो म्हणत होता असं मला आठवतं.''

''चालकाच्या या परवान्याचं एका वर्षापूर्वी नूतनीकरण करण्यात आल्याचं दिसतंय. राहण्यासाठी दुसरं ठिकाण शोधेपर्यंत त्याने नक्कीच ही कागदपत्रं त्याच्या जवळ ठेवली असावीत.

''तो इथे आजूबाजूला भरपूर फिरला असणार याची मला खात्रीच आहे. त्याच्याकडे कुठलीच स्थिर नोकरी नव्हती. त्यामुळे कुठल्याही गोष्टीचं भाडं तो दीर्घ काळापर्यंत भरूच शकला नसता.''

''आता हे इथंच काही तरी सापडल्यासारखं वाटतंय,'' इशिगामीनं शेरा मारला. त्या वेळी त्याची नजर एका पावतीवर खिळली होती.

तिच्यावर 'भाड्यानं खोली ओगिया' असं लिहिलेलं होतं आणि दोन रात्रींसाठी ५,८८० येन अशी किंमत मोजल्याचं दिसत होतं. इशिगामीनं मनातल्या मनात कराचा हिशेब केला आणि त्याने प्रत्येक रात्रीसाठी २,८०० येन किंमत असल्याचं काढलं.

त्याने यासुकोला त्या पावत्या दाखवल्या. ''सध्या तो इथेच राहत होता असं मला वाटतं. जर तो तिथून बाहेर पडला नसेल तर कोणी तरी त्याची खोली रिकामी करेल. त्याने मागे काही ठेवलं असेल तर त्यांना आश्चर्य वाटेल आणि ते पोलिसांना फोन करतील. अर्थातच त्यांना फारसा त्रास करून घ्यावा असं वाटणार नाही आणि ते कदाचित काहीच करणार नाहीत. त्यांच्याकडे भाडं न देता पळून जाणारे काही लोकही येत असतील आणि म्हणूनच ते आगाऊ भाडं भरून घेत असावेत. पण तरीही खूपच आशावादी असणं शहाणपणाचं ठरणार नाही.''

इशिगामी मृतदेहाचे खिसे तसेच तपासत राहिला. त्याला एक चावी सापडली. तिच्यावर एक गोलाकार कागद चिकटवलेला होता आणि त्याच्यावर ३०५ हा आकडा होता.

यासुकोनं त्या चावीकडे भांबावून गेल्यासारखं पाहिलं. आपण काय केलं पाहिजे हेच तिला कळेनासं झाल्यासारखं दिसत होतं.

शेजारच्या दरवाजातून व्हॅक्युम क्लिनरचा भिंतीवर आदळल्याचा क्षीण आवाज येत होता. तिथे आत मिसातो होती. आपण नेमकं काय केलं पाहिजे हे न समजल्यामुळे ती घाईघाईनं प्रत्येक कोपरा न् कोपरा अतिशय स्वच्छ करत होती. तिला शक्य होईल तितकं ती सगळं स्वच्छ करून टाकत होती.

'मी त्याचं संरक्षण केलंच पाहिजे,' इशिगामीच्या मनात विचार आला. आपल्या आयुष्यात कधीही त्याला इतक्या सुंदर स्त्रीच्या सहवासात इतक्या निकट कधीच राहता आलं नसतं. त्याला त्याची खात्रीच होती. तिला तोंड द्यावं लागू शकणाऱ्या प्रत्येक आपत्तीला रोखण्यासाठी त्याला त्याच्या सर्व ताकदीनिशी आणि माहितीसह मुकाबला करावाच लागणार होता, तो असा मुकाबला करणारच होता.

इशिगामीनं त्या मृताच्या चेहऱ्याकडे पुन्हा एकदा पाहिलं. त्याच्या चेहऱ्यावर आधी जे काय भाव असतील, ते सगळे आता मावळून गेले होते. आता तो माणसापेक्षाही मातीच्या गोळ्यासारखा वाटत होता. तरीही तरुणपणी हा माणूस देखणा असण्याची शक्यता असल्याचं कोणीही सांगू शकलं असतं. अलीकडच्या काळात त्याचं वजन थोडंफार वाढलं असलं तरी स्त्रियांना आपल्या जाळ्यात सहजगत्या ओढू शकण्यासारखा आणि स्त्रियांना आवडण्याजोगा चेहरा त्याला लाभला होता.

...आणि यासुको त्याच्या प्रेमात पडली होती. हा विचार मनात आल्याबरोबर इशिगामीच्या अंतःकरणात कालवाकालव झाल्यासारखं त्याला वाटलं. त्याच्या मनात असूया निर्माण झाली. त्याने मान हलवली. अशा वेळी आपण असा विचार करू शकतो हे पाहून त्याला शरमिंदेपणा जाणवत होता.

''तो कोणाच्या संपर्कात होता का? तुम्हाला माहीत असलेलं कोणी त्याच्या निकटच्या संपर्कात होतं का?'' इशिगामीनं प्रश्न विचारणं तसंच सुरू ठेवलं होतं.

''मला माहीत नाही. मी त्याला बरीच वर्षं भेटले नव्हते.''

''तो उद्या काय करणार होता ते तुम्हाला त्याच्याकडून समजलं होतं का? तो कोणाला भेटायला जाणार असल्याचं त्यानं तुम्हाला सांगितलं होतं का?'' त्याची प्रश्नाची सरबत्ती सुरूच राहिली होती.

'नाही,' यासुको म्हणाली. तिचं डोकं फारसं काम करत नव्हतं. ''त्याने मला असं काहीही सांगितलं नव्हतं. मला माफ करा. मला माहीत आहे की, मला तुम्हाला फारशी मदत करता येत नाही.''

''नाही, मी तुम्हाला सहजच विचारलं. अर्थातच तुम्हाला या गोष्टी माहीत असण्याची शक्यता नाही. प्लीज त्याची काळजी करू नका,'' इशिगामीनं हातमोजे घातलेला त्याचा हात पुढे करून त्या माणसाचे ओठ उघडले आणि त्याच्या तोंडात पाहिलं. त्याच्या एका सुळ्यावर सोन्याचा मुलामा दिलेला पत्रा बसवण्यात आला होता. ''याचा अर्थ तो दंतवैद्याकडे जात होता आणि त्याच्याविषयीच्या त्या नोंदी आहेत तर,'' तो म्हणाला.

''आमचं लग्न झालं होतं त्या वेळी तो दंतवैद्याकडे नियमितपणे जात होता.''

''याला किती वर्षं झाली?''

''पाच वर्षांपूर्वी आमचा घटस्फोट झाला.''

''पाच वर्षं?'' याचा अर्थ त्याच्याविषयीच्या नोंदी त्यांनी काढून टाकल्या असतील अशी आशा बाळगणं शक्य नव्हतं. कारण पाच वर्षं हा तसा अलीकडचा काळ होता. ''त्याच्याविषयीच्या काही गुन्हेगारी नोंदी आहेत का?''

''मला तसं वाटत नाही. अर्थातच आमचा घटस्फोट झाल्यापासून तो काय करत होता ते मला माहीत नाही.''

''मग त्याचीही शक्यता आहे तर!''

''मला तसं वाटतं...''

त्या माणसानं काही मोठे गुन्हे केले नसले तरी काही किरकोळ वाहतूक नियमभंगामध्ये तो अडकला असण्याची शक्यता होती. तिथे त्याच्या बोटांचे ठसे मिळू शकले असते. वाहतूक विभागातील नोंदींच्या साहाय्यानं पोलीस हातांचे ठसे शोधण्याची तसदी घेतात का, ते इशिगामीला माहीत नव्हतं. पण ती शक्यता असल्याचा विचार करण्यानं काहीच बिघडणार नव्हतं.

याचा अर्थ त्यांनी त्या मृतदेहाची कशीही विल्हेवाट लावली असती तरी अखेरीस त्याची ओळख पटलीच असती. त्यांना तो विचार सोडूनच द्यावा लागला असता. तरीही त्यांना अद्याप थोड्या वेळाची गरज होती. बोटांचे ठसे किंवा दात मागे सोडल्यामुळे त्यांना त्रास होण्याची शक्यता होती.

यासुकोनं उसासा सोडला. इशिगामीला तो लैंगिक उसाशासारखा वाटला आणि जवळजवळ आर्त स्वरासारखा वाटला. त्यामुळे त्याचं मन सैरभैर झालं. 'मी तुला अवमानित होऊ देणार नाही,' त्याने विचार केला आणि याविषयीचा त्याचा निर्धार पुन्हा एकदा ठाम झाला.

ती परिस्थिती नक्कीच सोपी नव्हती. पोलिसांना एकदा त्या मृतदेहाची ओळख पटली असती तर, नक्कीच यासुकोचा पत्ता शोधत ते तिच्यापर्यंत पोहोचले असते. शहरातील डिटेक्टिव्हजच्या कठोर प्रश्नांना तोंड देताना यासुको किंवा तिची मुलगी खंबीर राहूच शकल्या नसत्या. एखादी वरवरची किरकोळ कथा तयार करणं पुरेसं ठरलं नसतं. डिटेक्टिव्हजना त्यांच्या बोलण्यात एखादी विसंगती आढळली असती तरी लगेच अशा कथेचा सगळा डोलारा कोसळून पडला असता आणि मग हानाओका मायलेकींनी सगळं सत्य ओकून टाकलं असतं.

त्यांना परिपूर्ण तर्काच्या आधारावरच्या परिपूर्ण संरक्षणाची गरज होती.

"तू काहीही केलंस तरी घबराटीपासून, विव्हळतेपासून दूर राहा," इशिगामीनं स्वतःलाच समजावलं. घबराटीमुळे त्यांना यावरचा उपाय शोधणं शक्य झालं नसतं. त्यांच्या समस्येवर नक्कीच उपाय होता, याची त्याला खात्रीच होती. प्रत्येक समस्येवर उपाय असतोच.

इशिगामीनं डोळे मिटून घेतले. अवघड गणितं सोडवण्याच्या वेळी त्याने डोळे मिटून घेण्याची ही सवय लावून घेतली होती. त्याला बाह्य जगाकडून मिळणारी सगळी माहिती बंद करून टाकावी लागत असे आणि मग त्याच्या डोक्यात सूत्रं आकार घेऊ लागत. ही वेळ मात्र त्याला अपवाद होती. या वेळी त्याच्या डोक्यात सूत्रांची गर्दी होणार नव्हती.

थोड्या वेळानं त्याने डोळे उघडले. पहिल्यांदा त्याने टेबलावरच्या गजराच्या घड्याळाकडे पाहिलं. त्या वेळी साडेआठ वाजले होते. त्यानंतर त्याने यासुकोकडे पाहिलं. तिने आवंढा गिळला आणि ती काहीशी मागे सरकली.

''त्याचे कपडे काढायला मला मदत करा.''

यासुकोनं डोळ्यांची उघडझाप केली. 'काय?'

''आपल्याला त्याचे कपडे काढावेच लागतील. फक्त जाकीटच नव्हे, तर त्याचा स्वेटर आणि पँटसुद्धा काढून टाकावी लागेल. हे काम आपल्याला शक्य तितकं झटपट करावंच लागेल. त्याचे स्नायू ताठरण्याच्या आत आपल्याला हे करणं भाग आहे. हे बोलत असतानाच इशिगामीनं त्या माणसाच्या जाकिटाला हात घातला होता.

''होय, बरोबर आहे,'' यासुको म्हणाली. ती त्याला मदत करण्यासाठी पुढे झुकली पण तिची बोटं थरथरत होती.

इशिगामी थांबला. ''ठीक आहे. वाईट वाटून घेऊ नका. हे काम मीच करतो. तुम्ही जाऊन तुमच्या मुलीला मदत करा,'' तो म्हणाला.

''मला माफ करा,'' यासुको मान डोलावत म्हणाली. नंतर ती हळूहळू उठून उभी राहिली.

''मिस हानाओका,' इशिगामीनं तिला मागे वळून हाक मारली. तिनेही मागे वळून पाहिलं. ''तुम्हाला गुन्हा घडला त्या वेळी तुम्ही इतरत्र असल्याचा पुरावा मिळवावा लागेल.''

''पुरावा? माझ्याकडे तर असा कुठलाच पुरावा नाही.''

''म्हणून तर तुम्हाला असा एखादा पुरावा तयार करावाच लागेल,'' इशिगामी म्हणाला. त्याने त्या मृतदेहावरून नुकतंच काढलेलं जाकीट घातलं. ''माझ्यावर विश्वास ठेवा. आपल्याला तर्कनिष्ठ विचारच यातून बाहेर काढू शकेल.''

तीन

“जर तू याला तर्कनिष्ठ विचार करणं असं म्हणत असशील तर मला एखाद्या दिवशी तुझ्या मेंदूच्या कार्याचं विश्लेषण करायला गंमत वाटेल.”

मानाबु युकावानं एक हात गालावर टेकवला आणि एक लांबलचक जांभई दिली. त्याचा वायर फ्रेम असलेला छोटा चश्मा त्याने थोड्या वेळापूर्वीच बाजूला काढून ठेवला होता. जणू काही मला याची काहीच गरज भासणार नाही, असं तो त्यातून दाखवून देत होता.

बहुधा ते खरं होतं. त्याच्या समोरच गेल्या वीस मिनिटांपासून बुद्धिबळाच्या पटावर नजर खिळवून कुसानागी बसला होता. त्याची चाल कशी मोडून काढावी यावर विचार करण्यात तो गढून गेला होता. त्याच्या राजाला आता पळायला कुठेही जागा उरली नव्हती. आपल्या पद्धतीनं खेळून तो प्रतिस्पर्ध्याच्या एक-दोन सोंगट्यांनाही उडवू शकत नव्हता. त्याने तोपर्यंत शक्य असलेल्या प्रत्येक चालीचा विचार केला होता आणि प्रत्येक चालच थेटपणे त्याला पराजयाकडे नेत होती.

“तुला माहीतच आहे की, बुद्धिबळ हा मला आवडणारा खेळ नाही,” कुसानागी पुटपुटला.

युकावानं रागानं डोळे वटारले. “तू पुनःपुन्हा हेच रडगाणं गातोस.”

“पहिली गोष्ट म्हणजे प्रतिस्पर्ध्याच्या सोंगट्या काढून घेऊन त्यांचा वापर करता येऊ नये, हे सगळं काय आहे? ही युद्धातली लूट आहे. मी त्यांना माझ्या सैन्यात सहभागी का करून घेऊ शकत नाही?”

''खेळाच्या नियमांना उगाचच नावं ठेवत बसू नकोस. शिवाय तुझ्या प्रतिस्पर्ध्याच्या सोंगट्या म्हणजे काही तुझी लूट नव्हे, ते सैनिक आहेत. तू त्यांना पटावरून काढून टाकतोस, त्या वेळी तू त्यांना ठार मारतोस. मृत सैनिकांचा फारसा उपयोग नसतो.''

''पण तुम्ही शोगीमध्ये म्हणजे जपानी बुद्धिबळात त्यांचा वापर करू शकता.''

''शोगीला इतकी लवचीक केलेल्या माणसाला त्याचं श्रेय देऊन टाक. मला असं वाटतं की, तू ज्या वेळी शोगीमध्ये सोंगट्यांना पकडतोस, त्या वेळी तू त्यांना शरण यायला लावतोस. त्यांना ठार मारत नाहीस. म्हणून तू त्यांचा पुन्हा उपयोग करून घेऊ शकतोस.''

''बुद्धिबळ सारख्याच पद्धतीनं खेळलं गेलं पाहिजे.''

''स्वतःच्या स्वार्थाकरिता मत बदलल्यामुळे सरदारकीचं चैतन्य चांगल्या प्रकारे जपलं जातं असं मला वाटत नाही. हे बघ आता लंगड्या सबबी पुढे करणं थांबव आणि या परिस्थितीकडे तर्कनिष्ठ दृष्टिकोनातून बघ. तुझी पाळी आली की तू फक्त एकच सोंगटी हलवू शकतोस आणि मुळातच तुला फक्त थोड्याच सोंगट्या हलवता येतात आणि तुझ्या कुठल्याही चालीनं माझा खेळ यत्किंचितही थांबणार नाही. तू काहीही केलंस तरी माझ्या पुढच्या चालीत मी माझ्या घोड्याला चालवणार आहे आणि मग तू चीतपट.''

''मी खेळ सोडून देतो.'' कुसानागी त्याच्या खुर्चीवरून अचानकच उठला. ''बुद्धिबळ कंटाळवाणा खेळ आहे.''

''तुझ्या दृष्टीनं हे बरोबरच आहे,'' युकावानं भिंतीवरच्या घड्याळात पाहिलं. ''बेचाळीस मिनिटं आणि त्यातला बराचसा वेळ तू विचार करण्यातच घालवलास. तुझ्यासारख्या माणसाकडे घालवायला इतका वेळ कसा काय आहे याचंच मला आश्चर्य वाटत होतं. तुझा तो उलट्या डोक्याचा बॉस तुला गिळून टाकणार नाही का?''

''नाही. मी नुकतंच त्या महिलेचा पाठलाग करणाऱ्याच्या खुनाचं प्रकरण सोडवलंय. त्यामुळे माझ्यासाठी सगळ्या गोष्टी काही काळापुरत्या तरी सोप्या आहेत.'' कुसानागीनं त्याचा काळाभोर मग उचलला. तो तिथे आला होता, त्या वेळी युकावानं त्याला दिलेली इन्स्टंट कॉफी आता अगदी थंडगार झाली होती.

इम्पेरियल युनिव्हर्सिटीतील भौतिकशास्त्र विभागाच्या १३ क्रमांकाच्या प्रयोगशाळेत त्या क्षणी युकावा आणि कुसानागी असे दोघेच होते. सगळे विद्यार्थी आपापल्या वर्गांमध्ये निघून गेले होते. म्हणूनच कुसानागीनं तिथे येण्याची नेमकी तीच वेळ निवडली होती.

कुसानागीच्या खिशात असलेला मोबाइल फोन वाजू लागला. युकावानं प्रयोगशाळेत वापरावयाचा त्याचा पांढरा कोट घातला आणि तो हसला. ''बघ, ते आधीच तुझ्या मागावर आहेत,'' तो म्हणाला.

येणारा फोन बघितल्यानंतर कुसानागीच्या कपाळावर आठ्या पडल्या. युकावाचं म्हणणं बरोबर असल्यासारखं वाटत होतं. त्याच्या विभागातील कनिष्ठ डिटेक्टिव्हनं तो फोन केला होता.

जुन्या एदोगावा नदीच्या टोकिओच्या बाजूला गुन्हा घडला होता. तिथल्या सांडपाणी प्रक्रिया सुविधेपासून तो फारसा दूर नव्हता. नदीच्या पलीकडच्या किनाऱ्यावरच चिबा प्रिफेक्चर होतं. त्यांनी त्याला दुसऱ्या बाजूला का फेकून दिलं नव्हतं? कुसानागीनं थंडी वाजत असल्यामुळे त्याच्या कोटाची कॉलर वर घेतली, त्या वेळी त्याच्या मनात तो विचार आला.

फॅक्टऱ्यांच्या परिसरात नेहमीच वापरल्या जाणाऱ्या निळ्या प्लॅस्टिकसारख्या ताडपत्रीत तो गुंडाळलेला होता आणि बांधाच्या उतारावर ठेवण्यात आला होता.

जॉगिंगसाठी आलेल्या एका प्रौढ व्यक्तीनं तो पाहून फोन केला होता. त्या ताडपत्रीतून पायासारखं काही तरी बाहेर आल्याचं दिसल्यावर त्याने काय आहे ते पाहण्यासाठी ते प्लॅस्टिक किंचित वर उचलून डोकावून पाहिलं होतं.

''ज्याला तो मृतदेह दिसला त्या माणसाचं वय काय होतं? पंचाहत्तर? त्याने नक्कीच धावायला जाण्यासाठी या थंड दिवसाची निवड केली असणार. त्या बिचाऱ्यानं इथे असं काही पाहायला मिळेल अशी अपेक्षाच केली नसेल. मला त्याच्याविषयी अतिशय सहानुभूती वाटते.''

किशितानी हा कनिष्ठ डिटेक्टिव्ह गुन्ह्याच्या ठिकाणी पहिल्यांदा पोहोचला होता. त्याने कुसानागीला तिथली परिस्थिती स्पष्ट करून

सांगितली. आता कुसानागी विचारांत पडला. त्याच्या कपाळावर आठ्या पडल्या. वाऱ्यामुळे त्याच्या लांब कोटाच्या कडा फडफडत होत्या.

"मग किशी, तू तो मृतदेह पाहिलास का?"

"होय. मी पाहिला," किशितानी कंटाळल्यासारखं तोंड वेडंवाकडं करत म्हणाला. "सरांना मी त्याचं बराच वेळ निरीक्षण करावं असं वाटत होतं," तो पुढे म्हणाला.

"कारण त्यांना स्वतःला ते बघायचं नव्हतं."

"कुसानागी, तुम्हाला पाहायचं आहे का?"

"बिलकूल नाही. या बाबतीत मी तुझा शब्द अखेरचा मानतो."

किशितानीच्या अहवालानुसार तो मृतदेह वाईट अवस्थेत टाकून देण्यात आला होता. त्याच्या अंगावरचे सगळे कपडे, शूज आणि अगदी मोजेसुद्धा काढून घेण्यात आले होते. एखाद्या फोडलेल्या कलिंगडाप्रमाणे त्याच्या चेहऱ्याचा चेंदामेंदा करण्यात आला होता, असं त्या तरुण डिटेक्टिव्हनं म्हटलं होतं. ते ऐकूनच कुसानागीला मळमळ होत होती. त्याची बोटं पूर्णपणे जाळून टाकण्यात आली होती आणि त्यामुळे त्याच्या बोटांचे ठसे सापडणं कठीण होतं.

तो मृतदेह पुरुषाचा होता. त्याच्या गळ्याभोवतीच्या खुणांवरून त्याचा गळा आवळून खून करण्यात आल्याचं दिसत होतं. उर्वरित शरीरावर कुठलीही जखम दिसत नव्हती.

"मला वाटतं, फोरेन्सिक विभागाला यात काही ना काही सापडू शकेल." कुसानागी वर्तुळाकार फेऱ्या मारत म्हणाला. लोक त्याच्याकडे पाहत होते, त्यामुळे आपण एखादा पुरावा, सुगावा सापडतो का ते पाहत आहोत असं त्यांना वाटावं असं त्याला वाटत होतं. एखादा माग काढता येण्याजोगा संकेत, मारेकऱ्याची ओळख पटवून देणारा एखादा दुवा तो शोधत आहे असं वाटावं असा तो फिरत होता. प्रत्यक्षात यातलं सत्य असं होतं की, त्याने गुन्हा घडलेला बहुतांश परिसर तपासणीसाठी तज्ज्ञांवर सोपवून टाकला होता. त्यामुळे त्याला जास्त महत्त्वाचं असं काहीही सापडण्याची शक्यता नव्हती.

"तिथे जवळच एक सायकल होती. एदोगावा येथील स्थानिक पोलीस ठाण्याचे लोक आधीच ती घेऊन गेले आहेत."

''सायकल? कदाचित एखादी भंगारात टाकायची सायकल कोणी तरी तिथे टाकून दिली असेल.''

''ती भंगारात टाकण्यासारखी नव्हती. त्या तुलनेत ती नवीन दिसत होती. तिचे दोन्ही टायर पंक्चर झाले होते. कोणी तरी खिळा घुसवून किंवा कशानं तरी ते पंक्चर केले होते.''

''हं... म्हणजे ती त्या बळीची होती तर.''

''तसं सांगणं कठीण आहे. तिच्यावर नोंदणी क्रमांक होता, त्यामुळे ती कोणाच्या मालकीची आहे ते आपल्याला समजू शकेल.''

''ठीक आहे. मी अशी आशा करतो की ती त्या बळीचीच असेल,'' कुसानागी म्हणाला. ''किंवा नाहीतर मग ती मुद्दाम केलेली लबाडी तरी असेल.''

''असं कसं काय असेल?''

''किशी हा तुझा पहिला अज्ञात व्यक्तीचा तपास आहे ना?''

किशीनं मान डोलावली.

''विचार कर. चेहरा आणि बोटांचे ठसे नष्ट करण्यात आले आहेत. याचा अर्थ बळी कोण आहे ते कोणालाही समजू नये अशी मारेकऱ्याची इच्छा आहे. अर्थातच याचा असाही अर्थ आहे की जर आपल्याला बळी कोण आहे ते समजलं तर आपण सहजगत्या खुन्याला पकडू शकू. फक्त यातला प्रश्न इतकाच आहे की, त्या बिचाऱ्या नालायक खुन्याची ओळख आपल्यापासून तो किती काळापर्यंत लपवून ठेवू शकणार आहे? आपलं नशीब ठरवणारी गोष्ट तिथे असतेच.''

तेवढ्यात किशितानीचा मोबाइल वाजू लागला. त्याने फोन घेतला आणि संक्षिप्तपणे काही शब्द बोलून तो कुसानागीकडे वळला. ''आपल्याला एदोगावा ठाण्यात बोलावलं आहे,'' तो म्हणाला.

''ठीक आहे. याचा अर्थ गोष्टी पुढे सरकत आहेत,'' कुसानागी म्हणाला. त्याने हातपाय ताणून आळस दिला आणि नंतर मुठी वळवून आपल्या पाठीच्या खालच्या भागावरून त्या फिरवत तो स्वतःच स्वतःच्या पाठीची मालीश करू लागला.

ते एदोगावा पोलीस ठाण्यात पोहोचले त्या वेळी मामिया हीटरजवळ हात शेकत उभा होता. मामिया हा तिथला गुन्हेगारी प्रकरणांच्या विभागाचा प्रमुख होता. त्याच्या भोवती बहुधा खून व इतर प्रकरणातील अनेक स्थानिक गुन्हेगार घाईघाईनं ये-जा करत होते. त्यामुळे त्या खोलीला आपोआपच चौकशी मुख्यालयाचं स्वरूप प्राप्त झालं होतं.

''आज तू तुझ्या स्वतःच्या कारनं आलायस का?'' कुसानागीला आत येताना पाहिल्यावर मामियानं विचारलं.

''अर्थातच. प्रशिक्षण केंद्र खूपच दूर आहे.''

''मग शहराचा हा भाग तुला व्यवस्थित माहीत असणार.''

''व्यवस्थित माहीत आहे असं मी म्हणणार नाही, पण मी इथे काही वेळा आलो आहे.''

''म्हणजे तुला मार्गदर्शकाची गरज नाही. छान. किशितानीला बरोबर घे आणि निघा - आणि हे घे.'' त्याने एक कागदाचा कपटा बाहेर काढला आणि कुसानागीच्या हातात दिला.

त्याच्यावर शिनोझाकी एदोगावा वॉर्ड असा पत्ता लिहिलेला होता आणि त्यातच एका महिलेचं नावही होतं : योको यामाबे.

''ही कोण आहे?'' कुसानागीनं विचारलं.

''तू याला सायकलविषयी सांगितलं आहेस का?'' मामियानं किशितानीला विचारलं.

''होय, सर.''

''म्हणजे त्या मृतदेहाशेजारी सापडलेल्या सायकलविषयी तुम्ही बोलत आहात का?'' कुसानागीनं त्या वरिष्ठ अधिकाऱ्याच्या खडबडीत, कठोर चेहऱ्याकडे रोखून पाहत चौकशी केली.

''होय. तीच सायकल. आम्ही तिचा तपास केला आणि ती चोरीला गेल्याची तक्रार आम्हाला सापडली. तक्रारीत दिलेला नोंदणी क्रमांक आणि या सायकलचा नोंदणी क्रमांक एकच आहेत. ही सायकल त्या मिस यामाबेचीच आहे. ती घरीच असल्याची खात्री करून घेण्यासाठी माझ्या एका माणसानं तिला फोन केला होता. तू तिथे जावं आणि तिच्याकडून सायकलची ओळख पटवून तिला त्याविषयी काय म्हणायचं आहे ते ऐकून घ्यावं असं मला वाटतं.''

"तुम्हाला त्या सायकलवर बोटांचे काही ठसे आढळले का?"

"तू सध्याच त्याची काळजी करू नकोस. तुझं काम फक्त पुढे सुरू ठेव," मामियानं गुरकावल्यासारखं सांगितलं. त्याच्या आवाजातून तो त्यांना तिथून हाकलत असल्यासारखं वाटत होतं.

"छान, सायकल चोरीला गेली आहे. असंच काहीसं घडलं असेल असं मला वाटलंच होतं," कुसानागीनं कार रस्त्याच्या दिशेला वळवली त्या वेळी म्हटलं. त्याच्याकडे जवळजवळ गेली आठ वर्षं ती काळी स्कायलाइन कार होती.

"म्हणजे खुन्यानं ती सायकल घेतली आणि तिथे सोडून दिली असं तुम्हाला म्हणायचं आहे का?"

"कदाचित. पण त्या मालकिणीला त्याविषयी विचारून आपल्या हाती फारसं काहीच लागणार नाही. आपली सायकल कोणी चोरली होती हे तिला माहीत असणार नाही. अर्थातच त्या दिवशी तो मारेकरी कुठल्या रस्त्यानं आला असावा याचा अंदाज बांधण्यासाठी आपल्याला त्याचा थोडाफार उपयोग होऊ शकेल."

हातातली चिठ्ठी आणि नकाशा यांच्यावरून कुसानागी शिनोझाकीमध्ये पोहोचला. ते दोघे डिटेक्टिव्ह पत्ता शोधू लागले. अखेरीस त्यांना तो सापडला. ती एक आधुनिक प्रकारची पांढऱ्या रंगाच्या भिंतींची इमारत होती. तिच्यावर 'यामाबे' या नावाची पाटी होती.

योको यामाबे ही चाळिशीतील गृहिणी होती. तिने नुकताच मेकअप केल्याचं दिसत होतं. डिटेक्टिव्ह येत असल्याचं ऐकल्यानंतर बहुधा तिने तो थोड्याच वेळापूर्वी केला असावा.

"ही माझीच सायकल आहे, यात कसलीच शंका नाही," फोरेन्सिक विभागाकडून मिळालेलं छायाचित्र तिला दाखवल्यानंतर तिने लगेच म्हटलं.

"तुम्ही पोलीस ठाण्यात येऊन वैयक्तिकरीत्या ती ओळखली तर बरं होईल."

"मलाही ते आवडेल. मला ती परत मिळेल ना?"

"नक्कीच. पण पोलीस ठाण्यातील आमचे सहकारी आणखी काही गोष्टींचा शोध घेत आहेत. त्यामुळे तो पूर्ण होईपर्यंत कदाचित तुम्हाला थांबावं लागेल."

''हं, पण मला ती आता लगेच परत हवी होती. माझ्या कामांचा, खरेदीचा तिच्याशिवाय खोळंबा होत आहे,'' ती म्हणाली. निराशेनं तिची भुवई वक्र झाली होती. मुळातच आपली सायकल चोरीला गेल्याचा ठपका ती पोलिसांवर ठेवत असल्यासारखा तिचा आवाज होता.

कुसानागीनं हळूच एक उसासा सोडला. त्याला हा प्रकार माहीत होता. त्यानंतर पोलीस ठाण्यात तिच्या सायकलचे पंक्चर झालेले टायर दुरुस्त करण्यासाठी ती पैसे मागत असल्याचं दृश्यही त्याच्या नजरेसमोरून तरळून गेलं. त्या सायकलचा वापर एका खून-प्रकरणात करण्यात आला आहे, असं तिला सांगावं असंही एका क्षणी त्याला वाटून गेलं. त्यानंतर त्या सायकलवर बसण्याचा विचार तिच्या मनात कितपत टिकून राहतो ते त्याला पाहता आलं असतं.

तिच्या मते, ती सायकल आदल्या दिवशी म्हणजे दहा मार्चला सकाळी अकरा ते रात्री दहाच्या दरम्यान चोरण्यात आली होती. गिन्झामधील एका मैत्रिणीला भेटण्यासाठी ती बाहेर गेली होती. त्यानंतर थोडी खरेदी करून तिने रात्रीचं जेवण केलं आणि नंतर ती शिनोझाकी स्टेशनवर परत आली त्या वेळी रात्रीचे दहा वाजून गेले होते. तिने घरी येण्यासाठी बस केली.

''तुम्ही ती सायकल तिथल्या पार्किंगमध्येच ठेवली होती का?''

''नाही. मी ती पदपथाजवळ ठेवली होती.''

''तिला कुलूप लावलेलं होतं ना?''

''अर्थात. मी तिला साखळीनं गार्डरेलला बांधून ठेवलं होतं.''

गुन्ह्याच्या ठिकाणी कुठल्याही प्रकारचं साखळीचं कुलूप सापडल्याचं कुसानागीनं ऐकलं नव्हतं.

तो मिस यामाबेला शिनोझाकी स्टेशनवर घेऊन गेला आणि जिथून ती सायकल चोरीला गेली होती ती जागा त्याने पाहिली.

''ती अगदी इथेच होती,'' ती म्हणाली. स्टेशनसमोरच्या एका लहानशा सुपर मार्केटपासून सुमारे वीस यार्डांवरच्या पदपथाकडे निर्देश करत ती म्हणाली. त्या वेळीसुद्धा काही सायकली तिथे उभ्या करण्यात आल्या होत्या.

कुसानागीनं आजूबाजूला पाहिलं. जवळच एका बँकेचं कार्यालय होतं आणि एक पुस्तकाचं दुकान होतं. दिवसभरात आणि संध्याकाळच्या सुमारास तिथे पादचाऱ्यांची बऱ्यापैकी वर्दळ असावी. ती साखळी झटपट

तोडून आपली स्वतःचीच सायकल असल्याप्रमाणे तिथून ती सायकल पळवण्याइतकी ती व्यक्ती कुशल असली पाहिजे किंवा रस्ते पूर्ण मोकळे झाल्यानंतर ते कृत्य करण्यात आलं असावं.

त्यानंतर त्या डिटेक्टिव्हनं मिस यामाबेला सायकलची ओळख पटवण्यासाठी एदोगावा पोलीस ठाण्यात नेण्यासाठी गाडीत बसवलं.

''तुम्हाला माहीत आहे का, मी खरंच दुर्दैवी आहे. ती सायकल मी नुकतीच घेतली आणि लगेच तिची चोरी झाली,'' मागच्या सीटवर बसलेली ती स्त्री कुसानागीला म्हणाली. ''सायकल चोरीला गेल्याचं लक्षात आल्यानंतर मी इतकी वेडीपिशी झाले होते की, मी बसनं घरी जाण्याच्या आधीच स्टेशनजवळच्या पोलीस ठाण्यात तक्रार दिली.''

''आणि तुम्हाला नोंदणी क्रमांक माहीत होता? ही अगदीच आश्चर्यकारक आणि कोणालाही प्रभावित करणारी गोष्ट आहे.''

''मी तुम्हाला आताच सांगितलं त्याप्रमाणे मी ती सायकल नुकतीच खरेदी केली होती. माझ्याकडे अजूनही ती खरेदी केल्याचं बिलही घरी आहे. मी घरी फोन केला आणि माझ्या मुलीनं मला तो नंबर सांगितला.''

''अच्छा. छान विचार केलात.''

''हे प्रकरण नेमकं काय आहे त्याचाच मी विचार करत होते. मला फोन केलेल्या माणसानं मला काहीच तपशील सांगितले नाहीत. पण या सगळ्यांविषयी माझ्या मनात खूपच कुतूहल निर्माण झालं आहे हे मला मान्य करावंच लागेल.''

''ठीक आहे, आम्हाला अजूनही हे प्रकरण कोणत्या प्रकारचं आहे ते खात्रीनं सांगता येणार नाही मॅडम. आमच्याकडे त्याचे तपशील नाहीत.''

''काय? खरंच?'' ती संतप्त स्वरात म्हणाली. ''या गोष्टींविषयी तुम्ही पोलीस लोक इतके आतल्या गाठीचे असता आणि काहीही सांगत नाही हे मला माहीत नव्हतं.''

मागच्या सीटवर बसलेला किशितानी आपलं हसू रोखण्याचा आटोकाट प्रयत्न करत होता. आपण त्या महिलेची भेट नंतर न घेता आजच घेतली याचा कुशीनागीला आनंद वाटत होता. जर त्या खुनाची माहिती लोकांना समजल्यानंतर तो तिला भेटला असता तर तिच्या प्रश्नांच्या भडिमाराला त्याला तोंड द्यावं लागलं असतं.

एदोगावा पोलीस ठाण्यातील पुराव्यांच्या खोलीत ठेवण्यात आलेल्या सायकलवर मिस यामाबेनं एक नजर टाकली आणि तत्क्षणी तिने तिला ओळखलं. त्यानंतर ती कुसानागीकडे वळली आणि त्या टायरच्या दुरुस्तीचा खर्च कोण करणार होतं असं तिने त्याला विचारलं.

फोरेन्सिकच्या टीमला त्या सायकलच्या हँडलबारवर, फ्रेमवर आणि सीटवर अनेक लोकांच्या बोटांचे ठसे सापडले. त्यांना आणखीही एक पुरावा सापडला होता. त्यांना एका पाच गॅलनच्या तेलाच्या कॅनमध्ये कोंबलेले कपडे सापडले होते. तो कॅन त्या मृतदेहापासून शेकडो यार्डांवर सापडला होता आणि त्यांना ते कपडे त्या मृताचेच असावेत असं वाटलं होतं. ते कपडे अंशतः जळले होते. त्यात जाकीट, स्वेटर, पँट, मोजे आणि अंडरवेअर यांचा समावेश होता. फोरेन्सिकच्या लोकांचा असा संशय होता की, खुन्यानं त्या कपड्यांना आग लावली होती आणि नंतर तो ते तिथेच सोडून निघून गेला होता. पण सगळे कपडे जळून खाक होण्याआधीच आग विझली होती आणि त्याच्या अपेक्षेप्रमाणे सगळे कपडे जळून गेले नव्हते.

त्या कपड्यांच्या पद्धतीविषयी किंवा ते तयार करण्याच्या संदर्भात कुठलीच खास गोष्ट नव्हती. अशाच प्रकारचे कपडे देशभर सगळीकडे आढळत होते. पोलिसांच्या आर्टिस्टनं त्या कपड्यांचा आणि बळीच्या शरीराच्या आकाराचा विचार करून ते कपडे त्याला घातल्यानंतर मृत्यूपूर्वी तो कसा दिसत असावा ते चित्र काढलं. काही पोलीस ते चित्र घेऊन आधीच शिनोझाकी ठाण्यातही जाऊन आले होते आणि त्यांनी आजूबाजूला ते चित्र दाखवून चौकशीही केली होती. पण त्या व्यक्तीविषयी किंवा त्याच्या कपड्यांविषयी कुठलीच ठळक, वैशिष्ट्यपूर्ण गोष्ट नसल्यामुळे त्यांना कुठलीच महत्त्वाची माहिती समजली नव्हती.

आर्टिस्टनं काढलेलं चित्र त्या दिवशीच्या रात्रीच्या बातम्यांमध्ये झळकलं आणि मग कित्येक फोनचा मारा सुरू झाला. पण त्यापैकी एकाही फोनमुळे पोलिसांना जुन्या एदोगावाच्या शेजारी सापडलेल्या त्या मृतदेहाच्या संदर्भात कुठलीच सकारात्मक बातमी समजली नव्हती.

दरम्यान, पोलिसांनी त्यांना माहीत असलेली प्रत्येक गोष्ट हरवलेल्या व्यक्तींच्या यादीतील लोकांशी ताडून पाहण्यास सुरुवात केली. त्यांच्या त्या अज्ञात व्यक्तीशी दूरान्वयानं तरी संबंधित असलेली एखादी गोष्ट सापडते का, याचा ते शोध घेत होते. एदोगावा परिसरातील हॉटेलांमध्ये आणि

वसतिगृहांमध्ये कसून तपास करण्यात आला. एखादी व्यक्ती अचानक गायब झाली होती का, ते पाहण्यात आलं आणि हीच गोष्ट महत्त्वाची ठरली.

कामेदो येथील 'रेंटल रूम ओगिया' नावाच्या हॉटेलमध्ये राहणारा एक ग्राहक अकरा मार्चपासून गायब झाला होता आणि त्याच दिवशी तो मृतदेहही सापडला होता. खोली सोडण्याच्या वेळी तो आला नसल्यामुळे एक कर्मचारी खोली तपासण्यासाठी गेला. त्याला त्या माणसाच्या काही वैयक्तिक गोष्टी वगळता ती खोली रिकामी असल्याचं आढळलं. व्यवस्थापकानं पोलिसांना कळवण्याची तसदी घेतली नव्हती, कारण त्या ग्राहकानं आधीच आगाऊ रक्कम भरली होती.

फोरेन्सिकचे लोक तत्काळ तिथे गेले आणि त्यांनी तिथले बोटांचे सगळे ठसे घेतले. त्याबरोबरच त्यांना केसांचा गुंताही आढळला. अखेरीस त्यांच्या हाती धागा लागला होता. त्यापैकी काही केस मृताच्या शरीरावरच्या केसाशी तंतोतंत जुळले होते. याशिवाय भिंतीवर आणि वस्तूंवर असलेले बोटांचे ठसे चोरलेल्या सायकलवरच्या काही ठशांशी जुळत होते.

त्या गायब झालेल्या माणसानं भाड्यानं घेतलेल्या खोलीसाठी नोंदवहीत त्याचं नाव शिन्जी तोगाशी असं नोंदवलं होतं. पश्चिम शिंजुकु, शिंजुकी वॉर्ड असा त्याचा पत्ता होता.

चार

ते भुयारी स्थानकापासून शिन-ओहाशी ब्रिजपर्यंत चालत गेले. त्यानंतर नदीच्या अगदी अलीकडे असलेल्या एका अरुंद रस्त्यावर ते उजवीकडे वळले. त्यांनी नुकताच ज्या शेजारच्या भागात प्रवेश केला होता, तो रहिवासी भाग होता. तिथे आजूबाजूला इकडे तिकडे लहान दुकानं दिसत होती आणि ती अगदी बाबा आदमच्या जमान्यापासूनची असावीत असं वाटत होतं. गावाच्या उर्वरित भागात बऱ्याच वर्षांपासून सुपर मार्केटची आणि साखळी-दुकानांची रेलचेल झाली होती, पण हा परिसर वेगळा होता. तो जुना मध्यवर्ती भाग असलेला शितामाबी परिसर असावा असं कुसानागीला वाटलं. कदाचित त्यामुळेच तो वेगळा वाटत होता.

त्या वेळी आधीच रात्रीचे आठ वाजून गेले होते. हात, तोंड धुण्याचं बेसिनचं भांडं हातात घेऊन जाणारी एक महिला संथपणे चालत त्यांच्या बाजूनंच पुढे गेली. इथे नक्कीच जवळपास सार्वजनिक स्नानगृह असलं पाहिजे असा विचार कुसानागीच्या मनात आला.

''स्टेशनपासून जवळ आहे, भरपूर खरेदी करणं शक्य आहे...हे ठिकाण राहण्यासाठी वाईट नाही,'' किशितानीनं शांतपणे शेरा मारला.

''तुझा मुद्दा काय आहे?''

''खरं तर काहीच नाही. मी फक्त असा विचार करत होतो की एखाद्या एकल आईला आपल्या मुलीला वाढवायचं असेल तर हा परिसर वाईट नाही.''

कुसानागीनं रेकल्यासारखा हुंकार दिला. त्या वेळी ते एकल आईला आणि तिच्या मुलीला भेटायला निघाले नसते तर त्या कनिष्ठ डिटेक्टिव्हचं प्रतिपादन काहीसं विचित्र असल्यासारखं वाटलं असतं, ही गोष्ट होतीच. शिवाय कुसानागीला हेही माहीत होतं की, किशितानीलाही त्याच्या एकल आईनंच वाढवलं होतं.

कुसानागी स्थिरपणानं चालत निघाला होता आणि तो वरचेवर टेलिफोनच्या खांबांवरील लहान पत्त्यांच्या पाट्या वाचत होता. त्याच्या हातातील कागदावरच्या पत्त्याशी त्यापैकी एखादा पत्ता जुळतो का ते तो पाहत होता. लवकरच ते त्या अपार्टमेंटच्या इमारतीजवळ पोहोचले होते. त्यांच्या हातातील कागदाच्या कपट्यावर नावही होतं. ते होतं : यासुको हानाओका.

शिन्जी तोगाशीनं त्या हॉटेलच्या पाहुण्यांच्या नावांच्या नोंदवहीत जो पत्ता दिला होता, त्या पत्त्यावर अद्यापही त्याचं नाव नोंदवलेलं होतं. पण तो तिथे प्रत्यक्षात राहत नव्हता.

एकदा त्या मृतदेहाची ओळख पटल्यानंतर पोलिसांनी टेलिव्हिजनवरच्या बातमीपत्रात ही बातमी दिली आणि त्या मृताविषयी कोणाला काही माहिती असेल तर त्यांनी ती जवळच्या पोलीस ठाण्यात कळवावी असं आवाहनही केलं. पण त्यातून काहीही निष्पन्न झालं नव्हतं. पण तोगाशीला ज्या रिअल इस्टेट एजंटनं ते जुनं अपार्टमेंट भाड्यानं दिलं होतं, त्याला तो कुठे काम करत होता हे माहीत होतं. वापरलेल्या कारच्या कार्यालयात तोगाशी काम करत होता. मात्र तिथे त्याने जास्त काळ काम केलं नव्हतं. त्याचं पहिलं वर्ष पूर्ण होण्याच्या आतच त्याने ते काम सोडून दिलं होतं.

पण तरीही एवढी माहितीही तपासाला थोडीफार दिशा मिळण्यासाठी पुरेशी होती. तो बळी एके काळी आयात करण्यात येणाऱ्या ऐश-आरामी कारचा विक्रेता होता आणि तिथे अफरातफर करताना आढळल्यानंतर त्याला कामावरून काढून टाकण्यात आलं होतं. मात्र त्याच्यावर आरोपपत्र दाखल करण्यात आलं नव्हतं. त्या कारच्या डीलरला काही प्रश्न विचारल्यानंतर डिटेक्टिव्हना ही माहिती समजली होती. कारचा तो आयातदार अद्यापही तो व्यवसाय करत होता, पण त्या वेळी तिथे कामावर असलेल्या कर्मचाऱ्यांपैकी कोणालाही तोगाशीविषयी कसलीच माहिती नव्हती- किंवा निदान कोणालाही त्याविषयी काहीही बोलण्याची इच्छा तरी नव्हती.

तपास अधिकाऱ्यांना असंही समजलं होतं की, ज्या वेळी तो तिथे काम करत होता त्या वेळी तोगाशी विवाहित होता. त्याला ओळखणाऱ्या एका व्यक्तीनं दिलेल्या माहितीनुसार, घटस्फोटानंतरही त्याच्या पूर्वाश्रमीच्या पत्नीला सतत भेटत राहण्याची त्याला खोड होती आणि त्याच्या त्या पत्नीला तिच्या त्या आधीच्या विवाहातून झालेली एक मुलगीही होती.

आता या गोष्टीचा माग काढणं हे डिटेक्टिव्ह्जच्या दृष्टीनं कठीण काम नव्हतं. लवकरच त्यांनी यासुको आणि मिसातो हानाओका यांचा पत्ता शोधून काढला. आता ते ज्या अपार्टमेंटमध्ये चालले होते ते एतो वॉर्डच्या मोरिशिता भागात होतं. ''ही अगदीच कंटाळवाणी, डोकेदुखीची आणि निरर्थक गोष्ट आहे,'' किशितानी उसासा टाकत म्हणाला.

''काय माझ्या बरोबर असं चालत येणं ही डोकेदुखीची निरर्थक गोष्ट आहे?''

''नाही. मी त्याबद्दल बोलत नाही. त्या गरीब स्त्रीला आणि तिच्या मुलीला त्रास देण्याची कल्पना मला बिलकूल आवडलेली नाही.''

''जर त्यांचा या गुन्ह्याशी काहीच संबंध नसेल तर त्यांना कसला त्रास होणार आहे?''

''ते ठीक आहे. पण एकूणच या तोगाशीची माहिती बघितली तर तो एक चांगला पती किंवा चांगला पिता होता, असं दिसत नाही. मग त्याच्या सगळ्या गोष्टी लक्षात ठेवाव्यात असं कोणाला वाटणार आहे?''

''मग तर चांगलंच आहे. त्या आपलं स्वागतच करतील असं तुला वाटलं पाहिजे, कारण जर तसं असेल तर तो खूप वाईट माणूस मरण पावला आहे, ही चांगली बातमीच आपण त्यांना देणार आहोत. फक्त इतका दुर्मुखलेला, खिन्न न राहण्याचा प्रयत्न कर. तुझा चेहरा बघितल्यानंतर मलाही निराश झाल्यासारखं वाटतंय. चला, आलोच आपण.'' कुसानागी एका जुन्या अपार्टमेंट इमारतीच्या समोर थांबला होता.

त्या इमारतीला घाणेरडा करडा रंग देण्यात आला होता आणि तिच्या भिंतीवर दुरुस्ती केल्याच्या अनेक खुणा होत्या. ती एक दुमजली इमारत होती आणि प्रत्येक मजल्यावर चार फ्लॅट होते. फक्त निम्म्याच खिडक्यांमधून प्रकाश बाहेर पडत होता.

खोली क्र. २०४ हा फ्लॅट जिन्यापासून सगळ्यात दूरवर होता. त्या अपार्टमेंटच्या खिडकीतून प्रकाश बाहेर पडत असल्याचं दिसल्यानंतर

कुसानागीनं सुटका झाल्यासारखा निःश्वास टाकला. मिस हानाओका बाहेर गेली होती का, ते पाहण्यासाठी त्यांनी तिला आगाऊ फोन केला नव्हता, त्यामुळे ती बाहेर गेलेली असती, तर त्यांना परत जावं लागलं असतं.

त्याने दरवाजावरची बेल वाजवली. लगेच आतल्या बाजूला काही तरी हालचाल जाणवली. दरवाजाचं कुलूप काढण्यात आलं आणि साखळी तशीच लावलेली ठेवून दरवाजा थोडासा उघडण्यात आला. 'एक एकल आई आणि तिची मुलगी इथे राहत असल्यामुळे ही गोष्ट अगदी अपेक्षितच आहे असा कुसानागीनं विचार केला. त्या दक्षता बाळगत होत्या हे चांगलंच होतं.'

उघडलेल्या दरवाजातून एका महिलेनं डोकावून पाहिलं. त्या दोघा डिटेक्टिव्हकडे ती संशयानं पाहत होती. तिचा चेहरा लहान होता आणि डोळे गडद काळ्या रंगाचे होते. मंद प्रकाशात ती तिशीतील असावी असं वाटत होतं, पण दरवाजावरचा हात तरुण स्त्रीचा दिसत नव्हता.

''अशा प्रकारे आम्ही अचानकच तुमच्या घरी धडकलो आहोत, त्याबद्दल माफ करा. पण तुम्हीच मिस यासुको हानाओका आहात का?'' कुसानागीनं शक्य तितक्या हळुवारपणे विचारलं.

''होय. मीच आहे,'' त्या स्त्रीनं उत्तर दिलं. ती बेचैन झाल्यासारखी वाटत होती.

''आम्ही पोलीस खात्यातून आलो आहोत. आमच्याकडे प्रत्यक्षात एक वाईट बातमी आहे,'' कुसानागीनं त्याच्या बॅज तिला दाखवला. त्यावर त्याचा ओळख क्रमांक होता. त्याच्या शेजारी असलेल्या किशितानीनंही तसंच केलं.

'पोलीस?' यासुकोचे डोळे विस्फारले. तिच्या काळ्याभोर डोळ्यांच्या डोहात काही तरंग उमटले.

''आम्ही आत आलो तर चालेल का?''

''अं, होय. या ना,'' यासुकोनं दरवाजा बंद केला, साखळी काढली आणि पुन्हा एकदा दरवाजा उघडला. ''हे सगळं काय आहे, ते तुम्ही सांगाल का?'' तिने विचारलं.

कुसानागी अपार्टमेंटमध्ये आला. त्याच्या पाठोपाठ किशितानीही आत आला.

''मॅडम, तुम्ही श्री. शिन्जी तोगाशींना ओळखता का?''

प्रतिसादादाखल यासुकोचा चेहरा ताठरल्याचं कुसानागीच्या लक्षात आलं. तिला आश्चर्य वाटल्यामुळे असं झालं असावं असं त्याला वाटलं.

''होय......ते माझे पूर्वाश्रमीचे पती आहेत.....त्यांनी काही केलंय का?''

याचा अर्थ त्याचा खून झाला आहे ते हिला माहीत नाही. तिने बहुधा ते बातम्यांमध्ये पाहिलं नसावं किंवा वृत्तपत्रांमध्ये वाचलं नसावं. या गोष्टीकडे वृत्तपत्रांनीही फारसं लक्ष दिलं नव्हतं.

''खरं तर....'' कुसानागी पुन्हा बोलू लागला, पण त्याची नजर तिच्या मागे असलेल्या खोलीभर भिरभिरत होती. मागच्या बाजूचा सरकता दरवाजा अतिशय घट्ट लावून घेण्यात आला होता. ''घरात आणखी कोणी आहे का?'' त्याने विचारलं.

''होय, माझी मुलगी आहे.''

''अं, बरोबर,'' त्याला सरकत्या दरवाजाच्या बाजूला चोरपावलांनी कोणी तरी हालचाल करत असावं असं वाटलंच होतं. त्यानंतर आपला आवाज हळुवार करत तो म्हणाला, ''मला असं वाटतं की, श्री. तोगाशी यांचा मृत्यू झाला आहे.''

यासुकोच्या चेहऱ्यावरच्या भावना गोठल्यासारख्या झाल्या, तर तिने आश्चर्यानं ओठांचा चंबू केला. ''त्यांचा...त्यांचा मृत्यू झाला? का? कसा? त्यांना अपघात झाला होता का?''

''जुन्या एदोगावा इथं त्यांचा मृतदेह सापडला. आम्हाला खात्रीपूर्वक सांगता येणार नाही, पण त्यांचा खून झाला असावा असा आमचा संशय आहे.'' कुसानागी म्हणाला. तिला थेटपणे ती बातमी सांगितल्यामुळे नंतर तिला प्रश्न विचारणं सोपं जाईल, असं त्याला वाटत होतं.

पहिल्यांदाच यासुकोच्या चेहऱ्यावर धक्का बसल्यासारखं दिसलं. तिने मान हलवली. ''त्यांचा? पण कोणीही त्यांचा खून का करेल?''

''आम्ही आता याचाच तपास करत आहोत. श्री. तोगाशी यांना इतर कुटुंबीय नाहीत. त्यामुळे तुम्हाला काही तरी माहीत असेल असं आम्हाला वाटलं. आम्ही इथे खूपच उशिरा आलो त्याबद्दल आम्हाला माफ करा,'' कुसानागीनं मान किंचित झुकवली होती.

''नाही. म्हणजे तसं नाही. पण मला साहजिकच त्याविषयी कसलीच कल्पना नाही,'' यासुकोनं तोंडावर हात ठेवला होता आणि नजर झुकवली होती.

कुसानागीची नजर पुन्हा एकदा घराच्या मागच्या बाजूला असलेल्या त्या सरकत्या दरवाजाकडे गेली. मिस हानाओकाची मुलगी त्या दरवाजाच्या आडून त्यांचं सगळं संभाषण ऐकत होती का? तसं असेल तर तिच्या पूर्वाश्रमीच्या सावत्र वडलांचा मृत्यू झाल्याची बातमी ऐकून तिला काय वाटलं असेल?

''आम्ही काही नोंदी तपासल्या. तुम्ही पाच वर्षांपूर्वी तोगाशींना घटस्फोट दिला होता. बरोबर? त्यानंतर तुम्ही त्यांना कधी भेटला होतात का?''

यासुकोनं मान हलवली. ''आम्ही एकमेकांपासून दूर झाल्यानंतर आम्ही क्वचितच कधी तरी भेटलो होतो.''

याचा अर्थ ते भेटले होते. कुसानागीनं विचारलं,

''तुम्ही कधी भेटला होतात?''

''मला वाटतं सुमारे वर्षभरापूर्वी मी त्यांना अखेरचं भेटले होते...''

''त्यानंतर त्यांनी तुमच्याशी पुन्हा कधीही संपर्क साधण्याचा प्रयत्न केला नाही? एखादा फोन किंवा पत्र...''

''काहीही नाही,'' यासुको ठामपणानं मान हलवून म्हणाली.

कुसानागीनं मान डोलावली आणि पुन्हा एकदा सहज त्या खोलीकडे नजर टाकली. ते एक लहान अपार्टमेंट होतं आणि तातामी चटया जमिनीवर टाकून ते जपानी शैलीत सजवण्यात आलं होतं. अपार्टमेंट जुनं होतं, पण ते स्वच्छ आणि नीटनेटकं ठेवण्यात आलं होतं. खोलीच्या मध्यभागी असलेल्या छोट्याशा कोतात्सु टेबलावर मँडारिन ऑरेंज ही लहान संत्री ठेवलेला एक वाडगा होता. एका भिंतीवर लटकत असलेलं बॅडमिंटनचं रॅकेट बघितल्यानंतर त्या डिटेक्टिव्हच्या मनात जुन्या आठवणी जाग्या झाल्या. तोही महाविद्यालयात असताना बॅडमिंटन खेळत होता.

''तोगाशीचा मृत्यू दहा मार्चला झाला असावा असं आम्ही निश्चित केलं आहे,'' कुसानागीनं तिला सांगितलं. ''ही तारीख किंवा जुन्या एदोगावाचा किनारा या संदर्भात तुम्हाला काही आठवतंय का? त्याविषयीचा एखादा किरकोळ संदर्भसुद्धा आम्हाला तपासात उपयुक्त ठरू शकेल.''

''मला माफ करा, पण मला याविषयी काहीच माहीत नाही. त्या तारखेविषयी, त्या दिवसाशी संबंधित असं काहीही खास नाही आणि ते तिथे काय करत होते, तेही मला खरोखरच माहीत नाही.''

'अच्छा.'

ती महिला अगदीच चिडल्यासारखी दिसत होती. काही महिलांना त्यांच्या पूर्वाश्रमीच्या पतीविषयी थोडीफार कळकळ वाटते, पण इथे तसं काहीच दिसत नव्हतं.

आता हे सगळं इथेच सोडून दिलं पाहिजे, असा विचार त्याने केला. फक्त आता त्याला अखेरच्या एकाच गोष्टीची खात्री करून घ्यायची होती.

शक्य तितक्या सहज स्वरात आपण विचारत आहोत असं दाखवून त्याने विचारलं, ''दहा तारखेला तुम्ही घरातच होतात का?''

यासुकोनं डोळे बारीक केले. ती चांगलीच अस्वस्थ झाली होती. तिने विचारलं, ''त्या दिवशी मी कुठे होते हे मला आठवत असलंच पाहिजे का?''

कुसानागी मोठ्यानं हसला. ''प्लीज, तुम्ही याकडे चुकीच्या पद्धतीनं पाहू नका. अर्थातच तुम्ही जितक्या नेमकेपणानं सगळं सांगाल, तितकी आम्हाला जास्त मदत होईल.''

''ठीक आहे. तुम्ही क्षणभर थांबता का?'' यासुकोनं भिंतीकडे नजर टाकली. कुसानागी उभा होता तिथून ती कुठे बघत होती ते कुसानागीला दिसत नव्हतं. त्या भिंतीवर बहुधा कॅलेंडर असावं असं त्याला वाटलं. त्यालाही तिच्या वेळापत्रकावर नजर टाकायला आवडलं असतं, पण त्याने त्यापासून स्वतःला रोखलं.

''त्या दिवशी सकाळी मी कामावर गेले होते आणि...हो बरोबर आहे. नंतर माझ्या मुलीबरोबर मी बाहेर गेले होते,'' यासुकोनं उत्तर दिलं.

''तुम्ही कुठे बाहेर गेला होतात?''

''आम्ही चित्रपट बघायला गेलो होतो. किन्शिचोमध्ये राकुतेन्चि इथं आम्ही गेलो होतो.''

''तुम्ही कितीच्या सुमारास बाहेर पडलात? फक्त सर्वसामान्य कल्पना येण्यासारखी अंदाजे वेळ सांगितली तरी चालेल आणि तुमच्या लक्षात असेल तर तुम्ही कुठल्या चित्रपटाला गेला होतात?''

''आम्ही साडेसहाच्या सुमारास बाहेर पडलो...''

त्यानंतर तिने पाहिलेल्या चित्रपटाचं तिने वर्णन केलं. कुसानागीनं त्या चित्रपटाविषयी ऐकलं होतं. हॉलीवूडच्या कुठल्या तरी लोकप्रिय मालिकेतला तो तिसरा चित्रपट होता.

''त्यानंतर तुम्ही लगेच घरी आलात का?''

''नाही. आम्ही त्याच इमारतीतील रामेन शॉपमध्ये जेवलो आणि नंतर आम्ही कॅरिओकेला गेलो.''

''कॅरिओके ? म्हणजे कॉरिओके बॉक्स...तसंच काहीसं ना?''

''बरोबर. माझ्या मुलीला मी तिथे जावं असं वाटत होतं.''

कुसानागी जोरात हसला. ''तुम्ही दोघी तसं नेहमीच करता का?''

''दर महिन्यात एकदा किंवा दोनदा.''

''तिथे तुम्ही किती वेळ होतात?''

''आम्ही तिथे नेहमीच दीड तास जातो. जास्त वेळ झाला तर मग घरी परतायला उशीर होतो.''

''म्हणजे तुम्ही चित्रपट पाहिला, रात्रीचं जेवण केलं आणि नंतर कॅरिओकेला गेलात...आणि मग घरी कधी आलात?''

''मला वाटतं की, अकरा वाजून गेले होते. मला नेमकी वेळ आठवत नाही.''

कुसानागीनं मान डोलावली. त्या कथेत काही तरी चपखल बसत नव्हतं. पण ते नेमकं काय होतं ते त्याच्या लक्षात येत नव्हतं. कदाचित तसं काहीच नसावं.

त्यांनी कॅरिओके बॉक्सचं नाव विचारलं आणि मिस हानाओकाला 'गुडनाइट' म्हणून ते तिथून बाहेर पडले.

''या प्रकरणाशी तिचं काही देणं-घेणं असेल असं मला वाटत नाही,'' ते दोघे डिटेक्टिव्ह अपार्टमेंट क्र. २०४ मधून बाहेर पडल्यानंतर किशितानी म्हणाला.

''तसं सांगणं कठीण आहे.''

''मला वाटतं की, त्या दोघी कॅरिओकेला एकत्रितपणे जातात ही मोठीच गोष्ट आहे. आई आणि मुलगी नेहमीच अशा ठिकाणी एकत्र जातातच

असं नाही.'' किशितानीच्या स्वरातून असं स्पष्टपणे जाणवत होतं की, तो यासुको हानाओकाला संशयित समजत नव्हता. ते हॉलच्या समोरून जात असताना त्यांना एक माणूस पायऱ्या चढून त्यांच्याकडेच येत असल्याचं दिसलं. तो मध्यमवयीन आणि जाडजूड शरीरयष्टीचा होता. ते दोघेही थांबले आणि त्यांनी त्याला तसंच पुढे जाऊ दिलं. तो माणूस २०३ क्रमांकाच्या अपार्टमेंटमध्ये गेला. त्याने दरवाजा बंद गेला आणि तो आत निघून गेला.

कुसानागीनं आणि किशितानीनं एकमेकांकडे दृष्टिक्षेप टाकला आणि ते मागे वळले.

२०३ क्रमांकाच्या अपार्टमेंटच्या दरवाजावर 'इशिगामी' अशा नावाची पाटी होती. त्यांनी दरवाजावरची बेल वाजवल्यानंतर त्यांनी नुकत्याच पाहिलेल्या त्या माणसानं दरवाजा उघडला. त्याने अंगावरचा कोट उतरवलेला होता आणि आता त्याच्या अंगावर स्वेटर आणि स्लॅक असल्याचं दिसत होतं.

कुसानागी आणि किशितानी यांच्याकडे त्याने पाहिलं. त्याचा चेहरा निर्विकार होता. कुसानागीचा असा अनुभव होता की, त्याच्याकडे सहसा प्रत्येक जण पहिल्यांदा अगदी सावध झाल्याप्रमाणे बघत नसला तरी संशयानं बघत असे. पण त्या माणसाच्या चेहऱ्यावर कसलेच भाव दिसत नव्हते.

''अशा अवेळी तुम्हाला त्रास दिल्याबद्दल माफ करा. पण तुम्ही आम्हाला कदाचित मदत करू शकाल असं आम्हाला वाटलं,'' कुसुनागीनं आपुलकीनं स्मित करत विचारलं आणि त्याला त्याचा पोलिसाचा बॅज दाखवला.

तरीही त्या माणसाच्या चेहऱ्यावरचा भाव तसूभरसुद्धा बदलला नव्हता. कुसानागीनं एक पाऊल पुढे टाकलं. ''आम्हाला फक्त काही मिनिटांचा वेळ लागेल. आम्ही तुम्हाला फक्त थोडे प्रश्न विचारू,'' तो म्हणाला. त्या माणसानं कदाचित त्याचा बॅज पाहिला नसेल असं वाटून त्याने तो त्याच्या आणखी जवळ नेला.

कुसानागीच्या हातातील बॅजकडे नजरही न टाकत त्याने विचारलं, ''हे सगळं काय आहे?'' ते डिटेक्टिव्ह होते हे त्याला आधीपासूनच माहीत असल्यासारखं दिसत होतं.

कुसानागीनं त्याच्या जाकिटाच्या खिशातून एक छायाचित्र काढलं. ते तोगाशीचं होतं. वापरलेल्या कारचा विक्रेता म्हणून तो काम करत होता त्या वेळचं ते छायाचित्र होतं.

''हे काही वर्षांपूर्वीचं छायाचित्र आहे. पण अलीकडच्या काळात तुम्ही या छायाचित्राशी मिळत्याजुळत्या चेहरेपट्टीच्या माणसाला इथे आसपास कुठे पाहिलं आहे का?''

त्या माणसानं क्षणभर त्या छायाचित्राकडे अगदी रोखून पाहिलं. त्यानंतर त्याने कुसानागीकडे पाहिलं आणि तो म्हणाला, ''मी त्याला ओळखतो असं म्हणता येणार नाही.''

''बरोबर आहे. तुम्ही त्याला ओळखत नाही याची आम्हाला खात्रीच आहे. पण त्याच्यासारख्या दिसणाऱ्या कोणाला तुम्ही पाहिलं आहे का, असं मला विचारायचं होतं.''

'कुठे?'

''म्हणजे, असं बघा, इथे जवळपासच्या परिसरात वगैरे?''

त्या माणसानं पुन्हा एकदा त्या छायाचित्रावर तिरपा कटाक्ष टाकला. ''आता तर इथे मार्गच खुंटला,'' कुसानागीनं विचार केला.

''सॉरी, मी याला कधीच पाहिलेलं नाही,'' तो माणूस म्हणाला. ''तसंही, मी रस्त्यातून जात असताना दिसणाऱ्या लोकांचे चेहरे माझ्या लक्षात राहत नाहीत.''

''होय, खरं आहे,'' कुसानागी म्हणाला. आपण या माणसाला प्रश्न विचारण्यासाठी परत आल्याचा त्याला आधीच पश्चात्ताप वाटत होता. पण तो इथे राहत असल्यामुळे कदाचित त्याला आणखी काही प्रश्न विचारता आले असते. ''एक विचारू का, तुम्ही नेहमीच या वेळी परत येता का?'' त्याने विचारलं.

''ही गोष्ट त्या दिवसाच्या कामकाजावर अवलंबून असते. काही वेळा माझ्या टीमबरोबर मी उशिरापर्यंत असतो.''

'टीम?'

''मी ज्युदो क्लबमध्ये सुपरवायझर आहे. दिवसाअखेरीला दोजो बंद करण्याच्या कामाची जबाबदारी माझ्यावर असते.''

''अच्छा, म्हणजे तुम्ही शाळामास्तर आहात का?''

''होय. हायस्कूलमध्ये,'' त्या माणसानं उत्तर दिलं आणि त्याने तो कुठल्या शाळेत काम करतो, त्या शाळेचं नाव सांगितलं.

''अच्छा, ठीक आहे. तुम्हाला त्रास दिल्याबद्दल माफ करा. तुम्ही नक्कीच थकून घरी परतला असाल,'' कुसानागीनं डोकं झुकवून माफी मागितली.

त्याच वेळी त्या गणितज्ञाच्या पुस्तकांचा ढिगारा तिथे प्रवेशिकेत पसरल्याचं त्याला दिसलं. ''अरे वा, हा तर गणिताचा शिक्षक आहे,'' त्याने विचार केला आणि त्याच्या पोटात गोळा आला. शाळेत असताना गणित हा कुसानागीचा सगळ्यांत नावडता आणि अर्थातच त्याला अतिशय वाईट वाटणारा विषय होता.

''अं...मला वाटतं..'' आपल्या मनात निर्माण झालेली न्यूनगंडाची भावना झटकून टाकण्याचा प्रयत्न करत तो पुढे म्हणाला, ''तुमच्या दरवाजावरच्या पाटीवर तुमचं नाव इशिगामी असं आहे...''

''होय. मीच इशिगामी आहे.''

''मिस्टर इशिगामी, दहा मार्चला तुम्ही घरी कधी परतला होतात हे तुम्हाला कदाचित आठवत असेल असं मला वाटतं.''

''दहा मार्चला? का, त्या दिवशी काही घडलं होतं का?''

''नाही. त्याचा तुमच्याशी काहीच संबंध नाही सर, आम्ही फक्त त्या दिवशी स्थानिक परिसरात घडलेल्या घटनांच्या संदर्भातील माहिती गोळा करत आहोत, इतकंच.''

''अच्छा. ठीक आहे. दहा मार्च का? हं...'' इशिगामी दूरवर पाहत असल्यासारखा पाहत राहिला आणि नंतर पुन्हा कुसानागीकडे पाहत म्हणाला, ''त्या दिवशी मी थेट घरीच आलो होतो हे मला खात्रीपूर्वक आठवतं. म्हणजे सातच्या सुमारास मी परत आलो होतो.''

''तुमच्या शेजारी त्या दिवशी संध्याकाळी काही घडलं होतं का?''

''माझ्या शेजारी?''

''हं...म्हणजे मिस हानाओका यांच्या घरी?'' कुसानागीनं आवाज खालच्या पट्टीत आणत विचारलं.

''म्हणजे मिस हानाओका य़ांच्या बाबतीत काही घडलंय का?'' इशिगामीनं विचारलं.

''नाही. काहीच नाही. आम्ही फक्त माहिती गोळा करतोय.''

इशिगामीच्या चेहऱ्यावर जिज्ञासा चाळवली गेल्याचे भाव उमटले. शेजारीच राहणाऱ्या त्या आईच्या आणि मुलीच्या बाबतीत नेमकं काय घडलं

होतं याची बहुधा तो कल्पना करत असावा. इशिगामीच्या अपार्टमेंटवर नजर टाकल्यानंतर तो तिथे एकटाच राहत असावा असं नक्कीच वाटत होतं.

''त्या दिवशी मला काहीही वेगळं घडल्याचं आठवत नाही. काहीच नाही,'' इशिगामीनं उत्तर दिलं.

''मोठे आवाज किंवा मोठमोठ्यानं बोलणं वगैरे?''

'हं...' इशिगामीनं मान खाजवली आणि तो म्हणाला, ''सॉरी, मला तर तसं काहीच आठवत नाही.''

''अस्सं. तुम्ही मिस हानाओकाचे मित्र आहात का, म्हणजे त्यांच्याशी तुमची मैत्री असण्याची काही शक्यता...?''

''म्हणजे आम्ही एकमेकांच्या शेजारी राहतो. अनेकदा आम्ही एकमेकांना भेटतो आणि समोर आल्यानंतर हॅलो वगैरे म्हणतो. बस्स. तेवढंच.''

''अस्सं. थँक्स. तुम्हाला त्रास दिल्याबद्दल माफ करा.''

''नाही, नाही. बिलकूल नाही,'' इशिगामी नकारार्थी मान हलवत म्हणाला. त्याने दरवाजाकडे हात नेला होता. दरवाजाच्या आतल्या बाजूला लटकवलेल्या बॉक्समधून इशिगामी टपाल काढून घेत असल्याचं कुसानागीला दिसलं. त्यापैकी एका पत्रावर 'इम्पीरिअल युनिव्हर्सिटी' असं लिहिल्याचं दिसल्यावर त्या डिटेक्टिव्हचे डोळे विस्फारले.

'अं...' कुसानागीनं संकोचानं विचारलं, ''तुम्ही इम्पीरिअल युनिव्हर्सिटीतून पदवीधर झाला आहात का?''

'अरेच्चा,' इशिगामी म्हणाला. त्याचे डोळे किंचित विस्फारले. त्यानंतर त्याच्या हातातील पत्राच्या पत्त्यावर त्याची नजर गेली. ''हां, हे होय? हे त्यांनी माजी विद्यार्थ्यांना पाठवलेलं एखादं पत्र असेल. तुम्ही ज्या कशाचा तपास करत आहात त्याचा संबंध या विद्यापीठाशी आहे का?'' त्याने विचारलं.

''नाही, तिथे माझा एक मित्र आहे. बस्स. तेवढंच.''

''अच्छा, अच्छा!''

''सॉरी, तुम्हाला त्रास दिल्याबद्दल माफ करा,'' कुसानागी तुसड्यासारखा झुकला आणि लगेच ते तिथून मागे वळून चालू लागले.

ते डिटेक्टिव्ह ती अपार्टमेंटची इमारत सोडून पुढे आल्यानंतर किशितानी अचानकच म्हणाला, ''एक मिनिट सर – तुम्हीही इम्पीरिअल विद्यापीठातून शिकला आहात ना, मग तुम्ही त्या माणसाला ते का सांगितलं नाही?''

"तसं खरोखरच काहीच कारण नाही. पण मला त्यातून इतर कशाचीही मुळीच सुरुवात करायची नव्हती. माझी खात्री आहे की, तो नक्कीच विज्ञान शाखेचा असणार आणि माझं त्या शाखेच्या लोकांशी माझं फारसं जुळत नाही," तो म्हणाला.

"तुम्हाला विज्ञानाविषयी आकस वाटतो. हो ना?" किशितानी हसत म्हणाला. "याला मी न्यूनगंड म्हणू का?"

"एखादी व्यक्ती मला विज्ञानाच्या ज्ञानात घुसळत राहिली नाही, तर मी ठीक असतो," कुसानागी म्हणाला. त्याच वेळी 'डिटेक्टिव्ह गॅलिलिओ' असं काहीशा मजेनं म्हटल्या जाणाऱ्या मानाबु युकावा या त्याच्या मित्राचा चेहरा त्याच्या नजरेसमोर तरळला.

ते डिटेक्टिव्ह गेल्यानंतर चांगली दहा मिनिटं उलटून गेल्यानंतर इशिगामी त्याच्या हॉलच्या भागातून अपार्टमेंटच्या बाहेर पडला. त्याने शेजारच्या दरवाजावर नजर टाकली. तिथे अद्यापही लाइट होती. तो मागे वळला आणि पायऱ्या उतरून खाली गेला.

तो सगळ्यांत जवळ असलेल्या सार्वजनिक फोन बुथवर गेला. तिथे त्याला कोणीही पाहण्याची शक्यता नव्हती. त्याच्या हातात मोबाइल फोन नव्हता आणि त्याच्या स्वतःच्या अपार्टमेंटमध्ये तो लँडलाइन फोन वापरू शकत नव्हता.

तो चालत असताना त्याच्या मनात पोलिसांशी झालेलं संभाषण घोळत होतं. तो त्यातील प्रत्येक तपशील न् तपशील तपासून पाहत होता. या प्रकरणात तो स्वतः गुंतलेला आहे, असा संशय येण्याजोगं काहीही तो बोलला नव्हता याची त्याला खात्री होती. पण कितीही किरकोळ असली तरी नेहमीच त्याच्याविषयी संशय येण्याची शक्यता होती. जर पोलिसांना यासुकोचा संशय आला असता तर त्यांनी मृतदेहाची विल्हेवाट लावण्यासाठी तिला मदत केलेल्या पुरुषाचाही शोध घेतलाच असता. हानाओका मायलेकींशी संबंधित असलेल्या आणि त्यांच्यासाठी या प्रकरणात स्वतःला गुंतवून घेणाऱ्या व्यक्तीचा शोध त्यांनी घेतलाच असता. त्या वेळी शेजारीच राहणाऱ्या गणिताच्या शिक्षकाचीही चौकशी त्यांनी केलीच असती.

अर्थातच आपण त्यांच्या अपार्टमेंटमध्ये जाणं टाळलंच पाहिजे, हे इशिगामीला माहीत होतं. तो थेट संपर्क साधणं नेहमीच टाळत आला होता. फोन रेकॉर्ड्सवरून तो यासुको हानाओकाला सतत फोन करत असल्याचं कदाचित दिसून आलं असतं आणि त्यामुळे तो संशयित ठरलाही असता.

पण बेन्तेन तेचं काय?

त्याविषयी त्याने अजूनही त्याच्या मनाची तयारी केली नव्हती. सारं काही सुरळीत सुरू राहावं यासाठी कदाचित काही काळापुरतं त्याने त्या ठिकाणी जाणं टाळणंच योग्य ठरलं असतं. कारण पोलीस प्रश्न विचारत राहिलेच असते आणि इशिगामी शेजारीच राहणाऱ्या यासुकोकडे दुपारचा जेवणाचा डबा घेण्यासाठी रोजच कसा जातो ते अपार्टमेंटधारकांनी सांगितलं असतं. पण तरीही खून झालेल्या दिवसापासून त्याने तिथे जाणं थांबवलं असतं तर त्यांना ते विचित्र वाटलं नसतं का? संशय येऊ नये म्हणून तिथे पहिल्याप्रमाणेच जाणं सुरू ठेवणंच योग्य नव्हतं का?

या प्रश्नाचं कुठलंही तर्कनिष्ठ उत्तर आपल्याला मिळेल यावर इशिगामीचा विश्वास नव्हता, कारण त्याला मनापासून बेन्तेन तेमध्ये तसंच जात राहायला आवडलं असतं. ती खानावळ हाच यासुकोशी संपर्क साधण्याचा त्याचा दुवा होता. तो तिथे गेला नसता तर त्याला ती कधीच दिसलीसुद्धा नसती.

तो सार्वजनिक फोन बुथजवळ पोहोचला आणि त्याने टेलिफोन कार्ड आत सरकवलं. दुसऱ्या एका शिक्षकानं त्याला ते भेट दिलं होतं. त्या कार्डाच्या पुढच्या भागावर त्या शिक्षकाच्या नवजात अर्भकाचं छायाचित्र होतं.

त्याने त्यावरून यासुकोच्या मोबाइल फोनचा क्रमांक फिरवला. तिच्या घरचा फोन ते कदाचित टॅप करत असावेत. पोलिसांनी असा दावा केला होता की, ते नागरिकांचे फोन टॅप करत नाहीत, पण त्यावर कोणीही थोडासासुद्धा विश्वास ठेवला नव्हता.

'बोला?' फोनवरून यासुकोचा आवाज आला. तो त्याचाच फोन असावा असा तिला आधीच अंदाज आला असावा, कारण तो सार्वजनिक बुथचा नंबर होता. तो तिच्याशी अशा प्रकारे संपर्क साधेल असं त्याने तिला सांगितलं होतं.

''मी इशिगामी बोलतोय.''

''हं, बोला.''

''काही मिनिटांपूर्वीच पोलीस माझ्या अपार्टमेंटमध्ये आले होते. ते तुमच्याकडेही आले असावेत असं मला वाटतं.''

''होय. थोड्याच वेळापूर्वी.''

''त्यांना काय हवं होतं?''

यासुकोनं सांगितलेला शब्द न् शब्द इशिगामीनं ऐकला आणि आपल्या डोक्यात पक्का बसवून टाकला. त्याने त्याचं विश्लेषण केलं आणि लक्षात ठेवून टाकलं. सध्यापुरता तरी पोलिसांना यासुकोचा संशय आला नव्हता, असं दिसत होतं. त्यांनी ती कुठे होती, वगैरे विचारून त्यांची नियमित तपास प्रक्रिया पार पाडली असण्याची शक्यता होती. तिने सांगितलेली कहाणी तपासून ती खरी आहे का ते पाहण्यास त्यांनी कोणाला तरी सांगितलंही असेल, पण ती खूपच प्राधान्याची गोष्ट नसावी.

पण तोगाशी यासुकोला भेटायला दहा मार्चला आला होता, हे जर त्यांना समजलं असतं तर पुढच्या वेळी ते आले असते त्या वेळी ते तिच्याशी इतक्या मित्रत्वानं बोलले नसते. ती तोगाशीला अलीकडे भेटली नव्हती या तिच्या बोलण्यातील तथ्य त्यांनी बहुधा पहिल्यांदा तपासून पाहिलं असतं. या संकटातून बाहेर पडण्यासाठी सुदैवानं त्याने तिची आधीच तयारी करून घेतली होती.

''त्या डिटेक्टिव्हनी तुमच्या मुलीला पाहिलं का, ते तिला भेटले का?''

''नाही. मिसातो मागच्या खोलीत होती.''

''ठीक आहे. तरीही लवकरच ते तिलाही प्रश्न विचारण्यासाठी येऊ शकतील. जर तसं घडलंच तर काय करायचं ते तुम्हाला ठाऊकच आहे. बरोबर?''

''होय. तुम्ही ते अतिशय स्पष्टपणे सांगितलं होतं. मला वाटतं की, आता ती ठीक आहे.''

''तुम्ही पोलिसांना तुमच्याकडची तिकिटं दाखवली का?''

''नाही. मी दाखवली नाहीत. त्यांनी अगदी नेमकेपणानं मागितल्याशिवाय त्यांना ती दाखवू नयेत असं तुम्ही मला सांगितलं होतं.''

''मग ठीक आहे. पण तुम्ही ती कुठे ठेवली आहेत?''

''स्वयंपाकघरातील टेबलाच्या ड्रॉवरमध्ये.''

''ती चित्रपटाच्या माहितीपत्रकात ठेवून द्या. कोणीही तिकिटं साठवून ठेवत नाही. ती तुमच्या ड्रॉवरमध्ये असतील तर त्यांना त्यामुळे संशय येऊ शकेल.''

''ठीक आहे. मी ती बाहेर काढते.''

''पण एक विचारायचं होतं...'' इशिगामीनं आवंढा गिळला. त्याची रिसीव्हरवरची पकड घट्ट झाली. ''बेन्तेन तेच्या मालकांना मी तिथे दुपारचा जेवणाचा डबा न्यायला येतो ते माहीत आहे का?''

'काय?' क्षणभर आश्चर्यचकित होत यासुकोनं विचारलं.

''मी तुम्हाला असं विचारत आहे की, तुम्ही काम करता ती खानावळ चालवणाऱ्या लोकांना तुमचा शेजारी तिथे नेहमीच दुपारचा जेवणाचा डबा विकत घ्यायला येतो हे माहीत आहे का? हे अतिशय महत्त्वाचं आहे, त्यामुळे अतिशय प्रामाणिकपणानं सांगा.''

''अं, खरं म्हणजे होय. तुम्ही इतक्या नियमितपणानं तिथे येता त्यामुळे त्यांना आनंद वाटत असल्याचं त्यांनी मला सांगितलं होतं.''

''आणि मी तुमचा शेजारी आहे हेही त्यांना माहीत आहे का?''

''होय. ही गोष्ट वाईट आहे का?''

''नाही, पण मला त्याची काळजी वाटेल. तुम्ही फक्त आपण चर्चा केली आहे तसं करा. ठीक आहे?''

'होय.'

'अच्छा,' इशिगामी म्हणाला आणि तो रिसीव्हर बाजूला ठेवणारच होता, तेवढ्यात त्याला यासुकोचा आवाज ऐकू आला,

''अं..., एक मिनिट, इशिगामी,'' यासुकोचा आवाज अतिशय हळुवार झाला होता.

'बोला?'

''थँक यू. तुम्ही केलेल्या प्रत्येक गोष्टीसाठी थँक यू. आम्ही तुमच्या ऋणात आहोत.''

'नाही...' इशिगामी थबकला. ''त्याचा उल्लेख करण्याची गरज नाही,'' तो म्हणाला आणि त्याने रिसीव्हर ठेवून दिला.

यासुकोनं त्याला थँक यू म्हटल्यानंतर त्याच्या शरीरातून विजेचा प्रवाह गेल्याप्रमाणे झालं होतं. आता त्याचा चेहरा आरक्त झाला होता. त्यानंतर त्याने मोठ्या आनंदानं रात्रीच्या वाऱ्याची झुळूक अंगावर घेतली. त्याला थोडासा घामही येत होता.

इशिगामी अगदी मनोधैर्य उंचावल्यासारखा घरात आला. पण तिने बेन्तेन तेविषयी जे सांगितलं होतं, ते आठवल्यानंतर त्याचा तो आनंद फारसा टिकला नाही.

त्या डिटेक्टिव्हबरोबर बोलत असताना त्याने चूक केली होती हे त्याच्या लक्षात आलं. तो यासुकोला किती चांगलं ओळखतो अशा अर्थाचा प्रश्न त्यांनी विचारल्यानंतर त्याने असं सांगितलं होतं की, कधीकधी ते एकमेकांना भेटले तर फक्त एकमेकांना हॅलो म्हणत होते. त्याने तो त्या खानावळीत जात असल्याचंही त्यांना सांगायला हवं होतं.

''यासुको हानाओका त्या दिवशी घरात नव्हती याविषयी तिने सांगितलेल्या गोष्टींची तुम्ही शहानिशा केली आहे का?'' मामियानं कुसानागीला आणि किशितानीला त्याच्याकडे बोलावून घेतलं होतं. मामिया त्या वेळी तिथे बसून स्वतःची नखं कापत होता.

''कॅरिओके बॉक्समध्ये तपासणी केली,'' कुसानागीनं सांगितलं. तिथे असलेला कर्मचारी तिला चेहऱ्यानं ओळखतो. तिथल्या नोंदीप्रमाणे त्या दोघी रात्री नऊ चाळीसपासून सुमारे दीड तास तिथेच होत्या.''

''आणि त्याच्या आधीचं काय?''

''वेळेचा विचार करता बहुधा त्या चित्रपटाच्या सातच्या खेळाला गेल्या असाव्यात. तो नऊ वाजून दहा मिनिटाला सुटला असेल. नंतर रामेनमध्ये खाऊन त्या कॅरिओकेमध्ये गेल्या. वेळेच्या दृष्टीनं ते बरोबर वाटतं,'' कुसानागीनं त्याच्या टिपणावर नजर टाकत म्हटलं.

''त्यांची कथा खरी वाटते का असं मी विचारलं नाही. मी तुला असं विचारतोय की, तुम्ही त्याची शहानिशा केली की नाही?''

कुसानागीनं त्याची वही बंद केली. त्याचे खांदे पडले. ''आम्ही फक्त कॅरिओके बॉक्समध्येच तपास केला.''

''असं काम करणं हे तुझं काम आहे असं तुला वाटतं डिटेक्टिव्ह?'' मामियानं त्याच्याकडे संतप्तपणे पाहत विचारलं.

''सर, तुम्हाला हे निश्चितपणे माहीत आहे की, चित्रपटगृहांमध्ये आणि रामेन शॉपमध्ये कोण कोण आलं होतं ते तपासणं जवळजवळ अशक्यच असतं,'' कुसानागी म्हणाला.

एका कानानं कुसानागीचं बोलणं ऐकत असतानाच मामियानं एक बिझनेस कार्ड बाहेर काढलं आणि त्याच्या डेस्कवर फेकलं. त्या कार्डावर 'क्लब मॅरियन' असं लिहिलेलं होतं. तो किन्शिचोमधील पत्ता होता.

''हे काय आहे?''

''या ठिकाणीच मिस यासुको काम करत होती. तोगाशी तिथे पाच मार्चला गेला होता.''

''त्याच्या खुनाच्या आधी पाच दिवस.''

''याचा अर्थ तो यासुकोची चौकशी करायला तिकडे गेला होता. असो. मी नेमकं काय म्हणत आहे ते शोधून काढण्यासाठी तुला मी सांगितलेली माहिती पुरेशी आहे, असं मला वाटतं,'' मामियानं दरवाजाकडे बोट दाखवत सांगितलं, ''तुम्ही दोघांनी जाऊन तिने सांगितलेल्या माहितीतील प्रत्येक गोष्ट व्यवस्थित तपासून पाहावी असं मला वाटतं. यातली कुठलीही गोष्ट चपखल बसली नाही, तर तुम्ही पुन्हा एकदा यासुकोकडे जाऊन तिच्याशी बोला.''

पाच

प्रयोगशाळेच्या टेबलावरच्या चौकोनी बॉक्सला सुमारे तीस सेंटिमीटर लांबीचा एक लहानसा खांब जोडलेला होता. तिथेच एक तबकडी होती आणि ती खांबाच्या तळाभोवती काही सेंटिमीटरवर होती. त्या बॉक्सच्या एका बाजूमधून बाहेर पडणारी वायर आणि वरच्या बाजूला स्विच नसता तर ती विचित्र वस्तू कार्निव्हलमधील रिंग-टॉस खेळासारखी दिसत होती.

''हे काय गौडबंगाल आहे?'' असं पुटपुटत त्या साधनाकडे निरखून पाहण्यासाठी कुसानागी खाली वाकला होता.

''मी तुमच्या जागी असतो तर त्याला बिलकूल हात लावला नसता,'' त्याच्या शेजारी असलेल्या किशितानीनं त्याला सावध केलं.

''नाही. मला खात्री आहे की, हे चांगलंच आहे. जर ही गोष्ट धोकादायक असती तर त्याने ती कधीही अशीच इथे उघड्यावर सोडून दिली नसती,'' कुसानागीनं त्या स्विचवर फटकारा मारला. त्याबरोबर ती तबकडी त्या खांबावर तरंगल्यासारखी वरच्या दिशेनं सरकू लागली. कुसानागी आश्चर्यानं आ वासून पाहत राहिला. ती तबकडी मध्यभागी हवेत घिरट्या घालत होती आणि किंचित डुगडुगतही होती.

''ती तबकडी खाली ढकलण्याचा प्रयत्न कर,'' त्याच्या पाठीमागून आवाज आला.

कुसानागीनं मागे वळून पाहिलं, तेव्हा त्याला आपल्या हातात एक फाईल-फोल्डर धरून युकावा आत येत असल्याचं दिसलं.

''पुनरागमनानिमित्त स्वागत! वर्गावर गेला होतास?'' त्याने युकावाला विचारलं आणि तो त्या तरंगत्या तबकडीकडे वळला. त्याने अंगात उत्साह संचारल्याप्रमाणे त्या तबकडीला बोटांनी पकडून खाली खेचण्याचा प्रयत्न केला. पण दुसऱ्यांदा प्रयत्न केल्यावर त्याने झटका बसल्यासारखा हात मागे घेतला. ''ती खूपच तापलेय,'' तो म्हणाला.

''खरं आहे. मला धोकादायक गोष्टी तशाच टाकून ठेवण्याची सवय नाही. पण मला भौतिकशास्त्राची मूलभूत माहिती मात्र आहे,'' युकावा झपाझप चालत त्या टेबलाजवळ आला आणि त्याने चटकन स्विच बंद केला. ''खरं तर या साधनासाठी फक्त हायस्कूलच्या पातळीइतक्याच भौतिकशास्त्राची गरज आहे,'' तो म्हणाला.

''मी हायस्कूलमध्ये भौतिकशास्त्र घेतलं नव्हतं,'' कुसानागी त्याच्या बोटांवर फुंकर घालत म्हणाला. किशितानी खूपच मोठ्यानं हसला.

''हा तुझा मित्र कोण आहे?'' युकावानं भुवया उंचावून विचारलं.

किशितानीच्या चेहऱ्यावरचं स्मित नाहीसं झालं आणि त्याने झुकून कडकपणे नमस्कार केला. ''किशितानी, मी डिटेक्टिव्ह कुसानागी यांच्या बरोबर काम करतो. प्रोफेसर, मी तुमच्याविषयी खूप काही ऐकलं आहे. तुम्ही आम्हाला कित्येक प्रकरणांची उकल करण्यास मदत केली आहे ना? आमच्या पोलीस ठाण्यात तुम्हाला डिटेक्टिव्ह गॅलिलिओ असं म्हटलं जातं.''

युकावा विचारात गढला आणि त्याच्या कपाळाला आठ्या पडल्या. त्याने किशितानीशी हस्तांदोलन केलं. ''मला हे नाव देऊ नका. तुम्हाला मदत करण्यात मला गंमत वाटते म्हणून मी मदत करत नाही, हे तुम्हालाही माहीत आहे. विशिष्ट प्रसंगी डिटेक्टिव्ह कुसानागी देत असलेली चुकीची समर्थनं मला ऐकवत नाहीत आणि मी त्याचं म्हणणं दुरुस्त करण्याची चूक करतो. मी तुझ्या जागी असतो तर त्याच्या सोबत इतका वेळ घालवावा लागू नये याची मी दक्षता घेतली असती. तू त्याच्या बरोबर सतत राहिलास तर त्याचा मेंदू इतका एखाद्या दगडासारखा बथ्थड का झालाय ते कदाचित तुझ्या लक्षात येऊ शकेल.''

किशितानी पुन्हा एकदा खदखदून हसला आणि त्यामुळे कुसानागीनं त्याच्याकडे संतापानं पाहिलं.

‘‘तू खूपच हसतोस,’’ कुसानागी चिडखोरपणानं म्हणाला. नंतर युकावाकडे वळून तो म्हणाला, ‘‘शिवाय तुला हेही माहीत आहे की, तुला ती प्रकरणं सोडवताना गंमत वाटते.’’

‘‘कसली डोंबलाची आलेय गंमत? संशोधनावरचा किती अमूल्य वेळ मी तुझ्या खात्यावर खर्च केलाय ते तुला माहीत आहे का? तुझ्या तथाकथित ‘सोडवता न येण्याजोग्या’ कोड्यांपैकी एखादं घेऊन आज तू माझ्याकडे आला नसशील अशी मला आशा आहे.’’

‘‘नाही. सध्या आम्ही तुला आमच्या पटावरून बाहेर ठेवलंय, कारण आम्ही नुकताच एका परिसरात प्रवेश केलाय. त्यामुळे आम्ही अजून प्रयत्न करतोय.’’

‘‘वा, वा. मला अगदी दिलासा मिळाला,’’ युकावा जवळच्या सिंकजवळ गेला आणि त्याने किटलीत पाणी भरून घेतलं. त्यानंतर ती गॅसच्या बर्नरवर ठेवून त्याने इन्स्टन्ट कॉफी करण्यास सुरुवात केली. ‘‘मग तुला ते जुन्या एदोगावा नदीच्या काठावरचं प्रकरण सोडवता आलं का?’’ कॉफीच्या कपात मोजून कॉफी टाकताना त्याने विचारलं.

‘‘आम्ही त्या प्रकरणावर काम करतोय, हे तुला कसं काय समजलं?’’

‘‘साधा अंदाज. तू इथे माझ्या प्रयोगशाळेत होतास त्याच वेळी तुला फोन आला होता आणि त्याच रात्री ती बातमीही प्रसारित झाली होती. शिवाय तुझ्या चेहऱ्याकडे पाहूनच मी तुला सांगतो की, तो तपास व्यवस्थित सुरू नाही.’’

कुसानागीनं त्याच्याकडे उपेक्षेनं पाहिलं. ‘अं... तपास अतिशय वाईट प्रकारे सुरू आहे असं मी म्हणणार नाही. आमच्याकडे आता काही संशयित आहेत. आता कुठे ते प्रकरण सुरू झालंय.’’

‘‘अच्छा...., संशयित काय?’’ युकावानं त्याला फारसं स्वारस्य नसल्यासारखं दाखवत मान मागे वळवत विचारलं.

‘अर्थातच,’ किशितानी मध्येच तोंड खुपसत म्हणाला, ‘‘आम्ही योग्य दिशेनं चाललो आहोत असं मला स्वतःला मात्र वाटत नाही.’’

युकावानं भुवया उंचावून त्याच्याकडे पाहिलं. ‘‘ज्या दिशेनं तपास सुरू आहे त्याला तुझी हरकत आहे?’’ त्याने विचारलं.

‘‘नाही, मी त्याला हरकत असं म्हणणार नाही.’’

"तू त्याला काहीच म्हटलं नाहीस, तर मला तेच जास्त आवडेल," कुसानागी संतापानं म्हणाला. त्याच्या कपाळावर संतापानं आठ्या पडल्या होत्या.

"सॉरी सर," किशितानी म्हणाला.

"माफी कशासाठी मागायची?" युकावानं विचारलं. आता त्याला त्या सगळ्यांत गंमत वाटत होती, हे स्पष्टच दिसत होतं. तो म्हणाला, "तू आदेशांचं पालन करतोस, पण तरीही तुझी स्वतःची मतं आहेतच की. मला तर ही गोष्ट अतिशय रास्त आणि समजूतदारपणाची वाटते. खरं तर ती अगदीच उचित आहे. लोकांनी जर विद्यमान स्थितीला प्रश्नच विचारले नाहीत, तर खरोखरच्या तर्कशुद्ध निर्णयापर्यंत ते कसे पोहोचतील?"

"नाही, या कारणामुळे तो या तपासाच्या विरोधात नाही," कुसानागीनं एक उसासा सोडत म्हटलं. "त्याला अवघड परिस्थितीत अडकलेल्या महिलेची सुटका करणारा शूरवीर म्हणून समोर येण्याची इच्छा आहे."

"काय? असं काहीही नाही...," किशितानी बोलत होता.

"नाही. ते ठीक आहे. तू ते मान्य करून टाक. तुला त्या एकल आईविषयी आणि तिच्या मुलीविषयी सहानुभूती वाटतेय. खरं सांगायचं तर मलाही त्या संशयित असू नयेत असंच वाटतंय."

"ही गोष्ट ऐकायला गुंतागुंतीची वाटतेय," त्या दोघा डिटेक्टिव्हच्या चेहऱ्यांकडे पाहत युकावा कुत्सितपणे म्हणाला.

"यात कसलीच गुंतागुंत नाही. ज्या माणसाचा खून झाला आहे, तो विवाहित होता आणि योगायोगानं त्याचा खून झाला त्या वेळी तो त्याच्या पूर्वाश्रमीच्या पत्नीचा शोध घेत होता. त्यामुळे त्या रात्री ती कुठे होती त्याचा थांगपत्ता शोधून काढणं आम्हाला भागच आहे. बस्स. इतकंच."

"आणि तिच्याकडे ती त्या रात्री दुसरीकडे कुठे तरी गेली होती असं सांगणाऱ्या गोष्टी आहेत?"

"हीच तर खरी मेख आहे ना," कुसानागीनं डोकं खाजवलं.

"आता तुला तुझ्या निष्कर्षाची खात्रीच वाटत नसल्यासारखं दिसतंय," युकावा किटली घेण्यासाठी पुढे झुकत हसत म्हणाला. तिच्या तोटीतून वाफा बाहेर पडत होत्या. "सध्या तुम्हाला मी कॉफीत थोडीफार रुची घ्यायला लावू शकतो का?" युकावानं नाटकीपणानं वाक्यरचना करत विचारलं.

'प्लीज,' किशितानी झटकन मान डोलावत म्हणला.

''मी पुढे सांगतो,'' कुसानागी विचारात गढला. ''असं बघ, मला त्या रात्री त्या घरी नव्हत्या आणि इतर ठिकाणी होत्या या त्यांच्या कथेत काही तरी विचित्र गोष्ट आहे असं वाटतंय.''

''पण मला त्या खोटं बोलत आहेत असं वाटत नाही,'' किशितानी म्हणाला.

''कशाच्या आधारावर? आपण त्यांची कथा तपासून पाहणं अजून संपवलेलं नाही.''

''पण तुम्ही आताच आपल्या सरांना असं सांगितलं की, चित्रपटगृहात आणि रामेनमध्ये कोण कोण आलं होतं ते तपासणं अशक्य आहे. बरोबर?''

''नाही. मी अशक्य आहे असं म्हटलं नाही. मी जवळजवळ अशक्य आहे असं म्हटलं होतं.''

''अस्सं...' दोन हातात दोन कप घेऊन आलेला युकावा आता त्यांच्यात सहभागी झाला. ''मग या महिला, या संशयित असा दावा करत आहेत की, गुन्हा घडलेल्या वेळी त्या चित्रपट पाहत होत्या?'' त्याने एक कप किशितानीच्या हातात दिला.

'थँक्स,' किशितानी मान डोलवत म्हणाला. त्यानंतर कपाच्या कडेला धूळ असल्याचं पाहून त्याचे डोळे विस्फारले. ते बघून कुसानागीला त्याचं हसू आवरता आलं नाही.

''जर चित्रपटाला गेलो असं त्या म्हणत असतील तर त्याला पुराव्याच्या साहाय्यानं बळकटी आणणं कठीण आहे,'' युकावा खुर्चीत बसत म्हणला.

''पण त्यानंतर त्या कॅरिओकेला गेल्या होत्या. आम्ही तिथल्या कर्मचाऱ्याकडून त्या तिथे आल्या होत्या असं प्रतिज्ञापत्रावर लिहून घेतलं आहे,'' किशितानी काहीशा कर्कशपणे, तावातावानं बोलत म्हणाला.

''पण याचा अर्थ आपण चित्रपटाकडे दुर्लक्ष करावं असा होत नाही. त्यांनी कदाचित गुन्हा केला असेल आणि नंतर त्या कॅरिओकेला गेल्या असतील,'' कुसानागीनं आपल्या मुद्द्याकडे लक्ष वेधलं.

''पण दोघी हानाओका सात किंवा आठ वाजता चित्रपटाला गेल्या असतील, तर रात्रीच्या त्या आधीच्या वेळी त्याचा खून करून आणि फक्त तेवढंच नव्हे, तर त्याच्या अंगावरचे सगळे कपडे काढून घेऊन त्याचा

मृतदेह फेकून देण्याइतकं कुठलंही ठिकाण निर्मनुष्य असेल असं मला वाटत नाही.''

''मला ते मान्य आहे. पण तू त्यांना निर्दोष असल्याचं सर्टिफिकेट देण्याच्या आधी सगळ्या शक्यता तर पडताळून पाहिल्याच पाहिजेत.'' शिवाय त्या हेकेखोर मामियाचं समाधानही तुला करावंच लागेल, कुसानागीनं मनातल्या मनात आपल्या विचारांत या विचाराची भर घातली.

''तुमच्या चर्चेवरून मला असं समजतंय की, तुम्हाला खुनाची वेळ निश्चित करण्यात बहुधा यश आलंय, बरोबर?'' युकावानं विचारलं.

''ऑटॉप्सीतून खुनाची वेळ संध्याकाळी सात ते रात्री दहा असावी असं स्पष्ट झालंय,'' किशितानी म्हणाला.

''फारच छान. मग आता पुढे जाऊन त्या प्रकरणातील प्रत्येक अंतिम तपशील तपासून त्याचा गौप्यस्फोट केलाच पाहिजे. तसं का करू नये?'' कुसानागीनं गुरगुरल्यासारखं विचारलं.

''पण मला वाटतं की प्रोफेसर युकावा विभागाला मदत करत होते ना?''

''फक्त एखादं गूढ न उकलण्याइतकं भयंकर असतं तेव्हाच. या प्रकरणाच्या बाबतीत आपल्या लोकांना सोडून बाहेरच्या लोकांची मदत घेण्याची काही गरज आहे असं मला वाटत नाही.''

''मी फक्त एक नागरिक आहे. होय. पण मी या प्रयत्नांत सातत्यानं तुम्हाला करत असलेली मदत विसरू नका. आतासुद्धा मी तुमचं अनौपचारिक संभाषण पुढे नेण्यास तुम्हाला मदत केली की नाही?'' युकावा गमतीनं म्हणाला.

''मला तुझं बोलणं समजतंय. आम्ही इथून निघून जावं असं तुला वाटतंय,'' कुसानागी खुर्चीवरून उठून उभा राहत म्हणाला.

''नाही, थांब,'' युकावा म्हणाला. ''त्या संशयितांविषयी सांगतो...त्या चित्रपटाला गेल्या होत्या हे त्या सिद्ध करू शकतात का?''

''त्या चित्रपटाची कथा तिने व्यवस्थित सांगितली. पण अर्थात, त्यावरून ती चित्रपट बघायला कधी गेली होती, ती वेळ निश्चितपणे सांगता येत नाहीच.''

''त्यांच्याकडे चित्रपटगृहाच्या द्वारपालानं फाडलेली तिकिटं आहेत का?''

कुसानागीनं युकावाकडे पाहिलं. त्यांची नजरानजर झाली. ''त्यांच्याकडे ती आहेत.''

''ओह?आणि ते तुकडे कुठे आहेत?'' खिडकीतून येणाऱ्या प्रकाशामुळे युकावाच्या चश्म्याच्या काचा चकाकल्या.

कुसानागीनं धुसफुस केल्यासारखा आवाज काढला. ''तुला काय म्हणायचं आहे ते मला समजतंय. अशा प्रकारे तिकिटांचे तुकडे कोण जपून ठेवतं, बरोबर? माझ्यावर विश्वास ठेव, मलासुद्धा ही गोष्ट संशयास्पद वाटली असती. तिने जर स्वयंपाकघरातील टेबलचा ड्रॉवर ओढून ती लगेच बाहेर काढून दिली असती तर मला नक्कीच संशय आला असता.''

''म्हणजे ती नेमक्या एखाद्या ठिकाणी ठेवलेली नव्हती?''

''पहिल्यांदा तिने सांगितलं की, तिने ती फेकून दिली. पण ज्या वेळी तिने चित्रपटाच्या वेळी त्यांनी विकत घेतलेलं चित्रपटाची कथा थोडक्यात सांगणारं माहितीपत्रक काढलं त्या वेळी तिला त्याच्यात ती तिकिटं सापडली.''

''अरे वा, चित्रपट प्रोग्रॅम असा सुटकेला धावून आला काय, ही गोष्ट विश्वास ठेवण्याजोगी आहे,'' युकावानं पायावर पाय टाकला. ''त्या तिकिटांवरची तारीख खुनाच्या दिवशीचीच होती का?''

''अर्थातच. पण यातून काहीही अर्थ काढता येत नाही. त्यांनी तिकिटं काढली असतील, पण त्या कधीच चित्रपट पाहायला आत गेल्या नसतील किंवा त्यांनी तिथल्या कचऱ्यातून कोणी तरी फेकून दिलेली तिकिटं उचलली असतील.''

''पण ते काहीही असलं तरी याचा अर्थ त्या दिवशी त्या वेळी त्या चित्रपटागृहात किंवा निदान त्याच्या जवळ तरी गेल्या होत्या.''

''आम्हीही हाच विचार केला होता. म्हणूनच त्यांना पाहिलेलं कोणी तरी भेटेल म्हणून आम्ही आज सकाळपासून तो परिसर पिंजून काढला. दुर्दैवानं, त्या दिवशी रात्री तिकिटं विकणाऱ्या त्या मुलीची आज सुट्टी होती, त्यामुळे आम्हाला तिच्याशी बोलण्यासाठी तिच्या घरी जावं लागलं. ते इथून जवळच आहे, त्यामुळे मी तिथे जायचं असं ठरवलं.''

''पण त्या मुलीनं तुम्हाला फारसं महत्त्वाचं असं काहीच सांगितलेलं नाही, असं मला स्पष्ट दिसतंय,'' कुसानागीच्या चेहऱ्यावरचा खिन्न भाव बघून युकावा खिदळल्यासारखा हसत म्हणाला.

''दहा तारीख उलटून काही दिवस झाले आहेत आणि त्यामुळेच त्या दिवशी चित्रपटाला आलेल्या सगळ्यांचे चेहरे तिच्या लक्षात असतील अशी अपेक्षा करणंही चुकीचं आहे. मी निराश झालो नाही. यातून काही निष्पन्न होईल असं मला मुळातच वाटत नव्हतं आणि सध्या आम्ही साहाय्यक प्राध्यापक महाशयांचा बराच वेळ घेतला आहे असंही मला वाटतं. तेव्हा आता आम्ही निघतो,'' कुसानागी म्हणाला आणि त्याने किशितानीच्या पाठीवर थाप मारली. त्यामुळे कॉफीचा घोट त्याच्या घशातच अडकला आणि तो खोकला. त्यानंतर दोघंही दरवाजाच्या दिशेनं निघाले.

''थोडा थांब डिटेक्टिव्ह,'' युकावानं कुसानागीला हाक मारली. ''जर ही संशयितच तुझी खरी खुनी असेल तर तुझा वाईट काळ चाललाय.''

''म्हणजे तुला नेमकं काय म्हणायचं आहे?'' कुसानागीनं विचारलं.

''मी आताच म्हणालो त्याप्रमाणे सर्वसामान्य गुन्हेगार फाडून हातात ठेवण्यात आलेली तिकिटं गोळा करून कुठल्याही विश्वासार्ह ठिकाणी ठेवण्याचा विचार करत नाही. जर फक्त आपण गुन्ह्याच्या वेळी तिथे नव्हतोच, असं दाखवण्यासाठी ती तिकिटं विकत घेण्यात आली असतील तर तू येऊन त्यांच्याविषयी विचारशील म्हणून तिने त्या माहितीपत्रकात ती ठेवून दिली असतील. याचा अर्थ ती भयावह शत्रू आहे असा होतो.'' हे बोलत असताना युकावाच्या चेहऱ्यावरचं स्मित केव्हाच गायब झालं होतं.

कुसानागीनं मान डोलावली आणि त्या सूचनेवर तो विचार करू लागला. ''होय. मी ते लक्षात ठेवीन.'' तो म्हणाला. पुन्हा एकदा निरोप घेऊन तो निघालाच होता, तेवढ्यात काही तरी आठवल्यामुळे तो पुन्हा तिसऱ्यांदा मागे वळला. ''तुला माहीत आहे का, तुझा एक वर्गमित्र त्या संशयितेच्या घराच्या शेजारीच राहतो. तू तिथे शिकत असताना तो बहुधा तुझ्या पुढच्या वर्गात असावा.''

''पुढच्या वर्गात?'' युकावानं भुवया वक्र करत विचारलं.

''त्याचं नाव इशिगामी आहे. तो हायस्कूलमध्ये गणित शिकवतो. तो इम्पीरियल युनिव्हर्सिटीतून पदवीधर झाला आहे. कदाचित तुझ्या विभागातूनसुद्धा.''

'इशिगामी...' युकावा स्वतःशीच पुटपुटला. त्यानंतर चश्म्याच्या मागचे त्याचे डोळे एकदम विस्फारले. 'इशिगामी, द बुद्ध!'

''बुद्ध? हे आणखी काय?''

युकावानं त्याचा हात उचावून त्यांना थांबण्यास सांगितलं. त्यानंतर तो दुसऱ्या खोलीत निघून गेला. कुसानागी आणि किशितानी यांनी एकमेकांकडे उत्सुकतेनं आणि चौकसपणानं पाहिलं.

काही क्षणांनंतर तो प्राध्यापक बाहेर आला. त्याच्या हातात विद्यापीठाचं एक काळं फोल्डर होतं. त्याने ते उघडलं आणि एका पानाकडे निर्देश केला. ''हा इशिगामी का?'' त्याने विचारलं.

त्या पानावर अनेक छायाचित्रं होती. ते सगळे तरुण विद्यार्थी होते. त्या पानावर वरच्या बाजूला शीर्षक होतं, '३८व्या सत्रात पदव्युत्तर पदवी मिळवलेले विज्ञानाचे विद्यार्थी.'

युकावानं एका गोबऱ्या गालाच्या पदवीधर विद्यार्थ्याच्या छायाचित्राकडे निर्देश केला होता. छायाचित्रांमधील इतर विद्यार्थ्यांप्रमाणे हा विद्यार्थी स्मित करत नव्हता. त्याचे बारीक डोळे अगदी निष्क्रियपणे थेट समोर रोखून पाहात होते. त्या छायाचित्राखाली नाव होतं : 'तेत्सुया इशिगामी.'

''अरेच्चा, हाच तो,'' किशितानी म्हणाला. ''इथे तो खूपच तरुण दिसतोय, पण त्याच्या नजरेकडे बघितल्यानंतर त्याला ओळखण्यात चूक होणारच नाही.''

कुसानागीनं त्या माणसाचं डोकं एका बोटानं झाकलं आणि नंतर मान डोलवत तो म्हणाला, ''होय. हाच तो माणूस आहे. छायाचित्रात त्याच्या डोक्यावर इतके सगळे केस असल्यामुळे त्याला ओळखता आलं नाही. तू त्याला ओळखतोस का?''

''अरे, पण तो मला सीनियर वगैरे नव्हता. तो माझ्याच वर्गात होता. त्या वेळी विज्ञान विभागात मुख्य विषयानुसार दुसऱ्या वर्षापासून आम्ही वेगवेगळ्या वर्गांत बसत होतो. मी भौतिकशास्त्र घेतलं होतं आणि इशिगामीनं गणित घेतलं होतं,'' युकावानं ती फाईल बंद केली.

''अरे वा, म्हणजे हा माणूस आपल्याच वयाचा आहे तर, हं...''

''तो नेहमीच त्याच्या वयापेक्षा मोठा दिसत होता, अगदी तेव्हासुद्धा,'' युकावा खिदळल्यासारखा हसत म्हणाला. त्यानंतर त्याच्या चेहऱ्यावर आश्चर्य दिसू लागलं. ''शिक्षक? तो हायस्कूलमध्ये शिक्षक आहे असं तू मला सांगितलंस ना?''

''होय. तो राहतो तिथून जवळच असलेल्या हायस्कूलमध्ये तो शिकवतो आणि तो तिथल्या ज्युदो क्लबमध्येसुद्धा शिकवतो.''

''हं, हे ठीक आहे. तो अगदी लहानपणापासूनच ज्युदो शिकत होता हे मीसुद्धा ऐकलं होतं. मला वाटतं त्याचे आजोबा दोजो किंवा त्यासारखंच काही तरी चालवत होते. काही का असेना, पण तो हायस्कूलमध्ये शिकवतो याची तुला खात्री आहे ना?''

''होय. मला त्याची खात्री आहे.''

''पण ही गोष्ट अनपेक्षित आहे. पण मी तुझ्यावर विश्वास ठेवतो. मला त्याच्याविषयी काहीच समजलं नव्हतं, त्यामुळे मला वाटत होतं की, एखाद्या खासगी विद्यापीठात वगैरे तो संशोधनात गढून गेला असेल. ह्या...इशिगामी हायस्कूलमध्ये गणित शिकवतोय...कठीणच आहे!'' जुन्या आठवणीत रमून गेल्यामुळे युकावाचा आवाज अगदी हळुवार झाला होता.

''म्हणजे तेव्हा तो अगदी प्रसिद्ध होता का?'' किशितानीनं विचारलं.

युकावानं उसासा सोडला. ''मी कधीही अलौकिक बुद्धिमान हा शब्द सहजगत्या कोणासाठीही वापरत नाही, पण तो शब्द त्याला अगदी चपखल बसत होता. पन्नास किंवा अगदी शंभर वर्षांतसुद्धा तुम्हाला कधी तरी इतक्या अलौकिक बुद्धिमत्तेचा विद्यार्थी सापडतो, असं आमचे एक प्राध्यापक म्हणत असत. आम्ही वेगवेगळ्या विभागांत काम करत असलो तरी त्याच्या बुद्धिमत्तेचे किस्से सतत ऐकायला मिळत. त्याला संगणकाची गरजच नव्हती. तो स्वतःला प्रयोगशाळेत कोंडून घेत असे आणि पेन्सिलीनं कागदावर गणिताच्या समस्या म्हणजेच प्रॉब्लेम्स सोडवत रात्र-रात्रभर जागत बसत असे. तुम्हाला तो दिसत असे त्या वेळी फक्त त्याचा पाठीचा भाग दिसत असे आणि तो डेस्कसमोर शांतपणे बसलेला असे. म्हणून तर त्याला 'बुद्ध' असं टोपण नाव मिळालं होतं आणि अर्थातच त्या नावात आदरही होताच.''

कुसानागीनं मान डोलावली. युकावानं त्याच्यापेक्षाही एखाद्या बुद्धिमान व्यक्तीविषयी बोलताना ऐकणं ही एक नेहमीच्या तुलनेत खूपच वेगळी गोष्ट होती. त्या डिटेक्टिव्हला त्याचा मित्रच विलक्षण बुद्धिमत्तेचा आहे असं वाटत होतं, पण त्याच्या लक्षात आलं होतं की, ज्या वेळी तुम्ही स्वतःला सर्वोच्च स्थानी असल्याचं समजता, त्या वेळी तुमच्याहूनही आणखी उच्च स्थानी दुसरं कोणी तरी असतंच.

''पण इतक्या अलौकिक बुद्धिमत्तेची देणगी लाभलेल्या विद्यार्थ्याला विद्यापीठ आपोआपच आपल्याकडे घेत नाही का?'' किशितानीनं विचारलं.

''अगदी विद्यापीठातसुद्धा सगळ्या प्रकारचे लोक असतात,'' युकावा पुटपुटला. त्याचा आवाज काहीसा गोंधळल्यासारखा वाटत होता. जुने मित्र जगात काय करत आहेत याची काळजी करण्यात त्याचा मित्र इतका वेळ घालवत होता ही गोष्टच कुसानागीच्या विचारांच्या पलीकडची होती.

तेवढ्यात पुन्हा एकदा भानावर आल्याप्रमाणे युकावानं विचारलं, ''त्याचं कसं काय चाललंय? तो चांगला दिसत होता ना?''

''ते सांगता येणार नाही. पण तो निदान आजारी तरी दिसत नव्हता. आम्ही त्याच्याशी थोडंसं बोललो, पण त्याला हाताळणं आम्हाला कठीण वाटलं. कदाचित तो कोणाशी मिळून मिसळून वागणारा नसावा...''

''बुद्धाचे विचार आणि मन कोणालाही समजू शकत नाही,'' युकावा म्हणाला आणि खिदळल्यासारखा हसला.

''अगदी असंच होतं. सहसा डिटेक्टिव्ह चौकशी करायला आले की लोक चकित होतात, गोंधळून जातात किंवा निदान कुठली ना कुठली प्रतिक्रिया तरी व्यक्त करतात. पण तो जणू काही दगडी पुतळा असल्यासारखा स्थितप्रज्ञ होता. कुठल्याही बाह्य गोष्टीला प्रतिसाद देण्याची त्याला गरजच वाटत नसावी असं दिसत होतं.''

''त्याला गणिताशिवाय इतर कशातच रुची नाही. अर्थातच त्याला कशाचंही आकर्षण वाटत नाही, असं नाही. तो त्याच्या पद्धतीनं अतिशय चांगला माणूस आहे. ऐक ना. तू मला त्याचा पत्ता सांगू शकशील का? एखाद्या दिवशी वेळ मिळाला की, मला त्याच्याकडे जायला आवडेल.''

''तू आणि सामाजिक संबंधासाठी वेळ काढणार? आता ही गोष्ट खरंच वेगळी आहे हं.''

कुसानागीनं त्याची वही बाहेर काढली आणि युकावाला इशिगामीच्या अपार्टमेंटचा पत्ता लिहून दिला. यासुको हानाओका राहत असलेल्या इमारतीचाच तो पत्ता होता. युकावानं तो लिहून घेतला. अशा प्रकारे अनपेक्षितपणे संपर्क साधता येणार असल्यामुळे त्याला आनंद झाल्याचं दिसत होतं. त्याने पुन्हा त्या खून प्रकरणाचा उल्लेखसुद्धा केला नाही.

संध्याकाळी ६.२८ वाजता हानाओका तिच्या सायकलवरून घरी परतल्याचं इशिगामीनं त्याच्या अपार्टमेंटच्या खिडकीतून पाहिलं. त्याच्या समोरच्या डेस्कवर कागदांचा ढिगारा पसरला होता आणि त्या प्रत्येक कागदावर गणिती सूत्रं होती. शाळेतून परतल्यानंतर रोजच तो त्या सूत्रांशी दोन हात करत तिथे बसत असे. त्या दिवशी ज्युदोचा सराव नसल्यामुळे तो लवकर घरी परतला होता, पण तरीसुद्धा त्याला फारशी प्रगती करता आली नव्हती. खरं तर गेल्या अनेक दिवसांपासून त्याला त्याच्या त्या गणिती कामांमध्ये जास्त प्रगती करता आलीच नव्हती. तो फक्त त्याच्या शेजारच्या खोलीतील आवाजांची चाहूल ऐकत खोलीत बसला होता. ते डिटेक्टिव्ह कधीही परत येतील अशी धाकधूक त्याला वाटत होती.

ते आदल्या रात्रीच पुन्हा एकदा तिथे आले होते. इशिगामीच्या अपार्टमेंटमध्ये आलेलेच ते दोघे होते. त्या ज्येष्ठ अधिकाऱ्याच्या बॅजवर त्याने त्याचं नाव वाचलं होतं. कुसानागी असं ते नाव वाचल्याचं त्याला आठवत होतं.

अपेक्षेप्रमाणेच चित्रपटगृहात ती गेली होती याचा पुरावा तिच्याकडे होता का ते तपासण्यासाठी ते तिच्याकडे आले होते, असं यासुकोनं त्याला सांगितलं होतं. त्या दिवशी एखादी संस्मरणीय गोष्ट घडली होती का, तिला जाता-येता रस्त्यात किंवा अगदी चित्रपटगृहात कोणी भेटलं होतं का असंही त्यांनी तिला विचारलं होतं. तिच्याकडे ती द्वारपालानं अर्धी फाडून परत दिलेली तिकिटं असण्याची शक्यता होती का, असंही त्यांनी तिला विचारलं होतं. तिने चित्रपट पाहायला गेल्यानंतर काही विकत घेतलं होतं का? तिच्याकडे कसल्या पावत्या होत्या का? तो चित्रपट कशाविषयी होता? त्यातला मुख्य अभिनेता कोण होता?

कॅरिओके बॉक्सविषयी त्यांनी काहीही विचारलं नव्हतं, याचा अर्थ त्यांनी तिकडे आधीच चौकशी केली होती. अर्थातच तिने सांगितलेल्या कहाणीचा तो भाग त्यांनी तपासला होता. असं होईल याची त्याला खात्री असल्यामुळेच इशिगामीनं हा भाग निवडला होता.

इशिगामीनं दिलेल्या सूचनेनुसार यासुकोनं त्या डिटेक्टिव्हना तिने फाडलेल्या तिकिटांचा तो भाग आणि त्याबरोबरच त्या कार्यक्रमाची पावती दाखवली होती, असं यासुकोनं त्याला सांगितलं होतं. त्या चित्रपटाची

मध्यवर्ती कल्पना सांगण्याखेरीज तिने पोलिसांना इतर काहीही सांगितलं नव्हतं. ती कोणालाही भेटली नव्हती, तिला कोणीही दिसलं नव्हतं. इतर कुठलीही लक्षात राहण्याजोगी गोष्ट घडली नव्हती आणि नेहमीपेक्षा वेगळं काहीही झाल्याचं तिला आठवत नव्हतं. इशिगामीनंच तिला हे सगळं सांगायला सांगितलं होतं.

डिटेक्टिव्ह वरवर पाहता समाधान झाल्यासारखे तिथून निघून गेले होते, पण त्यांनी ते सारं खरोखरच सोडून दिलं असावं असं त्याला वाटत नव्हतं. चित्रपटाची तिकिटं तपासायला ते पुन्हा परत आले होते याचा अर्थ त्यांच्याकडे यासुकोविषयी संशय घेण्याइतका पुरेसा पुरावा होता. इशिगामीला ती माहिती नेमकी काय असावी याचं आश्चर्य वाटत होतं.

तो उठला आणि त्याने त्याचं जाकीट घेतलं. टेलीफोन कार्ड, पाकीट आणि खोलीची चावी या गोष्टी घेऊन तो अपार्टमेंटच्या बाहेर पडला.

तो पायऱ्यांवर असतानाच त्याला खालून कोणी तरी वर येत असल्याचा पावलांचा आवाज ऐकू आला. त्याने आपली गती कमी केली आणि नजर खाली झुकवली.

ती यासुको होती. त्या वेळी तिचं त्याच्याकडे लक्ष नसावं असं दिसत होतं. ते एकमेकांच्या बाजूनं जात असताना तिची पावलं थबकली. तिने त्याच्याकडे पाहिलं. फक्त स्वतःच्या पावलांकडे नजर ठेवूनही त्याच्या लक्षात आलं होतं की, तिला त्याच्याशी काही तरी बोलायचं होतं.

इशिगामी पहिल्यांदा बोलला, 'गुड इव्हिनिंग.'

इतर कोणीही भेटल्यानंतर तो जसा बोलला असता तसंच तिच्याशी बोलण्याचा त्याने प्रयत्न केला. त्याचा आवाज शांत होता आणि हळू होता. त्याने नजरेला नजर भिडवली नव्हती किंवा त्याच्या चालण्याचा वेगही मंदावला नव्हता. यासुकोच्या बाजूनं तो तसाच काहीही न बोलता पायऱ्यांवरून खाली उतरला.

पोलिसांनी कदाचित त्यांच्यावर पाळत ठेवली असेल आणि त्यामुळे ज्या ज्या वेळी त्यांची भेट होईल, त्या त्या वेळी त्यांनी आपण फक्त शेजारी असल्याप्रमाणेच वागलं पाहिजे, त्याहून अधिक पातळीवरचे संबंध असल्याचं दिसता कामा नये, ही इशिगामीन तिलां दिलेली आणखी एक सूचना होती. यासुको वर चढता चढता क्षणभर थबकली, पण नंतर त्याने

दिलेली सूचना तिच्या लक्षात आली असावी. तीही त्याला हळू आवाजात 'गुड इव्हिनिंग' म्हणाली आणि त्यानंतर एकही शब्द न बोलता तशीच पायऱ्या चढून वर गेली.

पार्कमध्ये गेल्यानंतर इशिगामी झटपट फोनजवळ गेला. त्याने रिसीव्हर उचलून टेलिफोन कार्ड आत सरकवलं. सुमारे तीस मीटर अंतरावर एक छोटंसं दुकान होतं. रात्र होत आल्यामुळे मालक ते दुकान बंद करत होता. त्याला वगळता इतर कोणीही तिथे जवळपास नव्हतं.

''हं, मीच बोलतेय,'' झटकन फोन उचलत यासुको म्हणाली. तिचा आवाज इशिगामी आता फोन करणार आहे हे माहीत असल्यासारखा येत होता. त्यामुळे कसा कोण जाणे, पण त्याला आनंद झाला.

''सांगण्यासारखं काही वेगळं घडलंय का?''

''अं, होय. आज तो डिटेक्टिव्ह खानावळीत आला होता.''

''बेन्तेन तेमध्ये?''

'होय.'

''या वेळी त्याने काय विचारलं?''

''तोगाशी कधी तिथे आला होता का, असं त्यांनी विचारलं.''

''मी नाही असं सांगितलं. तो तिथे कधीच आला नव्हता असं मी त्यांना सांगितलं. कदाचित मी तिथे नसताना तो एखाद्या वेळी तिथे येऊन गेला असेल असं त्यांनी म्हटलं आणि नंतर तो मालकाशी बोलण्यासाठी आत निघून गेला. मालकानं मला सांगितलं की, त्या डिटेक्टिव्हनं तोगाशीचं छायाचित्र दाखवून त्याच्याविषयी त्याच्याकडे चौकशी केली. मला वाटतं की, त्यांना माझा संशय आला आहे.''

''याची आपल्याला अपेक्षा नव्हती, असं नाही. यात घाबरण्यासारखं काहीच नाहीच. डिटेक्टिव्हनी एवढंच विचारलं होतं का?''

''नाही. त्याने मी आधी काम करत असलेल्या क्लबविषयी मला विचारलं. तो किन्शिचोमधील एक बार होता. मी तिथल्या लोकांच्या संपर्कात आहे का ते त्याला हवं होतं. तुम्ही सांगितलं होतं त्याप्रमाणे मी त्याला नाही असंच सांगितलं. त्यानंतर मी कुठे काम करत होते हे त्यांना का हवं होतं असं मी त्याला विचारलं. त्यावर त्याने मला सांगितलं की, तोगाशी अलीकडेच तिथे गेला होता.''

''अं, होय. अर्थातच,'' इशिगामीनं मान डोलावली. त्याने कानावर रिसीव्हर दाबून धरला होता. ''याचा अर्थ तोगाशी तुमच्या जुन्या कामाच्या ठिकाणी तुमची चौकशी करण्यासाठी गेला होता तर,'' तो म्हणाला.

''तसं दिसतंय खरं, तिथेच त्याने बेन्तेन तेविषयी काही तरी ऐकलं असावं,'' त्या डिटेक्टिव्हनं असं सांगितलं की, ज्या अर्थी तोगाशी तुमच्या शोधार्थ क्लबमध्ये गेला होता, त्या अर्थी त्यानंतर त्याने बेन्तेन तेमध्ये येणं स्वाभाविक होतं. मी त्याला असं सांगितलं की, ही गोष्ट खरी आहे असं मानलं तरी तो इकडे आला नव्हता, त्यामुळे मी तुम्हाला कसलीच मदत करू शकत नाही.''

इशिगामीच्या नजरेसमोर कुसानागी नावाच्या डिटेक्टिव्हचा चेहरा आला. तो देखणा माणूस होता. हळुवार बोलणारा होता आणि फार जबरदस्तीनं वागणारा-बोलणारा नव्हता. पण तो खुनाच्या प्रकरणाची चौकशी करणारा डिटेक्टिव्ह होता, याचा अर्थ त्याच्याकडे माहिती गोळा करण्याचं तितकं कौशल्य नक्कीच असलं पाहिजे. तो साक्षीदाराला घाबरवून सोडून सगळ्या खऱ्या गोष्टी भराभरा सांगून टाकायला भाग पाडणाऱ्यांपैकी नव्हता. पण तो त्यांच्याकडून हळूहळू आपोआपच सत्य वदवून घेणाऱ्यांपैकी होता. त्याने इशिगामीच्या पत्रव्यवहारामध्ये इम्पीरिअल युनिव्हर्सिटीकडून आलेलं पत्र पाहिलं होतं, याचा अर्थ तो उत्तम निरीक्षकही असलाच पाहिजे. त्यामुळेच कुसानागीपासून सावध राहण्याची गरज असल्याचंही त्याच्या लक्षात आलं.

''त्यांनी तुम्हाला आणखी कशाविषयी विचारलं का?''

''नाही. त्यांनी मला फक्त तेवढंच विचारलं. पण मिसातो...''

इशिगामीची रिसीव्हरवरची पकड एकदम घट्ट झाली. ''ते तिच्या शाळेत गेले होते का?''

''होय. मला ते फक्त ऐकूनच माहीत आहे. ती क्लासनंतर शाळेतून घरी परत येत असताना ते तिला भेटले. मला वाटतं की, ते इथे आलेलेच दोन डिटेक्टिव्ह असावेत.''

''मिसातो आता तिथे आहे का?''

''एक मिनिट थांबा.''

मिसातोनं लगेच फोन घेतला. ती नक्कीच तिच्या आईशेजारी उभी असावी. 'हॅलो!'

''त्या डिटेक्टिव्हनी तुला काय विचारलं?''

''त्यांनी मला छायाचित्र दाखवलं आणि तो माणूस अपार्टमेंटमध्ये आला होता का, असं विचारलं.''

''तोगाशी. तो आला नव्हता असं तू सांगितलंस, बरोबर?''

'होय.'

''त्यांना आणखी काय माहिती हवी होती?''

''त्यांना चित्रपटाविषयीची माहिती हवी होती. मी खरोखरच दहा तारखेला चित्रपट पाहायला गेले होते की नाही ते त्यांना हवं होतं. आम्ही कदाचित दुसऱ्या तारखेलाच गेलो असू आणि माझ्या सांगण्यात चूक होत असेल असं त्यांनी म्हटलं. पण मी म्हटलं की, आम्ही त्याच तारखेला गेलो होतो.''

''त्यावर त्या डिटेक्टिव्हनी काय म्हटलं?''

''माझ्या एखाद्या मित्रमैत्रिणीशी मी त्या चित्रपटाविषयी बोलले होते का, किंवा टेक्स्ट मेसेज केला होता का, असं त्यांनी विचारलं.''

'मग?'

''मी कोणालाही टेक्स्ट केला नव्हता, पण माझ्या एका मैत्रिणीला मी सांगितलं होतं असं मी त्यांना सांगितलं. माझ्या कुठल्या मैत्रिणीला मी ते सांगितलं ते त्यांना हवं होतं.''

''तू त्यांना त्यांची नावं सांगितलीस का?''

''मी त्यांना फक्त मिकाचं नाव सांगितलं.''

''बारा तारखेला तू त्या चित्रपटाविषयी ज्या मुलीला सांगितलं होतंस तीच ही मुलगी ना?''

''होय. बरोबर आहे.''

''छान. तू चांगलं वागलीस. त्या डिटेक्टिव्हना आणखी काही हवं होतं का?''

''नाही. फारसं काही नाही. त्यांना फक्त मला शाळा आवडते का, माझा बॅडमिंटनचा सराव कसा चाललाय अशा प्रकारच्या किरकोळ गोष्टी हव्या होत्या. मी बॅडमिंटन टीममध्ये आहे हे त्यांना कसं काय समजलं याचं मला आश्चर्य वाटलं. माझ्या बरोबर त्या दिवशी तर माझं रॅकेटही नव्हतं.''

हानाओकाच्या अपार्टमेंटमध्ये गेलेले असताना कुसानागीनं ते रॅकेट बघितलं असावं हे इशिगामीच्या लक्षात आलं. हा डिटेक्टिव्ह भयावह होत चालला होता.

यासुकोनं पुन्हा फोन घेतला आणि तिने विचारलं, ''आता आम्ही काय केलं पाहिजे?'' तिचा आवाज अगदी क्षीण झाल्यासारखा वाटत होता.

''सध्या तरी काहीच नाही. सध्या तरी कसलीच अडचण दिसत नाही,'' इशिगामी ठामपणे म्हणाला. त्याला तिला दिलासा द्यायचा होता. ''सगळ्या गोष्टी माझ्या अंदाजाप्रमाणेच सुरू आहेत. ते डिटेक्टिव्ह पुन्हा एकदा लवकरच येतील असं मला वाटतं. फक्त माझ्या सूचना पाळा, मग सारं काही ठीक होईल,'' तो पुढे म्हणाला.

''थँक यू, श्री इशिगामी...तुमच्याशिवाय कोणाकडेच मला या संदर्भात मदतीसाठी जाता येत नाही, हे तुम्हालाही माहीत आहेच.''

''ते ठीक आहे. गुड लक. हे सगळं लवकरच संपेल. मी उद्या पुन्हा तुमच्याशी बोलेन.''

इशिगामीनं फोन ठेवला. त्यानं फोन कार्ड काढून घेतलं. तो अखेरीस जे बोलला होता त्याविषयी आधीच त्याला वाईट वाटत होतं. त्याने लवकरच सारं काही संपेल असं तिला म्हणायला नको होतं. हे 'लवकरच' किती लांबलं असतं? अशा प्रकारे ज्या गोष्टी नेमकेपणानं सांगता येत नाहीत त्याविषयी त्याने बोलता कामा नये, असं त्याने स्वतःलाच बजावलं.

पण त्याच्या योजनेप्रमाणंच घटना घडत होत्या हे खरंच होतं. तोगाशी यासुकोला शोधत होता हे अखेरीस त्यांना समजेल हे त्याला माहीत होतं. म्हणूनच इशिगामीनं त्या तारखेला त्या बाहेर असल्याचे पुरावे जमा करण्यास त्यांना सांगितलं होतं. पोलीस त्या पुराव्यांविषयी विचारतील हेही त्याला माहीत होतं.

शिवाय पोलीस मिसातोशी संपर्क साधतील हेही त्याला माहीत होतं. या साखळीतील ती कच्चा दुवा असेल असं त्यांना नक्कीच वाटलं असावं. कुठलाही साक्षीदार नसला तरी गुन्हेगारानं तयार केलेला अशा प्रकारचा पुरावा खोटा असल्याचं सिद्ध करणारा हा दुवा असेल असा त्यांचा अंदाज असावा. इशिगामीनं असं घडू नये यासाठी विचारपूर्वक अनेक पावलं उचलली होती, पण आता त्याला असं वाटत होतं की, त्याने पुन्हा एकदा

सगळ्या गोष्टींचा आढावा घेण्याची गरज होती. त्याने एखाद्या गोष्टीकडे दुर्लक्ष तर केलं नव्हतं ना किंवा त्याचं चुकून दुर्लक्ष तर झालं नव्हतं ना हे तपासण्याची गरज होती.

इशिगामी त्याच्या अपार्टमेंटमध्ये परत आला. त्याच्या अपार्टमेंटच्या दरवाजासमोर कोण उभं होतं, हे पाहण्याची त्याला मोठीच आतुरता लागून राहिली होती. पातळ, काळं जाकीट घातलेली अपरिचित दिसणारी एक व्यक्ती त्याच्या अपार्टमेंटसमोर उभी होती. इशिगामी पायऱ्यांवरून वर येत असताना त्याच्या पावलांचा आवाज त्या व्यक्तीने नक्कीच ऐकला असावा, कारण तो जिन्याच्या दिशेला वळला होता. वायरनी कानाला अडकवलेल्या त्याच्या चश्म्याच्या कडा चमकल्या.

पहिल्यांदा इशिगामीला तो आणखी एक डिटेक्टिव्ह असावा असं वाटलं होतं. पण त्यानंतर त्याच्या लक्षात आलं की, नाही; तो अंदाज बांधण्यात चुकला होता. त्या माणसाचे शूज अगदी नवे कोरे वाटावेत इतक्या चांगल्या स्थितीत होते.

तो सावधपणे जवळ गेला. तो जवळ आल्यावर त्या माणसानं म्हटलं, 'इशिगामी...'

इशिगामीनं त्या अनोळखी व्यक्तीच्या चेहऱ्याकडे पाहिलं. ती व्यक्ती स्मित करत होती. इशिगामीला लगेच ते स्मित आठवलं.

इशिगामीनं एक दीर्घ श्वास घेतला आणि वीस वर्षांपूर्वीच्या स्मृती पुन्हा एकदा त्याच्या मनात लख्खपणे निर्माण झाल्यामुळे त्याचे डोळे एकदम विस्फारले.

'मानाबु युकावा!' तो म्हणाला.

सहा

नेहमीप्रमाणेच त्या दिवशीही वर्गात तसा शुकशुकाटच होता. सुमारे शंभर मुलं बसू शकतील इतका तो वर्ग मोठा असला तरी त्या वेळी जेमतेम वीस मुलंच होती. त्यांच्यापैकी बहुतेक मुलं मागच्या बाकांवर बसली होती. त्यामुळे हजेरीनंतर त्यांना पळून जाता आलं असतं किंवा व्याख्यान सुरू असताना मागे बसून काही गमतीजमती करणं शक्य झालं असतं.

पदवीधर होण्याची इच्छा बाळगणाऱ्या अगदी थोड्याच जणांना गणितज्ञ होण्याची इच्छा होती. खरं तर इशिगामी हा बहुधा तशी इच्छा असलेला संपूर्ण वर्गातील एकुलता एक विद्यार्थी असावा. शिवाय ॲप्लाइड फिजिक्सच्या ऐतिहासिक पार्श्वभूमीवरच्या व्याख्यानांचा समावेश असलेला हा अभ्यासक्रम फारसा लोकप्रिय नव्हताच.

अगदी इशिगामीलाही या व्याख्यानांमध्ये स्वारस्य नव्हतं. पण तरीही तो पुढच्या रांगेतील डाव्या बाजूच्या दुसऱ्या खुर्चीत बसला होता. सहसा प्रत्येक वर्गात प्रत्येक व्याख्यानाला तो याच स्थानावर किंवा त्याच्या अगदी जवळच्या खुर्च्यांमध्येच बसत असे. त्यामुळे आपल्याला वस्तुनिष्ठता सांभाळता येते, असं त्याचं म्हणणं होतं. अगदी अतिशय बुद्धिमान प्राध्यापकसुद्धा काही वेळा अडखळत असत किंवा एखादी चुकीची गोष्ट बोलत असत, अशा वेळी तो ती गोष्ट गाळून आपल्याला हवं ते घेऊ शकत असे.

सहसा वर्गाचा पुढचा भाग नेहमीच मोकळा असे. पण त्या विशिष्ट दिवशी कोणी तरी त्याच्या अगदी मागच्याच बाकावर बसलं होतं.

इशिगामीनं त्याच्याकडे लक्ष दिलं नव्हतं. व्याख्यान सुरू होण्याच्या आधी त्याला काही महत्त्वाच्या गोष्टी करायच्या होत्या. त्याने वही काढली आणि सूत्रं खरडायला सुरुवात केली.

''वा, वा! मी ॲरदुशसारखी निष्ठा असलेल्या माणसाला पाहतोय,'' पाठीमागून एक आवाज आला.

पहिल्यांदा हे विधान त्यालाच उद्देशून करण्यात आलं आहे, हे इशिगामीला समजलं नाही. पण क्षणभरानंतर त्या शब्दांचा अर्थ त्याच्या लक्षात आला आणि त्याचं लक्ष त्याच्या कामातून उडालं. त्याला संभाषण करण्याची इच्छा होती म्हणून नव्हे, तर त्याच्याप्रमाणेच कोणी तरी ॲरदुशचं नाव घेतलं होतं म्हणून त्याला आश्चर्य वाटलं होतं. त्याने मागे वळून पाहिलं.

तो त्याच्या बरोबरच शिकत असलेला विद्यार्थी होता. त्याने खांद्यापर्यंत केस राखले होते. गालावर एक हात ठेवून तो त्याच्याकडे पाहत होता आणि त्याचा शर्ट मानेजवळ खुला होता. इशिगामीनं त्याला आधीही पाहिलं होतं. तो भौतिकशास्त्र हा मुख्य विषय घेतलेला विद्यार्थी होता, पण त्या पलीकडे इशिगामीला त्याच्याविषयी काहीही माहीत नव्हतं.

आता जे वाक्य बोलला होता, तो नक्कीच हा विद्यार्थी नव्हता, असा विचार इशिगामीनं केला. तेवढ्यात त्या लांब केसवाल्या आणि अजूनही हातावर गाल टेकवून बसलेल्या त्या विद्यार्थ्यानं शेरा मारला, ''फक्त पेन्सिल आणि कागद यांच्या साहाय्यानं या गणिती समस्येवर काम करून तू तुझ्या मर्यादा फारच ताणत आहेस असं मला वाटतं. अर्थातच तसा प्रयत्न करत असलास तर तुझं स्वागतच आहे. यातूनही काही तरी निघेल.''

इशिगामीनं काही क्षणांपूर्वी ऐकलेला आवाज हाच होता हे लक्षात आल्यावर इशिगामी आश्चर्यचकित झाला. ''मी काय करतोय ते तुला माहीत आहे का?''

''सॉरी, मी फक्त आता पाठीमागून डोकावून बघितलं. मला खरं तर असं चोरून बघायचं नव्हतं,'' त्याने उत्तर दिलं.

इशिगामीची नजर पुन्हा त्याच्या वहीकडे वळली. त्याने काही सूत्रं लिहिली होती, पण तो तर गणिती समस्या सोडवण्याच्या प्रयत्नांमधील एक भाग होता. समस्या सोडवण्याची ती सुरुवात होती. फक्त एवढ्यावरूनच जर

या मुलाला तो काय करत होता ते माहीत असेल तर त्याने स्वतःसुद्धा या समस्येवर काम केलंच असणार, असा विचार इशिगामीच्या मनात आला.

''तूसुद्धा यावर काम केलंयस का?'' इशिगामीनं विचारलं.

त्या लांब केसवाल्या विद्यार्थ्यानं त्याचा हात तसाच डेस्कवरून खाली पडू दिला. तो खिदळल्यासारखा हसला आणि खांदे उडवत तो म्हणाला, ''नाही रे बाबा, मी कुठलीही अनावश्यक गोष्ट करून पाहण्याचा प्रयत्न करणं टाळतो. मी भौतिकशास्त्राचा विद्यार्थी आहे हे तुला माहीत आहे. तुम्ही गणितज्ञ जे सिद्धान्त सिद्ध करता, त्यांचा आम्ही फक्त वापर करतो. हे सिद्ध करण्याचं काम मी तुझ्यावर सोपवतो.''

''पण हे काय आहे, याचा काय अर्थ आहे ते तुला समजतं ना?'' इशिगामीनं त्याच्या वहीतील पानाकडे निर्देश करत विचारलं.

''होय. कारण हा सिद्धान्त आधीच सिद्ध करण्यात आला आहे. कुठला सिद्धान्त सिद्ध झाला आहे आणि कुठला झालेला नाही ते बघण्यात काहीच गैर नाही,'' इशिगामीच्या नजरेला स्थिरपणानं नजर भिडवत तो म्हणाला. ''ही चार-रंगी समस्या? ही सोडवली गेलेय. तुम्ही कोणताही नकाशा फक्त चार रंगांनी रंगवू शकता.''

''नाही. कुठलाही नकाशा नाही.''

''हं, बरोबर आहे. त्याला काही अटी आहेत. तो सपाट आकारावरचा किंवा जगाच्या नकाशासारखा गोलाकार नकाशा असला पाहिजे.''

गणितातील हा सगळ्यांत प्रसिद्ध प्रॉब्लेम होता. तो १८७९ मध्ये आर्थर केली यानं पहिल्यांदा कागदावरील छपाईत वापरला होता. त्याने असा प्रश्न विचारला होता की, एकमेकांना लागून असलेले कोणतेही दोन देश एकाच रंगात रंगवलेले नसावेत असा निकष असेल तर कुठल्याही नकाशावरचे लगतचे देश रंगवण्यासाठी चार रंग पुरेसे आहेत का? आता हे सिद्ध करण्यासाठी कोणालाही फक्त एकच गोष्ट करावी लागणार होती. ती म्हणजे चार रंग पुरेसे आहेत हे सिद्ध करावं लागणार होतं किंवा अशा प्रकारचं विभाजन अशक्य असलेला नकाशा सादर करावा लागणार होता. या प्रक्रियेसाठी सुमारे शंभर वर्षांचा कालावधी लागला. अंतिम पुरावा हा युनिव्हर्सिटी ऑफ इलिनॉईसच्या केनेथ ॲपल आणि वोल्फगँग हाकेन या दोन गणितज्ञांनी दिला. त्यांनी हे सिद्ध करण्यासाठी संगणकाचा वापर केला. सगळे नकाशे हे सुमारे १५० मूलभूत नकाशांमधील काही बदलांवर

आधारित असतात आणि त्या सगळ्यांना चार रंगांमध्ये रंगवणं शक्य असतं हे त्यांनी दाखवून दिलं.''

ही गोष्ट १९७६ मध्ये झाली होती.

''पण हा फारसा पटणारा पुरावा आहे असं मला वाटत नाही,'' इशिगामी म्हणाला.

''अर्थातच तुला पटणार नाहीच. म्हणून तर तू ही समस्या कागद आणि पेन्सिल वापरून सोडवण्याचा प्रयत्न करतोयस.''

''त्यांनी ज्या पद्धतीनं हे सिद्ध केलं आहे ते हातानं करण्यासाठी कोणालाही खूप दीर्घ काळ लागेल. म्हणूनच त्यांनी संगणकाचा वापर केला. पण त्यांचा पुरावा अचूक आहे का हे निःसंशयपणे ठरवणं हे त्यामुळेच अशक्य आहे. जर तुम्हाला तपासणी करण्यासाठी संगणकाचा वापर करावा लागला, तर ते खरं गणितच नसतं.''

''म्हणूनच तर मी ॲरदुशसारखी निष्ठा असलेला असं म्हटलं ना!'' त्या लांब केसांच्या मुलानं हसत म्हटलं.

पॉल ॲरदुश हा हंगेरियात जन्मलेला गणितज्ञ होता आणि जगप्रवासासाठी व इतर गणितज्ञांसोबत संशोधन करण्यासाठी तो प्रसिद्ध होता. तो जिथे जिथे गेला, तिथल्या गणितज्ञांसोबत त्याने संशोधन केलं. ज्या सिद्धांतांना स्पष्ट नैसर्गिकरीत्या सुसंस्कृत पुराव्यानं सिद्ध करता येतं तेच सिद्धान्त उत्तम असतात यावर त्याचा विश्वास होता. ॲपल आणि हाकेन यांचं चार रंगांच्या सिद्धांतावरचं काम कदाचित अचूक असू शकेल हे त्याला मान्य असलं तरीही त्या पुराव्यात सौंदर्याचा अभाव असल्यामुळे त्याने त्याला कमी लेखलं.

आपल्या आत्म्यात त्या संशोधकानं घर केलं असावं असं इशिगामीलाही वाटत होतं.

''एके दिवशी माझ्या एका प्राध्यापकाकडे मी आकड्यांच्या विश्लेषणाशी संबंधित असलेला परीक्षेतील एक प्रॉब्लेम घेऊन गेलो होतो,'' तो विद्यार्थी विषय बदलत म्हणाला. ''ती समस्या त्या प्रॉब्लेमच्या संदर्भातील नव्हती. त्याचं उत्तर फारसं उचित नव्हतं ही त्यातली खरी समस्या होती. मला संशय होता त्याप्रमाणे त्यांनी टाइप करताना ती चूक केली होती. दुसराही एक विद्यार्थी त्यांच्याकडे तीच समस्या घेऊन आधी आला होता, हे ऐकल्यामुळे मला आश्चर्य वाटलं होतं. खरं सांगायचं झालं तर

मी काहीसा निराश झालो होतो. तो प्रॉब्लेम खऱ्या अर्थानं सोडवणारा फक्त मीच एकमेव होतो असं मला वाटलं होतं.''

''हां हां, ते होय? त्यात फारसं....'' इशिगामीनं बोलायला सुरुवात केली होती, पण तो लगेच बोलता बोलता थांबला.

''–त्यात काहीच खास नाही?'' त्या दुसऱ्या विद्यार्थ्यानं इशिगामीनं अर्धवट सोडलेलं वाक्य पूर्ण केलं. ''इशिगामीसारख्या विद्यार्थ्यासाठी तर त्यात खास असं काहीच नव्हतं, असं माझ्या प्राध्यापकांनी मला सांगितलं होतं. अगदी तू अव्वल क्रमांकात असतानाही नेहमीच तू खूपच उच्च प्रकारे काम करत रहात होतास. त्याच वेळी माझ्या असं लक्षात आलं होतं की, मी गणितज्ञ म्हणून काम करू शकणार नाही.''

''तुझा भौतिकशास्त्र हा मुख्य विषय आहे असं तू आता सांगितलंस ना?''

''होय. माझं नाव युकावा आहे. तुला भेटून आनंद झाला.''

इशिगामीनं त्याचा हात हातात घेतला. त्याच्या या नवीन परिचिताविषयी त्याला कुतूहल वाटलं होतं आणि तो चकितही झाला होता. त्यानंतर त्याला आनंद होऊ लागला. फक्त तोच एकटा विचित्र होता असं त्याला तो विद्यार्थी भेटेपर्यंत वाटत होतं...

त्याने युकावाला कधीही मित्र असं म्हटलं नव्हतं, पण ज्या ज्या वेळी ते सभागृहात भेटत होते त्या प्रत्येक वेळी ते थांबून एकमेकांशी काही शब्द बोलत होते. युकावाचं वाचन उत्तम होतं आणि गणित व भौतिकशास्त्र या विषयांखेरीज इतर विषयांचीही त्याला भरपूर माहिती होती. एवढंच नव्हे, तर साहित्य आणि कला या विषयांना इशिगामी मनातल्या मनात तुच्छ लेखत असला तरी युकावाला त्यातही भरपूर गम्य होतं. अर्थातच तुलना करण्यासाठी कुठलाच आधार नसल्यामुळे इशिगामीला त्या माणसाचं ज्ञान किती सखोल होतं त्याचा नेमका अंदाज येत नव्हता. शिवाय युकावाच्या लवकरच असं लक्षात आलं की, इशिगामीला गणित वगळता इतर कशातही स्वारस्य नव्हतं. त्यानंतर त्यांच्या संभाषणाची व्याप्ती हळूहळू आक्रसत गेली.

मात्र विद्यापीठात आपण ज्याच्याशी बुद्धिवादी पद्धतीचं संभाषण करू शकतो अशी युकावा हीच एकमेव व्यक्ती आहे असं इशिगामीला वाटू लागलं आणि त्याच्या बुद्धिमत्तेविषयी त्याला आदरही वाटू लागला.

हळूहळू त्यांच्या भेटीगाठी कमी कमी होत गेल्या. त्यांचे मार्ग त्यांना वेगवेगळ्या दिशांना घेऊन गेले. एक मार्ग एकाला गणित विभागात घेऊन गेला आणि दुसरा मार्ग दुसऱ्याला भौतिकशास्त्र विभागात घेऊन गेला. ज्या विद्यार्थ्यानं विशिष्ट ग्रेड पॉइंट सरासरी तशीच राखली असेल त्याला विभाग बदलण्याची परवानगी होती, पण त्यांच्यापैकी कोणालाही अशा प्रकारे विषय बदलण्याची इच्छा नव्हती. 'आम्हां दोघांसाठी हीच आपापल्या दृष्टीनं योग्य निवड आहे,' असा इशिगामीनं विचार केला. 'प्रत्येक जण आपल्याला योग्य ठरणाऱ्या मार्गावर आहे,' असंही त्याला वाटलं. आपल्या सभोवतालच्या जगाचं वर्णन सिद्धांतांच्या साहाय्यानं करण्याची त्या दोघांचीही इच्छा होती, हा त्यांच्यातील सामाईक धागा होता, पण हे काम त्यांनी दोघांनीही विरुद्ध दिशांनी केलं. गणिती सिद्धांतांच्या ताठर विटांच्या आधारावर इशिगामीनं आपल्या सिद्धांताची उभारणी केली, तर युकावानं निरीक्षणं करून प्रत्येक गोष्टीची सुरुवात केली. त्याला जिथे जिथे गूढ दिसत होतं, तिथे तिथे तो ते सोडवण्याचा प्रयत्न करत होता. इशिगामी यथार्थ ज्ञान देणाऱ्या कृत्रिम साधनाला प्राधान्य देत होता, युकावाला प्रत्यक्ष प्रयोगांमधून मिळणाऱ्या ज्ञानात रुची होती.

काळ पुढे सरकत गेला तसा आपल्या या परिचिताविषयीच्या काही बातम्या इशिगामीच्या कानांवर येत राहिल्या होत्या. पदवीच्या शिक्षणाच्या दुसऱ्या वर्षी युकावानं त्याच्या प्रबंधात मांडलेल्या 'मॅग्नेटाइज्ड गिअर्स'चे हक्क खरेदी करण्यासाठी काही अमेरिकन उद्योजक आल्याचं ऐकल्यानंतर इशिगामीचं हृदय युकावाविषयीच्या प्रशंसेनं ओतप्रोत भरून आलं.

पदव्युत्तर शिक्षणानंतर युकावानं काय केलं होतं हे इशिगामीला माहीत नव्हतं. त्यानंतर तो स्वतःच विद्यापीठातून बाहेर पडला होता आणि पुढे कित्येक वर्षं अशीच उलटून गेली होती.

"काही गोष्टी कधीच बदलत नाहीत ना?" इशिगामीच्या अपार्टमेंटमधील पुस्तकांच्या फडताळावर नजर टाकल्यावर युकावानं म्हटलं.

"म्हणजे काय?"

"उदाहरणार्थ, तुला गणिताविषयी वाटणारं प्रेम. तुझ्याकडे असलेल्या पुस्तकांच्या संग्रहाइतका पुस्तकांचा वैयक्तिक संग्रह माझ्या संपूर्ण विभागातील कोणाकडे असेल का, याविषयी माझ्या मनात शंकाच आहे."

इशिगामीनं यावर वाद घातला नाही. त्या पुस्तकांच्या फडताळांमध्ये फक्त पुस्तकंच नव्हती. इतरही काही गोष्टी होत्या. त्यात जगभरातील विविध संशोधन केंद्रांकडच्या प्रकाशित साहित्यांच्या फाईल्स होत्या. त्यांच्यापैकी बहुतेक फाईल्स त्याला इंटरनेटवरून मिळाल्या होत्या. पण तरीसुद्धा इतर अर्धकच्च्या संशोधनाच्या तुलनेत आपण गणिताच्या जगाच्या जास्त संपर्कात आहोत असंच त्याला वाटत होतं.

''असो, बस ना,'' तो क्षणभरानंतर म्हणाला. ''कॉफी घेणार?'' त्याने विचारलं.

''काहीच हरकत नाही. पण मी हेही आणलंय,'' त्याच्या हातातील कापडी पिशवीतून एक बॉक्स बाहेर काढत तो म्हणाला. त्याच्या हातात प्रसिद्ध ब्रँडचा साके होता.

''तू मुद्दामहून हे आणलं नसतंस तरी चाललं असतं.''

''पण मी बराच काळ हरवलेल्या मित्राला भेटायला येताना रिकाम्या हातानं येऊ शकलो नाही.''

''बरं, मग मी सुशी मागवली तर? तू अजून सुशी खाल्ली नसशील हो ना?''

''खास माझ्यासाठी मागवू नकोस.''

''नाही. मीसुद्धा अजून खाल्लेली नाही.''

इशिगामीनं फोन उचलला आणि स्थानिक ठिकाणांहून घरपोच खाद्यपदार्थ पाठवणाऱ्या रेस्टॉरंटच्या त्याने केलेल्या यादीची फाईल उघडली. त्याने झटकन एकाची निवड केली. त्यानंतर त्याने चवदार खाद्यपदार्थांची मोठी ऑर्डर दिली आणि शिवाय साशिमीही मागवली. ऑर्डर घेणाऱ्या व्यक्तीला या फोन नंबरवरून येणाऱ्या नेहमीच्या स्वस्त खाद्यपदार्थांच्या ऑर्डरची सवय होती, त्यामुळे ही ऑर्डर बघून तो पहिल्यांदा दचकलाच होता. त्याने पाहुण्यांची अशी साग्रसंगीत सरबराई केली होती, त्याला किती दिवस उलटून गेले होते असा विचार करून इशिगामीला आश्चर्य वाटलं.

''युकावा तू इथे आलास ही अतिशय आश्चर्याची गोष्ट आहे, असं मला खरोखरच वाटतं.''

''एके दिवशी अचानकच एका मित्राकडून मी तुझ्याविषयी ऐकलं आणि मला वाटलं की, तुला पुन्हा एकदा भेटावं.''

''मित्र? हा कोण मित्र आहे?''

''अरे हो, खरं म्हणजे ती एक वेगळीच गोष्ट आहे,'' युकावानं नाक खाजवत म्हटलं. ''तुझ्या अपार्टमेंटमध्ये पोलीस विभागातला एक डिटेक्टिव्ह आला होता ना? त्याचं नाव कुसानागी होतं बघ.''

'डिटेक्टिव्ह?' इशिगामीला जोरदार हादरा बसल्यासारखं वाटलं, पण आपलं आश्चर्य चेहऱ्यावर दिसू नये याची त्याने पुरेपूर काळजी घेतली. आपल्या जुन्या वर्गमित्राकडे त्याने रोखून पाहिलं. 'याला काय काय माहीत आहे?'

''हो हो, तोच. तो डिटेक्टिव्ह माझा वर्गमित्र होता.''

'वर्गमित्र?' इशिगामीनं डोळ्यांची उघडझाप केली.

''आम्ही बॅडमिंटन क्लबमध्ये एकत्र खेळत होतो. तो इम्पीरियल युनिव्हर्सिटीत शिकून आल्यासारखा वाटत नाही, हे खरं आहे. तुला वाटला का तसा? मला वाटतं की, तो बहुधा समाजशास्त्र विभागात शिकत होता.''

''अरे.....गंमतच आहे,'' इशिगामीच्या हृदयात पसरत चाललेला अस्वस्थतेचा ढग क्षणार्धात नाहीसा झाला. ''हां, हां, आता तू उल्लेख केल्यानंतर माझ्या लक्षात आलं की, मला युनिव्हर्सिटीतून आलेल्या पत्राकडे तो पाहत होता. म्हणूनच त्याने त्या पत्राविषयी विचारलं असावं. तोसुद्धा आपल्याबरोबरच विद्यापीठात शिकत होता, हे त्याने मला का सांगितलं नाही, हे आश्चर्यच आहे.''

''तसं नाही रे, खरं सांगायचं तर इम्पीरिअल युनिव्हर्सिटीच्या विज्ञान विषयातील विद्यार्थ्यांना तो आपले वर्गमित्र समजतच नाही. काही वेळा तर मला तर असं वाटतं की, आपली आणि त्याची प्रजाती एकच आहे असंही त्याला वाटत नसेल.''

इशिगामीनं मान डोलवली. त्यालाही मानव्यशास्त्र विभागातील विद्यार्थ्यांविषयी असंच वाटत होतं. तो आलेला डिटेक्टिव्हसुद्धा तो विद्यापीठात असलेल्या वेळी त्याच विद्यापीठात शिकत होता हा विचारच त्याला आश्चर्यचकित करणारा होता.

''पण कुसानागीनं मला असं सांगितलं की, तू एका हायस्कूलमध्ये गणित शिकवतोयस. खरंच?'' युकावानं इशिगामीच्या चेहऱ्याकडे थेट रोखून बघत विचारलं.

‘‘होय. इथल्या जवळच्याच हायस्कूलमध्ये. युकावा तू विद्यापीठात आहेस का?’’

‘‘होय. प्रयोगशाळा १३ मध्ये,’’ त्याने सहजपणे उत्तर दिलं.

युकावाला स्वतःची टिमकी वाजवून घ्यायची नव्हती, हे इशिगामीच्या लक्षात आलं. त्याला कसलीच फुशारकी मारण्याची इच्छा नव्हती.

‘‘तू प्राध्यापक आहेस का?’’

‘‘नाही. मी तिथे फक्त साहाय्यक प्राध्यापक म्हणून काम करतो. वरच्या स्थानावर जाण्याच्या स्पर्धेत बरीच रस्सीखेच असते हे तुला माहीतच आहे.’’ युकावा म्हणाला. त्याच्या आवाजात संतापाचा, रागाचा लवलेशही नव्हता.

‘‘खरंच? आतापर्यंत तू पूर्ण वेळ प्राध्यापक झाला असशील असं मला वाटलं होतं. विशेषतः तुझ्या त्या मॅग्नेटिक गिअर्सविषयी इतका गाजावाजा झाला होता, की त्यामुळे तर माझी तशी खात्रीच होती.’’

युकावानं स्मित केलं आणि चेहऱ्यावरून हात फिरवला. ‘‘मला वाटतं की, त्या सगळ्या गोष्टी फक्त तुलाच आठवत असाव्यात. त्यामुळे काम करण्याची पात्रता सिद्ध होत नाही. त्या सगळ्या गोष्टी एखाद्या रिक्त सिद्धांतासारख्या संपून गेल्या,’’ युकावानं सेकची बाटली उचलली आणि ती तो उघडू लागला.

इशिगामी उठला आणि त्याने कपांच्या फडताळातून दोन कप काढले.

‘‘अरे, पण तुझं काय...?’’ युकावा म्हणाला. ‘‘मला तर असं वाटत होतं की, तू विद्यापीठात प्राध्यापक वगैरे झाला असशील. तुझ्या कार्यालयात बसून रीमन सिद्धांतावर किंवा कुठल्या तरी अशाच प्रकारच्या इतर सिद्धांतावर काम करत असशील असा माझा अंदाज होता. पण इशिगामी द बुद्धाचं काय झालं? की तू खरोखरच ॲरदुशच्या पावलावर पाऊल टाकून निघालायस? म्हणून तू फिरतीवर असलेला गणितज्ञ वगैरे झाला आहेस का?’’

‘‘मला वाटतं की असं काहीही नाही,’’ इशिगामी एक हलकासा उसासा टाकत म्हणाला.

‘‘असू दे, चल आपण सेक पिऊ या,’’ त्याच्या कपाकडे बोट दाखवत युकावा म्हणाला.

यातली खरी गोष्ट अशी होती की, इशिगामीनं आपलं आयुष्य गणिताला वाहून घ्यायचं असं ठरवलं होतं. पदव्युत्तर पदवी मिळवल्यानंतर त्याने विद्यापीठातच राहण्याचा निर्णय घेतला होता. युकावाप्रमाणेच त्यालाही त्याची डॉक्टरेट मिळवायची होती आणि जगावर त्याची छाप सोडायची होती.

पण त्याऐवजी त्याच्या पालकांची त्याला काळजी घ्यावी लागल्यामुळे तसं घडलं नव्हतं. ते दोघंही वृद्ध झाले होते आणि त्यांच्या तब्येतीही बिघडल्या होत्या. वर्गात शिकत असताना तो करत असलेल्या अर्ध वेळ नोकरीच्या आधारावर तिघांचाही उदरनिर्वाह चालवणं आता शक्य नव्हतं. त्याऐवजी त्याने एका स्थिर नोकरीसाठी प्रयत्न केला.

पदवी मिळाल्यानंतर त्याच्या एका प्राध्यापकानं त्याला सांगितलं होतं की, नव्यानं स्थापन झालेल्या एका विद्यापीठाला साहाय्यक प्राध्यापकाची गरज होती. त्याच्या घरापासून ते जवळच होतं आणि त्यामुळे त्याला संशोधनही करता आलं असतं. म्हणून त्याने तिथे जाऊन पाहायचं असं ठरवलं. त्या निर्णयामुळे त्याच्या आयुष्याला झटकन कलाटणी मिळाली होती.

पण दुर्दैवानं, नवीन ठिकाणी आपलं स्वतःचं काम करणं अशक्य असल्याचं त्याला आढळलं. तिथले बहुतांश प्राध्यापक हे एकमेकांशी जोरदार स्पर्धा करण्यात आणि आपापली स्थानं मजबूत करण्यात गुंतलेले होते. त्यामुळे तरुण हुशार प्राध्यापकांसाठी पोषक वातावरण निर्माण करण्यात किंवा उत्तम संशोधन करण्यात त्यांना बिलकूल स्वारस्य नव्हतं. ज्या संशोधन अहवालांसाठी इशिगामीनं मोठेच कष्ट घेतले होते ते कायमचेच एका प्राध्यापकाकडे दुर्लक्षितपणे पडून राहिले. त्याहूनही वाईट गोष्ट म्हणजे तिथे शिकायला येणाऱ्या विद्यार्थ्यांची बौद्धिक पात्रता धक्कादायकपणे कमी होती. तो त्या मुलांना गणित शिकवत होता, पण त्यांची ग्रहणक्षमता हायस्कूलच्या विद्यार्थ्यांइतकीही चांगली नव्हती. त्यामुळे त्याच्या स्वतःच्या संशोधनापासून त्याचं लक्ष मोठ्या प्रमाणात विचलित झालं. या सगळ्यांवर कडी म्हणजे तिथलं वेतन अतिशय कमी होतं.

त्याने दुसऱ्या विद्यापीठात नोकरी शोधण्याचा प्रयत्न केला, पण ती गोष्ट सोपी नव्हती. मुळातच गणित विभाग असलेली विद्यापीठं कमी होती आणि बरीच लांबही होती. एक बऱ्यापैकी विद्यापीठ होतं पण त्यांच्याकडे पैशाची

कमतरता होती, त्यामुळे साहाय्यकांना नोकरीवर ठेवण्यासाठी त्यांच्याकडे संसाधनच नव्हतं. अभियांत्रिकीप्रमाणे गणितातील संशोधनासाठी उद्योजक रांगा लावून उभे नव्हते.

इशिगामीच्या लवकरच असं लक्षात आलं की, त्याला शक्य तितक्या जलद गतीनं बदल करावाच लागणार होता. त्याने आपली अध्यापनाची कौशल्यं वापरून आपला उदरनिर्वाह चालवायचं ठरवलं. याचा अर्थ त्याला गणितज्ञ म्हणून त्याचं करिअर सोडून द्यावं लागणार होतं.

हे सगळं युकावाला सांगण्यात काहीच अर्थ नाही, असं त्याला वाटलं. संशोधनातून बाहेर पडणं भाग पडलेल्या अनेक लोकांच्या कथा अशाच स्वरूपाच्या असतात. इशिगामीला आपली कहाणी याहून फारशी वेगळी नाही, हे माहीत होतं.

सुशी आणि साशिमी आलं. त्यांनी ते खाल्लं आणि थोडी आणखी दारू प्यायले. युकावानं उघडलेली सेकची बाटली संपली तेव्हा इशिगामीनं व्हिस्की आणली. तो क्वचितच जास्त दारू पीत होता. विशेषतः गणितातील अतिशय कठीण प्रॉब्लेम्स सोडवल्यानंतर जड झालेलं डोकं शांत करण्यासाठी तो काही घोट व्हिस्की घेत होता.

ते संभाषण फारसं उत्साहवर्धक नसलं तरी विद्यापीठातील त्यांच्या जुन्या दिवसांच्या आठवणी काढत बोलणं त्याला आवडलं होतं. काही प्रमाणात ते गणितावरही बोलले होते. गेल्या दोन दशकांत त्याने कोणाशीही किती कमी गप्पा मारल्या होत्या ते इशिगामीच्या लक्षात आलं. पदव्युत्तर पदवी मिळवलेल्या दिवसापासून बहुधा पहिल्यांदाच तो एखाद्या बाहेरच्या व्यक्तीशी इतक्या मनमुराद गप्पा मारत होता. युकावाशिवाय इतर कोण त्याला इतकं समजून घेणार होतं? युकावाइतकं त्याला इतर कोण ओळखत होतं?

''अरे हो, तुला एक अतिशय महत्त्वाची गोष्ट दाखवायला मी विसरून गेलो होतो,'' युकावा अचानकच म्हणाला आणि त्याने त्याच्या कागदी पिशवीतून एक मोठं तपकिरी रंगाचं पाकीट बाहेर काढलं. त्याने ते इशिगामीच्या समोरच पसरलं.

''हे काय आहे?''

''उघडून बघ,'' युकावा हसत म्हणाला.

त्या पाकिटात गणिती सूत्रांनी भरलेले कागद होते. इशिगामीनं जवळजवळ अंतःस्फूर्तीनंच त्यांवर नजर टाकली. ''तू रीमनच्या सिद्धांताला आव्हान देणारा सिद्धान्त तयार करतोयस?''

''किती झटपट ओळखलंस?''

रीमनचा सिद्धान्त हा आधुनिक गणित विषयातील अतिशय महत्त्वाचा आणि सोडवला न गेलेला प्रॉब्लेम म्हणून ओळखला जात होता. जर्मन गणितज्ञ बर्नहार्ड रीमन याने मांडलेल्या सिद्धांताला सिद्ध करणं हे आव्हान होतं आणि तोपर्यंत तरी कोणालाही ते करता आलं नव्हतं.

युकावानं आणलेल्या अहवालात रीमनचा सिद्धान्त चुकीचा असल्याचं दाखवण्याचा प्रयत्न करण्यात आला होता. हीच गोष्ट जगभरातील इतरही अनेक प्रतिभाशाली शास्त्रज्ञ करत असल्याचं इशिगामीला माहीत होतं. पण अर्थातच कोणीही त्यात यशस्वी झालं नव्हतं.

''आपल्या गणित विभागातील एका प्राध्यापकानं मला याची प्रत काढून दिली. ती इतरत्र कुठेही अद्याप प्रसिद्ध झालेली नाही. हे पूर्णपणे आव्हान देणारं उदाहरण नाही, पण ते योग्य दिशेनं पुढे चाललं आहे, असं मला वाटतं,'' युकावानं स्पष्टीकरण दिलं.

''म्हणजे रीमनचा सिद्धान्त चुकीचा आहे असं तुला वाटतं?''

''मला असं वाटतं की, हे योग्य दिशेनं पुढे चाललं आहे. जर तो सिद्धान्त बरोबर असेल, तर अर्थातच या कागदात चूक आहे.''

एखादा व्यवहार्य विनोद उलगडत चालल्यानंतर एखाद्या तरुण दुष्ट व्यक्तीचे डोळे चमकावेत तसे युकावाचे डोळे चमकत होते. तो काय करत होता ते इशिगामीच्या लक्षात आलं. ते आव्हान होतं. इशिगामी हा बुद्ध किती नरम पडला आहे, ते त्याला पाहायचं होतं.

''मी त्याच्यावर एक नजर टाकली तर तुझी काही हरकत आहे का?''

''तू नजर टाकावीस म्हणूनच तर मी तो कागद आणलाय.''

इशिगामीनं अगदी लक्षपूर्वक त्या कागदावर नजर टाकली आणि तो वाचू लागला. थोड्याच वेळात तो त्याच्या डेस्ककडे गेला आणि आणि त्याने एक नवीन कागद घेतला. तो आपल्या समोर पसरून त्याने बॉलपेन बाहेर काढलं.

''तुला पी=एनपी प्रॉब्लेम माहीत आहे, बरोबर?'' युकावानं विचारलं.

इशिगामीनं आजूबाजूला नजर टाकली. ''दुसऱ्या व्यक्तीच्या निष्कर्षाची अचूकता ठरवण्याइतकी आपण स्वतःच प्रॉब्लेम सोडवणं ही गोष्ट सोपी आहे का, या प्रश्नाचा संदर्भ तू देत आहेस. किंवा त्यात अपयश आलं तर डिफरन्स इन डिफिकल्टीची तुलना कशी केली जाते याचा संदर्भ तू देत आहेस. क्ले मॅथेमॅटिक्स इन्स्टिट्यूटनं जे प्रश्न सोडवण्यासाठी बक्षीस ठेवलं होतं त्यापैकी हा एक प्रश्न आहे.''

''तू तो सोडवू शकशील असं मला वाटतं,'' युकावानं स्मित केलं आणि पुन्हा एकदा त्याचा ग्लास भरून घेतला.

इशिगामी पुन्हा त्याच्या डेस्ककडे वळला.

गणित हा गुप्त खजिन्याचा शोध घेण्याचा खेळ आहे, असं त्याला नेहमीच वाटत असे. पहिली गोष्ट म्हणजे कुठे खोदलं पाहिजे हे आपल्याला ठाऊक असलं पाहिजे. नंतर उत्तरापर्यंत नेणारा योग्य उत्खनन मार्गही आपल्याला ठरवता आला पाहिजे. एकदा तुम्हाला योजना किंवा नकाशा सापडला की तुम्ही त्यात चपखल बसणारी सूत्रं तयार करू शकता आणि ती तुम्हाला संकेत देऊ शकतात. तुम्ही रिकाम्या हातानं परतलात तर तुम्हाला पुन्हा एकदा सुरुवातीच्या ठिकाणापर्यंत परत जावं लागतं आणि वेगळा मार्ग शोधावा लागतो. अतिशय संयमपूर्वक आणि धाडसानं हे पुनःपुन्हा करत राहिल्यानंतरच तुम्हाला खजिना सापडण्याची आशा असते – म्हणजेच तोपर्यंत इतर कोणालाही न सापडलेली उपाययोजना सापडू शकते.

म्हणून इतर कोणाच्या तरी अधिकृततेचं किंवा मान्यतेचं विश्लेषण करणं याचा अर्थ त्यांनी निवडलेल्या मार्गांचं अनुसरण करणं असतं. खरं तर ही गोष्ट कधीच इतकी साधी नसते. काही वेळा तुम्ही एखाद्या चुकीच्या खजिन्याकडे नेणाऱ्या गैरसमजुतीच्या मार्गावरून वाटचाल करता आणि तो मार्ग चुकीचा असल्याचं सिद्ध करणं ही गोष्ट खरं उत्तर शोधण्याहूनही जास्त कठीण असते.

म्हणूनच कोणी तरी पी = एनपी हा संतापजनक प्रॉब्लेम सुचवला होता.

इशिगामीनं त्या प्रॉब्लेममध्ये स्वतःला बुडवून टाकलं आणि लवकरच त्याचं स्थळकाळाचं भान हरपून गेलं. तो सफारीवर निघालेला एक शोधक होता, युद्धात जिवावर उदार होऊन लढण्यासाठी सज्ज झालेला एक सैनिक

होता. उत्साह, रोमहर्षकता आणि अभिमान यांचं इंधन मिळालेलं ते एक इंजीन होतं. त्याची नजर त्या सूत्रांवरून क्षणभरासाठीसुद्धा ढळली नव्हती. त्याच्या मेंदूची पेशी न् पेशी कामाला लागली होती.

'आह!' इशिगामी अचानकच उठून उभा राहिला. त्याच्या हातात तो अहवालाचा कागद होता, त्याने स्वतःभोवतीच एक गिरकी मारली. युकावानं त्याचा कोट घातला होता आणि तो जमिनीवरच आडवा होऊन झोपला होता. इशिगामी त्याच्याकडे गेला, थांबला आणि त्याने त्याचे खांदे हलवले. ''मी ते शोधलंय,'' तो म्हणाला.

युकावा उठून बसला. त्याचे डोळे झोपेनं तारवटल्यासारखे झाले होते. त्याने चेहऱ्यावरून हात फिरवला आणि इशिगामीकडे पाहून तो म्हणाला, ''काय आहे ते? कशाबद्दल बोलतोयस?''

''मी ते शोधून काढलंय. हे आव्हान देणारं उदाहरण चुकीचं आहे हे सांगताना मला वाईट वाटतं. हा एक रोचक प्रयत्न होता, पण त्यात मूळ आकड्यांच्या वितरणाच्या बाबतीत एक मूलभूत दोष आहे -''

''एक मिनिट थांब, एक मिनिट थांब,'' युकावानं त्याचे हात पकडले. ''तू आता जे काय बोललास ते समजून घेण्याइतका आता माझा मेंदू शुद्धीत नाही. काही कप कॉफी प्यायल्यानंतरही मला ते समजेल का, याची मला खात्री नाही. खरं सांगायचं तर मला खरोखरच रीमन सिद्धान्त कशाशी खातात याबिषयी ओ का ठो माहीत नाही. तुला त्यात स्वारस्य असेल असं मला वाटलं फक्त म्हणून मी हे आणलं होतं.''

''पण तू तर म्हणालास की ते योग्य दिशेनं चाललंय असं तुला वाटतंय!''

''त्या गणित विभागातील प्राध्यापकानं जे म्हटलं होतं त्याची मी फक्त पुनरुक्ती केली होती. प्रत्यक्षात त्यालाही यातला दोष माहीत होता. म्हणूनच त्याने तो प्रसिद्ध केला नव्हता.''

''म्हणजे, मला तो सापडला यात आश्चर्य वाटण्याजोगं काहीच विशेष नाही,'' इशिगामी नैराश्यानं म्हणाला.

''नाही. हे आश्चर्यच आहे. मी खूपच प्रभावित झालो आहे. त्या प्राध्यापकानं मला सांगितलं की, अगदी सर्वोच्च दर्जाचे गणितज्ञसुद्धा एका बैठकीत ही चूक शोधून काढू शकणार नाहीत,'' युकावानं घड्याळावर नजर

टाकली. ''आणि तू तर...फक्त सहा तासांत हे केलंस...फक्त सहा तासांत. खूपच प्रभावी काम.''

''सहा तास?'' इशिगामीनं खिडकीतून बाहेर नजर टाकली. हळूहळू तांबडं फुटत चाललं होतं. त्याने गजराच्या घड्याळाकडे पाहिलं. पहाटेचे जवळजवळ पाच वाजत आले होते.

'इशिगामी, द बुद्ध अजूनहीं जिवंत आहे!'' युकावा उत्साहानं ओरडला. ''काही गोष्टी कधीही बदलत नाहीत आणि त्यामुळेच काही प्रमाणात दिलासा मिळतो.''

''सॉरी युकावा, तू अजूनही इथे आहेस हे मी साफ विसरून गेलो होतो.''

''नाही. मला त्याचं काहीच वाटलं नाही. अजूनही तुला थोडीफार झोप काढता येईल. तुला शाळेत जायचं असेल ना?''

''होय, मी शाळेत तर जाईनच. पण आता मला कधी एकदा झोपतोय असं झालंय. खूप दिवसांपासून मी असं कशावरही लक्ष केंद्रित केलं नव्हतं. थँक यू,'' इशिगामीनं युकावासमोर हस्तांदोलनासाठी हात पुढे केला.

''मी आलो, ते चांगलंच झालं. मलाही खूपच आनंद वाटला,'' युकावा म्हणाला आणि त्याने त्याच्याशी जोरदार हस्तांदोलन केलं.

'मलासुद्धा,' इशिगामीनं मान डोलवत म्हटलं. ''इथे करण्यासारखं फारसं काही नाही. पण आपलंच घर समजून तूही सकाळच्या ट्रेनची वाहतूक सुरू होईपर्यंत आराम कर,'' तो म्हणाला.

इशिगामी सात वाजेपर्यंत झोपला. तो अगदी गाढ झोपला होता. एक तर त्याचा मेंदू शिणला होता किंवा त्याला सखोल मानसिक समाधान लाभलं होतं त्यामुळे त्याला अगदी शांत झोप लागली. त्यानंतर तो जेव्हा उठला त्या वेळी त्याचं मन अतिशय स्वच्छ, शांत होतं.

तो इकडे तिकडे फिरत कामावर जाण्यासाठी तयार होत होता, त्याच वेळी युकावा म्हणाला, ''तुझी शेजारीण पहाटेच उठली होती.''

''माझी शेजारीण?''

''मी ती गेल्याचं ऐकलं. मला वाटतं, ती साडेसहाच्या सुमारास बाहेर पडली असावी.''

म्हणजे युकावा जागाच होता तर!

युकावा पुढे बोलू लागला त्या वेळी आपणही काही बोलावं की बोलू नये, असा विचार इशिगामी करत होता. युकावा पुढे म्हणाला, ''मी तुला त्या डिटेक्टिव्ह कुसानागीबद्दल सांगितलं होतं ना, तो मला सांगत होता की, ती एक संशयित आहे. म्हणूनच तो तुझ्याकडेही आला होता. हो ना?''

इशिगामीनं शांत असल्यासारखं दाखवण्याचा आटोकाट प्रयत्न केला आणि नंतर त्याचा सूट आणि जाकीट घालत तो म्हणाला, ''तो त्याच्याकडच्या प्रकरणांविषयी तुला सांगतो का?''

''कधीकधी सांगतो. सहसा नेहमीच अनौपचारिकपणे गप्पा मारताना आणि त्यातही मी त्याच्यापासून माझी सुटका करून घेण्याच्या आधीच त्याच्या कामाविषयी तो तक्रारी करू लागतो.''

''मला अजूनही ते सगळं प्रकरण काय आहे ते माहीत नाही. डिटेक्टिव्ह...कुसानागी, बरोबर ना? त्याने मला काहीच तपशील सांगितले नाहीत.''

''बरं, एका माणसाचा खून जाला आहे. तो माणूस तुझ्या या शेजारणीचा पूर्वाश्रमीचा पती होता.''

''...अस्सं, पण हे मला कधीच समजलं नसतं,'' इशिगामी म्हणाला. त्याचा चेहरा निर्विकार होता.

''तू तुझ्या शेजारणीबरोबर जास्त बोलतोस का?'' युकावानं विचारलं.

इशिगामीचा मेंदू एकदम अतिशय तल्लख झाला. त्याच्या स्वरावरून तरी युकावाला कशाचाही संशय आला नव्हता, हे स्पष्ट होतं. त्याला संशय आल्यामुळे तो प्रश्न विचारत नव्हता. त्यामुळे फक्त त्याचे प्रश्न उडवून लावणं हाच पर्याय इथे उपयुक्त ठरला असता. पण युकावाला तो डिटेक्टिव्ह माहीत होता. त्याचा विचार इशिगामाला करावाच लागला असता. युकावा कदाचित त्याला तो इथे आल्याचं सांगेल. इशिगामीला या प्रश्नाचं उत्तर विचारपूर्वक द्यावंच लागलं असतं.

''मी 'जास्त' असं म्हणणार नाही. पण मिस हानाओका असं तिचं नाव आहे आणि ती काम करते त्या खानावळीतून मी नियमितपणे जेवणाचा डबा घेतो. त्या डिटेक्टिव्ह कुसानागीला मी हे सांगायला विसरलो होतो, तुझ्याशी बोलताना आता माझ्या ते लक्षात आलं,'' इशिगामी म्हणाला.

‘‘म्हणजे ती जेवणाच्या डब्यांची विक्रेती आहे का?’’ युकावानं विचारलं.

‘‘माझी शेजारीण तिथे काम करते म्हणून मी तिथे जात नाही. पण मी जिथून दुपारचा जेवणाचा डबा घेतो तिथे ती योगायोगानं काम करते एवढंच. ते दुकान शाळेच्या जवळ आहे. तुझ्या लक्षात आलं ना?’’

‘‘मी तुझं बोलणं ऐकतोय. पण तरीही एखाद्या खुनाच्या प्रकरणातील संशयिताच्या शेजारी राहणं ही काही फारशी आनंददायक बाब नाही.’’

‘‘तिने खून केला का हे मला माहीत नाही, त्यामुळे मला त्याच्याशी काहीच देणं-घेणं नाही,’’ इशिगामी म्हणाला.

‘‘अगदी खरं आहे,’’ युकावा म्हणाला. त्याच्या आवाजात संशयाचा लवलेशही नव्हता.

साडेसात वाजता ते अपार्टमेंटमधून बाहेर पडले. युकावानं जवळच्या स्टेशनकडे जाण्याऐवजी इशिगामीबरोबर त्याच्या शाळेपर्यंत जायचं ठरवलं. नंतर तिथून तो ट्रेननं जाणार होता. त्यामुळे त्याला ट्रेन बदलण्याची गरज पडली नसती.

युकावा त्यानंतर पुन्हा त्या प्रकरणाबद्दल किंवा यासुको हानाओकाबद्दल काहीच बोलला नव्हता. पहिल्यांदा इशिगामीला असं वाटलं होतं की, कदाचित कुसानागीनं त्याला माहिती काढण्यासाठी पाठवलं असावं. पण आता त्याला असं वाटलं की, बहुधा तो त्या परिस्थितीत नको इतका जास्त विचार करत होता. काहीही झालं तरी इतक्या आडवळणानं त्याच्याकडून काही माहिती काढून घेण्याची कुसानागीला काहीच गरज नव्हती.

‘‘तुझा या रस्त्यावरचा प्रवास रोचक आहे,’’ युकावानं प्रतिक्रिया व्यक्त केली. त्यांनी शिन-ओहाशी ब्रिजच्या खालचा रस्ता ओलांडला होता आणि आता ते मंद गतीनं वाहणाऱ्या समिदा नदीच्या पात्राच्या कडेनं चालत होते. तेव्हा ते बेघरांच्या केव्हाही कोसळून पडतील अशा झोपड्यांच्या वस्तीच्या पुढे आले होते.

करड्या केसांचं पोनीटेल बांधलेला तो माणूस त्याचे कपडे वाळत टाकत होता. त्याच्या पुढे आल्यानंतर कॅन मॅन त्याचं दैनंदिन काम व्यवस्थितपणे पार पाडत राहिला होता.

''हे सगळं इथे रोज असंच सुरू असतं,'' इशिगामी म्हणाला. ''गेल्या संपूर्ण महिन्याभरात यात तसूभरही बदल झालेला नाही. या लोकांच्या कामावरून तुम्ही तुमचं घड्याळ लावू शकता.''

''ज्या वेळी तुम्ही लोकांना वेळेच्या बंधनातून मुक्त करता, त्या वेळी असंच घडतं. ते आपोआपच स्वतःचं एक पक्कं वेळापत्रक तयार करतात.''

''याहून इतर कुठल्याच गोष्टीवर आपलं एकमत होणार नाही.''

कियोसु ब्रिजच्या आधीच्या पायऱ्या चढून ते जवळपासच्या कार्यालयांच्या इमारतींच्या सावलीत वर आले. पहिल्या मजल्यावरच्या काचेच्या दरवाजात पडलेलं त्यांचं प्रतिबिंब पाहून इशिगामीनं मान हलवली. ''युकावा, तू इतकं तरुण दिसणं कसं काय जमवलंयस? तुझ्या डोक्यावर अजूनही भरपूर केस आहेत. आपण दोघे किती वेगळे दिसतोय!''

''आधी जितके दाट केस होते तितके ते आता नाहीत आणि त्यांच्या खालच्या थराची वाढही आता हळूहळू मंदावू लागलीय.''

''माझे केस सुरुवातीलाच जलद गतीनं विरळ होत गेले ते एका अर्थी बरंच झालं.''

ते दोघेही गप्पा मारत असताना इशिगामीला आपल्या मनात तणाव निर्माण झाल्याची जाणीव झाली. जर ते असेच चालत राहिले असते तर युकावा त्याच्या सोबत बेन्तेन तेपर्यंत गेला असता. नैसर्गिक जगाचं बुद्धिमानतेनं निरीक्षण करणाऱ्या या निरीक्षकानं जर त्या दोघांना एकत्रितपणे पाहिलं तर कदाचित त्याच्यात आणि यासुकोमध्ये काही तरी सुरू असल्याचा वास येऊ शकेल अशी शंका त्याला सतावू लागली. शिवाय यासुकोनं अचानक आलेल्या या पाहुण्याला बघून गोंधळून, बावरून जाऊ नये असंही त्याला वाटत होतं.

''मी तुला सांगितलं होतं ना, ते बेन्तेन ते त्या तिथे आहे,'' त्याने युकावाला सांगितलं.

''बेन्तेन ते, वा! त्याच्या मालकांना बेन्तेन ही संपत्तीची देवी त्यांच्यावर प्रसन्न झाली आहे असं वाटत असावं.''

''हं, त्यांना माझ्याकडूनही व्यवसाय मिळतोय. आजही मी त्यांच्याकडून एक जेवणाचा डबा घेणारच आहे.''

''उत्तम. ठीक आहे. मग मला वाटतं मी इथूनच तुझा निरोप घेतो,'' युकावा असं म्हणत थांबला.

ही गोष्ट अगदीच अनपेक्षित आणि अर्थातच स्वागतार्हही होतीच. ''मला माफ कर, मी उत्तम यजमान नाही.''

''अरे नाही, नाही. तसं नाही. तू स्वतःला उगीचच कमी लेखतोयस,'' युकावानं डोळे बारीक केले. ''विद्यापीठात जाऊन तुझं संशोधन पुन्हा सुरू करावं असं तुला कधी तरी वाटतं का?'' त्याने विचारलं.

इशिगामीनं नकारार्थी मान हलवली. ''मी विद्यापीठात जे काही करू शकतो, ती प्रत्येक गोष्ट इथे मी स्वतःच्या जिवावरही करू शकतो. शिवाय आता माझ्या वयाचा विचार करता, इतरत्र कुठेही मला नोकरी मिळणं मला कठीणच वाटतं.''

''तुला आश्चर्य वाटेल, पण मला तू जे करावंसं असं वाटतं, ते तुला आवडत नसताना करायला लावण्याची माझी बिलकूल इच्छा नाही. गुड लक, इशिगामी.''

''तुलासुद्धा मी गुडलकच म्हणतो, युकावा.''

''तुझी पुन्हा भेट झाली, त्यामुळे खूपच छान वाटतंय.''

त्या दोघांनी हस्तांदोलन केलं आणि आपल्या मित्राला निरोप देण्यासाठी इशिगामी तिथेच पदपथावर थांबला. तो भावनाविवश झाला नव्हता. फक्त युकावानं त्याला बेन्तेन तेमध्ये जाताना बघू नये एवढंच त्याला वाटत होतं.

युकावा काही अंतरावर दिसेनासा झाल्यावर इशिगामी वळला आणि झपाट्यानं त्या खानावळीच्या दिशेनं चालू लागला.

सात

इशिगामीचा चेहरा दिसल्यावर यासुकोनं सुटकेचा निःश्वास सोडला. तो शांत दिसत होता आणि कसं कोण जाणे, पण त्यामुळे तिलाही शांत झाल्यासारखं वाटलं. आदल्या रात्री त्याच्याकडे पाहुणा आल्याचं आणि त्याच्या अपार्टमेंटमधील लाइट बराच वेळ सुरू असल्याचं तिला दिसलं होतं. कदाचित तो डिटेक्टिव्हच पुन्हा एकदा त्याला काही प्रश्न विचारण्यासाठी आला असावा असं तिला वाटत होतं.

''मी स्पेशल डबा घेईन,'' त्याने नेहमीच्या एकसुरी आवाजात तिला ऑर्डर दिली. नेहमीप्रमाणेच त्याने यासुकोच्या नजरेला नजर भिडवली नव्हती.

''एक स्पेशल लवकर पाठवा,'' यासुको म्हणाली. त्यानंतर तिने हलक्या आवाजात त्याला विचारलं, ''काल तुमच्याकडे पाहुणा आला होता ना?''

इशिगामी दचकला. त्याने तिच्याकडे डोळ्यांची उघडझाप करत पाहिलं. त्यानंतर खोलीवरून झटकन नजर फिरवत तो पुटपुटल्यासारख्या आवाजात म्हणाला, ''आपण अशा प्रकारे बोलता कामा नये. कदाचित ते आपल्यावर पाळत ठेवून असतील.''

''मला माफ करा,'' यासुको म्हणाली आणि काउंटरच्या मागे सरकली. डबा भरून तयार केला जाईपर्यंत ते दोघं एकमेकांशी चकार शब्दही बोलले नाहीत. त्यांनी एकमेकांकडे नजरही टाकली नाही.

यासुको रस्त्यावर बाहेर पाहात होती, पण तिथून कोणीही त्यांच्यावर पाळत ठेवून असल्याचं तिला दिसलं नाही. अर्थातच पोलीस खरोखरच बाहेर पाळत ठेवून असते तरी ते तिला स्पष्टपणे दिसण्यासारख्या ठिकाणी उभे राहिलेच नसते.

पाठीमागच्या भागातून जेवणाचा डबा आला. तिने तो इशिगामीला दिला.

''तो माझा जुना वर्गमित्र होता,'' इशिगामीनं पैसे देता देता चटकन सांगून टाकलं.

'काय?'

''विद्यापीठातील जुना वर्गमित्र मला भेटायला आला होता. त्यामुळे तुम्हाला भीती वाटली असेल तर मला माफ करा,'' इशिगामीनं ओठ न हलवता हलक्या आवाजात म्हटलं.

''अं...नाही, मी ठीक आहे,'' यासुको म्हणाली. तिने स्वतःशीच स्मित केलं. ''अस्सं. तुमच्याकडे फारसं कोणी येत नाही, म्हणून मला फक्त वाटलं.''

''माझ्याकडे कोणी तरी पहिल्यांदाच आलं आणि खरं म्हणजे मलाही त्यामुळे आश्चर्य वाटलं.''

''मग मला तुमच्याकडे कोणी तरी आलं याचा आनंदच वाटतोय.''

''अच्छा, थँक्स,'' इशिगामीनं तिच्याकडून जेवणाचा डबा असलेली पिशवी घेतली त्या वेळी त्याला अवघडल्यासारखं वाटत होतं. ''रात्री पुन्हा...'' तो म्हणाला.

त्याचा अर्थ तो रात्री पुन्हा तिला फोन करणार होता. यासुकोनं स्मित करत मान डोलावली.

तो दरवाजा उघडून रस्त्यावर जाईपर्यंत यासुको त्याच्या जाडजूड पाठीकडे पाहत राहिली. इतक्या एकांतप्रिय, संन्याशासारख्या राहणाऱ्या माणसालाही मित्र असावेत, याचं तिला राहून राहून आश्चर्य वाटत होतं.

सकाळची गर्दी ओसरल्यानंतर ती नेहमीप्रमाणेच मधली सुट्टी घेऊन दुकानाच्या मागच्या बाजूला गेली. सायोको आणि तिच्या पतीसोबत ती तिथे जेवत असे. सायोकोला गोड खाण्याची सवय होती. तिने दोन स्वीट बीन केक बाहेर काढले. एक तिने स्वतः घेतला आणि एक यासुकोला

दिला. श्री. योनाझावाला नेहमीच खारट आणि स्वादिष्ट पदार्थ आवडत असत. त्याने त्या केककडे सहज नजर टाकली, त्याला त्यांच्यात बिलकूल रुची नव्हती. तो चहा पिऊ लागला. कानेको अर्ध वेळ तिथे काम करत होती. ती त्या वेळी डबे पोहोचवण्यासाठी बाहेर गेली होती.

"त्यांनी तुला काल पुन्हा त्रास दिला का?" सायोकोनं चहाचा एक घोट घेत विचारलं.

'कोणी?'

"त्या पोलिसांनी," सायोकोच्या कपाळावर आठ्या पडल्या होत्या. "तुला माहीत आहे का, दिवसभर त्यांनी अगदी प्रश्न विचारून, विचारून आम्हाला हैराण करून सोडलं होतं. मला वाटलं होतं की, बहुतेक ते रात्री तुझ्याकडे येतील. आम्हाला असंच वाटलं होतं," तिच्या पतीकडे पाहत ती म्हणाली. मितभाषी योनाझावानं फक्त मान डोलावली.

"नाही, नाही. मी तुला सांगितलं तेव्हापासून पुन्हा ते आले नाहीत."

प्रत्यक्षात मिसातोला त्यांनी शाळेच्या बाहेर प्रश्न विचारले होते, पण ते सायोकोला सांगण्याची गरज आहे, असं यासुकोला वाटलं नाही.

"मग ठीक आहे. मला आनंदच वाटला. कारण ते अतिशय चिकट असतात. पुनःपुन्हा येत राहतात."

"ते फक्त थोडेसे प्रश्न विचारत होते एवढंच," योनाझावा म्हणाला. "याचा अर्थ त्यांना यासुकोचा संशय आलाय असा होत नाही. त्यांना फक्त प्रक्रिया पूर्ण करावीच लागते."

"मला वाटतं की, काहीही झालं तरी पोलीस सार्वजनिक सेवकच असतात. ती संशयित नसली तरीही मला खात्रीच आहे की, तिचा पूर्वाश्रमीचा नवरा इथे आलाच नव्हता. जर तो खून होण्याच्या आधी इथे आला असता तर पोलीस यासुकोच्या मागे हात धुऊन लागले असते."

"आता तुझ्या मूर्खपणानं तिला घाबरवून सोडू नकोस," योनाझावानं त्याच्या पत्नीला बजावलं.

"तुम्हाला काहीच माहीत नाही. मॅरियनमध्ये तोगाशी यासुकोची चौकशी करत होता असं त्या डिटेक्टिव्हनं सांगितलं नाही का?"

मॅरियन क्लबमध्येच यासुको आणि सायोको आधी काम करत होत्या. "तो इथे आला असता तर त्यांना इथे पुन्हा एकदा यावं लागलं असतं, असं

त्याने म्हटलं होतं. पण त्याला कसला तरी संशय आला होता. मला त्याच्या चेहऱ्यावरूनच समजलं होतं.''

''तसं असेलही. पण तोगाशी कधीच इथे आला नव्हता, त्यामुळे आपल्याला काळजी करण्याचं काय कारण आहे?''

''म्हणून तर तो इथे आला नाही याचा मला आनंद वाटला असं मी म्हटलं ना! जर तो आला असता तर या गरीब बिचाऱ्या मुलीला क्षणभरही शांतता लाभली नसती. माझे शब्द लक्षात ठेवा.''

योनाझावाच्या कपाळावर आठ्या पडल्या आणि त्याने सहजपणे मान डोलवली.

जर तोगाशी खरोखरच दुकानात आला होता हे समजलं तर त्याला काय वाटेल असा विचार यासुकोच्या मनात आला आणि तिच्या पोटात गोळा आल्यासारखं तिला जाणवू लागलं.

''काही का असेना, ही गोष्ट चांगली नाही. तू या अवघड परिस्थितीत फक्त खंबीर राहा, म्हणजे झालं,'' सायोको थोडक्यात म्हणाली. ''अर्थातच पोलीस तुझी चौकशी करतील. कारण काहीही झालं तरी तो तुझा पूर्वाश्रमीचा नवरा होता. पण एकदा तुझा त्या खुनाशी काहीही संबंध नाही हे स्पष्ट झालं की ते तुला सोडून देतील. मग अखेरीस तू खरोखरची मुक्त होशील. मला माहीत आहे की, तोगाशी अजूनही तुझ्या गळ्याभोवती फास आवळून उभा आहे.''

यासुकोनं कसंबसं स्मित केलं.

''अगदी खरं सांगायचं तर तो मरण पावला याचं मला अतिशय समाधान वाटतंय,'' सायोको सहानुभूतीनं म्हणाली.

''अगं, काय हे..,'' योनाझावाच्या कपाळावर पुन्हा एकदा आठ्या पडल्या.

''का, असं म्हटल्यानं काय बिघडणार आहे? त्या माणसामुळे यासुकोला किती त्रास सहन करावा लागला होता ते तुम्हाला माहीत नाही.''

''आणि तुला ते माहीत आहे?''

''होय. यासुकोनं मला ते अगदीच थोडक्यात सांगितलं होतं. त्याच्यापासून दूर जाण्यासाठीच ती मॅरियनमध्ये काम करत होती. हे खरं आहे की नाही? त्यामुळे तिथे तिला शोधत तिच्यावर पाळत ठेवून असल्याचा

विचार मनात आला तरी माझ्या अंगावर काटा येतो. त्याला कोणी ठार मारलं ते मला माहीत नाही, पण मला तर त्याच्याशी आनंदानं हस्तांदोलन करावंसं वाटतंय.''

योनाझावानं रागानं डोळे वटारले आणि तो उठून उभा राहिला. सायोको नाराज झाल्यासारखी दिसत होती. योनाझावा तिथून निघून जाईपर्यंत ती थांबली आणि नंतर यासुकोकडे वळून म्हणाली, ''तरीही नेमकं काय घडलं असावं याचा विचार तुला करावाच लागेल. कदाचित कोणी तरी कर्जाऊ पैसे दिलेल्या माणसानं त्याचा काटा काढला असेल.''

''कोणास ठाऊक?'' यासुको खांदे उडवत म्हणाली.

''असो. पण या सगळ्या वाईट गोष्टींपासून तुझी सुटका झाली पाहिजे. बस्स. मला फक्त तेवढीच चिंता आहे,'' सायोको झटकन म्हणाली आणि तिने बीन केकचा शेवटचा तुकडा तोंडात टाकला.

यासुको पुन्हा एकदा दुकानाच्या पुढच्या भागात आली. त्या सगळ्या संभाषणामुळे तिच्यावर भलताच ताण आला होता. योनाझावा दांपत्याला कशाचाच संशय आला नव्हता हे स्पष्टच होतं. उलटपक्षी, तिच्याकडे केल्या जाणाऱ्या चौकशीमुळे तिला फक्त उपद्रवच होत होता याची त्यांना खात्री वाटत होती. त्यांना फसवावं लागत असल्याचं तिला वाईट वाटत होतं, पण जर तिला अटक झाली असती तर त्यांना खूपच जास्त त्रास झाला असता. त्यामुळे बेन्तेन तेच्या व्यवसायावरही चांगलाच विपरीत परिणाम झाला असता. त्यांच्यापासून सत्य लपवून ठेवण्याखेरीज तिच्याकडे इतर कुठलाच पर्याय नव्हता.

दुपार संपत आल्यानंतर तिचं काम ती यांत्रिकपणे करू लागली, पण तिच्या मनात तिच्यावर गुदरलेल्या त्या चमत्कारिक पेचप्रसंगाचा विचार राहून राहून घिरट्या घातल्यासारखा येत होता. दर वेळी तिचे विचार भरकटू लागले की, तिच्या हातातील कामावर ती लक्ष केंद्रित करण्याचा प्रयत्न करत होती. ग्राहकांची शक्य तितकी जास्त चांगली काळजी घेत होती.

संध्याकाळचे सहा वाजत आले होते आणि त्या वेळी तरी तिथे एकही ग्राहक नव्हता. तेवढ्यात दुकानाचा दरवाजा उघडला गेला.

''स्वागत आहे,'' यासुकोनं उत्स्फूर्तपणे म्हटलं. त्यानंतर तिने आलेल्या नवागताकडे नजर टाकली आणि तिचे डोळे एकदम विस्फारले. 'अरे....'

''हे य्या...'' तिच्या समोर उभ्या असलेल्या माणसानं तिच्याकडे बघून स्मित केलं. त्याच्या डोळ्यांच्या कडांजवळ सुरकुत्या निर्माण झाल्या होत्या.

''मिस्टर कुदो!'' यासुकोनं तिच्या उघड्या तोंडावर हात ठेवला. ''तू इथे काय करतोयस?''

''म्हणजे काय? मलाही इथे जेवणाचा डबा विकत घ्यायचा आहे,'' विक्रीसाठी असलेल्या जेवणाच्या डब्यांच्या लावलेल्या चित्रांवर नजर टाकत कुदो म्हणाला. ''इथे खूपच चांगलं जेवण मिळतं, असं मी ऐकलंय.''

''मी तुला कुठे भेटेन हे मॅरियनमध्ये त्यांनी तुला सांगितलेलं दिसतंय.''

''जवळजवळ तसंच का म्हणेनास!'' तो हसला. ''मी तिथे गेलो होतो. खरं म्हणजे इतक्या दिवसांत पहिल्यांदाच तिथे गेलो.''

यासुकोनं दुकानाच्या मागच्या बाजूला तोंड करून हाक मारली. ''सायोको, लवकर बाहेर ये. तुझा यावर कधीच विश्वास बसणार नाही.''

''काय झालं? काही चूक झालीय का?'' सायोकोनं धावत बाहेर येत विचारलं.

''मिस्टर कुदो आलाय,'' यासुकोनं स्मित करत उत्तर दिलं. ''तो भेटायला आलाय.''

''काय? मिस्टर कुदो?'' आपल्या अंगातला ॲप्रन काढत सायोको पुढे आली. तिथे कोट घातलेल्या आणि स्मित करत उभ्या असलेल्या पुरुषाला पाहिल्यानंतर तिने आश्चर्यानं आ वासला. ''अरेच्चा, कुदो, तू इथे आलायस?'' तिने विचारलं.

''छान, तुम्ही दोघीही छान दिसता आहात. तुझं आणि तुझ्या त्या म्हाताऱ्याचं, कसं काय चाललंय मामा? तुझी जागा पाहून तर मला तुझं सगळं छान चाललंय असं वाटतंय.''

''आमचं ठीक चाललंय. तू पुन्हा भेटल्यामुळे आनंद वाटतोय. आम्हाला हा पुनर्भेटीचा आनंद मिळण्यामागचं कारण काय आहे?''

''खरं तर फारसं काहीच नाही. मला तुम्हा दोघींचे चेहरे पुन्हा एकदा पाहायचे होते इतकंच,'' कुदोनं उत्तर दिलं आणि यासुकोकडे एक कटाक्ष टाकला. तो त्याच्या नाकाचं टोक खाजवत होता. जुनीच सवय. एखाद्या गोष्टीविषयी त्याला संकोच किंवा लाज वाटते त्या वेळी तो असं करतो हे यासुकोला आठवलं.

यासुकोनं अकासाका येथील क्लबमध्ये काम करायला सुरुवात केली होती, त्या वेळी तिथे कुदो नियमितपणे येत होता. तो नेहमीच क्लबमध्ये तिची चौकशी करत होता आणि तिचं काम सुरू होण्याच्या आधी त्याच्या सोबत एक-दोनदा रात्रीच्या जेवणासाठी गेल्याचंही तिला आठवत होतं. काही वेळा क्लबचे कामकाजाचे तास संपल्यानंतर ते बाहेर दारूपार्टीसाठीही जात होते. तोगाशीपासून सुटका करून घेण्यासाठी ती किन्शिचोमधील क्लब मॅरियनमध्ये गेल्यानंतर कुदो तिथलाही ग्राहक झाला होता. तिच्या कामाच्या कुठल्याही नवीन ठिकाणी तो झटपट नियमितपणे जात होता. तिने मॅरियन सोडलं त्या वेळी त्यालाच तिने ती नोकरी सोडत असल्याचं पहिल्यांदा सांगितलं होतं. त्याच्या चेहऱ्यावर दिसणारं दुःखाचं सावटही तिला आठवत होतं. ''कठोर परिश्रम कर आणि आनंदात राहा,'' असं त्याने तिला सांगितलं होतं.

त्यानंतर तिला तो कधीच भेटला नव्हता.

योनाझावा दुकानाच्या मागून बाहेर आल्यानंतर ते चौघंही लगेच जुन्या काळातील गोष्टींमध्ये हरवून गेले. योनाझावा आणि कुदो एकमेकांना चांगलेच ओळखत होते. ते दोघेही मॅरियन क्लबमध्ये नियमितपणे जात होते.

ते सगळे जण थोडा वेळ बोलत बसले आणि नंतर सायोकोनं यासुकोला तिने लवकर निघून कुदोबरोबर चहाला जावं असं सुचवलं. योनाझावानंही संमतिदर्शक मान डोलावली.

यासुकोनं कुदोकडे बघितलं.

''जर तुला वेळ असेल तरच,'' कुदो म्हणाला. अर्थातच तो नक्कीच हाच विचार करून दुकान बंद होण्याच्या वेळी तिथे आला होता, हे अगदीच स्पष्ट होतं.

''फक्त थोडाच वेळ,'' तिने स्मित करत उत्तर दिलं.

ते दोघंही दुकानाच्या बाहेर पडले आणि शिन-ओहाशी रस्त्याच्या दिशेनं निघाले.

''खरं सांगायचं तर मी तुला रात्री जेवायलाच बाहेर नेणार होतो. पण आज मी तुला तशी गळ घालणार नाही. तुझी मुलगी तुझी घरी वाट पाहत असेल हे मला माहीत आहे,'' ते चालत निघाले होते, त्या वेळी कुदो म्हणाला. अकासाकामध्ये त्यांची ओळख झाल्यानंतर लवकरच तिने तिच्या मुलीविषयी त्याला सांगितलं होतं.

''तुझा मुलगा कसा आहे?'' तिने विचारलं.

''खूपच छान. तो आधीच महाविद्यालयात शिकतोय. तिथल्या परीक्षांचा विचार करकरून माझ्या डोक्याला त्रास होतोय.'' तो म्हणाला.

कुदो हा एका लहानशा प्रिंटिंग प्रेसचा व्यवस्थापक होता. तो दक्षिण टोकिओतील ओसाकीमध्ये त्याच्या पत्नी आणि मुलासह राहत होता.

ते रस्त्याकडेला असलेल्या कॉफी शॉपमध्ये गेले. यासुको रस्त्याच्या कोपऱ्यावरच्या ज्या फॅमिली रेस्टॉरंटमध्ये तोगाशीला भेटली होती, ते रेस्टॉरंट तिने टाळलं.

''मी तुझी चौकशी करायला मॅरियनमध्ये गेलो होतो,'' कुदोनं तिला सांगितलं. ''मामा सायोकोनं सुरू केलेल्या जेवणाच्या डब्यांच्या विक्रीच्या दुकानात तू तिच्या सोबत काम करणार आहेस, हे तू मला सांगितलं होतंस, पण ते नेमकं कुठे होतं ते मला माहीत नव्हतं.''

''पण तुला अचानकच माझी आठवण का झाली?''

''अचानकच असं म्हणता येणार नाही,'' कुदोनं सिगरेट पेटवली. ''मी बातम्यांमधून त्या खुनाविषयी ऐकलं आणि मला तुझी काळजी वाटू लागली. तुझ्या पूर्वाश्रमीच्या नवऱ्याविषयीची ती बातमी ऐकून वाईट वाटलं.''

''अं...मला आश्चर्य वाटतंय की, तो खून झालेला हाच तोगाशी होता हे तुझ्या लक्षात आलं!''

कुदोनं सिगरेटचा धूर बाहेर सोडला आणि तोही हसला. ''अर्थात मला तो तोच होता हे समजलं. तोगाशी हे नाव तिथे टीव्हीच्या पडद्यावर झळकलं होतं आणि मी तो चेहरा कधीच विसरू शकणार नाही.''

''मला माफ कर.''

''तू क्षमायाचना करण्यासारखं काहीच नाही,'' कुदो त्याचा हात उपेक्षेनं हलवल्यासारखा हलवत म्हणाला.

कुदोच्या मनात तिच्याविषयी हळवा कोपरा होता हे तिला माहीत होतं. खरं तर तिलाही तो खूपच आवडत होता. पण तरीही त्यांचं नातं हे अतिशय निखळ मैत्रीचंच होतं. त्याने तिला आपल्या सोबत काही वेळा हॉटेलमध्ये बोलावलं होतं, पण तिने नेहमीच शक्य तितक्या प्रसन्नपणे त्याला नकार दिला होता. मुलं असलेल्या विवाहितासोबत प्रेमप्रकरण करण्याचं

धाडस तिच्याकडे नव्हतं. तिने कुदोपासून आणि तिच्या इतर ग्राहकांपासून लपवलं असलं तरी त्या वेळी तीसुद्धा विवाहितच होती.

कुदो एकदा यासुकोला भेटायला तिच्या घरी गेला असताना त्याची तोगाशीशी भेट झाली होती. तिच्या अपार्टमेंटपासून काही अंतरावर टॅक्सी सोडून ती नेहमीच घरी जात असे आणि ती रात्रसुद्धा त्याला अपवाद नव्हती. पण त्या दिवशी तिची सिगरेट केस तशीच टॅक्सीत राहिली होती. कुदोला ती सापडली आणि ती परत देण्यासाठी तोसुद्धा टॅक्सीतून उतरून तिच्या पाठोपाठ तिच्या अपार्टमेंटपर्यंत गेला. त्याला ती त्या अपार्टमेंटमध्ये शिरल्याचं दिसल्यावर त्याने त्या दरवाजावर टकटक केली. पण दरवाजा उघडला गेला त्या वेळी तिथे यासुको नव्हती, तर एक अनोळखी व्यक्ती उभी होती. तो तोगाशी होता.

तोगाशी दारू प्यायलेला होता. त्याला दरवाजासमोर कुदो उभा असल्याचं दिसल्याबरोबर त्याने लगेच असा समज करू घेतला की, 'नाही', हे उत्तर ऐकूनही ते न समजलेला तो एखादा ग्राहक होता. कुदोनं स्वतःची ओळख करून देण्याच्या आधीच तोगाशी संतापानं त्याच्या अंगावर धावून गेला आणि त्याने त्याला गुद्दे घालायला सुरुवात केली. जर यासुको शॉवर घेण्याचं सोडून त्याला थांबवण्यासाठी तिथे आली नसती तर ती गोष्ट कुठल्या थराला गेली असती ते कोणालाही सांगता आलं नसतं.

काही दिवसांनी यासुको तोगाशीला कुदोच्या कामाच्या ठिकाणी त्याची माफी मागण्यासाठी घेऊन गेली. त्या वेळी तोगाशी अतिशय शुद्धीत आणि सौजन्यानं वागण्याच्या मनःस्थितीत होता. कुदोनं पोलिसांकडे तक्रार दाखल केली तर काय होऊ शकतं हे त्याला चांगलंच माहीत होतं.

तरीही कुदोनं मनात हाडवैर बाळगलं नव्हतं. त्याने फक्त तोगाशीनं त्याच्या पत्नीला कायमस्वरूपी नाइटक्लबमध्ये काम करायला लावू नये, असा तोगाशीला इशारा दिला होता. तोगाशीला त्याने केलेली टीका आवडली नसली तरी त्याच्याकडे त्याला प्रत्युत्तर देण्यासारखं काहीच नव्हतं. त्याने फक्त मान झुकवून त्याला प्रतिसाद दिला.

अगदी त्यानंतरसुद्धा कुदो नेहमीप्रमाणेच क्लबमध्ये येत राहिला होता आणि पूर्वीप्रमाणेच यासुकोशी वागत राहिला होता. परंतु पुन्हा कधीही क्लबमधील कामाच्या तासांखेरीज ते बाहेर भेटले नव्हते.

काळ पुढे सरकत गेला तसतशी तोगाशीला काही काम मिळालंय का, याची कुदो यासुकोकडे चौकशी करत राहिला होता. अर्थातच ज्या वेळी आजूबाजूला कोणी नसेल तेव्हाच तिला तो हे विचारत होता. त्या प्रत्येक वेळी यासुको फक्त नकारदर्शक मान हलवण्याखेरीज काहीही करू शकत नव्हती.

तोगाशी जास्त हिंसक बनत गेल्याचं कुदोच्याच पहिल्यांदा लक्षात आलं होतं. तिला होत असलेल्या जखमा, दुखापती मेकअपच्या साहाय्यानं दिसू न देण्याची ती शक्य तितकी जास्त काळजी घेत होती, पण त्यामुळे इतर अनेक ग्राहकांना फसवणं शक्य झालं असलं तरी ती कुदोला कधीही फसवू शकली नव्हती.

''तू एखादा चांगला वकील बघ. मी त्याची फी भरतो,'' त्याने तिला एकदा सांगितलं होतं.

आता खूप वर्षांनी आपापले कॉफीचे मग हातात घेऊन ते बसले असताना कुदोनं ती बसली होती तिथून पलीकडे पाहिलं आणि विचारलं, ''मग हे सगळं प्रकरण काय आहे? तू त्यात अडकलेली नसावीस असं मला वाटतं.''

''पोलीस काही वेळा येऊन गेले, पण फक्त तेवढंच घडलंय.''

''ते आले असतील असं मला वाटलंच होतं,'' कुदो उसासा टाकत म्हणाला.

''पण त्यात काळजी करण्यासारखं काहीच नाही,'' यासुकोनं त्याला हसत, हसत खात्री दिली.

''आणि प्रसार माध्यमंही तुझ्या मागावर नाहीत ना?''

''नाही. मुळीच नाही.''

''ठीक आहे. निदान ती तरी चांगली बातमी आहे. तोगाशीचा खून ही काही प्रसार माध्यमांनी जोरदार झडप घालण्यासारखी गोष्ट आहे, असं मला वाटलं नव्हतंच. पण कधी काय होईल ते कधीच सांगता येत नाही. मला वाटलं की, जर तुला त्यांचा त्रास होत असेल तर मी तुला काही प्रमाणात त्या संदर्भात मदत करू शकलो असतो.''

''थँक यू. तू नेहमीप्रमाणे खूपच चांगला वागतोयस.''

कुदो लाजला. टेबलाकडे खाली बघत त्याने कॉफीचा कप पुन्हा हातात घेतला. ''तुझा त्या प्रकरणाशी काहीही संबंध नाही हे ऐकून मला खूपच बरं वाटलं.''

''अर्थातच माझा काहीच संबंध नाही. म्हणजे तुला त्यात माझा हात आहे असं वाटलं होतं की काय?''

''अगदी तसंच नाही, पण ती बातमी ऐकल्यानंतर मला तुझी काळजी वाटू लागली. काहीही झालं तरी तुझ्या पूर्वाश्रमीच्या नवऱ्याचा कोणी तरी खून केलाच आहे. त्याचा खून कोणी आणि कशासाठी केला ते मला माहीत नाही आणि कसं कोण जाणे, पण त्याचा संबंध तुझ्याशी जोडला जाईल असं मला वाटलं आणि काळजी वाटली.''

''सायोकोसुद्धा अगदी असंच बोलली. तुम्हाला सगळ्यांनाच माझी खूपच काळजी वाटतेय.''

''असो, तू किती चांगली दिसत आहेस हे बघून मी त्या सगळ्या गोष्टींबद्दल उगाचच अतिरेकी चिंता करत होतो, असं मला वाटतंय. तुझा काही वर्षांपूर्वी घटस्फोट झालाय. तू त्याला अलीकडे भेटली होतीस का?''

''त्याला भेटले होते का?''

''हं. तोगाशीला?''

''मुळीच नाही,'' तिने उत्तर दिलं. त्या वेळी तिच्या चेहऱ्याचे स्नायू ताणले गेले होते.

त्यानंतर कुदोनं तो विषय बदलला आणि तो त्याच्या आयुष्याविषयी बोलू लागला, त्यामुळे यासुकोला सुटल्यासारखं वाटलं. अर्थकारण ढासळत चाललं होतं, पण आतापर्यंत तरी त्याच्या कंपनीनं व्यवस्थित तग धरून राहण्यात यश मिळवलं होतं. त्याच्या कौटुंबिक आयुष्याविषयी बोलत असताना त्याने त्याच्या मुलाचा उल्लेख केला. हे नेहमीचंच होतं. कुदोचे त्याच्या पत्नीसोबतचे संबंध कसे होते हे यासुकोला माहीत नव्हतं. त्यांचं सारं काही सुरळीतपणे सुरू असेल असाच तिचा अंदाज होता. यासुको यजमान म्हणून क्लबमध्ये काम करत होती तेव्हापासूनच तिला हे माहीत होतं की, सहसा समोरच्याचं सगळं व्यवस्थित ऐकून घेणारे आणि खरोखरच इतर लोकांच्या समस्यांविषयी काळजी असलेले पुरुष हे सर्वसामान्यपणे आनंदी, समाधानी वातावरण असलेल्या घरांमधून आलेले असतात.

ते कॉफी शॉपमधून बाहेर पडले त्या वेळी पाऊस पडत होता.

''माझीच चूक झाली,'' कुदोनं यासुकोची माफी मागितली. ''तू थेट घरी गेली असतीस तर पावसाच्या आत घरी पोहोचली असतीस.''

''तू इथून जास्त दूर राहतेस का?''

''नाही. सायकलवरून गेलं तर फक्त दहा मिनिटांच्या अंतरावर.''

''सायकलवरून, अरे देवा!'' कुदोनं आकाशात ढगांकडे पाहत ओठ चावला.

''नाही. ठीक आहे. माझ्याकडे बॅगेत घडीची छत्री आहे आणि माझी सायकल खानावळीत आहे. मी चालत घरी जाईन आणि उद्या सकाळी दुकानात जाण्यासाठी थोडी लवकर निघेन.''

''मी तुला लिफ्ट देतो.''

''नको. मी चालत जाते. ठीक आहे.''

पण कुदो आधीच रस्त्यावर पोहोचला होता आणि त्याने कॅब थांबवलीही होती.

''पुढच्या वेळी आपण रात्री जेवायलाच जाऊ,'' ते टॅक्सीतून निघाल्यावर कुदो म्हणाला. ते दोघंही मागच्या सीटवर बसले होते. ''जर तुला आवडलं तर तुझी मुलगीसुद्धा आपल्या सोबत जेवायला येऊ शकेल.''

''तिची काळजी करू नकोस. पण तुझं काय?''

''मला केव्हाही चालेल. सध्या मी तितकासा कामात व्यग्र नाही.''

''मग ठीक आहे.''

तिला खरं तर 'तुझं काय' असं विचारायचं नव्हतं, तर 'तुझ्या पत्नीचं काय' असं विचारायचं होतं. पण ती गोष्ट फार ताणायची नाही असं तिने ठरवलं. त्याला तिचा प्रश्न अगदी नेमकेपणानं समजला होता, पण त्याने तो टाळला होता, असं तिला वाटलं.

त्याने तिचा मोबाइल नंबर विचारला आणि तिने त्याला तो दिला. तो न देण्याचं एखादं चांगलं कारण तिला आठवलं नव्हतं.

कुदोनं ती टॅक्सी थेट तिच्या अपार्टमेंटपर्यंत नेली. ती ज्या बाजूला बसली होती, त्या बाजूचा टॅक्सीचा दरवाजा उघडत नव्हता, त्यामुळे ते दोघंही खाली उतरले आणि मग कुदो पुन्हा टॅक्सीत बसला.

''लगेच आत उडी मार, नाही तर भिजशील,'' पदपथावर थांबून ती म्हणाली. ''ओके, पुन्हा भेटूच,'' कुदो म्हणाला.

यासुकोनं थोडीशी मान हलवली आणि स्मित केलं.

कुदो पुन्हा टॅक्सीत बसल्यानंतर त्याने ती उभी होती तिथून मागे पाहिलं आणि कशावर तरी त्याची नजर खिळून राहिली. ते काय होतं ते पाहण्यासाठी तिनेही मागे वळून पाहिलं आणि तिला जिन्याच्या पायऱ्यांजवळ हातात छत्री घेऊन उभा असलेला एक माणूस दिसला. अंधार पडला होता, त्यामुळे त्याचा चेहरा तिला दिसला नव्हता. पण त्या माणसाच्या शरीराच्या आकारावरून तिच्या लक्षात आलं की, तो इशिगामी होता.

इशिगामीनं आता पायऱ्यांवरून खाली उतरण्यास सुरुवात केली होती. कुदोच्या चेहऱ्यावरच्या भावांवरून यासुकोच्या लक्षात आलं होतं की, ते दोघं टॅक्सीतून उतरलेले असताना इशिगामी बहुधा तिथे थांबून त्यांचं निरीक्षण करत असावा.

टॅक्सी चालकाला पुढे निघण्याची खूण करण्याच्या आधी कुदो तिला म्हणाला, ''मी तुला फोन करेन.''

टॅक्सी पुढे निघाली होती त्या वेळी यासुको टॅक्सीचे मागचे लाइट पाहत राहिली होती. तिचं हृदय आनंदानं उचंबळत होतं. तिला खरोखरच आनंदी ठेवणाऱ्या पुरुषासोबत तिने किती वर्षांनी थोडासा वेळ घालवला होता!

इशिगामी पदपथावरून पुढे चालला होता. त्याला मागे टाकून टॅक्सी पुढे गेली होती.

ती पुन्हा अपार्टमेंटमध्ये पोहोचली त्या वेळी मिसातो टेलीव्हिजन पाहत होती.

''आज काही विशेष घडलं का?'' यासुकोनं विचारलं.

ती शाळेविषयी विचारत नव्हती हे मिसातोला चांगलंच माहीत होतं.

''नाही. काहीही नाही, मिकानंसुद्धा काहीही सांगितलं नाही. पोलीस तिच्याशी आतापर्यंत काही बोलले असतील असं मला वाटत नाही.''

''ठीक आहे.''

काही क्षणांनंतर यासुकोच्या हातातील मोबाइल वाजू लागला. तो फोन सार्वजनिक बुथवरून आल्याचं दिसत होतं.

''बोला, मी बोलतेय.''

''इशिगामी बोलतोय,'' तो परिचित आवाज ऐकू आला. तो हलक्या आवाजात बोलत होता. ''आज काही घडलंय का?''

''नाही. काही खास नाही. मिसातोच्या बाबतीतही काही खास घडलेलं नाही.''

''ठीक आहे. पण सावध राहा. पोलिसांचा अद्यापही तुमच्यावर संशय आहे. ते नक्कीच पार्श्वभूमीवरची सगळी माहिती गोळा करत असतील. तुमच्या भोवतीच्या प्रत्येक गोष्टीचा आणि प्रत्येकाचा ते तपास करत असतील.''

''मी समजू शकते.''

''आणखी...आणखी काही घडलंय का?''

'काय?' यासुकोनं गोंधळून विचारलं. ''नाही. काहीच नाही. मी आताच तुम्हाला सांगितलं की, काहीच घडलेलं नाही.''

''होय....ठीक आहे. सॉरी. मी तुमच्याशी पुन्हा उद्या बोलेन.''

यासुकोनं हातातील मोबाइल फोन खाली ठेवला. तो नेमका कशाविषयी बोलत होता त्याचं तिला आश्चर्य वाटत होतं. याआधी कधीही इशिगामीच्या आवाजात तिला इतकी अनिश्चितता जाणवली नव्हती. नंतर तिच्या डोक्यात एकदम प्रकाश पडला. त्याने कुदोला बघितल्यामुळे तो असा बोलला असावा. तिच्याशी इतक्या आपुलकीनं बोलत असलेला तो पुरुष कोण होता याचं त्याला आश्चर्य वाटलं असावं. म्हणूनच तो अखेरीस तो विषय फार ताणून काही समजतंय का ते बघत होता. त्याला कुदोविषयी जाणून घ्यायचं होतं.

इशिगामीनं तिला स्वतःचा जीव धोक्यात घालून इतकी मदत का केली होती आणि तिला आणि तिच्या मुलीला का वाचवण्याचा प्रयत्न केला होता ते तिला माहीत होतं. सायोकोनं म्हटलं होतं त्याप्रमाणे त्याच्या मनात तिच्याविषयी प्रेम होतं.

जर ती दुसऱ्या पुरुषाच्या जास्त जवळ गेली तर काय होईल असा विचार अचानकच तिच्या मनात चमकून गेला. इशिगामीनं तिला आतापर्यंत मदत केली होती, तशीच तो तिला त्यानंतरही करत राहिला असता का? त्यांच्या सगळ्या समस्या तो तशाच सोडवत राहिला असता का? कुदोबरोबर रात्रीच्या जेवणासाठी न जाणं ही गोष्ट उत्तम ठरेल असं यासुकोनं ठरवून टाकलं. जर ते जेवायला गेलेच तर इशिगामीला ते समजू देता कामा नये असंही तिने ठरवलं. पण हा विचार मनात आल्याबरोबर तिच्या मनाला

आणि शरीराला जबरदस्त चिंतेच्या लाटेनं वेढून टाकलं. हे सगळं किती काळ असंच सुरू राहणार होतं? इशिगामीची पाळत ठेवून राहिलेली नजर तिला किती काळापर्यंत चुकवत राहावी लागणार होती?

तोगाशीच्या मृत्युसंदर्भातील कायद्यांच्या मर्यादा संपुष्टात येईपर्यंत तिला दुसऱ्या पुरुषाला भेटता येणार नव्हतं का?

आठ

जिम्नॅशियमच्या दरवाजाबाहेर कुसानागीला पॉलिश केलेल्या हार्डवूडवर मऊ तळव्यांचे बूट घासले जाण्याचे आणि त्यापाठोपाठ फटके मारल्याचे आवाज ऐकू येत होते. ते परिचित आवाज होते.

तो दरवाजातून आत जाऊन मार्गिकेत थांबला आणि त्याने आत पाहिलं. अगदी जवळच्या टेनिस कोर्टवर युकावा कोर्टच्या जवळजवळ अर्ध्या अंतरावर, फटका मारण्यासाठी हातात रॅकेट धरून पवित्रा घेऊन उभा होता. बहुधा त्याची सर्व्हिस होती. ते दोघेही विद्यापीठात असताना त्याच्या पोटरीचे स्नायू जितके टणक होते, तितके आता ते टणक दिसत नव्हते. पण तो पहिल्यासारखाच उत्तम खेळत होता.

त्याचा प्रतिस्पर्धी हा एक विद्यार्थी होता. तो अतिशय कुशल असल्याचं दिसत होतं. युकावाच्या प्रत्येक डावपेचाला आणि नेहमीच्या जोरदार फटकेबाजीला तो पुरून उरत होता आणि त्याची प्रत्येक चाल तो कुचकामी ठरवत होता.

हातांच्या हळुवार हालचालीनं त्या तरुणानं चेंडू हवेत उडवला आणि नंतर तो कोपऱ्यावर आदळला. खेळ संपला होता. युकावानं तिथेच बसकण मारली. तो खिदळल्यासारखा हसला आणि त्याने त्या विजेत्या प्रतिस्पर्ध्याला काही तरी म्हटलं. त्यानंतर त्याची नजर कुसानागीवर पडली. त्याने त्या विद्यार्थ्याचे आभार मानले आणि त्याला निरोप दिला. त्यानंतर तो हळूहळू उभा राहिला आणि हातात रॅकेट धरून त्या डिटेक्टिव्हकडे तसाच पुढे गेला.

''आता काय झालं?''

कुसानागी थोडासा मागे सरकला. ''अरे, हे माझं वाक्य आहे. मला तू बोलावून घेतलंयस.''

कुसानागीच्या मोबाइल फोनवर युकावाकडून आलेला फोन होता.

''हां, ते बरोबर आहे. मी तुला फोन केला त्या वेळी माझा कॉल थेट व्हॉइस मेलवर गेला. पण तुला मेसेज पाठवण्याइतकं काहीच महत्त्वाचं नव्हतं. तू नक्कीच कामात असशील असं मला वाटलं.''

''खरं म्हणजे मी फोन बंद करून ठेवला होता, कारण मी एक चित्रपट पाहत होतो.''

''कामाच्या वेळात? तू खरोखरच चिंतामुक्त प्राणी आहेस.''

''तसं असतं तर बरं झालं असतं. मी खुनाच्या वेळी ती स्त्री आणि तिची मुलगी तिथे नव्हत्या हे दाखवणाऱ्या, त्यांनी दिलेल्या पुराव्यांची छाननी करत होतो. त्यांना नेमका कुठल्या प्रकारचा चित्रपट पाहायचा होता ते मी तपासत होतो. काहीही झालं तरी जर माझ्याकडे वस्तुस्थिती नसतील तर त्या संशयित खरं बोलत आहेत का, ते मी सांगू शकणार नाही.''

''पण तरीही चित्रपट पाहण्यासाठी पगार दिला जाणं ही गोष्ट थोडीशी कठीणच वाटते.''

''हाच तर यातला उपरोध आहे. तुम्ही ज्या वेळी काम म्हणून चित्रपट पाहता, त्या वेळी ती अजिबातच गमतीची गोष्ट नसते. काहीच महत्त्वाचं काम नसेल तर मी उगाचच इतक्या लांब आलो. माफ कर. मी तुला प्रयोगशाळेत शोधण्याचा प्रयत्न केला, पण त्यांनी मला तू इकडे आहेस, असं सांगितलं.''

''असो, आता एवीतेवी तू इकडे आला आहेसच, तर तुला खायला काही मिळालं तर कसं वाटेल? काही झालं तरी मी तुला काही खातोस का, असं विचारणारच होतो,'' हे बोलतानाच युकावा दरवाजाजवळ गेला आणि तिथे त्याने जिम्नॅशियममध्ये घालावयाचे बूट काढून त्याचे नियमित शूज घातले.

''आणि ते काय असणार आहे?''

''तू आज दुपारी जिथे कुठे होतास, त्यावर ते अवलंबून आहे.''

''मी कुठे होतो?''

'चित्रपटगृहात.'

परिसरातील बारजवळ ते थांबले. ते नवीन ठिकाण होतं. कुसानागी तिथे शिकत असताना ते तिथे नव्हतं. ते दोघेही मागच्या टेबलाजवळ बसले.

''ती संशयित म्हणते की, दहा मार्चला ती चित्रपटाला गेली होती. तोगाशीचा खून त्याच दिवशी झाला. आता तिच्या मुलीनं तिच्या मैत्रिणीला बारा तारखेला ही गोष्ट सांगितली,'' कुसानागी म्हणाला. त्याने एका ग्लासात बिअर ओतून तो ग्लास युकावाला दिला. ''मी नुकतीच ही गोष्ट तिच्या मैत्रिणीला विचारून त्याविषयी खात्री करून घेतली. म्हणूनच मी तो चित्रपट पाहायला गेलो. त्यामुळे तिने चित्रपटाविषयी जे सांगितलं ते तपासता आलं.''

''होय, होय. सार्वजनिक पैशातून मजा मारण्याचा तुला पूर्ण हक्क आहे याची मला खात्रीच आहे. ते सोड, त्या मुलीच्या मैत्रिणीनं नेमकं काय सांगितलं?''

''फारसं उपयुक्त ठरणारं असं काहीच सांगितलं नाही. त्या मुलीनं सांगितलं त्यात काहीच वेगळं नव्हतं. तिच्या मैत्रिणीचं नाव मिका उएनो आहे. मिकानं मला असं सांगितलं की, तिनेसुद्धा तो चित्रपट पाहिला आहे, त्यामुळे त्यांना त्याविषयी खूप खूप गप्पा मारता आल्या.''

''चित्रपट बघितल्यानंतर ते सांगण्यासाठी अख्खा एक दिवस ती थांबली ही गोष्ट विचित्र आहे,'' युकावा म्हणाला.

''हो ना? तिला त्याबद्दल गप्पा मारायच्याच होत्या, तर तिने त्या लगेच दुसऱ्याच दिवशी का मारल्या नाहीत? त्यामुळे त्या खरोखरच अकरा तारखेला चित्रपट बघायला गेल्या होत्या का, असा मी विचार करू लागलो.''

''हे शक्य आहे का?''

''आपल्याला ही शक्यता नाकारता येत नाही. संशयित स्त्री सहा वाजेपर्यंत काम करते आणि जर तिची मुलगी बॅडमिंटनच्या सरावानंतर लगेच घरी आली तर त्या सातच्या खेळाला जाऊ शकतात. आपण हीच गोष्ट दहा तारखेला केली असं त्या सध्या सांगत आहेत.''

''बॅडमिंटन? ती मुलगी बॅडमिंटन क्लबमध्ये आहे?''

''होय. मी त्यांच्याकडे पहिल्यांदा गेलो होतो, तेव्हाच माझ्या ते लक्षात आलं होतं. मी अपार्टमेंटमध्ये तिचं रॅकेट बघितलं होतं. योगायोगानं

एकूणच त्या बॅडमिंटनच्या खेळाचा मला कंटाळा येतो. तो एक अतिशय तणावपूर्ण खेळ आहे आणि ती जरी ज्युनिअर हायस्कूलमध्ये असली तरी सरावानंतर ती थकत असणारच.''

''पण जर ती इतर सगळ्यांवर खेळाचा मोठा बोजा टाकत असेल आणि तुझ्याप्रमाणे सुस्त असेल तर ती थकणार नाही,'' वाफवलेल्या कोन्याकुच्या रबरी क्यूबवर थोडीशी हॉट मोहरी पूड टाकत युकावा म्हणाला.

''फालतू विनोदांनी बोलण्यात व्यत्यय आणू नकोस. तर मी तुला असं सांगण्याचा प्रयत्न करत होतो की....''

''बॅडमिंटनचा सराव करून दमलेली मुलगी चित्रपटाला जाणं आणि नंतर तिने रात्री कॅरिओकेला जाऊन गाणं या गोष्टी वेगळ्या वाटतात. बरोबर?''

कुसानागीनं डोळे मिचकावत त्याच्या मित्राकडे पाहिलं. त्याचा नेमका हाच मुद्दा होता.

''पण तरीही ही गोष्ट पूर्णपणे अतर्क्य वाटत नाही. ती तशी मजबूत शरीरयष्टीची मुलगी असेल ना? शिवाय तरुणही आहे.''

''ते खरं आहे. पण ती हडकुळी आहे आणि तिच्याकडे फार मोठा दमदारपणा, शारीरिक कुवत असेल असं वाटत नाही.''

''ही योग्य समजूत आहे का, ते मला माहीत नाही. शिवाय कदाचित त्या दिवशी फारसा कष्टाचा सराव नसेल. शिवाय दहा तारखेला त्या कॅरिओकेला गेल्या होत्या याची तू खात्रीही करून घेतली आहेस ना?''

'होय.'

''ठीक आहे. त्या कॅरिओकेच्या ठिकाणी कधी गेल्या होत्या?''

''रात्री ९.४० ला.''

''तिची आई त्या खानावळीत संध्याकाळी सहापर्यंत काम करते याचीही तू खात्री करून घेतली आहेस. बरोबर? जर हा गुन्हा शिनोझाकी इथे घडला असेल तर त्यांना ते सगळं करून नंतर लगेच कॅरिओकेला जाण्यासाठी दोन तास तरी लागले असते. मला वाटतं की, हे शक्य आहे.''

कुसानागी त्याच्याकडे रोखून पाहू लागला. ती संशयित खानावळीत काम करते, हे त्याने युकावाला कधी सांगितलं होतं ते त्याला आठवत नव्हतं. त्यानंतर क्षणभरानं तो म्हणाला, ''तुला अचानकच या प्रकरणात

इतका रस कसा काय वाटू लागला? माझ्याकडच्या इतर प्रकरणांचा तपास कसा काय सुरू आहे हे तू मला साधं विचारलंसुद्धा नाहीस.''

''सध्या तरी मी याला रस किंवा रुची म्हणणार नाही. हे आताच माझ्या डोक्यात आलं. घटनेच्या दिवशी आपण दुसरीकडेच असल्याचं दाखवून देणारे काळ्या दगडावरची रेघ असल्यासारखे पुरावे दाखवून त्याआड दडण्याचे हे धंदे मला आवडतात.''

''हे काळ्या दगडावरच्या रेघेसारखे नाहीत. पण सहजासहजी टाचणी लावून फोडताही येण्याजोगं नाही. म्हणून आम्ही त्यावर काम करतोय.''

''पण तुझ्याकडे तिच्या विरोधात कुठलाच पुरावा नाही. तिच्याविषयी संशय घेण्याजोगं काहीच तुझ्या हातात नाही, बरोबर?''

''हे खरंच आहे. पण यातली वस्तुस्थिती अशी आहे की, आपल्याकडे संशय घेण्याजोगं इतरही कोणी नाही. तोगाशीनं फारसा पुरावा मागे सोडलेला नाही. त्याला फारसे मित्र नव्हते आणि खरोखरचे शत्रूही नव्हते. ही एक गोष्ट झाली. शिवाय नेमक्या खून झालेल्या रात्रीच त्यांनी चित्रपटाला आणि कॅरिओकेला जावं ही गोष्टही थोडीशी विचित्र वाटत नाही का?''

''तुला काय म्हणायचं आहे ते माझ्या लक्षात येतंय, पण इथे तुला थोडेसे तर्कनिष्ठ निर्णय घेण्याची गरज आहे. तू त्या दिवशी त्या तिथे नसल्याच्या पुराव्यांऐवजी इतर गोष्टींकडे लक्ष देऊन बघ.''

''माझं काम मी कसं करावं हे तू मला सांगितलं पाहिजे असं समजू नकोस. आम्ही सगळं प्राथमिक काम करतोय. माझ्यावर विश्वास ठेव.'' कुसानागीनं त्याच्या कोटाच्या खिशातून एक फोटोकॉपी बाहेर काढली आणि ती टेबलावर पसरली. ते त्या माणसाच्या चेहऱ्याचं रेखाटन होतं.

''हे काय आहे?''

''बळी जिवंत असताना कसा दिसत असावा त्याचं आर्टिस्टनं केलेलं हे रेखाटन आहे. त्याला कोणी पाहिलं होतं का, असं विचारत आमची काही माणसं शिनोझाकी स्टेशनवर हे रेखाटन घेऊन फिरत आहेत.''

''त्याच्यावरून मला आणखी एक गोष्ट आठवली. तू असं म्हणाला होतास की, त्या माणसाचे कपडे पूर्ण जळलेले नाहीत. नेव्ही जाकीट, करड्या रंगाचा स्वेटर आणि काळी पँट.. बरोबर ना? ही गोष्ट कोणीही सर्वसामान्य व्यक्ती घालत असलेल्या कपड्यांसारखीच वाटते.''

''हो की नाही? खरं तर बराचसा त्याच्यासारखा दिसणारा माणूस आपण पाहिल्याचं अनेकांनी कळवलंय. आम्हाला नेमकी कुठून सुरुवात करावी तेच कळेनासं झालंय.''

''म्हणजे कुठलीच गोष्ट बिलकूल उपयुक्त नाही का?''

''अगदी तसंच म्हणता येणार नाही. आम्हाला मिळालेली एक अतिशय चांगली माहिती म्हणून एका स्त्रीनं दिलेल्या माहितीकडे बघता येईल. तिने असं सांगितलं आहे की, अशा प्रकारचे कपडे घातलेला आणि संशयास्पद वाटणारा एक माणूस तिने स्टेशनजवळ बघितला होता. कामावरून घरी परत चाललेल्या एका स्त्रीनं तिथे त्याला रमतगमत वेळ घालवताना पाहिलं होतं. आम्ही शिनोझाकीजवळ लावलेलं यांपैकी एक पोस्टर पाहिल्यानंतर तिने आम्हाला फोन केला होता.''

''इथले लोक मदत करणारे आहेत हे बघून चांगलं वाटलं. मग तू तिला का प्रश्न विचारत नाहीस? कदाचित तुला तिच्याकडून आणखी काही माहिती मिळू शकेल.''

''अर्थातच आम्ही ते केलं. तिने पाहिलेला माणूस बळीसारखा असल्याचं वाटत नाही, ही यातली अडचण आहे.''

''असं कसं काय?''

''म्हणजे असं बघ, अगदी पहिली गोष्ट म्हणजे तिने त्याला ज्या स्टेशनवर पाहिलं होतं ते शिनोझाकी नव्हतं, तर मिझुई होतं. त्याच मार्गावरचं शिनोझाकीच्या आधीचं स्टेशन. शिवाय आम्ही तिला ते चित्र दाखवलं त्या वेळी तिने आम्हाला सांगितलं की, त्याचा चेहरा आमच्या चित्रातील व्यक्तीच्या चेहऱ्याच्या तुलनेत जास्त गोलाकार दिसत होता.''

''जास्त गोलाकार, हॅं!''

''तुम्ही पोलीस डिटेक्टिव्ह म्हणून काम करता त्या वेळी एक गोष्ट तुमच्या लक्षात येते, ती म्हणजे बरंचसं काम हे चुकीच्या गोष्टींचा तपास करण्यातच वाया जातं. इथे तुमच्या जगासारखं नसतं. तुमच्या जगात एकदा तर्क चपखल ठरला की तुमच्याकडे तुमचा पुरावा असतो आणि तुमचं त्या दिवसाचं काम झालेलं असतं.'' हे बोलत असताना कुसानागी चॉपस्टिक्सनी उरलेला बटाटा खाण्यात व्यग्र होता. त्याला आता युकावाकडून एखादं फटकारल्यासारखं वक्तव्य केलं जाईल अशी अपेक्षा होती, पण युकावानं

चकार शब्द उच्चारला नाही. ज्या वेळी कुसानागीनं वर पाहिलं त्या वेळी त्याचा मित्र अवकाशात कुठे तरी दूरवर पाहत होता आणि त्याने सहजपणे त्याच्या हातांचे पंजे एकमेकांत गुंतवले होते.

कुसानागीनं त्याला असंच दूरवर पाहत असल्याचं त्याआधीही पाहिलं होतं. तो भौतिकशास्त्रज्ञ विचारांत खोलवर बुडाल्याचं ते चिन्ह होतं. पण ती तंद्री त्या वेळी सुरू असलेल्या चर्चेच्या संदर्भातच लागलेली होती की नाही, ते त्याला तोपर्यंत समजलं नव्हतं.

हळूहळू युकावाची नजर सर्वसामान्य झाली. त्याने कुसानागीकडे पाहिलं. ''तू म्हणालास की त्या माणसाच्या चेहऱ्याचा चेंदामेंदा करण्यात आला होता.''

''होय तर. त्याची बोटांची टोकंही जाळून टाकण्यात आली होती. याचा अर्थ त्या मृतदेहाची ओळख पटू नये म्हणूनच त्यांनी हे केलं असलं पाहिजे.''

''त्यांनी चेहऱ्याचा चेंदामेंदा करण्यासाठी कशाचा वापर केला होता?''

कुसानागीनं कोणीही त्यांचं बोलणं ऐकत नसल्याची खात्री करून घेण्यासाठी आजूबाजूला नजर टाकली. त्यानंतर तो टेबलावर पुढे झुकला आणि म्हणाला, ''आम्हाला काहीही सापडलेलं नाही. पण मारेकऱ्यानं हातोड्याचा वापर केला असावा असा आम्हाला संशय आहे. फोरेन्सिकचा असा अंदाज आहे की, चेहऱ्याची हाडं मोडण्यासाठी त्याचा चेहरा अनेक वेळा आपटण्यात आला असावा किंवा त्याच्यावर आघात करण्यात आला असावा. त्याचे दात आणि जबडा पूर्णपणे नष्ट करण्यात आले होते. त्यामुळे त्याच्या दातांविषयीच्या नोंदींवरून काही तपास करणंही अशक्य व्हावं ही मारेकऱ्याची इच्छा होती.''

'हातोडा?' त्याच्या हातातील चॉपस्टिक्सच्या टोकांनी नरम मुळा रश्श्यात कुस्करत युकावा पुटपुटला.

''त्याचं काय?'' कुसानागीनं विचारलं.

युकावानं चॉपस्टिक्स खाली ठेवल्या आणि टेबलावर कोपरं टेकवून तो म्हणाला, ''जर त्या खानावळीत काम करणारी स्त्री खुनी असती तर तिने नेमकं काय केलं असतं असं तुला वाटतं? यात पहिल्यांदा ती चित्रपटाला गेली नव्हती असं तू गृहीत धरत आहेस. बरोबर?''

''ती गेली होती की नव्हती याविषयी तू विचारत असलास तर त्याबद्दल मी खात्रीनं काहीही सांगू शकत नाही.''

''खरं काय घडलं होतं याचा विचार करू नकोस. मला फक्त एखादं अनुमान ऐकायचं आहे,'' एका हातानं बिअरचा ग्लास उचलून तोंडाला लावत असतानाच युकावानं कुसानागीकडे बघून त्याला प्रोत्साहन दिल्याप्रमाणे दुसऱ्या हाताची हालचाल केली.

कुसानागी विचारात पडला. ''ही गोष्ट एखाद्या भक्कम निष्कर्षापेक्षाही जास्त अनुमानाचीच आहे. पण मला काय वाटतं ते सांगतो. खानावळीत काम करणाऱ्या त्या स्त्रीनं – पण तिचा उल्लेख इतका लांबलचक करण्यापेक्षा आपण तिला 'मिस ए' म्हणूया. तर मिस ए सहा वाजता काम संपवून दुकानातून बाहेर पडली असती. हमामात्शु स्टेशनपर्यंत चालत पोहोचण्यास तिला दहा मिनिटं लागली असती. तिथून शिनोझाकी स्टेशनपर्यंत भुयारी मार्गानं पोहोचण्यासाठी तिला आणखी वीस मिनिटं लागली असती. स्टेशनपासून तिनं बस किंवा टॅक्सी केली असती आणि ती जुन्या एदोगावा नदीपर्यंत पोहोचली असती. त्यामुळे ती सातच्या सुमारास गुन्हा घडलेल्या ठिकाणी पोहोचली असती.''

''आणि त्या दरम्यान त्या बळीनं काय केलं असतं?''

''तो बळीही त्या ठिकाणाकडेच येऊ लागला असता. तो तिथे मिस ए ला भेटायला गेला असता. पण तो बळी तर शिनोझाकी स्टेशनवरून सायकलवरून तिकडे येत होता.''

'सायकलवरून?'

''होय. तो मृतदेह सापडलेल्या ठिकाणी एक बेवारस सायकलही सापडली. त्या सायकलवरचे ठसे आणि मृताचे ठसे जुळले आहेत.''

''ठसे? मला वाटतं की, तू तर असं सांगितलंस की त्या मृतदेहाच्या बोटाची टोकं जाळून टाकण्यात आली होती.''

कुसानागीनं मान डोलावली. ''तो अज्ञात कोण होता हे आम्ही शोधून काढल्यानंतर आम्हाला त्याचे काही वापरण्याजोगे ठसे सापडले. तो बळी राहत असलेल्या ठिकाणाच्या ठशांशी त्या सायकलवरचे काही ठसे जुळले. हं. तू काय सांगू पाहतोयस ते माझ्या लक्षात येतंय. तुला असं सांगायचं आहे की, त्या भाड्याच्या खोलीत राहणारा तो माणूस आणि सायकल

वापरणारा माणूस एकच असल्याचं आपण सिद्ध केलं तरी तोच बळी असल्याचं सिद्ध होत नाही. जर खोलीत राहणारा माणूसच खरा मारेकरी असेल आणि त्यानेच ती सायकल वापरली असेल तर? मला वाटतं की, ही गोष्टसुद्धा वाजवी वाटते. पण आम्हाला त्याच्या खोलीत काही केस सापडले. बळीच्या शरीरावरच्या केसांशी ते जुळतात. आम्ही त्यासाठी डीएनए तपासणीही केली आणि त्यातूनही त्या गोष्टी जुळल्या.''

युकावा हसला. ''पोलिसांनी मृतदेह ओळखण्यात चूक केली असं मला सुचवायचंच नाही. पण त्याने ती सायकल वापरण्याच्या कल्पनेविषयीच मला जास्त चिंता वाटते. बळीनं त्याची सायकल शिनोझाकी स्टेशनवर ठेवली होती?''

''नाही. प्रत्यक्षात - ''

कुसानागीनं ती सायकल चोरीची असल्याचं त्याला कसं समजलं वगैरे सगळी गोष्ट सांगितली. युकावाचे डोळे त्याच्या वायरफ्रेमच्या चश्म्याच्या मागे चमकले.

''म्हणजे फक्त गुन्ह्याच्या ठिकाणी पोहोचण्यासाठीच बळीनं त्याची नेहमीची पद्धत सोडून देऊन सायकलची चोरी केली? तो बसनं किंवा टॅक्सीनं का गेला नाही?''

''त्याने सायकलची चोरी का केली ते मला माहीत नाही, पण त्याने हेच केलं असलं पाहिजे. तो माणूस बेरोजगार होता. काहीही झालं तरी त्याच्या नावावर भरपूर पैसा वगैरे नव्हता. त्यामुळे कदाचित त्याला बसचे पैसे भरावेत असं वाटलं नसेल.''

युकावाला त्याचं बोलणं पटल्यासारखं दिसत नव्हतं. त्याने हाताची घडी घातली आणि एक नापसंतीदर्शक चीत्कार काढला. ''बरं, ठीक आहे. समज त्याने तसं केलं आणि तो मिस ए ला भेटायला गुन्हा घडलेल्या ठिकाणी गेला. आता पुढे बोल.''

''मला असं वाटतं की, त्यांनी भेटीची सांकेतिक वेळ व स्थळ ठरवलं असावं, पण मिस ए कदाचित तिथे लवकर पोहोचली असावी आणि कुठे तरी लपून बसली असावी. बळी तिथे येत असल्याचं दिसल्यावर ती त्याच्या मागे गेली असेल आणि तिने त्याच्या मानेभोवती दोरखंड आवळला असेल आणि तिने त्याला गुदमरवून ठार मारलं असेल.''

''अगदी इथेच थांब!'' युकावानं दोन्ही हात वर करून त्याला थांबवलं. ''बळीची उंची काय होती?''

''सुमारे एकशेसाठ सेंटिमीटर.''

''म्हणजे तो त्या स्त्रीपेक्षा सुमारे दहा सेंटिमीटरनं उंच होता,'' युकावा किंचितसा हसत म्हणाला. त्याने त्याच्या हातावर हनुवटी टेकवली होती. ''मी काय म्हणतोय ते तुझ्या लक्षात येतंय का?''

''नक्कीच. आपल्यापेक्षा जास्त उंच असलेल्या व्यक्तीला गळा घोटून मारणं अवघड असतं. मृताच्या गळ्यावरच्या चिन्हांचा विचार केला तर ज्याने कोणी त्याचा गळा आवळला तो वरच्या दिशेनं फास खेचत होता. पण अशा परिस्थितीत बळी बसलेला होता – असेल. कदाचित तो त्या वेळी सायकलवरही बसलेला असू शकेल.''

''असू दे, असू दे, तू तयार केलेल्या वाईट चित्राचं समर्थन करण्यासाठी तुझ्याकडे लाजिरवाणी समर्थनं आहेत याचा मला आनंद वाटतो.''

''यात लाजिरवाणं वाटण्यासारखं काहीही नाही.'' कुसानागी टेबलावर मूठ आपटत ठामपणे म्हणाला.

''बरं, पण मग पुढे काय झालं असेल? तिने त्याच्या अंगावरचे कपडे काढून टाकले. तिने स्वतःबरोबर आणलेल्या हातोड्यानं त्याच्या तोंडाचा चेंदामेंदा केला. त्यानंतर त्याची बोटं जाळून टाकली. लायटरनं का? त्यानंतर तिने त्याच्या कपड्यांना आग लावली आणि ती तिथून पळून गेली. बरोबर?''

''तरीसुद्धा ती किन्शिचोला नऊ वाजता जाऊ शकली असती.''

''सैद्धांतिकदृष्ट्या अगदी बरोबर आहे. पण तू निव्वळ स्वतःची कातडी वाचवतो आहेस असं मला वाटतंय. या तुझ्या छोट्याशा स्वनिर्मित दृश्याला संपूर्ण विभागाचा पाठिंबा आहे, असं मात्र मला सांगू नकोस.''

कुसानागीनं तोंड मुरडलं. त्याने उरलेली बिअर घटाघटा पिऊन संपवली आणि दुसऱ्या फेरीसाठी वेट्रेसकडे पाहून हात केला. नंतर तो युकावाकडे वळला आणि म्हणाला, ''होय. ठीक आहे. एखाद्या स्त्रीनं खरोखरच हे सगळं पार पाडलं असेल का, याविषयी आमच्या विभागातील बऱ्याच जणांना शंका वाटतेय.''

''त्यांना शंका आलीच पाहिजे. तिच्या या कृतीनं तो क्षणभर चकित झाला असला तरी पूर्ण वाढ झालेल्या आणि गळा आवळण्यास विरोध

करत असलेल्या एखाद्या पुरुषाचा अशा प्रकारे गळा आवळणं ही सोपी गोष्ट नाही. माझ्यावर विश्वास ठेव, त्याने तिला रोखण्यासाठी सर्वशक्तीनिशी शक्य ते सारे प्रयत्न केलेच असते. याशिवाय सर्वसामान्य आकाराच्या आणि ताकदीच्या एखाद्या स्त्रीच्या दृष्टीनं पूर्ण वाढ झालेल्या एखाद्या पुरुषाच्या मृतदेहाची अशा प्रकारे विल्हेवाट लावणंही कठीण आहे. सॉरी, पण तू मांडलेल्या या सगळ्या सिद्धांतात किती तरी त्रुटी आहेत असं म्हणणाऱ्या लोकांच्या घोळक्यात मलाही सहभागी व्हावं लागतंय.''

''होय. तू असंच म्हणणार असं मलाही वाटलंच होतं. माझासुद्धा या सगळ्यांवर फारसा विश्वास बसत नाही. मी फक्त अनेक शक्यतांपैकीच्या या एका शक्यतेविषयी बोललो इतकंच.''

''याचा अर्थ तुझ्या मनात आणखीही काही कल्पना आहेत. ठीक आहे. त्या सगळ्या फक्त तुझ्यापुरत्याच ठेवू नकोस. आणखी एक सिद्धान्त ऐकव.''

''मला आताच सगळंच्या सगळं अगदी तंतोतंत समजलंय असा दावा मी करत नाही. पण मी तुला आताच जो काल्पनिक प्रसंग सांगितला त्यात त्या माणसाचा मृतदेह जिथे सापडला तिथेच त्याला ठार मारण्यात आलं होतं असं आपण गृहीत धरलं होतं. पण त्याचा कुठे तरी दुसरीकडे खून झाला असेल आणि नंतर त्याचा मृतदेह तिथे नेऊन टाकण्यात आला असावा, अशीही एक शक्यता आहे. खरं सांगायचं झालं तर आमच्या विभागातील बहुतेक लोकांना असंच वाटतंय. तो खून मिस एनं केलेला असो किंवा इतर कोणी, पण आधी खून करून नंतर त्याचा मृतदेह तिथे टाकून देण्यात आला असावा असा त्यांचा अंदाज आहे.''

''ही फारशी वाजवी समजूत असल्यासारखं वाटत नाही. पण ही शक्यता तू पहिल्यांदा सांगितली नाहीस. का?''

''साधी गोष्ट आहे. जर मिस ए खुनी असेल तर इतर कुठल्या तरी ठिकाणी तिनं खून करणं शक्य नाही. तिच्याकडे कार नाही किंवा ती एखादी कार घेऊही शकत नाही. तिला कार चालवताही येत नाही. त्यामुळे तिने नदीच्या काठावर हा मृतदेह आणून टाकला असावा अशी शक्यता दिसत नाही.''

''हं, मला हा मुद्दा महत्त्वाचा वाटतोय.''

''शिवाय सायकलचा प्रश्नही आहेच. ज्याने कोणी ती सायकल तिथे आणून सोडून दिली असेल त्याला खून नदी काठावरच झाला आहे असं आपल्याला वाटावं असं वाटत असणार, म्हणून त्याने जाणीवपूर्वक ती

सायकल तिथे आणून टाकून दिली होती. पण मग त्या सायकलवर मृताच्या बोटांचे ठसे ठेवण्याचे प्रयत्न करण्याचं काहीच कारण नव्हतं. विशेषतः ज्या वेळी त्याने बोटांची टोकं जाळून टाकण्यासाठी मुद्दाम प्रयत्न केले होते, त्या वेळी तर नाहीच.''

''सायकल हे एक गूढ आहे. अनेक कारणांमुळे मी हे म्हणतोय,'' युकावा पियानो वाजवत असल्याप्रमाणे टेबलावर बोटं फिरवत म्हणाला. त्यानंतर तो थांबला आणि म्हणाला, ''काहीही असलं तरी त्या माणसानं हे केलं असण्याची शक्यता आहे असं मानणं जास्त चांगलं ठरणार नाही.''

''आमच्या विभागातील बहुतांश लोकांनाही असंच वाटतं. पण अजूनही मला असं वाटतं की, मिस ए या सगळ्यांत गुंतलेली आहे.''

''मग मिस एचा एखादा पुरुष साथीदार होता का?''

''आम्ही सध्या तिच्याशी संबंधित लोकांचा शोध घेतोय. काहीही झालं तरी ती नाइट क्लबमध्ये काम करत होती. तिथे काही लोक तिच्या आयुष्यात आलेच असतील.''

''हे रुचिपूर्ण गृहीतक आहे. देशभरातील क्लबमधील अशा यजमान (होस्टेसेस) महिलांचा आरडाओरडा मला आताच ऐकू येऊ लागलाय,'' युकावा हसत म्हणाला. त्याने बिअरचा एक मोठा घोट घेतला आणि नंतर त्याच्या चेहऱ्यावर पुन्हा एकदा गंभीर भाव परतले. त्याने पुन्हा एकदा ते रेखाटन बघायला मागितलं.

आर्टिस्टनं त्या बळीचं काढलेलं चित्र कुसानागीनं त्याच्याकडे पुन्हा एकदा सरकवलं. गुन्ह्याच्या घटनास्थळी सापडलेल्या कपड्यांमध्ये तोगाशी कसा दिसत असावा त्याचं अनुमान बांधून ते तयार करण्यात आलं होतं.

युकावा त्याच्याकडे अतिशय बारकाईनं पाहू लागला. ''त्याच्या अंगावरचे कपडे काढून टाकले पाहिजेत असं खुन्याला का वाटलं असावं याचं आश्चर्यच वाटतंय.'' तो पुटपुटला.

''बळीची ओळख लपवण्यासाठी. त्याच कारणामुळे त्याने त्याचा चेहराही ठेचून टाकला होता आणि बोटांची टोकंही जाळली होती.''

''मग तिथून जाताना त्याने ते कपडे स्वतःबरोबर का नेले नाहीत? त्याने ते जाळण्याचा प्रयत्न केला आणि त्यात त्याला अपयश आलं एवढं एकच अनुमान तू काढू शकलास.''

‘‘हं. कदाचित तो गडबडीत असेल किंवा त्याने ती चूक केली असेल.’’

‘‘तुम्हाला पाकिटावरून किंवा गाडी चालवण्याच्या परवान्यावरून एखाद्याची ओळख पटू शकते हे मला मान्य आहे, पण फक्त एखाद्याच्या कपड्यावरून किंवा शूजवरून तुम्ही त्याची ओळख पटवू शकता का? कपडे काढणं आणि ते जाळणं याकरिता लागणारा वेळ घालवणं, कपडे जाळण्यापेक्षा जास्त धोकादायक नव्हतं का? त्यामुळे होणाऱ्या लाभापेक्षाही त्यात धोकाच जास्त होता. मारेकऱ्याला शक्य तितक्या लवकर तिथून निघून जाणंच जास्त श्रेयस्कर वाटलं नसतं का?’’

‘‘तुझा रोख कशाकडे आहे? त्याचे कपडे काढून घेण्यामागे आणखी एखादं कारण असलं पाहिजे असं तुला वाटतं का?’’

‘‘मला खात्रीपूर्वक सांगता येणार नाही. पण तसं असेल तर ते कारण शोधून काढेपर्यंत तू तुझ्या खुन्याला शोधू शकणार नाहीस,’’ युकावानं त्याच्या चेहऱ्यासमोर बोटांनी एक मोठं प्रश्नचिन्ह काढलं.

ज्युनिअर वर्षाच्या गट क्र. २च्या गणिताच्या वर्गाची त्या वर्षाची कामगिरी धक्कादायक होती. फक्त गट २चीच अवस्था वाईट नव्हती, ज्युनिअरच्या संपूर्ण वर्गाचीच कामगिरी चांगलीच खालावलेली होती. ते विद्यार्थी आणखी एका वर्षानंतर जास्तच मंद बुद्धीचे झाले होते असं इशिगामीला वाटलं.

त्याने उत्तरं पाठवून दिल्यानंतर गणिताच्या शिक्षकानं आणखी एकदा परीक्षा घेण्यासाठीचं वेळापत्रक तयार केलं. शाळेनं प्रत्येक विषयात उत्तीर्ण होण्यासाठी किमान मान्यताप्राप्त गुण ठेवले होते आणि ज्या विद्यार्थ्यांना तितके गुणही मिळवता आले नव्हते त्यांना पुढच्या वर्गात पाठवलं जाणार नव्हतं. अर्थातच त्यांनी अतिशय निराशाजनक मुलांना नापास करून एक वर्ष मागे ठेवण्याऐवजी त्यांच्यासाठी शक्य तितक्या जास्तीत जास्त चाचण्या घेण्याचा मार्ग निवडला होता.

इशिगामीनं त्यांना दिलेल्या ग्रेड पाहिल्यानंतर वर्गात निषेधाच्या आरोळ्या ठोकण्यात आल्या. इशिगामीनं नेहमीप्रमाणेच त्या आरडाओरड्याकडे दुर्लक्ष केलं, पण एक आरोळी त्या सगळ्यांच्या तुलनेत जास्त मोठ्या आवाजात देण्यात आली होती आणि ती त्याला स्पष्टपणे ऐकू आली होती.

''सर, गणिताची चाचणी न घेताच प्रवेश देणारी विद्यापीठं नाहीत का?'' एक विद्यार्थी मोठ्यानं ओरडून म्हणत होता.

''अशा विद्यापीठांमध्ये जाण्यासाठी आमच्यासारख्या विद्यार्थ्यांना या चाचण्यांमध्ये उत्तीर्ण होण्याची काय गरज आहे?''

इशिगामीनं त्या विद्यार्थ्याच्या दिशेनं पाहिलं. त्याचं नाव मोरिओका होतं. तो खुर्चीवर मागे झुकून डोकं खाजवत इतर विद्यार्थ्यांकडे पाठिंबा मिळावा या अपेक्षेनं पाहत होता. तो एक बुटका विद्यार्थी होता आणि वर्गात चालणाऱ्या सगळ्या गुंडगिरीचा तो बॉस होता. इशिगामी त्या वर्गाशी फारसा संबंधित नसला तरी त्याला त्या मुलाची ख्याती माहीत होती. शाळेत मोटरसायकलवरून येण्यावर कडक बंदी होती. तरीही तो मुलगा मोटरसायकलनं येत होता आणि त्याबद्दल त्याला अनेकदा सक्त ताकीद देण्यात आली होती.

''मोरिओको, तू कला शाखेत प्रवेश घेणार आहेस का?'' इशिगामीनं विचारलं.

''हं...म्हणजे मला असं म्हणायचं होतं की...जर मी विद्यापीठात गेलो तर मी नक्कीच गणिताची परीक्षा देणार नाही. मी विद्यापीठात जायचं ठरवलंय असा त्याचा अर्थ नाही. शिवाय पुढच्या वर्षीसुद्धा मी ऐच्छिक विषय म्हणून गणित घेणार नाही, मग माझ्या या वर्षीच्या ग्रेडचं माझ्या दृष्टीनं काय महत्त्व आहे? सर, माझ्याविषयी गैरसमज करून घेऊ नका. मी तुमचासुद्धा विचार करतोय. वर्गात माझ्यासारख्या मूर्खांना शिकवण्यात फारशी मजा असू शकणार नाही. म्हणून मला असं वाटतं की, आपण आपापसांत या संदर्भात काही तरी समझोता करावा. प्रौढांमध्ये केल्या जाणाऱ्या करारासारखा.''

शेवटच्या ओळीमुळे वर्गात हशा पिकला. इशिगामीनंही उपहासानं ओढूनताणून हसत त्याला प्रतिसाद दिला. ''तुला जर माझी फारच काळजी वाटत असेल, तर तुझ्या पुढच्या परीक्षेत पास हो. त्यात फक्त डिफरन्शिअल आणि इंटिग्रल कॅल्क्युलस आहे. ती फार अवघड असणार नाही.''

मोरिओका जोरात खोकला. खुर्चीच्या एका बाजूला तो पायावर पाय टाकून बसला. ''डिफरन्शिअल आणि इंटिग्रल कॅल्क्युलस माझं असं काय मोठं भलं करणार आहे? तो वेळेचा अपव्यय आहे.''

वर्षअखेरीच्या परीक्षेत विचारली जाणारी काही अवघड उदाहरणं सोडवून दाखवण्यासाठी इशिगामी फळ्याकडे वळला होता, पण

मोरिओकाच्या विधानानं तो जागीच थबकला आणि मागे वळला. अशा प्रकारची गोष्ट तो तिथे पसरू देणार नव्हता आणि सोडूनही देणार नव्हता. ''मला असं समजलंय की, तू मोटरसायकल चालवतोस, मोरिओका. एवढंच नव्हे तर नेहमीच शर्यतीही बघतोस.''

मोरिओकानं मान डोलावली. या अचानक विचारल्या गेलेल्या प्रश्नानं तो नक्कीच थक्क झाला होता.

''असं सांग की, शर्यतीत भाग घेणारे लोक ठरलेल्या वेगानंच त्यांच्या मोटरसायकल चालवतात का? ते सतत त्यांचा वेग ते गाडी चालवत असलेल्या जमिनीच्या प्रकारानुसार, वाऱ्याच्या दिशेनुसार, त्यांच्या शर्यतीच्या व्यूहरचनेनुसार आणि इतर अनेक गोष्टींनुसार कमी-जास्त करत राहतात. जिंकण्यासाठी कुठे वेग कमी केला पाहिजे आणि कुठे वाढवला पाहिजे ते त्यांना माहीत असण्याची गरज असते. तुझ्या लक्षात येतंय का?''

''होय नक्कीच माझ्या लक्षात येतंय. पण या सगळ्यांचा गणिताशी काय संबंध आहे?''

''ठरलेल्या वेळात त्यांनी नेमका किती वेग वाढवला पाहिजे हे त्या नेमक्या क्षणाच्या त्यांच्या वेगाचं डेरिव्हेटिव्ह आहे. शिवाय त्यांनी पार केलेलं अंतर हे त्यांच्या बदलत्या वेगाचं इंटिग्रल आहे. शर्यतीत सगळ्याच मोटरसायकलींना सर्वसामान्यपणे तितकंच अंतर पार करावं लागतं. त्यामुळे कोण जिंकतं आणि कोण हरतं हे ठरवण्यासाठी वेगातील फरक किंवा डिफरन्शिअल अतिशय महत्त्वाचा ठरतो. त्यामुळे डिफरन्शिअल आणि इंटिग्रल कॅल्क्युलस हा विषय अतिशय महत्त्वाचा आहे हे तुझ्या लक्षात आलंच असेल.''

'होय,' गोंधळल्यासारख्या दिसलेल्या मोरिओकानं क्षणभर थांबून म्हटलं. ''पण शर्यतीत भाग घेणाऱ्याला या सगळ्यांचा विचार करण्याची गरज नसते. त्यांना डिफरन्शिल आणि इंटिग्रलची पर्वा कशाला करावी लागेल? ते अनुभवामुळे आणि अंतःस्फूर्तीमुळे जिंकतात.''

''नक्कीच ते त्यामुळे जिंकतात. पण ही गोष्ट शर्यतीत भाग घेणाऱ्या त्या लोकांच्या पाठिराख्यांच्या बाबतीत खरी नसते. मोटरसायकलचा वेग कुठे वाढवणं योग्य ठरेल हे शोधण्यासाठी ते पुनःपुन्हा त्याविषयीची माहिती घेऊन तपशील निश्चित करतात. अशा प्रकारे ते व्यूहरचनेवर काम करतात. हे करण्यासाठी ते डिफरन्शिअल आणि इंटिग्रल कॅल्क्युलसचाच वापर करतात.

त्यांना ते माहीत नसेल तरी ते वापरत असलेलं संगणकीय सॉफ्टवेअर हे काम करत असतं.''

''मग जो कोणी ते सॉफ्टवेअर तयार करतो त्याच्यावरच गणिताचा भार का टाकून देऊ नये?''

''आपण ते करू शकतो. पण मोरिओका जर तुलाच ते सॉफ्टवेअर तयार करायचं असेल तर?''

मोरिओका त्याच्या खुर्चीत मागे रेलून बसला. ''मी? आणि सॉफ्टवेअर तयार करू शकेन? मला तर तसं वाटत नाही.''

''अगदी तू सॉफ्टवेअर इंजिनिअर झाला नाहीस, तरी या वर्गातील इतर कोणी तरी होईल. म्हणूनच आपण गणित शिकतो. म्हणूनच आपण वर्गात हा तास शिकवतो. मी या वर्गात जे शिकवत आहे ते फक्त हिमनगाचं एक टोक आहे – गणिताच्या जगात शिरण्याचं प्रवेशद्वार आहे हे तुला माहीत असलं पाहिजे. तुला जर ते प्रवेशद्वार कुठे आहे हेच माहीत नसेल तर त्यामधून चालत आत जाण्याचा विचार तरी तू कसा काय करू शकशील? अर्थातच तुझी इच्छाच नसेल तर तुला त्याच्यातून आत जाण्याची गरज नाही. इथे फक्त ते प्रवेशद्वार कुठे आहे ते तुला माहीत आहे की नाही, याचीच मी चाचणी घेत आहे. मी तुला काही पर्याय देतोय. तुझ्या समोर काही निवडी ठेवतोय.''

हे बोलत असताना इशिगामीनं नजरेनंच वर्गाची छाननी केली. दरवर्षीच त्याला कोणी ना कोणी गणित का शिकलं पाहिजे असं विचारत होतं. दरवर्षी तो असंच स्पष्टीकरण देत होता. या वेळी या विद्यार्थ्याला मोटारसायकली आवडत असल्यामुळे त्याने मोटारसायकल शर्यतींचं उदाहरण दिलं होतं. गेल्या वर्षी संगीतज्ञ होण्याची महत्त्वाकांक्षा बाळगून असलेल्या एका विद्यार्थ्याला त्याने सांगीतिक तंत्रज्ञानाच्या रचनेकरिता गणिताचा वापर कसा केला जातो ते सांगितलं होतं. या चर्चेचे तपशील कसेही बदलले तरी हरकत नव्हती. इशिगामीसाठी ती नवीन बाटलीत भरलेली जुनी दारूच असत होती.

वर्ग संपवून तो शिक्षकांच्या खोलीकडे परतला त्या वेळी त्याला त्याच्या डेस्कवर चिकटवलेली एक चिठ्ठी दिसली. ती घाईघाईनं खरडलेली होती आणि त्यावर लिहिलेलं होतं, 'युकावाला फोन करा.' त्याच्या

खाली मोबाइल क्रमांक लिहिलेला होता. ते शाळेत गणित शिकवणाऱ्या शिक्षकांपैकी आणखी एका शिक्षकाचं हस्ताक्षर असल्याचं त्याने ओळखलं.

''युकावाला काय हवं आहे?'' त्याच्या मनात विचार तरळला. त्याच्या घशात अचानक आलेला आवंढा गिळून हातात मोबाइल घेऊन तो खोलीच्या बाहेरच्या मार्गिकेत गेला. त्याने त्या चिठ्ठीवरचा मोबाइल क्रमांक फिरवला. पहिली रिंग झाल्याबरोबर लगेच युकावानं फोन उचलला.

''शाळेच्या वेळात तुला त्रास दिल्याबद्दल माफ कर.''

''काही तातडीची गोष्ट आहे का?''

''मला वाटतं तू तिला तातडीची गोष्ट म्हणू शकशील. होय. आपण आज भेटू शकतो का?''

''आज? मला आज इथे आणखीही काही गोष्टी कराव्या लागणार आहेत. पण मला वाटतं संध्याकाळी पाचनंतर....!'' त्याने नुकताच त्याचा सहावा तास संपवला होता आणि सगळी मुलं आपापल्या वर्गशिक्षकांच्या तासाला गेली. तोपर्यंत इशिगामी कुठल्याच वर्गाचा वर्गशिक्षक नव्हता. त्यामुळे दुसऱ्या शिक्षकाकडे ज्युदो दोजोच्या चाव्या सुपूर्द करून तो लवकर निघू शकला असता.

''छान. मी तुला शाळेच्या प्रवेशद्वारासमोर बरोबर पाच वाजता भेटतो. ठीक आहे ना?''

''ठीक आहे. तू आता कुठे आहेस?''

''तुझ्या जवळच्याच भागात आहे. लवकरच भेटू या.''

युकावानं फोन बंद केला. इशिगामीनं तणावपूर्ण बोटांनी फोन आवळून धरला आणि तो त्याच्या स्क्रीनकडे रोखून पाहू लागला. त्याला भेटण्यासाठी त्या भौतिकशास्त्रज्ञानं अगदी धावतपळत इथे, शाळेत यावं इतकी तातडीची अशी काय गोष्ट असेल? इशिगामी पुन्हा त्याच्या डेस्ककडे निघाला असताना त्याच्या मनात हाच प्रश्न रुंजी घालत होता.

आपल्या काही उर्वरित परीक्षांच्या ग्रेडिंग निश्चित करून तो उठला त्या वेळी आधीच पाच वाजले होते. इशिगामी शिक्षकांच्या खोलीतून बाहेर पडला आणि शाळेचं क्रीडांगण ओलांडून पुढच्या प्रवेशद्वाराजवळ पोहोचला.

युकावा त्या प्रवेशद्वाराजवळ त्याची वाट पाहत उभा होता. त्याच्या काळा कोटाच्या कडा वाऱ्यामुळे फडफडत होत्या. इशिगामीला पाहिल्यानंतर त्याने त्याला हात केला आणि स्मित केलं. ''अशा प्रकारे जबरदस्तीनं तुला शाळेच्या बाहेर आणावं लागल्याबद्दल माफ कर,'' तो उत्साहानं म्हणाला.

''फक्त मला भेटण्यासाठी तू इतक्या लांब, इतक्या तातडीनं धावत का आला असावास याचंच मला राहून राहून आश्चर्य वाटतंय,'' इशिगामी म्हणाला. त्याच्या चेहऱ्यावर आपुलकीचे, हळुवार भाव होते.

''आपण चालता चालताच बोलू या,'' युकावा कियोसुबाशी रस्त्यावरून खालच्या दिशेला जात म्हणाला.

''नको. या बाजूनं आपण जास्त लवकर जाऊ,'' इशिगामी म्हणाला आणि त्याने त्याच्या शेजारच्या रस्त्याकडे बोट दाखवलं. ''आपण इथून सरळ गेलो तर माझ्या अपार्टमेंट इमारतीच्या उजव्या बाजूला पोहोचू.''

''होय. पण मला त्या खानावळीत जायचं आहे,'' युकावानं स्पष्ट केलं.

''खानावळीत? तिकडे कशाला?'' इशिगामीनं विचारलं. त्याच्या चेहऱ्याचे स्नायू ताठरल्याचं त्याच्या लक्षात आलं होतं.

''कशाला? जेवणाचा डबा घ्यायला. आणखी कशाला? आज रात्री मला इतरत्र कुठे योग्य प्रकारचं जेवण मिळेल असं मला वाटत नाही. त्यामुळे आधीच झटपट एखादा साधा डबा घेऊन ठेवावा, असं मला वाटलं. तिथले डबे चांगले असतात ना? तू रोजच तिथून जेवण घेतोस, त्यावरून मला असं वाटलं.''

''अं होय...तुझं बरोबर आहे. चल मग आपण तिकडे जाऊ या,'' इशिगामी वळला आणि बेन्तेन तेच्या दिशेनं जाऊ लागला.

ते कियोसु ब्रिजच्या दिशेनं निघाले आणि पुढे चालू लागले. एक भला मोठा ट्रक रस्त्यावरून खडखडाट करत त्यांच्या जवळून पुढे गेला.

'तर,' युकावा म्हणाला, ''मी काही दिवसांपूर्वी कुसानागीला भेटलो होतो. कुसानागी – म्हणजे तो डिटेक्टिव्ह. तुला आठवलं का...? तो तुझ्याकडे आला होता बघ, तोच.''

इशिगामीच्या मनात तणाव निर्माण झाला. त्याच्या मनातील धोक्याची पूर्वसूचना देणारी भावना स्थिरपणानं जास्तीत जास्त वाईट होत गेली.

''काय म्हणाला तो?''

''फारसं काही नाही. ज्या ज्या वेळी त्याला पुढे काय करावं हे समजेनासं होतं, त्या त्या वेळी तो नेहमीच मला शोधत येतो. त्या वेळी त्याच्या समोरची समस्या सोपीही नसते. एकदा तर तो माझ्याकडे एका पिशाच्चानं झपाटल्याची समस्या सोडवण्यासाठी आला होता. म्हणजे मला काय म्हणायचं आहे ते तुझ्या लक्षात येईल.''

युकावा त्याला त्या पिशाच्चानं झपाटल्याच्या समस्येचं साग्रसंगीत वर्णन करून सांगू लागला. इशिगामीला ती मोठी रोचक कथा वाटली, पण युकावा ही भुताची गोष्ट सांगण्यासाठी इतक्या लांब आला नव्हता हे त्याला माहीत होतं.

बेन्तेन तेचा फलक दिसू लागला होता आणि इशिगामी आपल्या या जुन्या मित्राला तो नेमका कशासाठी तिथे आला होता ते विचारण्याचा विचारच करत होता, तेवढ्यात त्याच्या शरीरभर आणखी एक अस्वस्थतेची लाट पसरली. त्या दोघांना पाहिल्यानंतर यासुको कशी प्रतिक्रिया देईल? या विचारानं तो अस्वस्थ झाला होता. सहसा या वेळी इशिगामी तिथे जात नव्हता. त्यामुळे त्या वेळी तो एखाद्या मित्रासोबत तिथे गेला असता तर यासुकोला नक्कीच काही तरी अत्यंत विपरीत गोष्ट घडली असावी अशी शंका आली असती. तिने या वेळी नैसर्गिक वर्तन करावं एवढीच तो मनोमन इच्छा करत होता.

युकावानं बेन्तेन तेच्या काचेच्या दरवाजाजवळच्या पायरीवर पाऊल ठेवलं आणि दरवाजा उघडून तो आत गेला. काहीसा बिचकतच इशिगामी त्याच्या पाठोपाठ आत शिरला. काउंटरच्या मागे यासुको बसल्याचं त्याने पाहिलं. ती आणखी एका ग्राहकाचं काम पूर्ण करत होती.

''स्वागत आहे, या,'' तिने युकावाला अतिशय उत्साही स्वरात म्हटलं. त्यानंतर तिने त्याच्या पाठोपाठ आलेल्या इशिगामीला पाहिलं. तिच्या डोळ्यांत आश्चर्याची भावना निर्माण झाली आणि तिचं स्मित चेहऱ्यावरच गोठून गेल्यासारखं झालं.

''माझ्या मित्रानं काही केलंय का?'' युकावानं विचारलं.

''नाही, काहीच नाही,'' यासुकोनं मान नकारार्थी हलवत उत्तर दिलं. तेव्हाही ती अस्वस्थ झाल्यासारखी स्मित करत होती. ''हे माझे शेजारी आहेत आणि ते नेहमीच इथून जेवणाचा डबा घेतात...'' ती म्हणाली.

"होय, तेच याने मला सांगितलं. मी त्याच्याच शिफारशीवरून इथे आलोय," युकावा म्हणाला.

"मग आभारी आहे," नम्रपणानं मान झुकवून यासुको म्हणाली.

"आम्ही विद्यापीठातील वर्गमित्र आहोत," युकावा म्हणाला आणि इशिगामीकडे वळून पाहत पुढे म्हणाला, "एके दिवशी मी त्याच्याकडे आलोही होतो."

"हं. बरोबर आहे," यासुकोनं मान डोलवत स्मित केलं.

"म्हणजे त्याने तुम्हाला हे सांगितलं होतं?"

"होय. असंच जाता जाता."

युकावानं स्मित करत मान डोलावली. "मग तुम्हाला काय हवं आहे?" यासुकोने विचारलं.

"नाही. हे नेहमी काय विकत घेतात?"

"मिस्टर इशिगामी नेहमीच स्पेशल डबा घेतात. पण मला वाटतं की आता तो संपला असेल..."

"अरेरे, फारच वाईट झालं. पण ठीक आहे. बघू या. तुमचे सगळेच डबे छान दिसतायत."

युकावानं बॉक्समधल्या जेवणाची निवड केली, त्या वेळी इशिगामी दरवाजाच्या काचेतून बाहेर पाहत उभा होता. जवळपासच्या ठिकाणातून डिटेक्टिव्ह तर पाहत नव्हते ना, याची तो खातरजमा करून घेत होता. तो यासुकोबरोबर मित्रत्वानं बोलत असल्याचं त्यांना दिसावं असं त्याला वाटत नव्हतं.

त्यानंतर आणखी एक विचार त्याच्या मनात आला आणि त्याने युकावाकडे एक तिरपा कटाक्ष टाकला. युकावावर विश्वास ठेवणं योग्य होतं का? त्याच्या या जुन्या मित्रासोबत असताना त्याने अतिशय जपून वागायला हवं होतं का? तो कुसानागीचाही मित्र होता, याचा अर्थ इथे घडणारी प्रत्येक गोष्ट त्याच्यापर्यंतही पोहोचली असतीच.

युकावानं अखेरीस जेवणाचा कुठला डबा घ्यावा ते निश्चित केलं. यासुको त्याची ऑर्डर घेऊन नुकतीच मागच्या बाजूला गेली होती. त्याच वेळी तो काचेचा दरवाजा पुन्हा एकदा उघडला आणि दुकानात एक गडद तपकिरी रंगाचं जाकीट घातलेला माणूस आला. इशिगामीनं त्याच्या

पाठमोऱ्या आकृतीकडे शक्य तितक्या सहजपणे पाहण्याचा प्रयत्न केला. त्याचा जबडा आपोआपच आवळला गेला होता, हे त्याच्या लक्षात आलं.

हाच माणूस अपार्टमेंटच्या इमारतीसमोर यासुकोला सोडायला आल्याचं त्याने पाहिलं होतं. आपल्या छत्रीमधून इशिगामीनं त्या दोघांना बोलताना पाहिलं होतं. त्या दोघांमध्ये जुने मित्रत्वाचे संबंध किंवा त्याहून अधिक काही तरी असावं असं त्याला त्यांच्या बोलण्यावरून वाटलं होतं.

त्या माणसाचं लक्ष इशिगामीकडे गेलं नव्हतं. तो यासुको पुन्हा तिथे येण्याची वाट पाहत होता. ती परत आल्यानंतर तिने त्याला समोर पाहिलं आणि तिच्या नजरेत आश्चर्य निर्माण झालं. त्या माणसानं किंचित मान डोलावून स्मित केलं आणि तिच्याकडे कटाक्ष टाकला. ''तुझं चालू देत. या ग्राहकांचं काम तू पूर्ण केलंस की मग आपण बोलू,'' असा त्यातून स्पष्ट अर्थ निघत होता.

तो कोण आहे? इशिगामीच्या मनात विचार आला. ''तो कधी भेटला होता आणि यासुको हानाओकाच्या जवळ इतका कधी आला होता?'' यासुको टॅक्सीतून उतरली होती, त्या वेळी तिच्या चेहऱ्यावर कसे भाव होते, ते इशिगामीला स्पष्टपणे आठवत होतं. तिच्या चेहऱ्यावर त्याला इतका तजेला, चैतन्य कधीच आढळलं नव्हतं. त्या वेळी तिचा चेहरा एखाद्या आईसारखा किंवा खानावळीतील डब्यांच्या विक्रेतीसारखा नव्हता. तो तिचा खरा चेहरा होता. एका स्त्रीचा चेहरा.

या पुरुषासोबत असतानाच तिचा चेहरा तसा दिसत होता, पण इशिगामी समोर असताना तिचा चेहरा कधीच तसा फुलत नव्हता.

तो गूढ माणूस आणि यासुको यांच्याकडे इशिगामीनं रोखून पाहिलं. त्यांच्या दरम्यानच्या वातावरणात झालेला बदल त्याला जाणवला आहे, असं त्याला वाटलं. त्या गणिताच्या शिक्षकाचा ऊर चिंतेनं भरून आला.

युकावाचा जेवणाचा डबा तयार झाला होता. त्याने पैसे दिले आणि तिच्याकडून पिशवी घेतली. त्यानंतर इशिगामीकडे वळून तो म्हणाला, ''तू थांबलास, त्याबद्दल थँक यू.''

त्यानंतर ते बेन्तेन तेमधून बाहेर पडले आणि कियोसु ब्रिजवरून पायऱ्या उतरून समिदा नदीच्या किनाऱ्यावर पोहोचले.

''तो माणूस कोण होता?'' युकावानं विचारलं.

'कोण?'

''तो दुकानात आलेला माणूस. तू त्याला ओळखत असावास असं मला वाटलं.''

इशिगामीनं त्याच्या जुन्या मित्राच्या निरीक्षणशक्तीला मनातल्या मनात शिव्याशाप दिले. ''खरंच? नाही मी त्याला बिलकूल ओळखत नाही,'' स्वतःवर नियंत्रण राखत इशिगामी निकरानं म्हणाला.

''मग जाऊ देत,'' युकावा म्हणाला.

''ते राहू दे, पण तुझं ते तातडीचं काम नेमकं काय होतं? तू फक्त जेवणाचा डबा विकत घ्यायला इतक्या लांब आला होतास, असं मला सांगू नकोस. मला ते पटणार नाही.''

''अं... होय. मी तुला ते सांगितलंच नाही,'' युकावा म्हणाला आणि विचार करत असल्याप्रमाणे त्याच्या कपाळावर आठ्या पडल्या. त्यानंतर तो पुढे बोलू लागला, ''मी तुला आधीच सांगितलंय त्याप्रमाणे तो डिटेक्टिव्ह कुसानागी माझ्याकडे त्याच्याकडची सगळी अर्धवट प्रकरणं घेऊन येतो. त्याला ती सवयच आहे. असो, या वेळी मी तुला ओळखतो आणि तू तिचा शेजारी आहेस हे माहीत असल्यामुळे तो माझ्याकडे आला होता. त्याने मला खरं तर फारशी चांगली नसलेली एक विनंती केली.''

''कसली विनंती?''

''अगदी स्पष्टपणे सांगायचं झालं तर तुझ्या शेजारणीच्या पूर्वाश्रमीच्या पतीच्या खुनाच्या प्रकरणाचा पोलीस अजूनही शोध घेत आहेत. दुर्दैवानं, तिला त्यात गोवण्यासारखा कसलाच धागादोरा त्यांना अद्याप सापडलेला नाही. त्यामुळे त्यांना तिच्यावर पाळत ठेवायची आहे. म्हणजे ती काय करते, कुठे जाते वगैरे. म्हणजे तिचं निरीक्षण करायचं आहे. पण ते करण्यासाठी त्यांना मर्यादा पडतात. म्हणूनच आम्ही तुझ्याकडे आलो आहोत.''

''थांब, त्यांना मी त्यांच्यासाठी तिच्यावर पाळत ठेवावी असं वाटत नाही ना?''

युकावानं संकोचानं डोकं खाजवल्यासारखं केलं. ''अं...म्हणजे होय. त्यांना खरंच तसं वाटतंय. तू सतत आठवड्याचे सगळे दिवस २४ तास तिच्यावर लक्ष ठेवावंस असं त्यांना वाटत नाही. पण शेजारच्या घरावर तू थोडंफार लक्ष ठेवावंस आणि तुला काही वेगळी गोष्ट आढळली तर त्यांना

कळवावं, असं त्यांना वाटतं. अशा प्रकारे एखाद्याच्या माथी असं ओझं लादणं ही गंभीर गोष्ट आहे, हे मला माहीत आहे. पण ते तसेच आहेत.''

''म्हणजे हेच बोलण्यासाठी तू इथे आला होतास का?''

''पोलीस तुला लवकरच जास्त औपचारिकपणे तशी विनंती करतील असं मला वाटलं. त्याविषयी तुला आधी सांगून तुझ्या मनाची थोडी तयारी करून घ्यावी असं त्यांना वाटलं. खरं तर तू नाही म्हणालास तरी वैयक्तिकरीत्या मला त्याचं काहीच वाटणार नाही. पण निदान तुझ्याशी याविषयी प्राथमिक स्वरूपाचं बोलणं करण्याइतकी मदत तरी मला माझ्या डिटेक्टिव्ह मित्राला केली पाहिजे, असं मला वाटलं.''

युकावानं अगदी प्रामाणिकपणानं त्याला सगळं सांगितल्याचं स्पष्टच होतं. पण तरीही मनातल्या मनात इशिगामीला तो खरंच बोलत होता का याविषयी शंका वाटत होती. पोलीस खरोखरच एखाद्या नागरिकाकडे अशी विनंती घेऊन जातात का?

''म्हणूनच तुला बेन्तेन तेमध्ये जायचं होतं का?''

''खरं सांगायचं तर होय. मला स्वतःला त्या संशयित स्त्रीला पाहायचं होतं आणि ती कोणाचाही खून करू शकेल असं मला खरोखरच वाटत नाही, असं मला सांगावंच लागेल.''

आपल्यालाही तसंच वाटतं, असं सांगण्याचा मोह इशिगामीला झाला होता, तो तसं बोलणारही होता, पण त्याने स्वतःला आवरलं. त्याऐवजी तो म्हणाला, ''हे बघ, असं म्हटलं जातं की, कव्हर बघून पुस्तक कसं आहे, ते ठरवू नये.''

''खरं आहे. मग तुझं काय म्हणणं आहे? तिच्यावर नजर ठेवायला पोलिसांनी तुला सांगितलं तर तुझं काय उत्तर असेल?''

इशिगामीनं नकारार्थी मान हलवली. ''मला खरोखरच विचारशील तर माझी यात पडण्याची बिलकूल इच्छा नाही. इतर लोकांच्या आयुष्यात डोकावत राहण्याची मला सवय नाही आणि शिवाय माझ्याकडे त्यासाठी फारसा वेळही नसतो. तसं दिसत नसलं तरी मी कामात अतिशय व्यग्र असलेला माणूस आहे.''

''मलाही अगदी असंच वाटलं होतं. हे बघ तू जे बोललास ते मी कुसानागीला सांगेन. त्यामुळे ही सगळी कल्पना संपुष्टात येईल. मी तुला थोडंसं जरी अस्वस्थ केलं असेल तरी सॉरी!''

''नाही, नाही. तसं अजिबातच नाही.''

ते शिन ओहाशी ब्रिजजवळ पोहोचले होते. त्यांना आधीच नदीच्या बाजूच्या बेघरांच्या झोपड्या दिसत होत्या.

''मला वाटतं, तो खून दहा मार्चला झाला होता ना?'' युकावा म्हणाला. ''कुसानागीनं त्या दिवशी तू थोडा लवकर घरी आला होतास असं मला सांगितलं.''

''होय. त्या रात्री मी काहीच करावं असं ठरवलं नव्हतं. मला वाटतं की, मी सातच्या सुमारास परतलो होतो. मला वाटतं मी त्यालाही तेच सांगितलं होतं.''

''त्यानंतर तू तुझ्या खोलीत घुसून तुझ्या गणिती प्रॉब्लेम्समध्ये बुडून गेला असशील?''

''जवळजवळ तसंच काहीसं झालं होतं.''

हे बोलत असताना त्या दिवशी तो घटनास्थळी नव्हता हे दाखवणारा एखादा पुरावा त्याच्याकडे आहे का, याचा शोध तर युकावा घेत नव्हता ना, अशी शंका इशिगामीच्या मनात आली. जर तसं असतं तर इशिगामी यात गुंतलेला असावा असा संशय त्याला आधीच आला असावा असं इशिगामीला वाटलं.

''त्यावरून माझ्या लक्षात आलं की, तुला इतर कुठलेच छंदही नाहीत. म्हणजे गणित बगळता इतर काहीच नाही.''

इशिगामीनं किंचित उपेक्षा दर्शवल्याप्रमाणे हुंकार दिला आणि तो म्हणाला, ''छंद? खरं तर नाहीत. मी फक्त गणितातच रमतो.''

''मग तू कंटाळा घालवण्यासाठी काय करतोस? तुला कारमधून फिरायला जायला आवडतं का?'' युकावानं त्याला कारचं स्टीअरिंग व्हील हातात धरल्याचा अभिनय करत विचारलं.

''नाही, नाही. अगदी माझी इच्छा असली तरी मी जाऊ शकत नाही. माझ्याकडे कारच नाही.''

''पण तुझ्याकडे कार चालवण्याचा परवाना तर आहे ना?''

''ही काय आश्चर्याची गोष्ट आहे?''

''खरं तर नाही. तू इतका व्यग्र असतोस की, तुला ड्रायव्हिंग स्कूलमध्ये जायलासुद्धा वेळ नसतो, म्हणून फक्त.''

"मला विद्यापीठात नोकरी मिळणार नाही, हे लक्षात आल्याबरोबर मी ते मिळवलं. काम शोधण्यासाठी कदाचित मला त्याचा उपयोग होऊ शकेल असं मला वाटलं होतं. अर्थातच मला त्याचा काडीचाही उपयोग झाला नाही." इशिगामी म्हणाला आणि त्याने युकावाकडे तिरप्या नजरेनं पाहिलं. "म्हणजे तुला काय शोधायचं आहे, मी कार चालवू शकतो का ते विचारायचं आहे का?" त्याने विचारलं.

युकावानं डोळ्यांची उघडझाप करत त्याला विचारलं, "नाही रे बाबा. मी तसं का करेन?"

"तू ज्या प्रकारे प्रश्न विचारत आहेस, त्यावरून मला तू तसं करत असावास असं वाटलं."

"नाही. मला त्यातून काहीही काढून घ्यायचं नव्हतं. मला फक्त तुला गाडी घेऊन फिरायला जायला आवडतं का एवढंच जाणून घ्यायचं होतं. किंवा त्याहूनही जास्त स्पष्टपणे सांगायचं झालं तर गणित वगळता तुला इतर कशावर गप्पा मारायला आवडतात का ते मला जाणून घ्यायचं होतं."

"गणित आणि खुनाची रहस्यं असं तुला म्हणायचं आहे."

युकावा हसला. "छान बोललास!"

ते शिनओहाशी ब्रिजच्या मधल्या कमानीतून बाहेर पडले. करड्या केसांचं पोनीटेल बांधलेला तो माणूस एका चुलीवरच्या भांड्यात काही तरी उकळवत होता. त्याच्या शेजारीच तेलाचा एक छोटासा कॅन होता. इतरही काही बेघर लोक बाहेर आले होते आणि इकडे तिकडे फिरत होते.

पुलाजवळच्या पायऱ्या चढून ते वर आल्यानंतर युकावा इशिगामीकडे वळून म्हणाला, "ठीक आहे, मी इथूनच घरी परत जातो. त्या सगळ्या तपासकामाकरिता तुला त्रास दिल्याबद्दल मला माफ कर."

"माझ्या वतीनं डिटेक्टिव्ह कुसानागीचीही माफी माग. सॉरी. मी त्याला मदत करू शकलो नाही."

"तू माफी मागण्याची काही गरज आहे असं मला वाटत नाही. शिवाय मी पुन्हा कधी आलो तर तुझी हरकत नसेल असं मला वाटतं."

"नाही. बिलकूल नाही."

"छान. आपण सेक पिऊ आणि गणितावर गप्पा मारू."

''म्हणजे तुला गणितावर आणि खुनावर गप्पा मारू असं म्हणायचं आहे.''

युकावानं खांदे उडवले आणि भुवयांना आठ्या पाडत तो म्हणाला, ''कदाचित तसंही. कदाचित मी तुझ्यासाठी एखादा नवीन प्रॉब्लेम घेऊन येईन. कदाचित तुझ्या फावल्या वेळात तू त्यावर विचार करू शकशील.''

''म्हणजे कसं काय?''

''म्हणजे तो जास्त कठीण असेल. एखाद्या न सोडवल्या गेलेल्या प्रॉब्लेमची युक्तीनं सोडवणूक करण्यासारखा असू शकेल. तो रिक्त प्रश्न असणार नाही. क्ले मॅथेमॅटिक्स इन्स्टिट्यूट पारितोषिक देणाऱ्या लोकांच्या कोड्यासारखा तो नसेल. या कोड्याचं निश्चित उत्तर असेल याची मी तुला खात्री देतो. रोचक गोष्ट आहे. हो ना?''

''अतिशय रोचक,'' युकावाच्या चेहऱ्यावरचे भाव वाचण्याचा प्रयत्न करत इशिगामी म्हणाला. ''मी यावर विचार करेन.''

युकावानं मान डोलावली आणि तो वळला. त्यानंतर तो पुन्हा मागच्या बाजूच्या मुख्य रस्त्याच्या दिशेनं चालू लागला.

नऊ

त्यांनी अखेरची कोळंबी तोंडात टाकली आणि वाइनची बाटली संपवली. यासुकोनं तिच्या ग्लासातील वाइनचा अखेरचा घोट घेतला आणि तिने समाधानानं उसासा टाकला. खरोख़रचं इटालियन जेवण जेवण्यासाठी ती कधी बाहेर गेली होती ते तिला आठवत नव्हतं.

''प्यायला आणखी काही मागवू का?' कुदोनं विचारलं. त्याच्या डोळ्यांत लालसर रेघ दिसत होती.

''मला पुरे झालंय. थँक्स. तू तुझ्यासाठी काही का मागवत नाहीस?''

''नाही. मला बस्स झालंय. आता माझ्या पोटात फक्त गोड पदार्थासाठीच जागा उरलेय,'' त्याने स्मित केलं आणि नॅपकिननं तोंड पुसलं.

क्लबमध्ये होस्टेस असताना यासुको त्याआधीही अनेकदा कुदोसोबत जेवायला गेली होती. फ्रेंच किंवा इटालियन अशा कुठल्याही प्रकारचं जेवण असलं तरी वाइनची एकच बाटली पिऊन तो थांबत नव्हता.

''अलीकडे कमी पितोयस का?''

कुदोनं विचारपूर्वक मान डोलावली. ''मला वाटतं की, मी खरंच कमी पितोय. अर्थातच काहीही झालं तरी आधीच्या तुलनेत मी कमीच पितोय. कदाचित मी म्हातारा होत चाललोय.''

''प्रमाणशीर पिण्यात काहीही वाईट नाही. तू स्वतःची काळजी घेतलीच पाहिजेस.''

'थँक्स,' कुदो हसला.

त्याने त्या दिवशी तिच्या मोबाइलवर फोन करून ती रात्री त्याच्या सोबत जेवायला येऊ शकते का, असं विचारलं होतं. सुरुवातीला ती थोडीशी बिचकली होती. पण नंतर तिने ते मान्य केलं. खुनाचा तपास सुरू असल्यामुळे तिच्यावर बंधन आलं होतं. अशा वेळी बाहेर जेवायला जाणं खरं तर विचित्र असल्यासारखं वाटत होतं.

तिच्या दृष्टीनं तर ते विचित्र होतंच, पण तिच्या मुलीच्या दृष्टीनं जास्तच विचित्र होतं, कारण त्या सगळ्या प्रकरणामुळे तिच्यापेक्षाही तिची मुलगी जास्त घाबरली होती. शिवाय इशिगामीचा प्रश्न होताच. तोगाशीचं खूनप्रकरण निस्तरण्यात त्याने तिला मदत केली होती. तो किती काळ बिनशर्त मदत करत राहिला असता याविषयी तिला शंकाच होती.

त्यानंतर तिला असं वाटलं की, तेव्हासारख्या नेमक्या वेळी तिला नेहमीसारखंच वागण्या-बोलण्याचा प्रयत्न करावा लागणार होता. तिच्याकडे न जाण्यासाठी जर एखादं विशिष्ट कारण नसतं तर एखाद्या जुन्या मित्रानं जेवायला येण्याविषयी विचारलं तर त्याच्या सोबत जाणं ही सर्वसामान्य गोष्ट नव्हती का? त्याला नकार देणं ही गोष्ट जास्त अस्वाभाविक वाटली असती. शिवाय ही गोष्ट सायोकोला समजली असती तर तिलाही शंका आली असती.

तिने स्वतःचं वागणं तर्कनिष्ठ ठरवण्यासाठी कितीही कारणं आणि समर्थनं तयार केली असली तरी यासुकोला हे माहीत होतं की, ती हे सगळं ढोंग करत होती. कुदोला पुन्हा भेटायला जाण्याची इच्छा असल्यामुळेच ती त्याच्या सोबत गेली होती आणि हेच खरं कारण होतं हे यासुकोला माहीत होतं.

त्याच्याविषयी तिच्या मनात शृंगारिक भावना होत्या की नाही, याची तिला खात्री नव्हती. खरं म्हणजे त्या दिवशी तो अचानकच तिच्या समोर आला होता, त्याच्या आधी गेल्या वर्षभरात तिच्या मनात त्याचा विचारही आला नव्हता. तिला तो आवडत होता हे खरं होतं, पण सध्या तरी ते प्रकरण त्याच्या फारसं पुढे गेलं नव्हतं.

तरीही त्याने बाहेर जेवायला जाण्यासाठी तिला बोलावल्यानंतर ती ते नाकारू शकली नव्हती. त्यामुळे ती खूश झाली होती. एखाद्या प्रियकराला भेटण्यासाठी आतुर झाल्यामुळे प्रेयसीच्या मनात ज्या प्रकारे

फुलून आल्यासारखी भावना निर्माण होते, तशाच प्रकारची ती भावना होती. तिचं शरीरही तप्त होत चालल्यासारखं तिला वाटत होतं. हृदय धडधडत होतं. त्या दिवशी ती कामावरून लवकर बाहेर पडली तर चालेल का, असं तिने सायोकोला विचारलं होतं.

तिच्या आयुष्याला सातत्यानं घोर लागून राहिला होता. त्यापासून काही काळ तरी दूर जाण्याची तिला इच्छा असल्यामुळेही कदाचित असं झालं असावं. किंवा कदाचित आपल्याला पुन्हा एकदा एखाद्या स्त्रीसारखं वागवलं जावं असं तिला वाटलं असावं. गेल्या कित्येक दिवसांत तिला ज्या गोष्टींची जाणीव करून घेता आली नव्हती, त्या जाणिवा तिला पुन्हा अनुभवण्याची इच्छा असावी.

कारणांचा विचार न करता कुदोचं आमंत्रण स्वीकारल्यामुळे यासुकोला बिलकूल पश्चात्ताप वाटत नव्हता. तिने जे काही करायला हवं होतं, त्यापासून आपण दूर गेलो आहोत असा विचार तिच्या मनात येत राहिला असला तरी तिला या सगळ्यांत खूप मजा वाटली होती ही गोष्टही नाकारता येत नव्हती.

''तुझ्या मुलीनं आज तिच्या जेवणाचं काय केलंय?'' कॉफीचा घोट घेताना कुदोनं विचारलं.

''तिने आज बाहेरून जेवण मागवावं असा मेसेज मी तिला केला होता. पिझ्झा तिचा अतिशय आवडता आहे. तिने बहुतेक तोच मागवला असेल, असं मला वाटतं.''

''हं...बिच्चारी मुलगी. पिझ्झा खातेय आणि आपण इथे मेजवानीवर ताव मारतोय,'' कुदो म्हणाला.

''मला माहीत नाही. पण मला वाटतं की, अशा ठिकाणी येण्यापेक्षा तिला टीव्ही बघत पिझ्झा खायला जास्त आवडेल. तिला असं औपचारिकपणे जेवायला बाहेर जायला किंवा ज्या ठिकाणी तुम्हाला अगदी तिथल्या नियमांनुसार योग्य प्रकारे वागावं लागतं अशा ठिकाणी जायला आवडत नाही.''

कुदोनं मान डोलावली आणि तो विचारात पडला. त्याने नाक खाजवलं. ''कदाचित, कदाचित तसंही असेल. तसं पाहता, एखाद्या प्रौढ व्यक्तीसोबत जेवायला तिला आवडलं असतं का याचीही मला शंकाच

आहे. पण पुढच्या वेळी तुम्ही दोघीही याहून एखाद्या जास्त साध्या ठिकाणी जेवायला या. सुशी खायला जाऊ या, चालेल?''

''थँक्स. पण तू आमची काळजी करू नकोस.''

''ही काळजी नाही. मला तुझ्या मुलीला भेटायला खरोखरच आवडेल,'' कुदोनं कॉफीच्या मगावरून त्याची नजर संकोचानं वर उचलली.

त्याने तिला पहिल्यांदा जेवायला बाहेर बोलावलं होतं, तेव्हाही त्याने तिच्या मुलीला तिने बरोबर आणावं असा आग्रह त्याने धरला होता. यासुकोला त्या वेळीही त्याच्या प्रामाणिकपणाची खात्री होती आणि तिला त्यामुळे आनंदही झाला होता.

तरीही ती मिसातोला तिथे घेऊन येऊ शकणार नाही, हे तिला माहीत होतं, कारण मिसातोला कुदोनं निवडलेल्या रेस्टॉरंटसारख्या जागी यायला खरोखरच आवडलं नसतं. शिवाय त्या वेळेसारख्या वेळी मिसातोनं जास्त लोकांमध्ये मिसळावं असंही यासुकोला वाटत नव्हतं. जर ते संभाषण खुनाकडे वळलं असतं, तर मिसातो तितकीच शांतपणानं वागली असती का, ते यासुकोला माहीत नव्हतं. शिवाय एखाद्या पुरुषाबरोबर आनंदानं बाहेर गेलेली एक स्त्री- अशा रूपात तिने आपल्याला पाहावं असंही यासुकोला वाटत नव्हतं.

''कुदो, तुझं काय? तुझ्या कुटुंबाला सोडून तू असं बाहेर जेवायला येणं तुला बरं वाटतं का?''

''खरंच माझं काय?'' कुदोनं त्याचा कप खाली ठेवला आणि त्याची कोपरं टेबलावर टेकवली. ''खरं तर मी तुला आज बाहेर बोलावलं त्यामागे मला याविषयी बोलायचं होतं हेही एक कारण होतंच.''

यासुकोनं भुवया उंचावल्या आणि त्याच्या डोळ्यांत थेट पाहिलं.

''म्हणजे मला असं सांगायचं आहे की, मी आता एकटा आहे.''

यासुकोनं उसासा सोडून एक दीर्घ श्वास घेतला.

''माझ्या पत्नीला कर्करोग झाला होता. स्वादुपिंडाचा. तिच्यावर शस्त्रक्रिया झाली. पण त्या वेळी उशीर झाला होता. गेल्या वर्षीच्या उन्हाळ्यात तिचा मृत्यू झाला. ती तरुण होती, पण एकदा कर्करोगाची सुरुवात झाल्यावर त्याने खूपच झपाट्यानं हातपाय पसरले. अगदी निमिषार्धात सारं काही संपलं.''

तो स्थिर आवाजात बोलत होता. त्यामुळे यासुकोला त्याची कथा खोटी, बनावट असल्यासारखं वाटत होतं. काही क्षण ती त्याच्याकडे तशीच एकटक बघत बसली होती. त्यानंतर अखेरीस ती म्हणाली, 'खरंच?'

''मी अशा गोष्टींविषयी विनोद करत नाही,'' त्याने कसंबसं स्मित करत म्हटलं.

''नाही. अर्थातच तू करणारही नाहीस. मला फक्त यावर काय बोलावं तेच सुचत नव्हतं-'' तिने टेबलाकडे पाहिलं. त्यानंतर पुन्हा वर पाहण्याआधी ओठ चावला. ''तुझ्या या...या नुकसानीचं मला वाईट वाटतं. तुला ते सगळं सहन करणं कठीण गेलं असेल,'' ती म्हणाली.

''होय. ते कठीणच होतं. पण मी आधी म्हटलं त्याप्रमाणे त्या सगळ्या गोष्टी अतिशय झपाट्यानं घडून गेल्या. पाठदुखीची तक्रार घेऊन ती रुग्णालयात गेली होती. त्यानंतर मला डॉक्टरांनी फोन केला आणि तिला रुग्णालयात दाखल करून घेतलं. तिच्यावर शस्त्रक्रिया झाली. मी तिच्या सोबत होतो आणि एखाद्या मालवाहू पट्ट्याप्रमाणे आम्ही फक्त भराभरा पुढे खेचले जात होतो. मला उलटणाऱ्या दिवसांची जाणीवच नव्हती आणि नंतर अचानकच एके दिवशी ती गेली. रुग्णाला त्याच्या कुटुंबीयांच्या संमतीशिवाय त्याला कर्करोग झाल्याचं सांगणं हे रुग्णालयाच्या धोरणात बसत नव्हतं. त्यामुळे तिला नेमकं काय झालं होतं, ते तिला कधी तरी माहीत झालं होतं का, ते मला माहीत नाही.'' कुदोनं पाण्याचा ग्लास उचलला आणि घटाघटा पाणी प्यायला.

''तिला कर्करोग झाल्याचं तुला कधी समजलं?''

कुदोनं क्षणभर विचार केला. ''दोन वर्षांपूर्वीच्या डिसेंबरच्या दरम्यान...म्हणजे जवळजवळ दोन वर्षांपूर्वी.''

''त्या वेळी मी मॅरियनमध्येच होते...तेव्हाही तू क्लबमध्ये येत होतास.''

कुदो शांतपणे हसला. त्याचे खांदे थरथरत होते. ''खूपच असंवेदनशील ना? इकडे माझी पत्नी मृत्युशय्येवर होती आणि मी बाहेर दारू प्यायला जात होतो.''

यासुको गारठून गेली होती. तिला काय बोलावं तेच सुचत नव्हतं. तिला फक्त क्लबमध्ये आलेल्या कुदोचा स्मित करणारा चेहरा आठवत होता.

''ठीक आहे. पण तुला जर याचं समर्थन हवं असेल तर मी असं म्हणेन की, मी कंटाळून गेलो होतो. मला त्यातून थोडा वेळ बाहेर पडायचं होतं. मला तुला भेटायचं होतं,'' त्याने विचारात पडल्याप्रमाणे डोकं खाजवलं.

यासुको क्लबमधून कधी बाहेर पडली होती याचा यासुकोनं विचार केला. अखेरच्या दिवशी कुदोनं तिच्यासाठी पुष्पगुच्छ आणला होता.

''कठोर परिश्रम कर आणि आनंदात राहा,'' असं तो तिला म्हणाला होता.

त्याने ते शब्द उच्चारले होते त्या वेळी त्याला नेमकं काय म्हणायचं होतं? त्या वेळी तो नक्कीच तिच्याहून खूपच जास्त दुःखात होता. पण तरीही त्याने ते कधीही दाखवून दिलं नव्हतं. त्याने तिला तिच्या मार्गावर सदिच्छा आणि फुलं देऊन सोडून दिलं होतं.

''असो, सगळा मूड खराब केल्याबद्दल माफ कर,'' कुदो म्हणाला. त्याने एक सिगरेट बाहेर काढली. ''मी तुला इतकंच सांगण्याचा प्रयत्न करत होतो की, माझ्या कुटुंबाची चिंता करण्याचं तुला कारण नाही.''

''तुझ्या मुलाचं काय? त्याची परीक्षाही जवळ येत चाललेय. बरोबर?''

''सध्या तरी माझे पालक त्याची काळजी घेत आहेत. ते हायस्कूलजवळच राहतात आणि मी घरगुती कामाच्या बाबतीत तसा निरुपयोगीच आहे. त्या छोट्या मुला साठी मी व्यवस्थित जेवणही तयार करू शकत नाही. माझ्या आईलाही तिची काळजी घेणारं कोणी तरी आल्यामुळे आनंद झाला असावा असं मला वाटतं.''

''म्हणजे सध्या तू एकटाच जगतोस?''

''कामावरून घरी गेल्यानंतर तोंडावर उपडं पडून झोपण्याला तू जगणं असं म्हणत असशील तर होय, मी एकटाच 'जगतोय' असं म्हणावं लागेल.''

''पण गेल्या वेळी आपण भेटलो होतो, त्या वेळी तू याविषयी काहीच बोलला नव्हतास?''

''त्या वेळी मला त्याची गरज आहे असं वाटलं नव्हतं. त्या वेळी मला तुझी काळजी वाटली होती आणि म्हणून मी तुला भेटायला आलो होतो. पण मला वाटलंच होतं की, त्या वेळी मी तुला जेवायला बोलावलं असतं तर तुला माझ्या कुटुंबाची काळजी वाटली असती आणि ते चुकीचंही

नव्हतं. तर माझी कथा ही अशी आहे आणि आपण इथपर्यंत आलो आहोत.''

''मला काहीच कल्पना नव्हती,'' यासुको नजर झुकवत म्हणाली.

आता कुदोचे हेतू स्पष्ट झाले होते. तिला वरचेवर भेटण्याची त्याची इच्छा होती, हे त्यानं स्पष्ट केलं होतं. या वेळी त्याला अधिकृतपणे तिच्या सोबत डेटिंग करायचं होतं. शिवाय एकमेकांसोबत भवितव्य घालवण्याची शक्यता आहे का, त्याची चाचपणीही त्याला करून बघायची होती. म्हणूनच त्याला मिसातोला भेटायचं होतं, हेही स्पष्ट होतं.

त्यानंतर ते रेस्टॉरंटमधून बाहेर पडले आणि त्या दिवशीप्रमाणे या वेळी रात्रीही कुदोनं तिला टॅक्सीतून घरापर्यंत सोडलं.

टॅक्सीतून बाहेर पडण्याच्या आधी यासुको म्हणाली, ''जेवणासाठी आभार.''

''हे अखेरचं जेवण असणार नाही, अशी मी आशा करतो.''

क्षणभर तिथे स्तब्धता पसरली आणि नंतर यासुको स्मित करत म्हणाली, 'होय.'

''मग गुड नाइट. तुझ्या मुलीलाही माझ्या सदिच्छा सांग.''

''गुड नाइट,'' तिने त्याला उत्तर दिलं. पण तेव्हाही तिने कुदोसोबत ती संध्याकाळ घालवली होती हे मिसातोला सांगणं किती कठीण होतं असा विचार तिच्या मनात तरळत राहिलाच होता. अन्सरिंग मशीनवरच्या संदेशात तिने सायोको आणि तिच्या पतीबरोबर रात्रीच्या जेवणासाठी बाहेर जात असल्याचं म्हटलं होतं.

तिने टॅक्सी पुढे जाताना पाहिलं आणि नंतर तिच्या अपार्टमेंटच्या पायऱ्यांकडे ती गेली. मिसातो कोतात्सुच्या खाली पाय सोडून टीव्ही बघत बसली होती. टेबलावर रिकामा पिझ्झा बॉक्स पडला होता.

''मॉम, आलीस? बरं झालं,'' ती वर बघत म्हणाली.

''होय बाळा, आज रात्री बाहेर गेले, त्याबद्दल सॉरी,'' ती म्हणाली.

यासुकोला तिच्या मुलीच्या नजरेला नजर भिडवणं कठीण चाललं होतं. एका पुरुषासोबत बाहेर जेवायला गेल्याचा अपराधीपणा आपल्या चेहऱ्यावर दिसेल की काय, याची तिला भीती वाटत होती.

''तुला फोन आला होता का?'' मिसातोनं विचारलं.

'फोन?'

''होय. शेजारच्या मिस्टर इशिगामीचा,'' मिसातोनं शांतपणे भर घातली. याचा अर्थ नेहमी संध्याकाळी येणारा फोन, असं तिला म्हणायचं होतं.

''नाही. माझा फोन बंद होता.''

'हं...'

''का? काही झालं होतं का?''

''नाही. फक्त...'' मिसातोनं भिंतीवरच्या घड्याळावर नजर टाकली. ''संपूर्ण संध्याकाळभर इशिगामी त्याच्या अपार्टमेंटमध्ये येरझाऱ्या घालत होता. सारखा बाहेर येत होता आणि पुन्हा आत जात होता. मी त्याला खिडकीतून पाहिलं आणि बहुधा तो खाली रस्त्यावरही गेला असावा. माझ्या लक्षात आलं की, तो तुला फोन करणार असावा.''

''अरे...हं...''

त्याने खरोखरच फोन केला असावा, असा विचार यासुकोच्या मनात आला. ती कुदोबरोबर जेवत असतानाही तिला त्याच शक्यतेची भीती वाटत होती. शिवाय इशिगामी बेन्तोन तेमध्ये कुदो आलेल्या वेळीच तिथे आला होता, याची तर तिला त्याहूनही जास्त भीती वाटत होती. अर्थातच कुदोच्या दृष्टीनं इशिगामी हा इतर ग्राहकांसारखाच एक ग्राहक होता.

इतर दिवशी इशिगामी खानावळीत येत असे त्या तुलनेत आजच असा अवेळी तो दुकानात का आला असावा याच तिला आश्चर्य वाटत होतं आणि शिवाय तो त्याच्या 'मित्रा'सोबत आला होता. तो कधीही मित्रांसोबत येत नव्हता आणि कधीही जेवणाची वेळ उलटून गेल्यानंतर येतच नव्हता.

अर्थातच इशिगामीला कुदो आठवत असणारच. यासुकोला त्या दिवशी टॅक्सीतून सोडायला आलेल्या माणसालाच पुन्हा बेन्तेन तेमध्ये आल्याचं पाहिल्यामुळे त्याला संशयही आला असेलच. पण त्यापैकी कुठल्याही गोष्टीमुळे तिला इशिगामीच्या पुढच्या फोनची वाट पाहावी असं वाटलं नव्हतं.

दरवाजावरची बेल वाजली, त्या वेळी तिचा कोट ती हँगरला टांगत होती. यासुको जागच्या जागीच गारठल्यासारखी झाली. तिची झटकन मिसातोशी नजरानजर झाली. क्षणभरासाठी तिला तो इशिगामी असावा असं

वाटून गेलं. पण तो कधीही तिच्या अपार्टमेंटमध्ये येण्याचा धोका पत्करत नसल्यामुळे तिला त्या अंदाजात फारसं तथ्य नसावं असं वाटलं.

''कोण आहे?'' तिने दरवाजाजवळ जात विचारलं.

''तुम्हाला इतक्या रात्री त्रास देत असल्याबद्दल माफ करा मॅडम. मला तुम्हाला काही प्रश्न विचारायचे होते,'' बाहेरून एका माणसाचा आवाज आला. पण तिला त्याआधी तो आवाज ऐकल्याचं आठवत नव्हतं. यासुकोनं साखळी तशीच ठेवून दरवाजा उघडला. तिच्या अपार्टमेंटच्या बाहेर कोणी तरी उभं होतं. त्याने त्याच्या कोटातून पोलिसांचा बॅज बाहेर काढला होता, पण तिने त्याला ओळखलं होतं.

''डिटेक्टिव्ह किशितानी, खून प्रकरणांचा विभाग, मॅडम. मी डिटेक्टिव्ह कुसानागी यांच्या समवेत त्या दिवशी तुमच्याकडे आलो होतो.''

'बरोबर,' यासुको तो दिवस आठवत म्हणाली. तिने आजूबाजूला पाहिलं, पण तिथे कुठेच कुसानागी दिसत नव्हता.

यासुकोनं दरवाजा लावून घेतला आणि मिसातोकडे पाहिलं. मिसातो कोतात्सुच्या खालून पाय काढून घेत उभी राहिली आणि शांतपणे मागच्या बाजूच्या खोलीत गेली. तिने आत जाऊन सरकता दरवाजा लावून घेतल्याबरोबर यासुकोनं साखळी काढली आणि पुन्हा एकदा पुढचा दरवाजा उघडला. ''मी तुम्हाला काही मदत करू शकते का?''

किशितानीनं मान डोलावली. ''होय – पुन्हा एकदा तुम्ही ज्या चित्रपटाला गेला होतात, त्याविषयीच मला तुम्हाला विचारायचं आहे.''

यासुकोच्या नकळत तिच्या कपाळाला आठ्या पडल्या. पोलीस त्या चित्रपटाच्या संदर्भात पुन्हा येतील, अशी सूचना इशिगामीनं तिला दिली होती आणि त्याचं म्हणणं तिच्या अपेक्षेपेक्षाही जास्त प्रमाणात खरं ठरत होतं.

''त्या चित्रपटाचं काय? मी आधीच तुम्हाला त्याच्याविषयी सारं काही सांगितलंय.''

''होय. तुम्ही खूपच सहकार्य केलं आहे. थँक यू. फक्त तुम्ही मला ती फाडलेली तिकिटं देऊ शकाल का, असं मी तुम्हाला विचारायला आलोय.''

''त्या चित्रपटाची फाडलेली तिकिटं?''

''होय. मला वाटतं की, डिटेक्टिव्ह कुसानागींनी तुम्हाला ती तिकिटं सुरक्षित जागी ठेवा, असं गेल्या वेळी आम्ही इथे आलो होतो, त्या वेळी सांगितलं होतं.''

''एक मिनिट...''

यासुको स्वयंपाकघरातील कपाटाकडे गेली आणि तिने तो ड्रॉवर उघडला. त्याच्यातून तिने पाकीट काढलं आणि ती फाडलेली दोन तिकिटं बाहेर काढली. एक तिचं आणि एक मिसातोचं अशी दोन्ही तिकिटं तिने त्याच्याकडे दिली. त्याने तिचे आभार मानले आणि तिच्याकडून ती तिकिटं घेतली. त्या वेळी त्याच्या हातात पांढरे हातमोजे असल्याचं तिच्या लक्षात आलं.

''मी संशयित आहे, हो ना?'' यासुकोनं अचानकच विचारलं.

किशितानीनं नकारार्थी मान हलवली आणि त्याच्या चेहऱ्यासमोर त्याच अर्थानं हातही हलवले. ''मुळीच नाही. बिलकूल नाही. खरं तर आम्हाला संशयिताला शोधण्यात अडचणी येत आहेत. म्हणून आम्हाला हे करावं लागतंय. त्या बळीशी संबंधित असलेल्या सगळ्यांकडेच आम्ही जातोय आणि शक्य तितकी माहिती गोळा करत फिरतोय. अगदी जे लोक फारसे संशयित नाहीत, त्यांच्याकडेही आम्ही जातोय.''

''या सगळ्यांत तुम्हाला या फाडलेल्या तिकिटांचा कसा काय उपयोग होणार आहे?''

''मला ते नेमकं सांगता येणार नाही, पण त्यांचाही काही ना काही उपयोग होऊ शकेल. यातली सगळ्यांत उत्तम गोष्ट अशी आहे की, तुम्ही ज्या दिवशी चित्रपटाला गेला होतात असं तुम्ही सांगत आहात त्याच दिवशी तुम्ही चित्रपटाला गेला होतात, हे आम्ही सिद्ध करू शकलो तर ती सगळ्यांत उत्तम गोष्ट असेल. तुम्हाला त्या दिवसातली कुठली वेगळी गोष्ट आठवत नाही. बरोबर? आठवतेय का तशी कुठली गोष्ट?''

''नाही. काहीही नाही. मी त्या दिवशी तुम्हाला सांगितलं त्याहून काहीही वेगळं आम्हाला आठवत नाही.''

''बरोबर. थँक यू,'' किशितानी म्हणाला. त्याची नजर खोलीभर भिरभिरत होती.

''अलीकडे चांगलीच थंडी पडतेय. हो ना? तुमच्याकडे तो विजेवर चालणारा कोतात्सु आहे. तो तुम्ही दर हिवाळ्यात वापरता का?''

''कोतात्सु? मला वाटतं...'' ती कोतात्सुकडे पाहण्यासाठी तशीच मागे वळली. खरं तर आपल्याला बसलेला धक्का त्या डिटेक्टिव्हला दिसू नये म्हणून तिने ते केलं होतं. त्याने अगदी योगायोगानं त्या कोतात्सुचा उल्लेख नक्कीच केला नव्हता.

''तुमच्याकडे तो कोतात्सु किती वर्षांपासून आहे?''

''अं...मला नेमकं आठवत नाही, चार किंवा कदाचित पाच वर्षांपासून. त्यात काही गैर आहे का?''

''नाही, मुळीच नाही,'' किशितानी मान हलवत म्हणाला. ''तुम्ही आज कामानंतर कुठे बाहेर गेला होता का? तुम्ही घरी उशिरा आल्याचं मला दिसलं.''

यासुकोनं डोळ्यांची उघडझाप केली. त्याच्या त्या प्रश्नाचं तिला आश्चर्य वाटलं होतं. पोलीस तिच्या अपार्टमेंटच्या बाहेर तिची वाट बघत उभे असले पाहिजेत हे तिच्या लक्षात आलं. याचा अर्थ त्यांनी तिला बहुधा टॅक्सीतून उतरताना पाहिलं असावं.

'मी खोटं न बोलणंच जास्त चांगलं ठरेल,' तिने विचार केला.

''मी माझ्या एका मित्राबरोबर जेवायला बाहेर गेले होते,'' तिने तिचं उत्तर शक्य तितकं संदिग्ध ठेवत सांगितलं. पण अर्थातच त्यामुळे त्या डिटेक्टिव्हचं समाधान झालं नव्हतं.

''त्या टॅक्सीत तुमच्या सोबत असलेला तो पुरुषच ना, बरोबर? तुमची हरकत नसेल तर तुम्ही त्याला कसं काय ओळखता हे सांगाल का?'' त्या डिटेक्टिव्हनं काहीसं संकोचानं विचारलं.

''मी जेवायला कुठे गेले होते तेही मी तुम्हाला सांगितलं पाहिजे का?''

''जर तुम्हाला ते सांगण्यात काहीही अडचण वाटली नाही तर नक्की सांगा मॅडम. मला माफ करा. तुमच्या वैयक्तिक प्रकरणांविषयी फाजील चौकशा करत नाक खुपसत राहण्याची माझी इच्छा नाही. पण मी तुम्हाला याविषयी विचारलं नाही, तर कार्यालयात परत गेल्यावर माझा बॉस त्याबद्दल तक्रार करेल.'' किशितानीनं लाजत म्हटलं. ''तुम्ही ज्याच्या सोबत होतात, त्या तुमच्या मित्राला त्रास देण्याचा आमचा बिलकूल विचार नाही याची खात्री बाळगा. फक्त तुम्ही कुठे गेला होतात ते मला सांगा.''

यासुकोनं दीर्घ श्वास घेतला. ''त्याचं नाव कुदो आहे. मी आधी जिथे काम करत होते तिथे तो नियमितपणे येत होता. माझा तोगाशीशी विवाह झाल्याचं त्याला माहीत होतं आणि तोगाशीच्या खून प्रकरणाची बातमी ऐकल्यानंतर त्याला काळजी वाटली. माझं कसं काय चाललंय ते पाहण्यासाठी तो माझ्या कामाच्या ठिकाणी आला. बस्स, एवढंच.''

''हे कुदो काय करतात?''

''तो प्रिंटिंग कंपनी चालवतो असं मी ऐकलंय. पण त्याहून मला त्याच्याविषयी फारसं काही माहीत नाही.''

''आम्हाला त्यांच्याशी संपर्क साधता यावा यासाठी तुमच्याकडे त्यांचा फोन क्रमांक आहे का?''

यासुकोनं भुवया उंचावल्या. तिच्या कपाळाला आठ्या पडल्या.

''कृपा करून समजून घ्या,'' किशितानी म्हणाला. त्यानंतर माफी मागितल्याप्रमाणे मान हलवत तो म्हणाला, ''अतिशय गंभीर गरज निर्माण झाल्याखेरीज आम्ही त्यांना फोन करणार नाही आणि जरी आम्ही त्यांना फोन केला तरी आम्ही अतिशय सावधपणानं आणि संयमानं बोलू, याची आम्ही तुम्हाला खात्री देतो.''

त्यानंतर आपली नाराजी न लपवता यासुकोनं तिच्या पर्समधून तिचा मोबाइल फोन काढला आणि कुदोनं तिला दिलेला त्याचा नंबर किशितानीला सांगितला.

त्यानंतर कुदोविषयी जे जे तिला माहीत होतं, ते सगळं त्याने तिला सांगायला सांगितलं. ते बोलत असताना तो सगळा वेळ त्याने बारीकसारीक चौकशा सुरू ठेवल्या असल्या तरी त्याने लाजत राहणंही तसंच सुरू ठेवलं होतं. अखेरीस कुदो बेन्तेन तेमध्ये आला होता, त्या पहिल्या दिवसापासूनच्या सगळ्या गोष्टी यासुकोनं त्याला सांगितल्या.

किशितानी गेल्यानंतर यासुकोनं दरवाजा कुलूपबंद केला आणि तिथे प्रवेशिकेतच बसकण मारली. तिला प्रचंड तणाव आणि खिन्नपणाही जाणवला, शिवाय भरपूर थकवाही आला होता, त्यामुळे तिला कुठल्याच भावना जाणवत नव्हत्या.

त्यानंतर मागचा दरवाजा उघडला गेल्याचा आवाज तिला ऐकू आला. मागच्या खोलीतून मिसातो बाहेर आली. ''त्यांना अजूनही चित्रपटाविषयी

शंका वाटतेय ना?'' तिने विचारलं. ''इशिगामीनं सांगितल्याप्रमाणेच प्रत्येक गोष्ट घडतेय. ही गोष्ट अगदीच अविश्वसनीय आहे.''

''मला माहीत आहे,'' यासुको उठली आणि तिने आपल्या चेहऱ्यावरून हात फिरवला.

''मॉम, मला वाटलं होतं की, तू बेन्तेन तेमधील लोकांसोबत जेवायला गेली होतीस.''

यासुकोनं वर पाहिलं. मिसातोच्या कपाळावर आठ्या पडल्या होत्या. ''तू सगळं ऐकलंस का?''

''अर्थात. मी ऐकलंच की!'' मिसातो म्हणाली.

'हं..' यासुकोनं कोतात्सुखाली तिचे पाय सरकवले. तिचं डोकं गरगरत होतं. तिला कोतात्सुविषयी त्या डिटेक्टिव्हनं काय म्हटलं होतं ते आठवलं. ''अशा वेळीसुद्धा तू कोणाबरोबर तरी जेवायला कशी काय बाहेर जाऊ शकतेस?''

''मी 'नाही' म्हणू शकले नाही. मी ज्याच्या सोबत जेवायला गेले होते तो माझ्या बरोबर खूपच चांगलं वागला होता. शिवाय त्याला माझी काळजी वाटली म्हणून तो मला शोधत तिथपर्यंत आला होता. मी तुला याविषयी आधी सांगितलं नव्हतं, मला माफ कर.''

''नाही मॉम, ते ठीक आहे. मला फक्त...''

तेवढ्यात त्यांना शेजारच्या अपार्टमेंटचा दरवाजा उघडला गेल्याचा आणि नंतर बंद झाल्याचा आवाज ऐकू आला. त्यानंतर त्यांना जिन्याच्या पायऱ्यांच्या दिशेनं चाललेल्या पावलांचा आवाज ऐकू आला. यासुको आणि मिसातो यांनी एकमेकींकडे पाहिलं.

''मॉम, तुझा मोबाइल.''

''तो सुरू आहे.''

काही मिनिटांतच यासुकोचा फोन वाजू लागला.

त्या दिवशी संध्याकाळी तिसऱ्यांदा फोन करतानाही इशिगामीनं त्याच्या नेहमीच्याच सार्वजनिक टेलिफोन बुथचा वापर केला होता. पहिल्यांदा दोनदा त्याला यासुकोच्या मोबाइलवर संपर्क साधता आला नव्हता. त्याला काही तरी घडलं असावं असा संशय आला होता. त्याने नेहमीच

फोन केला की, ती तो लगेच उचलत होती, पण या वेळी तिने तो उशिरा उचलला. पण ज्या वेळी तिने त्याचा फोन घेतला त्या वेळी तिच्या आवाजावरून आपली भीती अस्थानी असल्याचं त्याच्या लगेच लक्षात आलं.

इशिगामीनं आधीच हानाओकांच्या दरवाजावरची बेल वाजल्याचं ऐकलं होतं आणि त्याला संशय आला होता त्याप्रमाणे पोलीसच आले होते. यासुकोनं त्याला त्या डिटेक्टिव्हनं फाडलेली तिकिटं मागितल्याचं सांगितलं. त्या वेळी इशिगामीला ते काय शोधत आहेत ते लक्षात आलं. चित्रपटगृहाच्या कोठारात कदाचित अजूनही असलेल्या उर्वरित भागाशी ते तो फाडलेला भाग जोडून पाहणार होते. यासुकोकडून मिळवलेल्या तिकिटांचा दुसरा भाग त्यांना तिथे सापडला असता तर त्यांनी त्यावरचे बोटांचे ठसे तपासले असते. जर त्याच्यावरही त्यांना यासुकोच्या बोटांचे ठसे सापडले असते तर निदान त्या दोघी तिथे गेल्या होत्या यावर तरी त्यांच्या दृष्टीनं शिक्कामोर्तब झालं असतं. त्यांनी प्रत्यक्ष तो चित्रपट पाहिला असो वा नसो, पण त्या तिथे त्या दिवशी गेल्या होत्या, हे स्पष्ट झालं असतं. जर पोलिसांना बोटांचे ठसे सापडले नसते तर हानाओकांवर त्यांची संशयाची सुई स्थिरावली असती.

शिवाय त्या डिटेक्टिव्हनं कोतात्सुची चौकशी केली होती. इशिगामीला याचाही अंदाज आला होता.

"मला वाटतं की, त्यांना खून कुठल्या हत्यारानं झाला आहे ते सापडलं असावं," तो म्हणाला.

"खुनाचं हत्यार?"

"कोतात्सुची वायर. तुम्ही तिचाच वापर केला होता ना?"

फोनवर दुसऱ्या टोकाला शांतता पसरली. कदाचित तिने ज्या तोगाशीचा गळा घोटला होता, त्या वेळी नेमकं काय घडलं होतं हे यासुको आठवत होती.

"गळा आवळून खून करण्यात आलेल्या कुठल्याही प्रकरणात गळा ज्या साधनानं किंवा हत्यारानं आवळलेला असतो, त्याच्या खुणा राहतात," इशिगामीनं स्पष्ट केलं. हे सगळं इतक्या स्पष्टपणे सांगणं थोडं कठीणच गेलं होतं. पण त्या वेळी स्पष्टपणे गोष्टी बोलण्यास पर्यायच

नव्हता. ''अलीकडच्या काळात फोरेन्सिक विभाग खूपच प्रगत झाला आहे. खुनाच्या शस्त्रानं सोडलेल्या खुणा पाहूनच ते त्याच्याविषयी सांगू शकतात.''

''म्हणजे म्हणून त्या डिटेक्टिव्हनं कोतात्सुविषयी विचारलं होतं तर!''

''मला तरी तसंच वाटतंय. पण काळजी करण्याचं कारण नाही. मी त्याची आधीच तजवीज केलेय.''

पोलिसांना खून झालेलं शस्त्र शोधून काढता येईल अशी त्याला आधीपासूनच अपेक्षा होती. म्हणूनच त्याने हानाओकांच्या कोतात्सुची त्याच्या कोतात्सुशी अदलाबदल करून ठेवली होती. त्याने तो जुना कोतात्सु – म्हणजे खून झालेलं खरं शस्त्र पॅकबंद करून त्याच्या कपाटात ठेवलं होतं. त्या वेळी त्यांच्या घरात असलेल्या कोतात्सुच्या वायरच्या तुलनेत जुन्या कोतात्सुची वायर वेगळी होती, त्यामुळे त्यांचं दैव बलवत्तर होतं. त्या डिटेक्टिव्हनी परत येऊन त्या कोतात्सुच्या वायरची तपासणी केली असती तर त्यांना लगेच आपण चुकीच्या ठिकाणी तपास करतोय हे समजलं असतं.

''त्या डिटेक्टिव्हनं आणखी काय काय विचारलं?''

''आणखी काय...?''

''मिस हानाओका? हॅलो?''

''...हं बोला.''

''आणखी काही वेगळं, वाईट घडलंय काय?''

''नाही. काहीच नाही. त्याने आणखी काही म्हटलं होतं का, त्याचा मी विचार करत होते. बाकी काहीच नाही. त्याने असंही सांगितलं की, आम्ही चित्रपटाला गेल्याचं सिद्ध झालं तर त्यानंतर मी संशयित असणार नाही किंवा अशाच प्रकारचं काही तरी तो बोलला.''

''होय. त्यांच्या दृष्टीनं चित्रपटाला गेल्याचा पुरावा अतिशय महत्त्वाचा आहे. अर्थातच तोही माझ्या योजनेचा एक भाग होता. तसं पाहता कशाचीही काळजी करण्याची खरोखरच गरज नाही.''

''थँक यू, तुम्ही असं म्हटल्यानंतर माझ्या अगदी जिवात जीव आला.''

यासुकोच्या शब्दांनी इशिगामीच्या हृदयात खोलवर उत्साहाची कारंजी थुईथुई नाचू लागली. इतका वेळ त्याला जाणवत असलेला तणाव तिच्या त्या शब्दांनी थोडासा हलका झाल्यासारखं त्याला वाटलं.

त्यानंतर त्याच्या लक्षात आलं की, त्याने बेन्तेन तेमध्ये आलेल्या त्या माणसाविषयी तिला विचारावं. त्यानंच तिला त्या दिवशी इथे सोडलं होतं. युकावाबरोबर तो बेन्तेन तेमध्ये गेला होता त्या वेळी तोच माणूस तिथे आला होता. आजसुद्धा त्यानेच यासुकोला घरापर्यंत सोडल्याचं त्याने पाहिलं होतं. त्याने खिडकीतून त्या दोघांना पाहिलं होतं.

''मला तुम्हाला फक्त इतकंच सांगायचं होतं. तुमचं काय मिस्टर इशिगामी? तुमच्या बाबतीत सारं काही ठीक चाललंय ना? काही वाईट, वेगळं घडलेलं नाही ना?'' यासुकोनं अचानकच विचारलं. त्याबरोबर आपण बराच वेळ काहीच बोललो नसल्याचं इशिगामीच्या लक्षात आलं.

''नाही, काहीच नाही. प्लीज शक्य तितकं नेहमीसारखंच जगण्याचा प्रयत्न करा. आणखी काही प्रश्न विचारण्यासाठी पोलीस नक्कीच येतील, मला खात्री आहे. पण यातली सगळ्यांत महत्त्वाची गोष्ट म्हणजे तुम्ही बिलकूल घाबरून जाऊ नका.''

''होय. मी समजू शकते.''

''छान. प्लीज, तुमच्या मुलीलाही माझ्या सदिच्छा सांगा. गुड नाइट.''

त्याने उत्तरासाठी काही वेळ वाट पाहिली आणि नंतर रिसीव्हर ठेवून टाकला. रिसीव्हरच्या खालच्या बाजूनं त्याचं टेलीफोन कार्ड बाहेर पडलं.

कुसानागीचा अहवाल ऐकल्यानंतर मामिया कमालीचा निराश झाल्याचं त्याच्या चेहऱ्यावरूनच समजत होतं. त्याने आपले खांदे चोळले आणि तो धप्पकन त्याच्या खुर्चीत बसला. ''म्हणजे हा कुदो नावाचा माणूस घटना घडून गेल्यानंतर यासुकोला भेटला आहे? तुला त्याविषयी खात्री वाटते का?''

''त्या खानावळीच्या मालकांनी तर असंच सांगितलं. त्यांना खोटं बोलण्याचं काही कारण असेल असं मला वाटत नाही. त्या खानावळीत कुदो पहिल्यांदाच आल्यानंतर जितकं त्या दोघांना आश्चर्य वाटलं होतं, तितकंच आश्चर्य यासुकोलाही वाटलं होतं. अर्थातच तो तिचा अभिनयही असू शकतो.''

''ती नाइटक्लबची होस्टेस होती. त्यामुळे अभिनय करणं तिच्या स्वभावातच रुजलेलं आहे,'' मामियानं कुसानागीकडे पाहून म्हटलं. ''काही का असेना, या कुदोकडे थोडं जास्त लक्ष द्यावंच लागेल. हे घडल्यानंतर

बरोबर त्याच वेळी तो तिथे कसा हजर झाला ते मला समजत नाही आणि तेव्हाच त्यानं तिथे यावं हे मला आवडलेलंही नाही.''

'होय,' किशितानी मध्येच म्हणाला, ''पण मिस हानाओकाच्या म्हणण्यानुसार कुदोनं तिच्या पूर्वाश्रमीच्या नवऱ्याचा खून झाल्याचं ऐकलं आणि त्यामुळे तो तिला भेटायला आला. त्यामुळे यात कसलाही योगायोग असावा असं दिसत नाही. शिवाय जर त्या दोघांनी मिळून हा कट रचला असता किंवा त्याचा यात किंचितसा जरी सहभाग असता तर मुद्दाम सार्वजनिक ठिकाणी भेटणं किंवा रात्री एकत्र जेवण करणं या गोष्टी त्यांनी नक्कीच टाळल्या असत्या.''

''तुला तसं नक्की सांगताच येणार नाही. कदाचित तुमचं लक्ष विचलित करण्यासाठी जाणीवपूर्वक धाडसीपणानंही केलेलं हे वर्तन असू शकतं,'' कुसानागीनं त्याचं मत मांडलं.

किशितानी त्याच्या वरिष्ठ अधिकाऱ्याकडे आठ्या घालून पाहू लागला. ''अं, होय. पण...''

''आम्ही कुदोशी थेट बोलावं असं तुम्हाला वाटतं का?'' कुसानागीनं मामियाकडे वळून विचारलं.

''मला तसं वाटतंय. जर तो यात सामील असेल तर त्याच्या तोंडून कदाचित काही तरी निघून जाईल. तपासून पाहा.''

कुसानागीनं मान डोलावली आणि तो व किशितानी बाहेर पडले.

''तुझ्या समजुतीवर आधारित गोष्टी सांगणं तू थांबवलं पाहिजेस,'' ते बाहेर पडल्यानंतर कुसानागीनं किशितानीला सूचना दिली. ''मारेकरी कदाचित ही गोष्ट तुझ्या विरोधातही वापरतील.''

''तुम्हाला काय म्हणायचं आहे?''

''कुदो आणि मिस हानाओका यांच्याविषयीची तुझी विधानं आणि त्याविषयीच्या तुझ्या समजुती. एकूण सगळी परिस्थिती पाहता आपल्याला प्रत्यक्षात हे माहीत आहे की, मिस हानाओका आणि कुदो ही दोघं अनेक वर्षांपासून एकमेकांच्या निकटच्या संपर्कात असू शकतील आणि त्यांनी आपले संबंध लपवूनही ठेवले असतील. अशा प्रकारचा गुन्हा करण्याचा प्रश्न येतो, त्या वेळी अशा प्रकारच्या छुप्या संबंधांचा मोठाच फायदा मिळतो. ज्या व्यक्तीचा तुमच्याशी काहीही संबंध नाही असं इतर सगळ्यांना

वाटत असतं अशा संबंधातील व्यक्तीपेक्षा अशा प्रकरणात उपयोग करून घेण्याजोगी आणखी जास्त चांगली कोणती व्यक्ती असू शकते?''

''ठीक आहे. मग त्यांनी त्यांचे संबंध तसेच छुपे का ठेवले नाहीत?''

''अनेक कारणं असू शकतात. अखेरीस कधी ना कधी असे संबंध बाहेर पडतातच. कदाचित सध्याची परिस्थिती हे त्यांची पुनर्भेट झाल्याचं दाखवण्याकरिता त्यांना मिळालेलं एक उत्तम कारण असू शकेल.''

किशितानीनं मान डोलावली. पण त्याच्या चेहऱ्यावरून त्याला ते पटलं नव्हतं असं दिसत होतं.

एदोगावा पोलीस ठाण्यातून ते बाहेर पडले आणि कुसानागीच्या कारमध्ये बसले. ''या खुनासाठी एखाद्या विजेच्या वायरचा वापर करण्यात आला असावा, असं फोरेन्सिकच्या लोकांचं म्हणणं आहे,'' आपला सीटबेल्ट बांधता बांधता किशितानी म्हणाला. ''अगदी नेमकेपणानं सांगायचं झालं तर रेशमी किनारपट्टीच्या कापडाच्या आत बसवण्यात आलेल्या वायरनं,'' त्याने आणखी स्पष्ट केलं.

''बरोबर. हीटरसाठी अशा प्रकारची वायर वापरतात. म्हणजे विजेच्या कोतात्सुसाठीसुद्धा, त्यांना त्या जखमेवरून त्या धाग्याची संरचना समजली,'' तो पुढे म्हणाला.

'अस्सं?'

''मी हानाओकाच्या घरातील कोतात्सुवर नजर टाकली. त्याची वायर अशी नव्हती. ती 'राउंड ब्रेडेड' वायर म्हणतात, तशी होती. म्हणजे एखाद्या नरम रबरासारखी.''

''बरं, मग?''

''नाही. इतकंच.''

''किशितानी, कोतात्सु सोडूनही इतर अनेक प्रकारची विजेवर चालणारी उपकरणं असतात. शिवाय खून झालेलं शस्त्र खुनी व्यक्तीच्या सतत जवळपासच असलं पाहिजे असंही नाही. त्यांनी कदाचित रस्त्यावर पडलेली एखादी वायर उचलून आणली असेल.''

'बरोबर...' किशितानी उदासपणे पुटपुटला.

कुसानागी आणि किशितानीनं आदला दिवस यासुको हानाओकावर पाळत ठेवण्यात, तिचा माग काढण्यात आणि तिचं निरीक्षण करण्यात

एकत्रच घालवला होता. तिच्या बरोबर येणाऱ्या प्रत्येकावरच नजर ठेवणं हे त्यांचं प्राथमिक उद्दिष्ट होतं. या गुन्ह्यात तिचा कोण साथीदार असू शकेल या दृष्टीनं ते प्रत्येकाकडे पाहत होते.

तिचं काम संपल्यानंतर ती खानावळीतून बाहेर पडली होती आणि त्या पुरुषाबरोबर टॅक्सीनं गेली होती, तेव्हापासूनच त्यांनी तिच्या हालचालींवर बारकाईनं लक्ष ठेवलं होतं. बंदराजवळ शिओडोममधील रेस्टॉरंटमध्ये ते दोघं गेल्यानंतर त्यांनी शांतपणानं संयमानं बाहेर थांबून त्या दोघांची बाहेर पडण्याची वाट पाहिली होती.

अखेरीस जेवण करून ते दोघं बाहेर पडले आणि टॅक्सीत बसले होते. तिथून ते थेट यासुकोच्या अपार्टमेंटमध्ये आले होते. टॅक्सी थांबली, पण तो माणूस टॅक्सीतून उतरला नव्हता. कुसानागीनं किशितानीला काही प्रश्न विचारण्यासाठी वर पाठवलं आणि त्याने त्या टॅक्सीचा पाठलाग केला. सुदैवानं तो पाठलाग करत असल्याचं कोणाच्याही लक्षात आलं नव्हतं.

तो माणूस ओसाकीमधील एका मोठ्या अपार्टमेंटमध्ये राहतो. कुसानागीला त्याच्या दरवाजावरच्या पाटीवरून त्याचं नाव कुनियाकी कुदो असल्याचं समजलं.

यासुको या खुनाच्या प्रकरणात अडकलेली असली तरी तिने एकटीनं हे काम केलेलं नाही, ही गोष्ट कुसानागीला आधीच पटलेली होती. तिला नक्कीच एखाद्या पुरुष साथीदाराची गरज होती किंवा कदाचित तो कोणी का असेना, पण तोच प्रत्यक्ष खुनीही असू शकत होता.

मग हा मिस्टर कुदो हाच तो पुरुष असेल का? कुसानागीनं किशितानीला ही शक्यता सांगितली असली तरी किशितानीचा त्यावर थोडासासुद्धा विश्वास बसला नव्हता. उलटपक्षी त्याला असं वाटत होतं की, ते पुन्हा एकदा चुकीच्या दिशेनं तपास करत होते.

पण त्याच वेळी कुसानागीला आणखीही एक गोष्ट डाचत होती. तो बेन्तेन तेच्या बाहेर टेहळणी करत उभा असताना त्याला तिथे दोन अनपेक्षित लोकही आल्याचं दिसलं होतं. त्यापैकी मानाबु योकावा हा एक होता आणि त्याच्या बरोबरच यासुको हानाओकाच्या शेजारी राहणारा तो गणिताचा शिक्षकही तिथे गेला होता.

दहा

संध्याकाळी सहानंतर थोड्याच वेळात एक हिरवी मर्सिडीज तळघरातील पार्किंगच्या जागेत आली. ती कुनियाकी कुदोची कार असल्याचं कुसानागीनं त्या दिवशी आधीच शोधून काढलं होतं. पार्किंगच्या समोरच असलेल्या कॉफी शॉपमध्ये बसलेला तो डिटेक्टिव्ह उठून उभा राहिला आणि त्याने तोपर्यंत मागवलेल्या दोन कॉफींची किंमत असलेले काही येन त्याने दिले. त्याने मागवलेला दुसरा कप जवळजवळ तसाच भरलेला होता आणि अजूनही टेबलावरच होता.

कुसानागी झपाझप पावलं टाकत रस्त्याच्या पलीकडे गेला आणि ते पार्किंग ज्या अपार्टमेंटचं होतं त्या अपार्टमेंटच्या दिशेनं गेला. त्या इमारतीला तळघरातील मजल्यावर आणि पहिल्या मजल्यावर आपोआप बंद होणारे दरवाजे होते. कुदो अपार्टमेंटच्या ब्लॉक्समध्ये नाहीसा होण्याच्या आतच कुसानागीला त्याच्याशी संपर्क साधायचा होता. इंटरकॉमच्या साहाय्यानं कुदोच्या अपार्टमेंटमध्ये फोन करणं त्याला टाळायचं होतं, कारण त्यामुळे कुदोला त्याच्या मनाची तयारी करण्यास वेळ मिळाला असता.

सुदैवानं, कुसानागी पहिल्यांदा त्या प्रवेशद्वाराजवळ पोहोचला आणि भिंतीवर हात ठेवून एका बाजूला श्वास रोखून उभा राहिला. कुदो वर आला त्या वेळी त्याच्या अंगावर सूट होता आणि हातात ब्रीफकेस होती. तो न थांबता कुसानागीच्या जवळून पुढे गेला.

कुदोनं त्याच्याकडची चावी बाहेर काढली आणि ती दरवाजात सरकवली, इतक्यात त्याला पाठीमागून कुसानागीनं हाक मारली. ''एक मिनिटं, मिस्टर कुदो...''

कुदोनं थेट मागे वळून पाहिलं आणि चावी बाहेर काढली. त्याने नेमकं कोण होतं याचा अंदाज घेण्यासाठी कुसानागीवर एक दृष्टिक्षेप टाकला. कुदोच्या कपाळावर आठ्या पडल्या. तो विचारात पडल्यासारखा दिसला. 'बोला...' तो म्हणाला.

कुसानागीनं त्याच्याकडचा बॅज त्याला दाखवला. ''अशा प्रकारे तुम्हाला त्रास दिल्याबद्दल माफ करा. मी पोलीस आहे आणि कदाचित तुम्ही मला मदत करू शकाल असं मला वाटलं म्हणून मी इथे आलो आहे.''

''पोलिस...म्हणजे तुम्ही डिटेक्टिव्ह आहात?'' कुदोनं डोळे बारीक करत हळू आवाजात विचारलं.

कुसानागीनं मान डोलावली. ''होय. मिस यासुको हानाओकाविषयी तुमच्याशी बोलता येईल अशी मला आशा आहे.''

यासुकोचं नाव ऐकल्यावर कुदो कशी प्रतिक्रिया व्यक्त करतो, ते पाहण्यासाठी कुसानागी त्याचं बारकाईनं निरीक्षण करत होता. कुदोला ते प्रकरण माहीत होतं, पण तरीही त्याने नको इतकं आश्चर्य वाटल्यासारखं किंवा दचकल्यासारखं दाखवलं असतं तर कुसानागीला नक्कीच यात काही तरी काळंबेरं आहे असा संशय आला असता. कुदो विचारात पडला आणि त्याने हळूहळू मान डोलावली. ''ठीक आहे. तुम्हाला माझ्या घरी यायला आवडेल का? की कॅफेत जाणं जास्त चांगलं वाटेल?''

''तुमच्या अपार्टमेंटमध्ये जाणं ठीक असेल. थँक्स.''

''नक्कीच. पण तिथे थोडा पसारा आहे...''

अपार्टमेंटमध्ये प्रवेश केल्यानंतर 'फारसा पसारा नाही किंवा उजाड, विषण्ण जागाही नाही,' असा विचार कुसानागीच्या मनात आला. तिथे फारसं फर्निचर नव्हतं. दोन गुबगुबीत खुर्च्या होत्या आणि त्यांपैकी एक खुर्ची तर दोन माणसं बसतील इतकी मोठी होती. कुदोनं कुसानागीला त्या खुर्चीवर बसण्याची हातानंच खूण केली.

''मी तुमच्यासाठी प्यायला काही आणू का?'' कुदोनं त्याच्या सुटावरचं जाकीट न काढताच विचारलं.

''नाही. थँक यू. मी फार वेळ थांबणार नाही.''

''ठीक आहे,'' कुदो म्हणाला. पण तरीही तो स्वयंपाकघरात गेला आणि त्याने दोन प्लॅस्टिकचे ग्लास आणि त्याबरोबरच थंड ऊलाँग चहा आणला.

''तुमचे कुटुंबीय...?'' कुसानागीनं अचानकच विचारलं.

''गेल्या वर्षीच माझ्या पत्नीचं निधन झालं. मला एक मुलगा आहे, पण अनेक कारणांमुळे तो माझ्या पालकांकडे त्यांच्या घरीच राहतो,'' कुदो स्थिरपणानं एकेक शब्द उच्चारत बोलत होता.

''म्हणजे तुम्ही एकटेच राहता?''

''जवळजवळ तसंच,'' कुदो म्हणाला. त्याच्या चेहऱ्यावर हळुवार भाव होते. त्याने दोन ग्लासांत चहा ओतला आणि एक ग्लास कुसानागीच्या समोर ठेवला. ''तोगाशीविषयी...काही आहे का?''

कुसानागीनं चहाचा ग्लास घेण्यासाठी पुढे केलेला हात एकदम मागे घेतला. जर कुदोला एकदम विषयालाच हात घालायचा असेल तर त्या वेळी अकारणच इकडच्या तिकडच्या गप्पांना हात घालत चहा घेत बसण्याची गरज नव्हती.

''अगदी बरोबर. तुम्हाला माहीतच आहे की, यासुको हानाओका यांच्या पूर्वाश्रमीच्या पतीचा खून झाला आहे.''

''पण त्याच्याशी तिचा काहीच संबंध नाही.''

'अस्सं?'

''अर्थात. कारण त्यांचा काही वर्षांपूर्वीच घटस्फोट झाला आहे आणि त्यानंतर ते पुन्हा कधीच एकमेकांना भेटले नव्हते. मग ती त्याला का ठार मारेल?''

''खरं तर मलाही तुमचं म्हणणं मान्य करायला बरंचसं आवडलं असतं.''

''बरंचसं...म्हणजे?''

''जगात अनेक जोडपी आहेत आणि कित्येकांचे घटस्फोट होतात. सगळीच जोडपी एकसारख्याच पद्धतीनं एकमेकांपासून वेगळी होत नाहीत. जर एकमेकांसोबत खूश नसलेल्या सगळ्यांच जोडप्यांनी व्यवस्थितपणे घटस्फोट घेतला असता आणि ते एकमेकांशी पूर्णपणे अनोळखी व्यक्ती

असल्याप्रमाणे वागू लागले असते तर बरं झालं असतं. अशा वेळी ते एकमेकांना पुन्हा कधीच भेटले नसते आणि मग आपल्याकडे सतत त्रास देण्यासाठी पाठलाग करत राहणारे लोकच नसते. पण दुर्दैवानं तसं नसतं. सहसा नेहमीच एक बाजू संबंध तोडते, पण दुसरी बाजू ते तोडत नाही. अगदी कागदोपत्री घटस्फोट झाला असला तरीही ते तो मानत नाहीत.''

''बरं, पण तिने मला सांगितलं की, ती मिस्टर तोगाशीला घटस्फोटानंतर कधीच भेटली नव्हती.'' कुदोनं सांगितलं. त्याच्या नजरेत उघडउघड विरोध दिसत होता.

''तुम्ही तिच्याशी त्याच्या खुनाविषयी बोललात का?''

''होय, मी बोललो. खरं म्हणजे मी त्यासाठीच तर तिला भेटायला गेलो होतो.''

'ही गोष्ट यासुको हानाओकाच्या साक्षीशी मिळतीजुळती आहे,' कुसानागीनं विचार केला.

''म्हणजे ही घटना घडण्याच्या आधीपासूनच मिस हानाओका तुमच्या मनात होत्या का?''

कुदो विचारात पडला. त्याच्या कपाळावर आठ्या पडल्या. ''मनात होत्या का, म्हणजे तुम्हाला काय म्हणायचं आहे ते मला समजत नाही. तुम्ही इथे माझ्या अपार्टमेंटपर्यंत आला आहात याचा अर्थ तुम्हाला तिच्याशी माझे काय संबंध आहेत ते माहीत आहे असं मला वाटतं. ती काम करत असलेल्या क्लबचा मी नियमित ग्राहक होतो. तिच्या पतीशीही माझी एकदा भेट झाली होती. अर्थातच ती योगायोगानं झाली होती. त्या वेळीच मला त्याचं नाव तोगाशी असल्याचं समजलं होतं. त्याचा खून झाला त्या वेळी टीव्हीच्या स्क्रीनवर मी त्याचं नाव आणि छायाचित्र पाहिलं. त्यामुळे मला काळजी वाटली आणि यासुकोचं कसं काय चाललंय ते पाहण्यासाठी मी तिच्याकडे गेलो.''

''तुम्ही तिच्या क्लबमध्ये नियमितपणे जात होतात हे मीही ऐकलंय. होय. त्यामुळेच तुम्ही फक्त तिच्या नवऱ्याचा खून झाल्याचं ऐकल्यानंतर इतक्या लांब मुद्दाम तिला भेटायला गेलात अशी कल्पना करणं मला थोडंसं कठीण जातंय. तुम्ही एक व्यवसाय चालवता ना? तुम्ही अतिशय व्यग्र असता,'' कुसानागीला त्याचा प्रश्न किती उपहास करणारा आणि सूचक

आहे ते माहीत होतं. त्याच्या कामात अशा प्रकारे बोलण्याची गरज असली तरी त्याला सहसा अशा प्रकारे बोलायला खरं तर आवडत नव्हतं.

पण काहीही असलं तरी त्या तंत्रानं काम झालं होतं. कुदोचा चेहरा पांढराफटक पडला. ''मला असं वाटलं होतं की, तुम्ही यासुको हानाओकाविषयी विचारायला आला आहात. पण तुमच्या आतापर्यंतच्या प्रश्नांमुळे मला असं वाटतंय की, तसं नसावं. मी संशयित आहे का?'' त्याने विचारलं.

कुसानागीनं स्मित करून नकारदर्शक हात हलवला आणि तो म्हणाला, ''मुळीच नाही. मला दुसऱ्यांविषयी फाजील चौकशा करायला आवडत नाहीत. तुम्ही विशेषतः मिस हानाओकाच्या जवळचे असल्यासारखे वाटता, म्हणून मला तुमची जास्त माहिती हवी होती.''

तो डिटेक्टिव्ह शक्य तितक्या हळुवारपणे बोलत होता, पण कुदो ताठरल्यासारखा बसला होता. त्याने एक दीर्घ श्वास घेतला आणि नंतर मान डोलावली.

''ठीक आहे. तुम्हाला जास्त चौकशा करायला लागू नयेत असं मला वाटतं. म्हणून मी शक्य तितक्या मोकळेपणानं तुम्हाला सारं काही सांगतो. मला शृंगारिकदृष्ट्या यासुको आवडत होती. ज्या वेळी मी त्या खुनाविषयी ऐकलं त्या वेळी आता आपल्याला तिच्या जास्त जवळ जाता येईल असं मला वाटलं. यामुळे तुमचं कुतूहल शमलं का?''

कुसानागीन चेहऱ्यावर क्षीण हास्य आणलं, पण खरं तर ते नैसर्गिक हास्य होतं. अभिनयाचा एक भाग किंवा तपासाचं तंत्र म्हणून तो हसला नव्हता. ''तुम्ही फार बचावाच्या भूमिकेत जाण्याची गरज नाही.''

''पण तुम्हाला हेच तर जाणून घ्यायचं होतं. हो ना?''

''आम्हाला फक्त यासुको हानाओकाशी कोणाकोणाचा आणि कसा संबंध आहे ते जाणून घ्यायचं आहे.''

''मला तेच तर समजत नाही. पोलिसांना तिचा का संशय येतोय?''

''त्याचा खून होण्याच्या नुकतेच काही दिवस आधी तोगाशी तिचा शोध घेत होता, याचा अर्थ त्यांची भेट झाली असण्याची शक्यता आहे,'' कुसानागीनं त्याला सांगितलं. हे स्पष्टीकरण हानिकारक ठरण्यापेक्षा जास्त चांगलंच ठरेल असं त्याला वाटलं होतं.

''काय? पण याचा अर्थ तिने त्याला ठार मारलं असा होतो का? अगदी पोलिसांच्या दृष्टीनंही ही गोष्ट भाबडेपणाची नाही का?'' कुदोनं उपहासात्मक आवाजात विचारलं आणि खांदे उडवले.

''सॉरी, आम्ही या बाबतीत फारसं ठामपणानं काहीच सांगू शकणार नाही. अर्थातच आमच्याकडे यासुकोखेरीज इतर संशयितही आहेतच. फक्त या टप्प्यावर आमच्या संशयितांच्या यादीतून तिला काढून टाकणं आम्हाला परवडणारं नाही. यासुको ही या खुनाच्या प्रकरणाचा गुंता सोडवण्याची चावी नाही असं मानलं तरी तिच्या आजूबाजूची कोणी तरी व्यक्ती तशी चावी असू शकते.''

''आजूबाजूची व्यक्ती?'' कुदोनं भुवया उंचावल्या आणि मान हलवली आणि त्याच वेळी कुठली तरी गोष्ट त्याच्या लक्षात आली. ''म्हणजे ते असं आहे का...'' तो म्हणाला.

''असं आहे का...म्हणजे कसं?''

''म्हणजे ती कोणाकडे तरी गेली आणि तिने त्याला तिच्या पूर्वाश्रमीच्या नवऱ्याला ठार मारण्यास सांगितलं. असंच म्हणायचं आहे ना तुम्हाला? म्हणून तुम्ही इथे आलात. त्यामुळे आता मी संशयित खुनी आहे.''

''आम्ही अद्याप तरी ठामपणे कोणालाही खुनी म्हणू शकत नाही...'' कुसानागीनं त्याच्या म्हणण्याला विरोध केला आणि जाणीवपूर्वक त्याच्या आवाज सौम्य केला. कुदोकडे त्याला देण्याजोग्या काही उत्तम कल्पना असत्या तर त्या ऐकण्यास कुसानागीची हरकत नव्हती. त्या बाबतीत कुदोला नाउमेद करण्याची त्याची इच्छा नव्हती.

''तुम्ही जर साथीदारच शोधत असाल, तर तुम्हाला इतर अनेक लोकांशी बोलावं लागेल. तिच्यावर भाळलेला फक्त मीच एकमेव ग्राहक नव्हतो, हे तर अगदी नक्की आहे. ती अतिशय सुंदर आहे आणि ती होस्टेस असतानाच असं होत होतं असं मला बिलकूल म्हणायचं नाही. होनाझावा दांपत्यानं तर मला असं सांगितलं की, काही ग्राहक फक्त तिला बघायला म्हणूनच आतासुद्धा तिच्या दुकानात येतात. तुम्ही त्या सगळ्यांचीसुद्धा चौकशी का करत नाही?''

''तुमच्याकडे अशा लोकांची काही नावं किंवा माहिती असेल तर मला द्या. मला त्यांनासुद्धा प्रश्न विचारायला आवडेल.''

''सॉरी. पण मी ती देणार नाही. माझ्या बाबतीत होत असलेली गोष्ट इतरांच्याही बाबतीत व्हावी अशी माझी इच्छा नाही. निष्पाप लोकांची गोपनीय माहिती पोलिसांना पुरवणं माझ्या तत्त्वात बसत नाही,'' कुदो निर्णायकपणे नकार दिल्यासारखा हात हलवत म्हणाला. ''तुम्ही अगदी त्या सगळ्यांना भेटलात तरीही तुमच्या हाती फारसं काही लागेल असं मला वाटत नाही. अशा कोणाकडे मदत मागत फिरणाऱ्यांपैकी ती नाही. ती अतिशय विखारी, खुनशी स्वभावाची नाही आणि मूर्खही नाही. काहीही झालं तरी फक्त एखाद्या सुंदर स्त्रीनं सांगितलं म्हणून कोणाचाही खून करण्याइतका मी वेडा नाही. म्हणून डिटेक्टिव्ह... कुसानागी समजलं का? तुम्ही इतक्या लांबपर्यंत आलात पण तुम्हाला रिकाम्या हातानंच परत जावं लागेल, त्याबद्दल मला माफ करा.'' बोलून झाल्यानंतर थोडा वेळ गेल्यावर तो अचानकच उठून उभा राहिला.

कुसानागीही सोफ्यावरून उठला. पण त्याचं पेन अजूनही नोटपॅडवरच होतं. ''दहा मार्चला तुम्ही कामावर होतात का?'' त्याने विचारलं.

कुदोचे डोळे आश्चर्यानं आणि क्षणभर अविश्वासानं विस्फारले. त्यानंतर त्याच्या चेहऱ्यावर कठोर भाव आले. ''काय, तुम्हाला मी त्या दिवशी खून घडलेल्या घटनास्थळी नव्हतो, याचा पुरावा द्यावा असं वाटतंय का?''

''होय. खरंच मला तसं वाटतंय,'' कुसानागीनं ताकाला येऊन भांडं लपवण्याची काहीच गरज नसल्याचं वाटल्यामुळे रोखठोकपणे उत्तर दिलं. काहीही झालं तरी कुदोला आधीच राग आला होता.

''मग क्षणभर थांबा,'' कुदो म्हणाला. त्याने ब्रीफकेसमध्ये हात घालून एक जाडजूड वही बाहेर काढली. त्यानंतर त्याने तिची पानं चाळली आणि उसासा टाकत तो म्हणाला, ''माझ्याकडे त्या दिवशीच्या कामकाजात कुठल्याच महत्त्वाच्या नोंदी नाहीत. याचा अर्थ मी नेहमीप्रमाणे कामावर गेलो असणार असं मला वाटतं. याचा अर्थ मी कामावरून अंदाजे सहा वाजता निघालो असेन. तुम्हाला त्याची खात्री करून घ्यायची असेल तर माझ्या एखाद्या कर्मचाऱ्याला तुम्ही विचारू शकता.''

''आणि कामावरून परत आल्यानंतर?''

''मी तुम्हाला आधीच सांगितलंय त्याप्रमाणे मी काहीही लिहिलेलं नाही, याचा अर्थ मला वाटतं की मी इतर दिवसांप्रमाणेच वागलो असेन. मी घरी आलो, काही तरी खाल्लं असेन आणि झोपलो असेन. एकटं जगणं ही

खूपच वाईट गोष्ट असते, कारण याची साक्ष द्यायला तुमच्याकडे कोणीही साक्षीदार नसतो.''

''तुम्ही माझ्यासाठी त्या दिवशी नेमकं काय झालं होतं ते थोडंसं आठवण्याचा प्रयत्न कराल का?''

आता कुदो जवळजवळ उद्विग्न झाल्यासारखाच दिसत होता. त्याने पुन्हा एकदा त्याचं कॅलेंडर उघडलं.

''ठीक आहे, दहा तारखेला...अरेच्चा! हं बरोबर आहे,'' तो स्वतःशीच पुटपुटला.

''काही घडलं होतं का?''

''होय. मी कामानंतर संध्याकाळी एका ग्राहकाकडे गेलो होतो आणि त्याने मला याकितोरी खायला नेलं होतं.''

''हे सर्वसामान्यपणे किती वाजण्याच्या सुमारास घडलं होतं?''

''अगदी तंतोतंत सांगता येणार नाही. पण आम्ही बाहेर दारू पीत साधारणपणे नऊपर्यंत वगैरे बसलो होतो. त्यानंतर मी थेट घरी आलो.'' त्याच्या वहीतून एक व्हिजिटिंग कार्ड बाहेर काढत कुदो म्हणाला, ''हाच तो ग्राहक.'' त्या कार्डावर एका डिझायनरच्या कार्यालयाचा पत्ता होता.

''थँक यू,'' कुसानागी म्हणाला. त्याने कार्ड घ्यायला नकार दिला. ''मला त्याची गरज भासणार नाही,'' तो म्हणाला. त्यानंतर त्याचं पेन त्याने खिशात टाकलं आणि तो दरवाजाकडे गेला.

''डिटेक्टिव्ह? तुम्ही तिच्यावर किती काळापर्यंत पाळत ठेवणार आहात?''

कुसानागीनं हळुवारपणे त्याच्या नजरेला नजर भिडवली.

''त्यामुळेच मी तिला भेटायला गेलो होतो हे तुम्हाला समजलं. बरोबर? कारण तिच्यावर तुमची पाळत आहे. नंतर तुम्ही माझा इथपर्यंत पाठलाग केला.''

कुसानागीनं डोकं खाजवलं. ''तुम्ही मला बरोबर पकडलं.''

''मग तुम्ही किती काळ तिचा पाठलाग करत राहणार आहात, हे तुम्ही मला सांगू शकाल का?''

कुसानागीनं उसासा सोडला. त्याने स्मित करण्याचा प्रयत्न सोडून दिला आणि त्याऐवजी तो कुदोकडे रोखून पाहत राहिला. ''जितका काळ

तिचा पाठलाग करण्याची गरज असेल तितका काळ आम्ही तिच्यावर नजर ठेवून राहू, सर," तो म्हणाला.

कुदोला बहुधा आणखी काही तरी सांगायचं होतं, पण कुसानागी मागे वळला. त्याने दरवाजा उघडला आणि तो अपार्टमेंटमधून बाहेर पडला.

इमारतीच्या बाहेर पडून रस्त्यावर आल्यानंतर त्या डिटेक्टिव्हनं हात करून टॅक्सी थांबवली आणि त्याने टॅक्सीवाल्याला सांगितलं, "इम्पीरिअल युनिव्हर्सिटी."

टॅक्सीचालकानं मान डोलावली आणि टॅक्सी सुरू केली. मागे बसलेल्या कुसानागीनं त्याची वही बाहेर काढली. त्याने घाईघाईनं खरडलेल्या माहितीवरून तो कुदोशी झालेल्या संभाषणाचा विचार करू लागला. त्याने त्या दिवशी तो कुठे होता हे तपासायला हवं होतं, पण कुसानागीनं आधीच निष्कर्ष काढला होता.

"हा माणूस निष्पाप आहे. तो खरं बोलत होता."

ही एक गोष्ट होती आणि दुसरी गोष्ट म्हणजे त्याचं यासुको हानाओकावर खरोखरच प्रेम होतं. त्याने म्हटल्याप्रमाणे तिला मदत करण्याची इच्छा असलेले इतरही अनेक पुरुष असू शकत होते.

इम्पीरिअल युनिव्हर्सिटीचं समोरचं प्रवेशद्वार बंद होतं. इकडेतिकडे थोडेफार लाइट लागलेले होते, त्यामुळे तिथे पूर्ण अंधार नव्हता. पण तरीही रात्रीच्या वेळी विद्यापीठ गूढ आणि भयप्रद वाटत होतं. विद्यार्थ्यांनी प्रवेश करावयाच्या प्रवेशद्वारातून कुसानागी आत शिरला आणि त्याने सुरक्षा रक्षकाच्या कार्यालयात त्याच्या प्रवेशाची नोंद केली. 'भौतिकशास्त्र प्रयोगशाळा १३चे साहाय्यक प्राध्यापक युकावा यांना मला भेटायचं आहे.' प्रत्यक्षात त्याने युकावाच्या भेटीची वेळ घेतली नसली तरीही त्याने सुरक्षा रक्षकाला सांगितलं.

विज्ञान इमारतीतील सभागृहांमध्ये शुकशुकाट होता. तरीही अनेक प्रयोगशाळांच्या दरवाजांमधून बाहेर पडणाऱ्या प्रकाशामुळे अद्याप तिथे काही लोक होते, हे त्याला समजलं होतं. "बहुधा एखाद्या प्रकल्पावर जास्त वेळ थांबून काम करणारे संशोधक आणि विद्यार्थी असावेत," त्याने विचार केला. त्यावरून काही वेळा युकावा प्रयोगशाळेत अख्खी रात्र जागून काम करत होता, हे त्याने सांगितल्याचं कुसानागीला आठवलं.

कुदोला भेटण्याच्या आधीच कुसानागीनं युकावाला आजच्या आजच भेटायचं असं ठरवून टाकलं होतं. कुदोच्या अपार्टमेंटपासून विद्यापीठ फारसं लांब नव्हतं आणि त्याला युकावाला काही तरी विचारायचं होतं.

तो बेन्तेन तेमध्ये का गेला होता? आणि त्याचा जुना मित्र असलेल्या त्या गणिताच्या शिक्षकाशी त्याचा काय संबंध होता? जर त्याने या प्रकरणाशी संबंधित एखादी गोष्ट शोधून काढली असेल तर त्याला ती नेमकी काय होती हे जाणून घ्यायचं होतं. किंवा तो सहजच त्याच्या जुन्या मित्राकडे जात होता आणि प्राथमिक संशयित काम करत असलेल्या बेन्तेन तेमध्ये तो योगायोगानंच गेला होता?

युकावाच्या मनात नेमकं काही तरी असल्याखेरीज एखाद्या न सोडवल्या गेलेल्या प्रकरणातील संशयिताच्या कामाच्या ठिकाणी युकावा उगाचच जाणार नाही, हे कुसानागीला माहीत होतं. काहीही झालं तरी कुसानागीच्या प्रकरणांमध्ये थेट हस्तक्षेप करणं टाळण्याचंच युकावाचं धोरण होतं. त्याचा त्याला राग येत होता असा तो नेहमीच दावा करत असला तरी त्यामागचं खरं कारण ते नव्हतं, तर कुसानागीच्या पदाचा तो आब राखत होता म्हणून तो तसं करत होता.

प्रयोगशाळा १३च्या दरवाजावर एक तक्ता होता. त्यामध्ये त्या प्रयोगशाळेत काम करणाऱ्या विद्यार्थ्यांची-पदवीधर विद्यार्थ्यांची आणि प्राध्यापकांची नावं होती. ते आत आहेत की बाहेर तेही त्यावर लिहिलेलं होतं. युकावा 'बाहेर' होता. कुसानागीनं 'क्लिक' असा जिभेनं आवाज काढला. जर युकावा त्या दिवशी उशिरापर्यंत प्रयोगशाळेत काम करत नव्हता, तर त्याचा अर्थ त्याचं जे काय काम असेल ते संपवून तो थेट घरी गेला होता.

तरीही कुसानागीनं दरवाजावर टकटक केलीच. जर त्या तक्त्यातील माहिती बरोबर असेल, तर त्या वेळी तिथे फक्त पदवीच्या अभ्यासक्रमाचे दोन विद्यार्थी काम करत होते.

"आत या," एका जाड्याभरड्या आवाजात आत बोलावलं गेल्याच्या त्याच्या कानांवर पडलं. कुसानागीनं दरवाजा उघडला. चश्मा लावलेला आणि स्वेटशर्ट घातलेला एक तरुण प्रयोगशाळेच्या मागच्या भागातून बाहेर पडला. बहुधा तो पदवीच्या अभ्यासक्रमाचा विद्यार्थी असावा. त्या डिटेक्टिव्हनं त्याला तिथे आधीही पाहिलं होतं.

''युकावा आधीच घरी गेलाय का?'' त्याने विचारलं.

त्या पदवीच्या अभ्यासक्रमाच्या विद्यार्थ्यानं कपाळाला आठ्या घालत मान डोलावली आणि तो म्हणाला, ''होय. अगदी थोड्याच वेळापूर्वी ते इथून बाहेर पडले. तुम्हाला त्यांचा मोबाइल नंबर हवा आहे का?''

''नको. थँक्स. माझ्याकडे तो आहे. तसं फारसं तातडीचं काम नव्हतंच. मी इकडे आलोच होतं, तर भेटून जावं म्हणून आलो होतो,'' कुसानागी म्हणाला.

''अच्छा, ठीक आहे,'' तो विद्यार्थी म्हणाला. त्याचा चेहरा उजळला होता. कुसानागीच्या भेटी प्रयोगशाळेतील विद्यार्थ्यांच्या अंगवळणी पडल्या होत्या.

''तो रात्री उशिरापर्यंत काम करतो हे मला माहीत होतं, त्यामुळे मला तो इथेच भेटेल असं वाटलं होतं.''

''सहसा ते उशिरापर्यंत असतात, पण गेल्या दोन-तीन दिवसांपासून ते लवकरच बाहेर पडत आहेत. मला आज असं वाटलं की, त्यांना बहुधा कुठे तरी जायचं असावं.''

''त्याला कुठे जायचं होतं ते तुला माहीत आहे का?'' कदाचित तो पुन्हा एकदा त्या गणिताच्या शिक्षकाच्या घरी त्याला भेटायला गेला असावा, असा विचार कुसानागीच्या मनात आला.

''मला नेमकं खात्रीनं सांगता येणार नाही. पण त्यांनी बहुधा शिनोझाकीविषयी काही तरी म्हटलं होतं.''

कुसानागीनं डोळ्यांची उघडझाप केली. तो तिकडे जाईल असं त्याला वाटलं नव्हतं. 'शिनोझाकी?'

''पण तो तिकडे का गेलाय ते त्यानं तुला सांगितलं नाही का?''

''नाही. मी विचारलं, पण त्यांनी मला फारसं काही सांगितलं नाही.''

कुसानागीनं त्या विद्यार्थ्याचे आभार मानले आणि तो तिथून बाहेर पडला. कशाची तरी पूर्व तयारी सुरू होती, पण फक्त त्याला ते माहीत नव्हतं, असा संशय त्याला येऊ लागला. शिनोझाकी स्टेशन हे खून झालेल्या घटनास्थळापासून जवळ होतं. युकावा तिकडे का गेला असावा?

विद्यापीठ मागे पडल्यानंतर कुसानागीनं त्याचा मोबाइल फोन बाहेर काढला. तो युकावाचा नंबर पाहू लागला, पण ऐन फोन करण्याच्या वेळी

त्याला तो करू नये असं वाटलं आणि त्याने फोन बंद केला. फोन पुन्हा खिशात सरकवून तो निघाला होता. त्या वेळी त्याच्या मित्रावर प्रश्नांचा भडिमार करून माहिती काढून घेण्याची ती वेळ नव्हती. कुसानागीनं फारशी माहिती किंवा कसलाच सुगावा न देताही युकावा त्या प्रकरणाचा पाठपुरावा करत होता, याचा अर्थ तो निश्चितपणे कशाच्या तरी मागावर होता.

शिवाय युकावा काय म्हणाला असता ते शब्द आधीच त्याच्या कानांत घुमत होते :

'मी जर स्वतःच्या जिवावर थोडीफार लुडबुड करत असेन तर त्याची तू कशाला काळजी करतोस?'

इशिगामीनं उसासा टाकला. तो पुन्हा घेतल्या गेलेल्या मेक-अप परीक्षांच्या पेपरना ग्रेड देण्याचं काम करत होता. ते भयावह काम होतं. प्रत्येकालाच सोडवता यावेत अशा प्रकारे त्याने प्रश्नपत्रिकेतील प्रश्न तयार केले होते. ते पुरेशा प्रमाणात सोपे होते. पण त्या ढिगाऱ्यातून एखादं तरी चांगलं उत्तर सापडावं म्हणून त्याला प्रचंड कष्ट घ्यावे लागत होते. विद्यार्थी अभ्यासच करत नसावेत असा निष्कर्ष त्याने काढला. आपण चाचण्यांमध्ये कितीही वाईट पेपर लिहिले तरी शाळा त्यांना उत्तीर्ण करणारच होती, हे त्यांना माहीत होतं. काहीही झालं तरी शाळेचं मंडळ कोणालाही क्वचितच मागच्या वर्गात ठेवत होतं. जर एक-दोन विद्यार्थ्यांनाही ग्रेड मिळवता आली नसेल तर शाळा सगळ्याच विद्यार्थ्यांना उत्तीर्ण करून टाकत होती.

'मग आवश्यक विषयांमधून ते गणित हा विषय का काढून टाकत नव्हते,' याचं इशिगामीला आश्चर्य वाटत होतं. काहीही झालं तरी फक्त मूठभर मुलांनाच गणित हा विषय समजत होता. जगात समजून न घेता येण्याजोगी गणित नावाची एक चीज आहे हे समजून घेऊन त्या आकलनाच्या आधारावरच त्यांनी शाळेतून बाहेर पडणं जास्त चांगलं नव्हतं का?

ग्रेड देण्याचं काम संपवल्यानंतर त्याने घड्याळावर नजर टाकली. आधीच रात्रीचे आठ वाजून गेले होते.

दोजोला कुलूप लावलं गेलं आहे का ते तपासल्यानंतर इशिगामी शाळेतून बाहेर पडला. वाहतुकीच्या दिव्यांच्या खाली मिळणाऱ्या दोन रस्त्यांच्या कोपऱ्यावर तो नुकताच येऊन थांबला होता, तेवढ्यात एक माणूस त्याच्याकडे आला.

"घरी चाललात का?" त्याने स्मित करत विचारलं. "तुम्ही अपार्टमेंटमध्ये नव्हतात, त्यामुळे मला तुम्ही इथेच भेटाल असं वाटलं."

इशिगामीनं त्या माणसाचा चेहरा ओळखला. तो खून-प्रकरणातील डिटेक्टिव्ह होता.

"मला माफ करा...तुम्ही...?"

"हं, बहुधा तुम्ही विसरलेले दिसता."

त्या माणसानं त्याच्या कोटाच्या खिशात हात घातला, पण इशिगामीनं त्याचा हात धरला आणि तो मान डोलवत म्हणाला, "नाही, आता माझ्या लक्षात आलं. तुम्ही डिटेक्टिव्ह कुसानागी आहात."

हिरवा दिवा लागला आणि इशिगामी चालू लागला. कुसानागी त्याच्या पाठोपाठ निघाला.

'हा इथे काय करतोय?' रस्ता ओलांडत असताना इशिगामीच्या मनात विचार आला. युकावा दोन दिवसांपूर्वी इशिगामीला भेटला होता. त्याच्याशी याच्या या भेटीचा काही संबंध होता का? त्यांच्या तपासकामात इशिगामीनं मदत करावी असं पोलिसांना वाटत असल्याचं युकावानं सांगितलं होतं आणि त्याने त्याला नकार दिला होता. मग?

"तुम्ही मानाबु युकावाला ओळखता का?" कुसानागीनं विचारलं.

"होय. तो मला भेटायला आला होता. तुम्ही त्याला मला भेटायला सांगितलं होतं असं त्याने मला सांगितलं."

"तसं ते खरंच होतं. मी त्याला सांगितलं होतं की, तुम्हीही इम्पीरिअल विद्यापीठात त्याच विभागात होतात. पण त्यामुळे तुमची गैरसोय झाली असेल आणि ती मैत्री तुमच्या माथी मारली गेली असेल तर मला माफ करा."

"अरे, बिलकूल तसं काही नाही. उलट त्याला पुन्हा भेटल्यानंतर मला आनंदच झाला."

"तुमच्या दोघांमध्ये काय बोलणं झालं असं मी तुम्हाला विचारलं तर...? म्हणजे तुमची हरकत नसेल तर तुम्ही सांगाल का?"

"बऱ्याचशा जुन्या काळातील आठवणी. आमच्या पहिल्या भेटीच्या वेळी आम्ही बरंचसं त्याबद्दलच बोललो."

"पहिल्या भेटीच्या वेळी?" कुसानागीनं भुवया उंचावल्या. "म्हणजे तो पुन्हा इथे आला होता का?"

''तो दोनदा मला भेटायला आला होता. दुसऱ्यांदा तुम्ही त्याला माझ्याकडे पाठवलं असं त्याने मला सांगितलं.''

''मी त्याला तुमच्याकडे पाठवलं?'' कुसानागीनं डोळे मिचकावले. ''अं...त्याने तुम्हाला नेमकं काय सांगितलं?''

''तुमच्या तपासात मी तुम्हाला मदत करावी अशी तुमची इच्छा असल्याचं त्याने मला सांगितलं आणि तुमच्यापेक्षा त्याने ती विनंती मला केली तर ते जास्त चांगलं होईल असं तुम्हाला वाटत असल्याचंही सांगितलं.''

''अं होय. तपासकामात आम्हाला मदत हवी होती,'' कुसानागीनं चालता, चालता डोकं खाजवत म्हटलं.

त्याच्या बोलण्यातील डळमळीतपणा इशिगामीच्या लगेच लक्षात आला. तो डिटेक्टिव्ह गोंधळल्यासारखा दिसत होता. 'कदाचित त्याने युकावाला मला भेटायला अजिबातच सांगितलं नसावं.'

कुसानागी संकोचल्यासारखा हसला. ''मी त्याच्याशी अनेक गोष्टी बोलतो, त्यामुळे नेमक्या कोणत्या प्रकरणाची त्याला माहिती आहे आणि कोणत्या नाही या संदर्भात माझा थोडासा गोंधळ झाला. त्याने तुमच्याकडे कोणत्या प्रकारच्या मदतीचा उल्लेख केला होता?''

इशिगामीनं त्या डिटेक्टिव्हच्या प्रश्नावर विचार केला. यासुकोचं नाव घ्यायची त्याला इच्छा नव्हती. पण अर्थातच तो काहीच न बोलता मूक राहू शकत नव्हता. कुसानागी बहुधा त्याने जे युकावाला सांगितलं होतं, त्याबद्दल इशिगामीची उलटतपासणी घेत होता.

त्याने यासुको हानाओकावर नजर ठेवावी अशी युकावानं विनंती केल्याचं इशिगामीनं त्याला सांगितलं.

कुसानागीचे डोळे विस्फारले. ''त्याने तुम्हाला असं करायला सांगितलं, खरंच?'' त्याने विचारलं. त्याच्या आवाजात स्पष्टपणे गोंधळ जाणवत होता. ''बरोबर. मला वाटतं की, मी त्याला तसंच सांगितलं होतं. बरोबर. तुम्ही आम्हाला मदत करू शकाल का असं मी त्याला विचारलं होतं. त्याला नक्कीच तुम्हाला त्याविषयी विचारून आम्हाला मदत करावी असं वाटलं असावं, कारण तुम्हां दोघांमध्ये मैत्रीचं नातं आहे. होय. त्यात चांगलाच अर्थ आहे.''

त्या डिटेक्टिव्हनं अखेरच्या क्षणी काही तरी सारवासारवी केली असावी, असं त्याच्या स्पष्टीकरणावरून इशिगामीला वाटलं. याचा अर्थ युकावा स्वतःच त्या प्रकरणाच्या संदर्भात इशिगामीची चौकशी करायला आला होता. मग तो कशाच्या मागे होता, नेमका कशाचा शोध घेत होता?

इशिगामी एकदम थांबला आणि त्याने कुसानागीकडे वळून पाहिलं. ''तुम्हीसुद्धा हेच विचारायला आज माझ्याकडे आला आहात का? की आणखी काही तरी आहे?''

''नाही, सॉरी. मी फक्त तुम्हाला एक माहिती विचारायला आलो होतो,'' कुसानागीनं त्याच्या जाकिटाच्या खिशातून एक छायाचित्र बाहेर काढलं. ''तुम्ही या माणसाला पाहिलं आहे का? ते छायाचित्र फारसं चांगलं नाही, त्याबद्दल मला माफ करा. मला हे टेलिफोटोवरून घ्यावं लागलं.''

इशिगामीनं त्या छायाचित्राकडे पाहिलं आणि आवंढा गिळला.

छायाचित्रात दिसणारा तो पुरुष हाच गेल्या काही दिवसांत त्याच्या मनातील विचारांमध्ये ठाण मांडून बसला होता. त्याला त्याचं नाव माहीत नव्हतं. तो कोण होता तेही त्याला माहीत नव्हतं. तो यासुकोच्या जवळ होता, इतकंच त्याला माहीत होतं.

''मिस्टर इशिगामी?''

इशिगामीला काय उत्तर द्यावं ते सुचत नव्हतं. तो कोण होता ते त्याला माहीत नाही, एवढंच म्हणून त्यावर तो ते सगळं सोडून देऊ शकला असता. पण मग त्याला तो कोण होता हे कसं काय समजलं असतं?

''त्याचा चेहरा कुठे तरी पाहिल्यासारखा वाटतोय,'' इशिगामी हळूहळू म्हणाला. ''तो कोण आहे?''

''तुम्ही त्याला कुठे पाहिलं असावं ते तुम्हाला आठवतंय का?''

''मला खात्रीनं सांगता येणार नाही. रोजच मी अनेक लोकांना पाहतो. तुम्ही त्याचं नाव किंवा तो कुठे काम करतो ते मला सांगितलं तर कदाचित मला काही तरी आठवू शकेल.''

''त्याचं नाव कुदो आहे आणि तो प्रिंटिंग कंपनी चालवतो.''

'कुदो?'

''होय. अशाच प्रकारचं काहीतरी.'' कुसानागीनं त्याला कुदोचं नाव लिहिण्यासाठी वापरल्या गेलेल्या चिनी अक्षरांची माहिती सांगितली.

कुदो... इशिगामी त्या छायाचित्राकडे रोखून पाहत राहिला. पोलीस त्याचा माग का काढत होते? तो कोणत्या ना कोणत्या प्रकारे यासुकोमध्ये गुंतलेला असावा. दुसऱ्या शब्दांत, पोलिसांना या मिस्टर कुदो आणि यासुको यांच्यामध्ये काही तरी असावं, कसला तरी घनिष्ठ संबंध असावा असा संशय आला असणार.

''हं, मग तुम्हाला काही आठवतंय का?''

''खरं तर काहीच नाही. त्याचा चेहरा ओळखीचा वाटतोय खरा, पण काहीच आठवत नाही,'' इशिगामीनं नकारार्थी मान हलवली. ''मला माफ करा. मला त्याच्याविषयी काहीच आठवत नाही. कदाचित मला त्याचा चेहरा दुसऱ्या एखाद्या व्यक्तीसारखा वाटला असावा.''

''ठीक आहे. काहीच हरकत नाही,'' कुसानागी म्हणाला. त्याच्या कपाळाला किंचित आठ्या पडल्या होत्या. त्याने ते छायाचित्र पुन्हा एकदा त्याच्या खिशात ठेवून दिलं. त्यानंतर त्याने एक बिझनेस कार्ड बाहेर काढलं. ''तुम्हाला काहीही आठवलं तर तुम्ही मला नक्की कळवा. तुमची काही हरकत नाही ना?''

''नक्की कळवतो. त्याचा या प्रकरणाशी काही संबंध आहे का?''

''या वेळी मी याविषयी निश्चित असं काहीच सांगू शकणार नाही. आम्ही अजूनही याविषयी तपास करत आहोत.''

''तो मिस हानाओकांमध्ये गुंतलेला आहे का?''

''त्यांच्यात नक्कीच काही तरी संबंध आहे. होय.'' कुसानागी म्हणाला. मात्र त्याने जाणीवपूर्वक त्याचं उत्तर संदिग्ध ठेवलं होतं. त्याने आधीच जी माहिती दिली होती त्याहून जास्त माहिती देण्याची त्याची इच्छा नव्हती. ''त्या दिवशी तुम्ही युकावासोबत बेन्तेन तेमध्ये गेला होतात. बरोबर?''

इशिगामीनं त्या डिटेक्टिव्हकडे पाहिलं. हा प्रश्न अगदीच अनपेक्षित होता, त्यामुळे क्षणभर त्याला काय बोलावं तेच सुचलं नाही.

''त्या दिवशी मी तिथेच होतो आणि मला तुम्ही दोघे तिथे दिसलात. मी कामावर होतो आणि त्यामुळे तुम्हाला हॅलोसुद्धा म्हणू शकलो नाही, सॉरी.''

याचा अर्थ ते बेन्तेन तेच्या बाहेर पाळत ठेवून असतात तर!

''होय. ते बरोबर आहे. युकावाला जेवणाचा डबा हवा होता. त्यामुळे मी त्याला तिकडे घेऊन गेलो होतो.''

''पण इतक्या लांब का गेलात? शाळेजवळसुद्धा सोईच्या ठिकाणी जेवणाचे डबे मिळत नाहीत का?''

''अं...ते तुम्ही युकावालाच विचारलं पाहिजे. बेन्तेन तेमध्ये जायचं ही त्याची कल्पना होती.''

''तुमची मिस हानाओकाविषयी किंवा त्या प्रकरणाविषयी काही चर्चा झाली का?''

''फक्त मी तुम्हाला आधी सांगितलं आहे त्याप्रमाणे तुम्हाला या प्रकरणात माझी मदत हवी आहे, याबद्दलच आमचं बोलणं झालं.''

कुसानागीनं मान डोलावली. ''मला त्याहून काही वेगळी चर्चा झाली का असं विचारायचं आहे. त्याने तुम्हाला कदाचित सांगितलं असेल की, मी काही प्रकरणांच्या संदर्भात युकावाचा सल्ला घेतो. तो फक्त एक बुद्धिमान भौतिकशास्त्रज्ञच नाही, तर गुप्तचर म्हणून काम करण्याची नैसर्गिक देणगीही त्याला लाभलेली आहे, हे आमच्या लक्षात आल्यापासून आम्ही त्याची मदत घेतो. त्याने या प्रकरणाविषयीचे त्याचे विचार कदाचित तुम्हाला सांगितले असतील असं मला वाटलं, म्हणून मी तुम्हाला विचारलं.''

इशिगामी गोंधळून गेला होता. एकूणच त्यांच्या बोलण्यावरून ते सतत भेटत असल्यासारखं वाटत होतं, मग युकावा आणि तो डिटेक्टिव्ह एकमेकांना माहिती सांगत असणारच. मग युकावाला काय वाटत होतं असं इशिगामीला विचारण्याची वेळ त्या डिटेक्टिव्हवर का यावी?

''नाही. त्याने नेमकं असं काहीही मला सांगितलं नाही,'' इशिगामी म्हणाला.

''ठीक आहे. तुम्हाला घरी जाताना असा त्रास दिल्याबद्दल माफ करा.''

कुसानागीनं त्याचा निरोप घेतला आणि तो आल्या वाटेनं परत फिरला. इशिगामीनं त्याला जाताना पाहिलं. त्याने एखादं गणिती सूत्र अतिशय परिपूर्ण समजून तयार केलं असावं आणि त्या सूत्रानं अनिश्चित चलामुळे चुकीची फलितं द्यावीत, तशी अस्वस्थता त्याच्या मनात निर्माण झाली होती.

अकरा

शिनोझाकी स्टेशनमधून बाहेर पडल्यानंतर कुसानागीनं मोबाइल फोन बाहेर काढला. त्याने मानाबु युकावाचा नंबर शोधला आणि बटणं दाबून त्याला फोन लावला. त्यानंतर फोन कानाला लावून तो इकडे तिकडे पाहू लागला. दुपारचे तीन वाजले होते. दुपारच्या जेवणासाठी येणारे लोक आणि इतर रहदारी शांत झाल्यानंतरची ती निवांत वेळ होती. पण तरीही तोपर्यंत रस्त्यावर बरीच वर्दळ होती. रस्त्याच्या पलीकडेच असलेल्या सुपर मार्केटसमोर सायकलची रांग लागली होती.

कुसानागीच्या फोनला लवकरच सिग्नल मिळाला आणि तो डायल टोनची वाट पाहू लागला. पण तेवढ्यात फोन वाजू लागला. त्याने झटकन तो बंद केला. तो ज्या माणसाला शोधत होता, तो माणूस त्याला नुकताच दिसला होता.

एका पुस्तकाच्या दुकानाच्या समोरच्या संरक्षक कठड्यावर आइसक्रीमचा कोन खात युकावा बसला होता. त्याने पांढरी पँट आणि साधा काळा लांब बाह्यांचा शर्ट घातला होता. शिवाय त्याने पातळ, फॅशनेबल गॉगलही लावला होता.

कुसानागीनं रस्ता ओलांडला आणि तो मागच्या बाजूनं त्याच्या जवळ पोहोचला. युकावा हलतसुद्धा नव्हता. त्याची नजर सुपर मार्केटवर आणि तिथल्या वातावरणावर खिळून राहिली होती.

"डिटेक्टिव्ह गॅलिलिओ," डिटेक्टिव्ह उद्गारला. आपल्या मित्राकडूनही तसाच उत्स्फूर्त उत्साही प्रतिसाद मिळेल अशी कुसानागीची अपेक्षा होती, पण युकावाचा प्रतिसाद नेहमीसारखा नव्हता. तो शांत होता. अजूनही तो आइसक्रीम खात होता. त्याने संथपणे वळून त्याच्या मित्राकडे पाहिलं.

"तुझं नाक कधी नव्हतं इतकं तीक्ष्ण बनलंय असं मला दिसतंय. पोलिसांना सुगावा काढण्यासाठी प्रशिक्षित शिकारी कुत्र्यांची गरज असते असं कोण म्हणतं?" तो म्हणाला. त्याच्या चेहऱ्यावरचे भाव बदलले नव्हते.

"तू इथे काय करतोयस?" कुसानागीनं विचारलं.

"हं. तू काहीही बोलण्याआधी मी आइसक्रीम खात होतो."

"हे पटण्याजोगं उत्तर नाही."

युकावा खिदळल्यासारखा हसला. "मीही तुला हाच प्रश्न विचारू शकतो, पण मला त्याची गरज नाही. उत्तर अतिशय स्पष्ट आहे. तू मला शोधत इथे आलायस किंवा खरं तर मी कशाचा शोध घेतोय किंवा काय करतोय हे पाहण्यासाठीच तू इकडे आलायस."

"आता ते कोडं सुटलंय. तू भेटलायस. तेव्हा आता तू कशाच्या मागावर आहेस ते मला सांग."

"मी तुझी वाट पाहत होतो."

"माझी? हं खरंच की काय..."

"मी खरोखरच गंभीरपणानं बोलतोय. मी थोड्याच वेळापूर्वी प्रयोगशाळेत फोन केला होता आणि तिथल्या एका ज्येष्ठ विद्यार्थ्यानं मला तू माझी चौकशी करत तिथे गेल्याचं सांगितलं. गेला होतास ना? त्यामुळे मी इथे जास्त वेळ थांबलो तर तू मला इथे भेटशील असं मला वाटलं. काहीही झालं तरी माझ्या पदवीच्या विद्यार्थ्यानं तुला मी शिनोझाकीत असल्याचं सांगितलं असेलच ना?"

ही गोष्ट खरीच होती, पण त्यामुळे खऱ्या प्रश्नाचं उत्तर मिळालं नव्हतं आणि युकावाला इतक्या सहजासहजी असंच सोडून देण्याची कुसानागीची तयारी नव्हती.

"मुळातच तू इकडे का आलायस ते मला हवं आहे," त्याचा आवाज किंचित चढला होता. त्याचा भौतिकशास्त्रज्ञ मित्र नेहमीच पाल्हाळ लावतो,

याची त्याला सवय झाली होती. पण काही वेळा त्यामुळे त्याला त्याची चीडही येत होती.

''इतका उतावीळ होण्याची गरज नाही. थोडी कॉफी घेतली तर? मी तुला इथे व्हेंडिंग मशीनवर मिळणारी कॉफीच देऊ शकतो, पण प्रयोगशाळेत मिळणाऱ्या इन्स्टंट कॉफीपेक्षा ती किती तरी चांगली असते,' युकावा उठून उभा राहात म्हणाला. त्याने आइस्क्रीमचा उरलेला कोन कचऱ्याच्या डब्यात टाकून दिला.

युकावा पुढे चालला होता आणि कुसानागी त्याच्या मागून निघाला होता. युकावा सुपर मार्केटजवळ पोहोचला आणि त्याने तिथल्या व्हेंडिंग मशीनमधून आपल्यासाठी आणि कुसानागीसाठी अशा दोन कॉफी घेतल्या. त्यापैकी एक कॅन त्या डिटेक्टिव्हकडे देत तो निष्काळजीपणे जवळच उभ्या करण्यात आलेल्या एका सायकलवर बसला. तो हळूहळू कॉफी पिऊ लागला.

कुसानागी तसाच उभा होता. त्याच्या हातातील कॅनचं वरचं झाकणं काढल्यानंतर त्याने आजूबाजूला पाहिलं. ''तू असं इतर लोकांच्या सायकलवर बसता कामा नये. या सायकलची मालकीण परत आली तर काय होईल?''

''ती येणार नाही. निदान थोडा वेळ तरी ती परत येणार नाही.''

''ते तू कसं काय सांगू शकतोस?''

''कारण या सायकलच्या मालकिणीनं ही सायकल इथे ठेवली आणि नंतर ती भुयारी रेल्वे स्टेशनमध्ये गेली. तिथे तिला जे काही करायचं असेल ते करायला निदान तीस मिनिटं तरी लागतील. त्यानंतर ती परत येईल.''

कुसानागीनं कॉफीचा घोट घेतला आणि तो विचार करू लागला. ''आइसक्रीम खात तू तिथे बसलेला असताना हेच करत होतास का?''

''लोकांचं निरीक्षण करणं हा माझा छंद आहे आणि तो अतिशय आकर्षकही आहे.''

''छंद असणं ही चांगली गोष्ट आहे, पण आधी माझ्या एका प्रश्नाचं उत्तर दे. तू इथे का आला आहेस? याचा माझ्या तपासाशी काहीही संबंध नाही असं सांगण्याचा प्रयत्नही करू नकोस.''

युकावानं आळोखेपिळोखे दिले आणि सायकलचं मडगार्ड मजबूत आहे ना ते तपासलं.

"अलीकडे सायकलवर आपलं नाव लिहिण्याची तसदी घ्यावी असं फारसं कोणाला वाटत नाही. मला वाटतं की, सध्याच्या दिवसांत आपण कोण आहोत हे अनोळखी लोकांना समजू नये असंच त्यांना वाटत असणार. पण अगदी काही वर्षांपूर्वीपर्यंत प्रत्येक जणच त्याच्या सायकलवर स्वतःचं नाव लिहीत असे. काळानुसार पद्धती कशा बदलतात हे पाहणं ही रोचक गोष्ट आहे."

आता कुसानागीच्या लक्षात आलं होतं. "आपण सायकलविषयी पहिल्यांदाच बोलत नाही. बरोबर?"

युकावानं मान डोलावली. "तू असं म्हणाला होतास की, गुन्हा घडलेल्या ठिकाणी जाणीवपूर्वक सायकल सोडून जाणं शक्य नाही."

"अगदी असंच म्हटलं नव्हतं. मी असं म्हटलं होतं की, सायकल जाणीवपूर्वक सोडून देण्यात काहीच तथ्य नाही. जर मारेकऱ्याला बळीच्या बोटांचे ठसे सायकलवर हवे होते, तर मृतदेहाची बोटं जाळून टाकण्याची काय गरज होती? काहीही झालं तरी त्या सायकलवरच्या ठशांमुळेच आम्हाला त्या माणसाची ओळख पटली."

"खूपच आकर्षक गोष्ट. पण मला एक सांग, जर सायकलवर एकही ठसा नसता तर काय झालं असतं? त्यामुळे मृतदेहाची ओळख पटवणं तुला शक्य झालं नसतं का?"

कुसानागीनं पूर्ण दहा सेकंदांपर्यंत विचार केला. या प्रश्नाचा त्याने आधी विचारच केला नव्हता.

नंतर तो म्हणाला, "नाही, त्या ठशांची गरज नव्हती," त्याने अखेरीस म्हटलं. "भाड्याच्या खोलीतून गायब झालेल्या माणसाच्या बोटांच्या ठशांचा वापर करून आम्ही त्याच्याशी हे ठसे ताडून पाहिले. पण हे करण्यासाठी आम्हाला बोटांच्या ठशांची गरज नव्हती. आम्ही डीएनए विश्लेषणही केलं असं मी तुला आधीच सांगितलं आहे."

"होय, तू सांगितलं होतंस. दुसऱ्या शब्दांत मृतदेहाच्या बोटांचा पुढचा भाग जाळून टाकणं ही गोष्ट अगदीच निरर्थक होती. पण आपल्या खुन्याला हे सुरुवातीलाच माहीत असेल तर?"

"म्हणजे बोटांची टोकं जाळून टाकणं निरर्थक आहे हे माहीत असूनही त्याने ते केलं असं तुला म्हणायचं आहे?"

''होय. पण त्याने जे केलं त्यामागे नक्कीच काही तरी कारण होतं याविषयी माझी खात्री आहे. फक्त मृतदेहाची ओळख लपवणं हाच त्यामागचा उद्देश नव्हता. जर त्याने जवळपास ठेवलेली सायकलही त्याने मुद्दामहून तिथे ठेवलेली नाही असं सुचवण्यासाठी त्याने ती तिथे ठेवली असेल तर?''

कुसानागीनं डोळ्यांची उघडझाप केली. क्षणभरासाठी त्याला काय बोलावं तेच सुचेनासं झालं होतं. ''म्हणजे ती सायकल तिथे मुद्दाम सोडून देण्यात आली होती असं तुला म्हणायचं आहे. कोणत्या ना कोणत्या प्रकारे गोंधळात पाडण्यासाठी ते करण्यात आलं होतं?''

''होय. हेच 'कोणत्या ना कोणत्या प्रकारे' म्हणजे काय हे मला अजून शोधून काढता आलेलं नाही,'' युकावा तो बसलेल्या सायकलवरून खाली उतरत म्हणाला. ''बळी तिथे स्वतः सायकल चालवत आला होता, असं आपल्याला वाटावं असंच त्याला वाटत होतं हे नक्की. आपल्याला तसं वाटावं असं त्याला का वाटलं होतं?''

''बळी तिथे स्वतः येऊ शकला नव्हता हे लपवण्यासाठी,'' कुसानागी म्हणाला. ''कारण ज्या वेळी खुन्यानं त्याला इकडे आणलं त्या वेळी तो आधीच मरण पावला होता. म्हणजे असं बॉसला वाटतंय.''

''आणि तुला हा सिद्धान्त अमान्य आहे, हो ना? मला असं वाटतं, कारण यासुको या तुझ्या प्रमुख संशयिताकडे कार चालवण्याचा परवाना नाही. यासुको हानाओकाकडे कार चालवण्याचा परवाना नाही.''

''ठीक आहे. पण या गुन्ह्यात तिचा एखादा साथीदार असेल तर या सगळ्या गोष्टी निरर्थक ठरतात.''

''होय. पण आता सायकलची चोरी झाली त्या वेळेवर लक्ष केंद्रित करू या. सकाळी अकरा ते रात्री दहा या काळात कधी तरी त्या सायकलची चोरी झाली असं मी ऐकलंय आणि मग सायकलची चोरी अमुक वेळीच झाली हे तू कसं काय सांगू शकतोस याचं मला आश्चर्य वाटतंय.''

''कारण ही वेळ त्या सायकलच्या मालकिणीनं आम्हाला सांगितली. तो काही रॉकेट सायन्सचा सिद्धान्त नाही.''

''खरंच आहे,'' युकावा आपल्या हातातील कॉफीच्या कॅनवर नजर रोखत म्हणाला. ''आणि ती तिचीच सायकल आहे हे तुला इतक्या झटपट कसं काय समजू शकलं?''

''अर्थातच तो अंदाजही रॉकेट सायन्ससारख्या निश्चित सिद्धान्तावर आधारित नाही. तिने सायकल चोरीला गेल्याची तक्रार दिली होती. आम्हाला फक्त तिने पोलिसांकडे दिलेल्या तक्रारीत नमूद करण्यात आलेला नोंदणी क्रमांक आणि त्या सायकलवरचा नोंदणी क्रमांक ताडून पाहावा लागला.

युकावानं जोरात हुंकार दिला. त्याने गॉगल लावला असला तरीही त्यामागची त्याची रोखून पाहणारी नजर कुसानागीला जाणवत होती. ''हे सगळं काय आहे? आता तुला नेमका कशाचा त्रास होतोय?''

''तुला ती सायकल चोरली गेली, तेव्हा नेमकी कुठे होती, हे माहीत आहे?''

''नक्कीच. मी तुला नेऊ शकेन. मीच त्या सायकलच्या मालकिणीला हा प्रश्न विचारला होता.''

''मग मला तिकडे घेऊन जातोस? ती जागा इथेच कुठे तरी जवळपास आहे. हो ना?''

कुसानागीला युकावाच्या नजरेतील तातडी जाणवली होती. 'त्याचा एवढा विचार कशाला करायचा?' असं तो युकावाला विचारणारच होता, पण त्याने त्याऐवजी गप्प राहायचं असं ठरवलं. त्या भौतिकशास्त्रज्ञाची नजर चांगलीच चमकत होती. ज्या ज्या वेळी तो एखादा सिद्धान्त तयार करण्याच्या जवळ पोहोचत असे, त्या त्या वेळी त्याच्या नजरेत अशीच चमक असत होती.

''ती या बाजूला आहे,'' कुसानागी म्हणाला आणि तो त्या दिशेला निघाला.

ते कॉफी पीत होते त्या जागेपासून ती जागा तिथून जेमतेम पंधरा मीटरवर वगैरे होती. कुसानागी सायकलच्या रांगेसमोर उभा राहिला.

''तिने पदपथावरच्या रेलिंगला ती साखळीनं बांधून ठेवली होती. इथे.''

''चोरानं साखळी कापली.''

''असं दिसतंय.''

''याचा अर्थ त्याच्याकडे बोल्ट कटर असला पाहिजे...'' युकावा रस्त्यावर खाली नजर टाकत पुटपुटला. ''इथे साखळी न लावलेल्या कित्येक सायकली आहेत. त्याने साखळी लावलेली सायकलच का चोरली?''

''ते मला कसं काय माहीत असेल? कदाचित त्याला ती आवडली असेल.''

''त्याला ती आवडली?'' युकावा स्वतःशीच म्हणाला. ''त्याला तीच सायकल आवडावी असं तिच्यात काय होतं?''

''तू जर काही सांगण्याचा प्रयत्न करत असलास तर ते सरळ सांगून का टाकत नाहीस?'' कुसानागीनं कुरकुरल्यासारखं म्हटलं.

''तुला माहीत आहे, त्याप्रमाणे मी काल इथे आलो होतो आणि आजच्याप्रमाणेच मी इथे निरीक्षण करत उभा राहिलो. कित्येक सायकली इथे संपूर्ण दिवसभर ठेवलेल्या असतात. काहींना कुलपं लावलेली असतात आणि काहींना अगदी कुलपं न लावताच ठेवलेलं असतं. कदाचित त्या चोरीला गेल्या तर बरंच होईल असं त्यांच्या मालकांना वाटत असावं. या सगळ्या सायकलींमध्ये खुन्यानं तीच सायकल का चोरली?''

''ती सायकल खुन्यानंच चोरली होती का ते आपल्याला माहीत नाही.''

''ठीक आहे. मग आता पुन्हा आपल्या मूळच्याच सिद्धांताला चिकटून राहू या. बळीनं स्वतःच ती सायकल चोरली असं समजू या. पण काहीही असलं तरी त्यानेसुद्धा तीच सायकल का चोरली?''

कुसानागीनं मान हलवली. ''तुला नेमकं काय म्हणायचं आहे तेच मला समजत नाही. ती एक सर्वसामान्य सायकल होती. तिच्यात काहीही आगळंवेगळं नव्हतं. त्याने कदाचित सहजपणे ती उचलली असेल.''

''सहजपणे? मला तसं वाटत नाही,'' युकावानं त्या डिटेक्टिव्हकडे बोटानं निर्देश करत म्हटलं, ''जरा थांब. मला विचार करू देत. ती सायकल एकदम नवी कोरी होती किंवा व्यवहार्यदृष्ट्या तरी नवीन दिसत होती. ठीक आहे... माझं म्हणणं बरोबर आहे ना?''

आश्चर्यानं थक्क होत कुसानागीनं त्या सायकलच्या मालकिणीशी त्याचं झालेलं संभाषण पुन्हा एकदा आठवून पाहिलं. ''होय. ती नवीनच होती,'' त्याने क्षणभरानं उत्तर दिलं. ''आता तू हे म्हटल्यावर माझ्या लक्षात आलं की, तिने ती सायकल महिन्यापूर्वीच खरेदी केल्याचं सांगितलं होतं.''

युकावानं मान डोलावली. त्याच्या चेहऱ्यावर समाधानाचे भाव होते. ''माझी हीच अपेक्षा होती. महागडी साखळी लावून ठेवलेल्या नव्या कोऱ्या

सायकलीची मालकीण ही पोलीस ठाण्यात जाऊन आपल्या सायकलची चोरी झाल्याचं सांगण्याची जवळजवळ निश्चित शक्यता होती. आपल्या चोराचीही तीच अपेक्षा होती आणि म्हणूनच त्याने स्वतःबरोबर बोल्ट कटर आणला होता.''

''म्हणजे त्याने जाणीवपूर्वक नवीन सायकल चोरली असं तुला म्हणायचं आहे?''

''होय, नक्कीच.''

'का?'

''यामागे फक्त एकच कारण असू शकतं. त्या सायकलच्या मालकानं सायकल चोरीला गेल्याची तक्रार पोलिसांकडे करावी, असं त्या गुन्हेगाराला वाटलं असावं. सायकलचोरीचा गुन्हा नोंदवला गेल्याचं त्या गुन्हेगाराच्या पथ्यावर पडलं. कदाचित त्यामुळेच तो तुमच्या तपासाला चुकीच्या दिशेनं नेऊ शकला.''

''याचा अर्थ ती सायकल सकाळी अकरा ते रात्री दहा या वेळेत चोरली गेली असावी असं आम्हाला जे वाटतंय ते चुकीचं आहे असं तुला म्हणायचं आहे का? कदाचित त्यामुळे तपासाला चुकीची दिशा मिळाली असावी.''

''चोरीच्या वेळेविषयी सायकलची मालकीण काय सांगेल हे कदाचित त्याला माहीत नसणारच, पण निदान शिनोझाकी स्टेशनवरून सायकल चोरीला गेल्याची तक्रार ती नक्कीच नोंदवेल हे त्याला माहीत असलंच पाहिजे.''

कुसानागीनं आवंढा गिळला आणि त्या भौतिकशास्त्रज्ञाकडे पाहिलं. ''याचा अर्थ आमचं लक्ष शिनोझाकीकडे वेधण्यासाठी रचलेला तो सापळा होता, असं तुला म्हणायाचं आहे का?''

''ही एक शक्यता आहे.''

''या स्टेशनजवळच्या परिसरातील लोकांची चौकशी करण्यात आमचा भरपूर वेळ आणि मनुष्यबळ वाया गेलं. जर तुझा सिद्धान्त बरोबर असेल तर हा सगळा वेळेचा अपव्ययच झाला आहे.''

''तसं पाहता अपव्यय नाही. सायकल इथूनच चोरीला गेली होती. पण ही वस्तुस्थिती समजणं ही तुमच्या तपासाच्या दृष्टीनं फारशी चांगली गोष्ट आहे असं मला वाटत नाही. अशा प्रकारे थोड्या प्रमाणात का होईना, पण

आपलं लक्ष विचलित व्हावं यासाठी अतिशय कावेबाजपणानं आखलेला हा कट होता आणि त्याहीपेक्षा जास्त नेमकेपणानं तो आखला होता.''

युकावा अचानकच वळला आणि झपाझप चालू लागला.

'अरे...,' कुसानागी लगबगीनं त्याच्या पाठोपाठ जात म्हणाला. ''आता तू कुठे चाललायस?''

''घरी. आणखी कुठे?''

''थोडं थांब,'' त्या डिटेक्टिव्हनं युकावाला खांदे धरून थांबवलं. ''मला आणखी एक प्रश्न तुला विचारायचा आहे. तुला या प्रकरणात इतकी रुची का आहे?''

''मला यात रुची असल्यासारखं वाटतंय का?''

''हे बघ, माझ्या प्रश्नाचं हे उत्तर नाही.''

युकावानं खांदे उडवून कुसानागीचे हात झटकून टाकले. ''मी संशयित आहे का?''

''संशयित? दुरान्वयानंही नाहीस.''

''मग मी मला हवं ते करू शकतो, नाही का? मी तुझ्या तपासात नक्कीच अडथळा आणत नाही.''

''मग मी स्पष्टच विचारतो. यासुको हानाओकाच्या शेजारी राहत असलेल्या त्या गणितज्ञाशी बोलताना तू माझा उल्लेख केलास ना? आणि शिवाय तू त्याला खोटंही सांगितलंस. मला त्याची तपासकामात मदत हवी आहे असं तू त्याला सांगितलंस. मला वाटतं की, त्यामुळेच या सगळ्याविषयी तुला विचारण्याचा मला निश्चितपणानं हक्क आहे.''

युकावानं वळून कुसानागीकडे पाहिलं. अचानकच त्याचं शरीर ताठरलं आणि त्याच्या गॉगलमधून त्याने त्या डिटेक्टिव्हकडे अतिशय कठोर कटाक्ष टाकला. ''तू त्याच्याशी जाऊन बोललास का?''

''होय. मी बोललो. कारण तू मला काहीच सांगितलं नसतंस.''

''तो काय म्हणाला?''

''एक मिनिट थांब. इथे मी तुला प्रश्न विचारतोय. हे सगळं काय चाललंय? तो गणितज्ञही या सगळ्यांत अडकलाय असा तुला संशय आहे का?''

युकावा दुसरीकडे वळला आणि स्टेशनच्या दिशेनं चालू लागला. ''अरे..थांब, थांब,'' कुसानागी त्याला हाक मारत म्हणाला.

युकावा थांबला आणि त्याने मान वळवून मागे बघितलं.

"आता स्पष्टपणानं बोलण्याची माझी वेळ आहे. या प्रकरणात मी तुला संपूर्ण सहकार्य देऊ शकेन असं मला वाटत नाही. माझ्या काही वैयक्तिक कारणांमुळे मी या प्रकरणात लक्ष घालत आहे. त्यामुळे माझ्याकडून फार मदत होईल अशी अपेक्षा बाळगू नकोस."

"मग तूही माझ्याकडून जास्त माहिती मिळेल अशी अपेक्षा बाळगू नकोस."

युकावाची नज़र पदपथावर खिळली होती. त्याने मान डोलावली आणि तो म्हणाला, "ठीक आहे. अगदी बरोबर. या वेळी आपल्याला आपापल्या जिवावर या प्रकरणाकडे पाहावं लागणार आहे." त्यानंतर तो पुन्हा एकदा चालू लागला.

कुसानागीला या वेळी युकावाच्या चालण्यात आणि वागण्यात जास्त ठामपणा असल्याचं जाणवलं. त्यानंतर त्याने त्याला पुन्हा हाक मारण्याचा मोह दूर सारला.

सिगरेट ओढण्यासाठी थांबलेला तो डिटेक्टिव्ह त्यानंतर स्टेशनकडे निघाला. त्याने तिथे पोहोचायला जाणूनबुजून उशीर केला होता, कारण त्याला युकावा जात असलेल्या ट्रेनमधून प्रवास करायचा नव्हता. त्याच्या मित्राचे या प्रकरणाशी काही वैयक्तिक संबंध होते आणि ते काय होते ते कुसानागीला समजत नव्हतं. पण आता त्याच्या मित्रानं स्वतःच्या पद्धतीनं ते प्रकरण सोडवण्याचा निर्धार केल्याचं दिसत होतं.

युकावा कशाविषयी इतका चिंताग्रस्त झाला आहे? कुसानागी भुयारी मार्गानं कारमधून निघाला असताना त्याच्या मनात विचार आला.

"हे खरोखरच त्या गणितज्ञाविषयी म्हणजे इशिगामीविषयी असेल का?" पण इशिगामी कुठल्याही प्रकारे या प्रकरणाशी संबंधित असला तर या सगळ्या प्रकरणात त्याचं नाव कधीच कसं काय आलं नव्हतं? फक्त मुख्य संशयिताचा शेजारी म्हणूनच त्याचं नाव समोर येत होतं. त्याच्याविषयीची अशी कुठली गोष्ट युकावाला जास्त काळजीत टाकत होती?

त्या खानावळीच्या समोर उभा राहून त्याने दोन दिवशी संध्याकाळी जे काही निरीक्षण केलं होतं त्याचा कुसानागी पुन्हा एकदा विचार करू लागला. युकावा त्या दिवशी इशिगामीसोबत तिथे गेला होता आणि ती युकावाचीच कल्पना असल्याचं इशिगामीनं त्याला सांगितलं होतं.

काही तरी निश्चित कारण असल्याशिवाय युकावानं असं कधीच केलं नसतं. इशिगामीसोबत तो त्या खानावळीत गेला होता, त्या वेळी त्याच्या मनात नक्कीच काही तरी असलं पाहिजे. पण ते काय होतं?

त्यानंतर लगेच कुदो तिथे गेला होता...पण युकावाला त्याचा अंदाज असणं शक्यच नव्हतं.

कुसानागीनं कुदोशी झालेल्या चर्चेचा पुन्हा एकदा विचार केला...पण कुदोनं इशिगामीविषयी काहीही म्हटल्याचं त्याला आठवत नव्हतं. अर्थात मुळातच कुदोनं कोणाचंही नाव घेतलं नव्हतं. त्याला ती नावं माहीत असली तरी तो कोणाचंही नाव घेणार नाही, असं त्याने स्पष्टच सांगितलं होतं.

कुसानागीच्या मनात एक विचार चमकून गेला. त्याने असं म्हटलं होतं त्या वेळी ते कशाविषयी बोलत होते? बेन्तेन तेमध्ये फक्त यासुकोला बघण्यासाठी, भेटण्यासाठी काही लोक येत असल्याचा उल्लेख करताना कुदो त्याच्या मनातील राग दडपण्याचा आटोकाट प्रयत्न करत असल्यासारखा वाटत होता.

कुसानागीनं एक दीर्घ श्वास घेतला आणि पाय लांबवून पाठ ताणली. त्याच्या शेजारच्या सीटवर बसलेल्या तरुणीनं लगेच त्याच्याकडे संशयानं पाहिलं.

त्या डिटेक्टिव्हनं दरवाजावर लावण्यात आलेल्या भुयारी नकाशावर नजर टाकली. 'सरळ हामाकोमध्ये थांबावं,' त्याने विचार केला.

अगदी थोड्याच दिवसांपूर्वी इशिगामीनं कारचं व्हील हातात धरलं होतं, पण पुन्हा एकदा कार चालवणं अंगवळणी पडण्यासाठी त्याला फक्त तीस मिनिटांचा कालावधी पुरेसा झाला. त्याला जिथे जायचं होतं तिथे जवळपासच्या रस्त्यावर कार थांबवण्यासाठी योग्य जागा शोधण्यात त्याचा थोडा वेळ गेलाच. त्याने बऱ्याच ठिकाणी शोध घेतला होता, पण त्या प्रत्येक ठिकाणी आधीच कोणी ना कोणी कार उभी केली होती. अखेरीस त्याला दोन ठिकाणांवरच्या उतारावर उभा करण्यात आलेला ट्रक दिसला आणि त्याने त्याच्यामध्ये त्याची कार घुसवून उभी केली.

त्याने दुसऱ्यांदा कार भाड्यानं घेतली होती. तो विद्यापीठात साहाय्यक म्हणून काम करत असताना त्याला एकदा ऊर्जाप्रकल्पाच्या

क्षेत्रीय सहलीसाठी विद्यार्थ्यांना घेऊन जावं लागलं होतं. त्यासाठी त्याने भाड्यानं कार घेतली होती. त्या वेळी सात सीट असलेली मोठी व्हॅन त्याने चालवली होती. पण आज ही अगदीच छोटी कार होती. ती चालवणं खूपच सोपं असल्यासारखं त्याला वाटलं.

इशिगामीची नजर उजवीकडच्या एका लहान इमारतीवर पडली. त्या इमारतीवर 'हिकारी ग्राफिक्स लिमिटेड' असं नाव होतं. ती कुनियाकी कुदोची कंपनी होती.

ती जागा शोधून काढणं अवघड नव्हतं. त्याला त्या डिटेक्टिव्ह कुसानागीकडून कुदो हे नाव समजलं होतं आणि तो प्रिंटिंग कंपनी चालवतो हेही समजलं होतं. इशिगामीनं ऑनलाइन जाऊन प्रिंटिंग कंपन्यांची साइट शोधली आणि टोकिओतील प्रत्येक कंपनीचे तपशील तपासले. हिकारी ग्राफिक्स याच एका कंपनीच्या सीईओचं नाव कुदो होतं.

शाळेतील काम संपवल्यानंतर इशिगामी थेट भाड्यानं कार देणाऱ्या दुकानात गेला आणि त्याने आधीच आरक्षित करून ठेवलेली कार घेतली.

भाड्यानं कार घेण्यात धोका होता. या व्यवहाराचा पुरावा मागे राहिला असता. पण त्याने ती कार घेण्याचं निश्चित केल्यानंतर यातील धोक्यांचा बराच काळ विचार केला होता.

डॅशबोर्डवरच्या डिजिटल डिस्प्लेमध्ये ५.५० वाजल्यानंतर समोरच्या प्रवेशद्वारातून अनेक स्त्री-पुरुष बाहेर पडू लागले. त्यांच्यामध्ये कुदो असल्याचं इशिगामीला दिसलं आणि त्याचं शरीर ताठरलं.

त्या गटावर त्याची नजर स्थिरावली. त्याने प्रवासी सीटवरचा डिजिटल कॅमेरा घेतला. तो चालू करून त्याने व्ह्यू फाइंडमधून पाहिलं. तिथेच. त्याने फोकस नीट केला आणि शक्य तितकं जास्तीत जास्त झूम केलं.

कुदोनं अतिशय उत्तम पोशाख घातला होता. अशा प्रकारचे कपडे कुठे मिळतात तेही इशिगामीला माहीत नव्हतं. पुन्हा एकदा त्याच्या लक्षात आलं की, तो पुरुषच यासुकोसाठी योग्य होता. अर्थातच फक्त यासुकोच्या दृष्टीनंच नव्हे, तर बहुतेक स्त्रियांनी त्या दोघांमधून एकाची निवड करायची असती तर नक्कीच कुदोचीच निवड केली असती.

इशिगामीच्या शरीरातून असूयेची जोरदार लहर दौडत गेली. त्याने झटकन छायाचित्र घेतलं. कॅमेऱ्यातून फ्लॅश बाहेर पडू नये याची त्याने

तजवीज केली होती. पण तरीही एलसीडीवर कुदो अतिशय देखणा दिसत होता. सूर्य माध्यान्हीला आला होता आणि त्यामुळे प्रकाशाचा कोन अतिशय व्यवस्थित साधला गेल्यानंतर स्पष्ट छायाचित्र आलं होतं. कुदो त्या इमारतीच्या मागच्या बाजूला गेला. तिथेच कंपनीचं खासगी पार्किंग असावं असा इशिगामीचा अंदाज होता. तो गणितज्ञ तिथेच निरीक्षण करत थांबला. काही क्षणांनंतर एक मर्सिडीज रस्त्यावर आली. ती हिरव्या रंगाची होती. कुदो ती चालवत होता. ते पाहिल्यानंतर इशिगामीनंही घाईघाईनं त्याची कार सुरू केली.

मर्सिडीजच्या मागच्या लाइटवर नजर खिळवून तो कार चालवत होता. कार चालवणं त्याला अवघड जात होतंच, शिवाय कोणाचा तरी कारमधून पाठलाग करणं त्याहूनही जास्त अवघड होतं. रहदारीच्या सिग्नलमधून नेमक्या कारचा पाठलाग करणं ही अतिशय अवघड गोष्ट होती. सुदैवानं कुदो हा पारंपरिक पद्धतीनं कार चालवणारी व्यक्ती होता. तो वेगमर्यादा पाळून कार चालवत होता आणि नेहमीच पिवळा सिग्नल पडला की, कार थांबवत होता.

आपण त्याच्या कारपासून खूपच जवळून कार चालवत आहोत आणि त्यामुळे कुदोला तो त्याचा पाठलाग करत असल्याचं समजेल अशी शंका इशिगामीच्या मनात आली आणि त्याला काळजी वाटू लागली. पण तरीही त्याने सुरू केलेली गोष्ट त्याला तडीस न्यावीच लागणार होती.

गाडी चालवत असताना तो गणितज्ञ वरचेवर जीपीएसवर नजर टाकत होता. ते रस्ते त्याला अतिशय अपरिचित होते, पण तरीही त्याला नकाशावरून कुदोची मर्सिडीज शिनागावाच्या दिशेनं चालल्याचं समजलं होतं.

आता त्या रस्त्यावरच्या कारची संख्या वाढली होती आणि त्यामुळे कुदोच्या कारचा पाठलाग करणं जास्तीत जास्त अवघड बनत चाललं होतं. इशिगामीनं स्वतःच त्या कारपासून आपली कार बरीच मागे ठेवली होती. आता त्याच्या आणि कुदोच्या कारच्या मध्ये एक ट्रक आला होता. त्याला बिलकूल ती मर्सिडीज दिसत नव्हती. पण आपण दुसऱ्या रांगेतून जावं का असा विचार तो करत असतानाच नेमका लाल सिग्नल पडला. आता तो ट्रकच सगळ्यांत पुढे असल्याचं दिसत होतं. म्हणजे याचा अर्थ ती मर्सिडीज पुढे गेली होती.

''तो माझ्या नजरेच्या टप्प्यात नाही, तो केव्हाच पुढे गेलाय,'' असा विचार इशिगामी करत असतानाच हिरवा सिग्नल मिळाला आणि त्याने पुन्हा एकदा कार सुरू केली. त्याला पुढच्या सिग्नलजवळ ती मर्सिडीज थांबल्याचं दिसलं. कार वळवत असल्याचं दर्शवणारे कारचे सिग्नल सुरू होते. तो निःसंशयपणे कुदोच होता. तो एका हॉटेलच्या दिशेनं वळणार होता.

अजिबात न बिचकता इशिगामीनं त्याचा पाठलाग केला आणि त्याच्या अगदी मागेच त्याची कार उभी केली. ती गोष्ट संशयास्पद वाटली असती, पण एकदा त्याचा माग काढताना तो चुकतोय की काय असं वाटलं होतं. कुदो पुढे गेल्यासारखं वाटलं होतं, त्यामुळे त्याला आता पुन्हा एकदा तसंच काही घडावं असं वाटत नव्हतं.

सिग्नल पडल्यानंतर कुदोनं कार वळवली, त्या वेळी इशिगामी अगदी त्याच्या मागेच होता. हॉटेलच्या प्रवेशद्वारातून कार आत घेतल्यानंतर कुदोनं ती हॉटेलच्या तळघरातील पार्किंगच्या दिशेनं जाणाऱ्या उतारावरून खाली नेली. इशिगामीही त्याच्या पाठोपाठ तसाच खाली गेला.

इशिगामी पार्किंग लॉटचं तिकीट घेत असताना कुदोनं मागे वळून पाहिलं आणि त्या वेळी त्याला दिसू नये म्हणून इशिगामीला थोडंसं कुबड काढून खाली वाकावं लागलं. त्या व्यावसायिकानं त्याला पाहिलं होतं की नाही, ते त्याला कळलं नव्हतं.

पार्किंगचा परिसर जवळजवळ रिकामाच होता. मर्सिडीज हॉटेलच्या प्रवेशद्वाराजवळ लावली गेली. इशिगामी काही अंतर राखून थांबला. त्याने चावी फिरवली आणि कॅमेरा उचलला.

कुदो मर्सिडीजमधून उतरला. क्लिक. कुदो त्याच्या दिशेनं पाहत होता. ''त्याला कशाचा तरी संशय आला असावा!'' इशिगामी आणखी खाली झुकला.

पण कुदो वळला आणि हॉटेलमध्ये गेला. तो एकदा दिसेनासा झाल्यानंतर इशिगामीनं पुन्हा कार सुरू केली आणि तो बाहेर पडला.

''मला वाटतं की, सध्यापुरती दोन छायाचित्रं पुरेशी असावीत.''

तो पार्किंग लॉटमध्ये इतका कमी वेळ होता की, तो परतला त्या वेळी त्याला काहीच पैसे भरावे लागले नाहीत. त्या अरुंद मार्गिकेवरून त्याला आता कार वरच्या बाजूला न्यावी लागणार असल्यानं त्याने अतिशय

काळजीपूर्वक तिचं व्हील वळवलं. त्या दोन छायाचित्रांसह इशिगामी एक चिठ्ठी लिहिणार होता. त्या चिठ्ठीतील शब्दांवर तो चिंतन करू लागला. त्याच्या मनात काहीसे असे शब्द निर्माण झाले होते :

'तुम्ही ज्याला सतत भेटता त्या माणसाची ओळख मला समजली आहे हे

मी सोबत जोडलेल्या त्याच्या दोन छायाचित्रांमुळे तुमच्या लक्षात आलंच असेल.

हा माणूस तुमचा कोण आहे, असं मला तुम्हाला विचारावंच लागतंय.

जर तुमचे त्याच्याशी संबंध असतील तर हा गंभीर विश्वासघात ठरेल

मी तुमच्यासाठी काय केलं आहे ते तुम्हाला समजत नाही का?

या प्रकरणात तुम्ही काय केलं पाहिजे हे तुम्हाला सांगण्याचा मला अधिकार आहे असं मी समजतो.

तुम्ही या माणसाला भेटणं तत्काळ थांबवलंच पाहिजेच.

तुम्ही तसं केलं नाही तर तो माझ्या क्रोधाचा बळी ठरेल.

या माणसाला मार्गातून दूर करणं आणि तोगाशीच्या दैवाशीच याचं दैवही जोडणं ही गोष्ट माझ्यासाठी सोपी असेल. माझ्याकडे हे करण्यासाठी लागणारा निश्चय आणि साधनं

या दोन्ही गोष्टी आहेत.

मी तुम्हाला पुन्हा एकदा सांगतो, तुमचे जर या माणसाशी संबंध असतील तर तो विश्वासघात असेल

...आणि त्याबद्दल मी माफ करू शकणार नाही. मी नक्कीच सूड घेईन.'

इशिगामीनं त्याच्या चिठ्ठीतील शब्द त्याच्या मनात पुन्हा एकदा घोळवले. त्यांच्यातून खूपच मोठ्या प्रमाणात धमकी दिली जातेय की फारशी धमकीच दिली जात नाही, याचा त्याने मनातल्या मनात अंदाज घेतला.

आता तो त्याची कार प्रवेशद्वारातून बाहेर काढणारच होता, तेवढ्यात त्याला काही तरी दिसलं आणि त्याचे डोळे विस्फारले.

हॉटेलमध्ये शिरणाऱ्या मार्गिकेवर यासुको हानाओका होती आणि ती हॉटेलमध्ये चालली होती.

बारा

हॉटेलच्या चहापाण्याच्या भागात यासुको गेली आणि गडद हिरव्या रंगाचं जाकीट घातलेल्या एका माणसानं तिच्या कमरेभोवती हात टाकले. तो कुदो होता.

त्या ठिकाणच्या एक तृतीयांश टेबलांभोवती ग्राहक बसले होते. त्यात काही जोडपी होती, पण बहुतांश लोक महागडे कपडे घातलेले व्यावसायिक होते. ते एकमेकांसमोर झुकून व्यावसायिक व्यवहारांवर चर्चा करत होते. यासुको त्या खोलीतून पुढे गेली. तिचा चेहरा थोडासा खिन्न दिसत होता.

''तुला इतक्या अचानकपणे इथे बोलावून घेतलं त्याबद्दल माफ कर,'' कुदो म्हणाला. तो स्मित करत होता. ''तुला प्यायला काही हवंय का?'' त्याने विचारलं.

तेवढ्यात तिथे वेट्रेस आली आणि यासुकोनं तिला दुधाचा चहा आणायला सांगितलं.

''काय झालंय?''

''नाही. फारसं गंभीर असं काहीच नाही,'' त्याने उत्तर दिलं आणि त्याच्या समोरचा कॉफीचा कप तोंडासमोर घेतला. पण कॉफी पिण्याच्या आधी तो म्हणाला, ''काल माझ्याकडे डिटेक्टिव्ह आले होते...''

यासुकोचे डोळे आश्चर्यानं विस्फारले. ''त्यांनी तुला शोधून काढलंय...''

"तू त्यांना माझ्याविषयी सांगितलं होतंस का?"

"मला माफ कर. आपण रात्री जेवायला गेलो आणि त्यानंतर लगेच ते माझ्याकडे आले होते. त्यांनी मला मी कुठे आणि कोणाबरोबर होते याविषयी बरेच प्रश्न विचारले. मी जर काहीच सांगितलं नसतं तर त्यांना जास्तच संशय आला असता असं मला वाटलं..."

कुदोनं दुर्लक्ष केल्याप्रमाणे हात हलवला. "तू कसलीही क्षमायाचना करण्याची गरजच नाही. मी तुला कसलाच दोष देत नाही. आपण कधीही सर्वसामान्य लोकांसारखे भेटलो असतो, तरी पोलिसांना ते कळलंच असतं. खरं तर तू त्यांना सांगितलंस हे चांगलंच झालं, असं मला वाटतं."

'खरंच?' यासुकोनं त्याच्याकडे वर बघितलं.

त्याने मान डोलावली. "ते आपल्यावर अतिशय बारकाईनं लक्ष ठेवून आहेत. त्यामुळे फक्त त्याची तयारी ठेव. इथे येतानासुद्धा माझा कोणी तरी पाठलाग करत होतं."

'पाठलाग?'

"पहिल्यांदा ते माझ्या लक्षात आलं नव्हतं. पण नंतर मला ते अगदी स्पष्टपणे समजलं. हिकारीपासून अगदी माझ्या मागे एक कार होती. त्याने माझा अगदी हॉटेलच्या पार्किंग लॉटपर्यंत पाठलाग केला आणि ही फक्त माझी कल्पना आहे, असं मला मुळीच वाटत नाही."

कुदोनं काहीही आगळंवेगळं सांगितलं नव्हतं, पण तरीही यासुकोची नजर त्याच्यावर खिळून राहिली होती. तिची नजर थिजल्यासारखी झाली होती.

"मग नंतर ते कुठे गेले?"

"कोणास ठाऊक!" त्याने खांदे उडवले. "मला चेहरा दिसला नाही, कारण ते लोक माझ्यापासून तसे दूरवर होते आणि मला समजण्याच्या आधीच ते निघूनही गेले. खरं सांगायचं तर इथे आल्यापासून मी इथल्या प्रत्येकाकडे संशयानं पाहत आहे. पण मला आता इथे काहीही गंभीर असल्याचं दिसत नाही. अर्थातच माझ्या लक्षात येऊ नये अशा पद्धतीनं ते पाळत ठेवून असतील. पण तरीही मला असं वाटतंय की, आता ते निघून गेलेयत."

यासुकोनं त्या खोलीतील सगळ्यांवरून नजर फिरवली, पण ते सगळे अतिशय सर्वसामान्य दिसत होते.

"म्हणजे आता तू संशयित आहेस का?"

''मला वाटतं की, तोगाशीच्या खुनातील तू प्रमुख खुनी असल्याचं चित्र डोक्यात धरून ते आले होते आणि त्यांनी मला त्या प्रकरणातील तुझा साथीदार मानलं होतं. खून घडलेल्या वेळी मी तिथे नसल्याचा पुरावा मिळवण्यासाठी तो डिटेक्टिव्ह त्या दिवशी अगदी कसोशीनं प्रयत्न करत होता.''

तेवढ्यात एक वेट्रेस तिथे दुधाचा चहा घेऊन आली. ती टेबलाजवळ उभी असताना यासुकोनं पुन्हा एकदा तिथल्या सगळ्या लोकांवरून नजर फिरवली.

''ते अजूनही आपल्यावर पाळत ठेवून असतील तर तू मला अशा प्रकारे भेटत असल्याचं बघितल्यावर त्यांना संशय येणार नाही का?''

''काय? काहीच हरकत नाही. मी सांगितलं त्याप्रमाणे आपण हे सगळं खुलेपणानं करावं असं मला वाटतं. आपण या गोष्टी लपवण्याचा प्रयत्न केला तर ते जास्त संशयास्पद वाटू शकेल. काहीही झालं तरी आपण कधीच भेकडासारखे वागणार नाही.'' कुदो त्याच्या सोफ्यावर मागे रेलून बसला आणि त्याने सहजपणे टेबलावर हात ठेवले. आपल्याला कोणीही बघत असलं तरी त्याची आपल्याला पर्वा नसल्याचं तो दाखवत होता. त्यानंतर त्याने कॉफीचा एक मोठा घोट घेतला.

यासुकोनंही स्वतःचा चहाचा कप हातात घेतला. ''ठीक आहे. तू हे बोललास हे ऐकून मला आनंद वाटतोय, पण माझ्यामुळे तुला कसलाही त्रास व्हावा असं मला वाटत नाही कुदो. ही गोष्ट अजिबातच चांगली नाही. आपण काही काळ भेटू नये असं मला वाटतं. सगळा धुरळा खाली बसेपर्यंत तरी आपण एवढं करावं.''

''तू असंच काही तरी म्हणशील असं मला वाटलं होतं,'' कुदो म्हणाला. त्याने हातातील कप खाली ठेवला आणि तो पुढे झुकला. ''म्हणूनच तू इथे यावंस असं मला वाटलं होतं. तुला कधी ना कधी ते डिटेक्टिव्ह माझ्या घरी आल्याचं समजेल हे मला माहीत होतं आणि त्यामुळे तुला काळजी वाटावी असंही मला वाटत नव्हतं. अगदी मोकळेपणानं बोलायचं झालं तर मला या सगळ्याची बिलकूल काळजी वाटत नाही. त्यांनी मी त्या दिवशी कुठे होतो असं मला विचारल्याचं मी तुला सांगितलंच. सुदैवानं त्या दिवशी मी दुसरीकडे होतो आणि जर त्यांना ते शोधायचं असेल तर माझ्याकडे त्याचा पुरावाही आहे. अखेरीस त्या डिटेक्टिव्हची माझ्यातील रुची संपून जाईल.''

''ठीक आहे. तसंच होऊ देत. निदान तुझ्यासाठी तरी तसंच झालं पाहिजे.''

''हे बघ,'' कुदो म्हणाला, ''मला माझ्याहीपेक्षा तुझी जास्त चिंता वाटते. त्यांना लवकरच मी या खून-प्रकरणातील साथीदार नसल्याचं समजेल. पण त्यामुळे ते तुला संशयितासारखं वागवणं सोडून देतील असं नाही. तुला पकडण्याच्या बाबतीत ते किती आग्रही आहेत याचा विचार केला की मला अतिशय निराश झाल्यासारखं वाटतं.''

''असू दे. या गोष्टीला आपला काहीच इलाज नाही. काहीही झालं तरी तोगाशी त्या वेळी मला शोधत होताच.''

''हीच तर खरी मेख आहे. त्याला आता तुझ्याशी काय देणं-घेणं होतं? अगदी मेल्यानंतरसुद्धा तो माणूस हात धुऊन मागे लागला आहे.'' कुदोनं रागारागानं म्हटलं. त्यानंतर त्याने यासुकोकडे बघितलं. ''तुझा या प्रकरणाशी काहीही संबंध नाही हे खरं आहे ना? माझ्याविषयी गैरसमज करून घेऊ नकोस. मी तुझ्यावर संशय घेत नाही. मी फक्त एवढंच म्हणतोय की, जर तू थोडीशी का असेना पण तोगाशीच्या संपर्कात होती असशील तर तू मला ते सांगून टाक. त्याची आपल्याला मदतच होईल.''

यासुकोनं कुदोकडे पाहिलं. त्याचा चेहरा किती देखणा होता ते पुन्हा एकदा तिच्या लक्षात आलं. 'म्हणजे यासाठीच त्यानं मला असं अचानक इथे बोलावून घेतलंय तर.' थोडासा का असेना, पण त्याला तिचा संशय आलाच होता.

तिने क्षीण स्मित केलं. ''काळजी करू नकोस. माझा त्याच्याशी खरोखरच काहीही संबंध नव्हता.''

''मलाही असंच वाटलं होतं. पण तरीही हे तुझ्या तोंडून ऐकल्यानंतर मला खरोखरच खूपच बरं वाटलं,'' कुदोनं बोलता बोलता मान डोलावली आणि त्याच्या मनगटावरच्या घड्याळावर नजर टाकली. ''तू आता इथेच आहेस, मग आपण जेवलो तर? मला छान याकितोरी मिळणारं ठिकाण माहीत आहे.''

''माफ कर, पण आज रात्री मी येऊ शकणार नाही. मी बाहेर जाणार आहे, असं मी मिसातोला सांगितलेलं नाही.''

"अच्छा. ठीक आहे. मग तुला उगीचच अवघड वाटेल असं वागायला मी सांगणार नाही," कुदोनं बिल घेतलं आणि तो उठून उभा राहिला. "निघू या का?"

तो बिलाचे पैसे भरत असताना यासुकोनं आणखी एकदा आजूबाजूला नजर टाकली. तिथे बसलेल्यांपैकी कोणीही अगदी दुरान्वयानंसुद्धा त्या डिटेक्टिव्हसारखं दिसत नव्हतं.

तिला हे मान्य करणं कठीण जात असलं तरी जोपर्यंत कुदोवर पोलिसांचा संशय असणार होता, तोपर्यंत त्याच्या सोबत असणं तिच्या दृष्टीनं सोपं होतं. काहीही झालं तरी पोलिसांना त्याचा जितका जास्त संशय आला असता तितके ते त्यांच्याविषयीच्या सत्यापासून जास्तीत जास्त दूर जात राहिले असते. पण त्यामुळे काही बदल होणार होते. एरवी कुदोसोबतचं तिचं नातं जितक्या झपाट्यानं पुढे गेलं असतं, तितक्या झपाट्यानं तिला ते आता पुढे नेता येणार नव्हतं. तिला त्याच्या जवळ जाण्याची भीती वाटत नव्हती, खरं तर तिलाही ते हवंच होतं. पण असं केल्यामुळे तिच्या आयुष्याचा नाजूक समतोल बिघडेल असं तिला वाटत होतं. इशिगामीचा मुखवट्यासारखा चेहरा तिच्या मनात रुतल्यासारखा झाला होता.

"मी तुला लिफ्ट देतो," बिल भरल्यानंतर कुदो म्हणाला.

"असू देत. मी ट्रेननं जाते," ती म्हणाली.

"नाही. मी तुला सोडतो, चल," कुदो म्हणाला.

"खरंच मी जाते. मला थोडीशी खरेदी करायची आहे."

'हं...,' कुदो कुरकुरल्यासारखा म्हणाला. पण अखेरीस त्याने तिला हसत आणि उत्साहानं निरोप दिला. "ठीक आहे, मी तुला नंतर भेटतोच. मी तुला अंगठी दिली तर चालेल?" त्याने विचारलं.

"अर्थात आणि चहाबद्दल थँक्स." तिथून निघण्याच्या आधी यासुकोनं चेहऱ्यावर स्मित आणलं होतं.

ती चालत शिनागावा स्टेशनकडे निघाली होती, तेवढ्यात तिचा फोन वाजू लागला. तिने फोनवरचं नाव बघितलं. तो बेन्तेन तेमधील सायोकोचा फोन होता.

'बोल,'

''यासुको, मी सायोको बोलतेय. तुला आता बोलता येईल का?'' तिच्या आवाजात आश्चर्यकारक तणाव होता.

''नक्कीच. काय झालं?''

''आज तू इथून गेल्यानंतर ते डिटेक्टिव्ह पुन्हा इकडे आले होते हे मला तुला सांगायचं होतं. ते काही विचित्र प्रश्न विचारत होते. मला वाटलं की तुला हे माहीत असावं.''

हातातील मोबाइल फोन घट्ट पकडून यासुकोनं डोळे मिटले. ते पोलीस ती जिथे जिथे जात होती, तिथे तिथे जाऊन तिच्या भोवती एखाद्या कोळ्यासारखं जाळं विणत होते.

''विचित्र प्रश्न म्हणजे तुला काय म्हणायचं आहे?''

''ते त्या हायस्कूलच्या शिक्षकाविषयी विचारत होते. तो फक्त तुला पाहण्यासाठी इथे दुपारच्या जेवणाचा डबा न्यायला येत नाही का... त्याच्याविषयी. तो कोण आहे आणि काय करतो ते त्यांना हवं होतं. त्यांना कुदोकडून त्याच्याविषयी काही तरी समजलं असावं असं मला वाटतं.''

'कुदोकडून?'

याचा कुदोशी कसा काय संबंध असू शकेल ते यासुकोच्या लक्षात येत नव्हतं.

''यासुको मला वाटतं की मीच त्याला कधी तरी त्याच्याविषयी काही तरी सांगितलं असेन आणि त्याने तेच पोलिसांना सांगितलं असेल.''

आता यासुकोला त्याचा अर्थ लागत होता. तो डिटेक्टिव्ह कुदोबरोबर बोलला होता त्या वेळी कदाचित त्याने इशिगामीविषयी काही तरी ऐकलं असावं. त्यामुळे तो जे काही बोलला होता त्याचा माग काढण्यासाठी ते बेन्तेन तेमध्ये गेले असावेत.

''तू काय सांगितलं होतंस सायोको?''

''ते लपवून मला तुझ्या मनात आणखी संशय वाढवण्याची इच्छा नाही, म्हणून मी तुला खरं काय झालं होतं ते सांगते. मी त्याला असं सांगितलं होतं की, तो शाळामास्तर तुझ्या शेजारी राहतो. पण त्या वेळी तो इथे का येत असावा, त्याच्या कारणांवर आम्ही चर्चा केली होती. पण आम्ही त्या वेळी फक्त अंदाज व्यक्त करत होतो. त्याने आम्हाला काहीही सांगितलं नव्हतं.''

यासुकोच्या घशाला कोरड पडली. म्हणजे पोलिसांनी अखेरीस इशिगामीला शोधून काढलं होतं. कुदोनं त्यांना त्याच्या मागावर सोडलं होतं का? की इतर काही कारणांमुळे ते त्याच्यावर पाळत ठेवून राहिले होते?

''हॅलो, यासुको?''

''हं सॉरी. बोल.''

''मी त्यांना फक्त इतकंच सांगितलं. पण ते ठीक होतं असं मला वाटतं. मी काही चुकीचं केलं नाही ना?''

''नाही. अजिबातच नाही. यामुळे कशी काय अडचण निर्माण होईल ते मला समजत नाही. त्याचा या सगळ्यांशी काहीच संबंध नाही.''

''मलाही तसंच वाटत होतं. मला फक्त ते डिटेक्टिव्ह पुन्हा परत आले होते इतकंच तुला सांगायचं होतं.''

''ठीक आहे. थँक्स.''

यासुकोनं फोन बंद केला. तिच्या पोटात ढवळत होतं, तिला ओकारी येत होती. रस्त्यातील सुपर मार्केटमध्ये तिने थोडीशी खरेदी केली. पण ती घरी परतली त्या वेळी आपण काय घेतलं आहे ते तिला आठवतही नव्हतं.

शेजारच्या अपार्टमेंटचा दरवाजा उघडल्याचा आणि बंद झाल्याचा आवाज इशिगामीनं ऐकला त्या वेळी तो त्याच्या संगणकावर काम करत होता. त्या पडद्यावर तीन छायाचित्रं होती. त्यांच्यापैकी दोन कुदोची आणि एक हॉटेलात प्रवेश करणाऱ्या यासुकोचं होतं. त्याला त्या दोघांचंही एकत्रित छायाचित्र घ्यायचं होतं. पण कुदोच्या ते लक्षात येऊ शकेल याची अशी त्याला काळजी वाटली होती. शिवाय जर यासुकोनंही त्याला पाहिलं असतं तर तिथे तमाशा झाला असता असं त्याला वाटलं होतं. त्यामुळे त्यानं फक्त आपली सुरुवातीची योजनाच पार पाडायची असं ठरवलं आणि त्यांच्यापासून अंतर राखून राहिला.

इशिगामीच्या डोक्यात सगळ्यांत वाईट चित्र निर्माण झालं होतं. त्या वेळी त्याला नक्कीच त्या छायाचित्रांची गरज होती. ती कोणाच्याही लक्षात येणार नाहीत असंही त्याला वाटलं होतं.

संगणकासमोरून उठण्याच्या आधी त्याने डेस्कवरच्या घड्याळावर नजर टाकली. त्या वेळी रात्रीचे जवळजवळ आठ वाजले होते. यासुको

आणि कुदो खूप वेळ एकत्र नव्हते. यामुळे त्याला किती आनंद झाला होता आणि त्याचं मन किती शांत झालं होतं याची दखल घेतल्यावाचून त्याला राहवलं नव्हतं.

खिशात टेलिफोन कार्ड घेऊन तो गणितज्ञ अपार्टमेंटमधून नेहमीप्रमाणेच रस्त्यावर आला आणि त्याच्यावर कोणीही पाळत ठेवत नाही ना किंवा त्याला कोणी सहजसुद्धा पाहत नाही ना, हे पाहण्यासाठी त्याने आजूबाजूला काळजीपूर्वक पाहिलं.

त्याच्या मनात कुसानागी या डिटेक्टिव्हचा विचार आला. तो विचित्र होता. त्याने जरी यासुकोची चौकशी करण्यासाठी तिथे आल्याचं सांगितलं असलं तरी खरं म्हणजे त्याला मानाबु युकावाचीच चौकशी करायची होती हे इशिगामीच्या लक्षात आलं होतं. त्यांचे संबंध कशा प्रकारचे होते? आपण संशयित आहोत की नाही, हे ठरवण्याच्या आधीच आपली पुढची चाल ठरवणं इशिगामीला अवघड वाटत होतं.

त्याने नेहमीच्याच सार्वजनिक बुथवरून यासुकोच्या मोबाइलवर फोन केला. तिसरी रिंग झाल्यावर तिने फोन उचलला.

''मी बोलतोय,'' इशिगामी म्हणाला. ''बोलता येईल ना?''

'होय.'

''आज काही घडलं का?'' ती कुदोशी काय बोलली होती ते त्याला जाणून घ्यायचं होतं. पण त्याबद्दल कसा प्रश्न विचारावा ते त्याला समजत नव्हतं. त्याने जर त्या माणसाचा पाठलाग केला नसता तर त्याला कधीही ती त्याला भेटल्याचं समजलंच नसतं.

''अं...खरं तर होय...,'' ती बोलू लागली.

''खरं तर काय...काय खरं तर..?'' कुदो कदाचित सगळ्या खुळचट कल्पना तिच्या डोक्यात भरवत असावा असं त्याला वाटत होतं.

''ते डिटेक्टिव्ह बेन्तेन तेमध्ये पुन्हा आले होते आणि ते तुमच्याविषयी चौकशी करत होते.''

''माझ्याविषयी? कसली?'' इशिगामीनं आवंढा गिळला.

''ती तशी एक मोठीच कथा आहे. पण हे सगळं होण्याच्या आधीपासूनच खानावळीतील काही लोक तुमच्याविषयी बोलत होते. सॉरी, तुम्हाला राग येण्याजोगं काहीही बोलण्याची माझी इच्छा नाही...''

खरं तर ती ज्या गोलमाल पद्धतीनं त्याला माहिती देत होती, त्याचा इशिगामीला राग येत होता.तिचं गणित चांगलं नव्हतं, हे इशिगामी सांगू शकत होता.

''मी रागावणार नाही असं वचन मी तुम्हाला देतो. पण कृपा करून मला शक्य तितक्या स्पष्टपणे सारं काही सांगा. ते माझ्याविषयी काय बोलत होते?'' इशिगामी थांबला. आता आपल्या दिसण्याविषयी किंवा वागण्याविषयी काही तरी विचित्र, अवमानकारक गोष्ट आपल्याला ऐकायला मिळेल असं त्याला वाटलं होतं.

''नाही...म्हणजे मी ते सगळं नाकारलं होतं. तुमच्या लक्षात येतंय का – पण काही लोकांना तुम्ही जेवणाचा डबा घेण्याच्या निमित्तानं तिथे फक्त मला बघायला, भेटायला येता असं वाटत होतं.''

'काय?' क्षणभर इशिगामीच्या डोक्यात काहीच शिरेनासं झालं होतं.

''मला माफ करा. त्यांना ते गमतीशीर, विनोदी वाटत होतं. पण ते वेगवेगळ्या गोष्टींविषयी असंच काही तरी बोलतात. त्यांना यातून कोणाचंही नुकसान व्हावं असं वाटत नसतं. त्यांचा स्वतःचासुद्धा या गोष्टीवर खरोखरचा विश्वास होता असेल असं मला वाटत नाही.''

पण तिने जे काही म्हटलं होतं त्यापैकी जेमतेम अर्ध्या गोष्टीच इशिगामीच्या डोक्यात शिरू शकल्या होत्या. ही गोष्ट यासुकोच्या लक्षात आलीच नव्हती, पण इतर कोणाच्या तरी ती कशी काय लक्षात आली होती, याचं त्याला आश्चर्य वाटत होतं.

अर्थातच त्यांचं बरोबरच होतं. तो तिथे तिला पाहण्यासाठीच रोज जात होता. शिवाय त्याला काय वाटतंय ते तिला समजावं अशीही त्याच्या नकळत त्याची अपेक्षा होती हेही त्याच्या लक्षात आलं. पण तरीही ही गोष्ट इतर कोणाच्या तरी – कुठल्या तरी तिऱ्हाइताच्या लक्षात आल्यामुळे त्याचं संपूर्ण शरीर शरमेनं तप्त झालं. तिच्यासारख्या सुंदर स्त्रीसाठी घाईघाईनं त्या दुकानात येणाऱ्या त्याच्यासारख्या कुरूप माणसाकडे बघून ते लोक कसे हसत असतील, ते दृश्य त्याच्या नजरेसमोर तरळू लागलं.

''सॉरी, पण तुम्ही रागावलात, हो ना?''

इशिगामीनं घाईघाईनं खाकरून घसा साफ केला. ''नाही...नाही..... त्या डिटेक्टिव्हनं नक्की काय केलं?''

"मी तुम्हाला सांगितलं त्याप्रमाणे त्यांनी ती अफवा ऐकली आणि ती व्यक्ती कोण आहे असं विचारत म्हणजे तुमच्याविषयी विचारत ते खानावळीत आले. त्यानंतर खानावळीतून त्यांना तुमचं नाव समजलं."

'अस्सं,' इशिगामी म्हणाला. "आणि ही अफवा त्यांनी कुठे ऐकली असावी असं तुम्हाला वाटतं?"

"मला खात्रीनं सांगता येणार नाही."

"त्यांना फक्त इतकंच जाणून घ्यायचं होतं का?"

"मला तरी तसंच वाटतंय. म्हणजे मी जितकं ऐकलंय त्यावरून..."

त्याची रिसीव्हरवरची पकड जास्त घट्ट झाली. इशिगामीनं मान डोलावली. आता द्विधा वृत्तीनं वागण्यासाठी वेळच नव्हता. ते सगळं कसं घडलं होतं ते त्याला माहीत नव्हतं. पण पोलीस हळूहळू त्याच्यावरही त्यांची नजर रोखू लागले होते हे स्पष्टच होतं. त्याला उचित प्रतिसाद कसा द्यावा त्याचा विचार करावाच लागणार होता.

"तुमची मुलगी तिथेच आहे का?"

"मिसातो? का?"

"मी क्षणभर तिच्याशी बोलू शकतो का?"

"नक्कीच...अगदी...अर्थातच."

इशिगामीनं डोळे मिटले. डिटेक्टिव्ह इशिगामी काय योजना आखत असेल, कोणती कृती करेल आणि नंतर तो काय करेल याविषयी अंदाज बांधण्यावर त्याने त्याची सगळी शक्ती एकवटली. त्याच दरम्यान त्याला मानाबु युकावाचा चेहरा आठवला. या सगळ्यांत त्या भौतिकशास्त्रज्ञाची काय भूमिका होती?

'हॅलो?' फोनवर एका लहान मुलीचा आवाज आला.

"मी इशिगामी बोलतोय," त्याने तिला सांगितलं. "मिसातो... तू बारा तारखेला त्या चित्रपटाविषयी तुझ्या मैत्रिणीशी बोललीस असं तू सांगितलं होतंस ना? तिचं नाव मिका होतं, बरोबर?"

"बरोबर. मी तुझ्या दुसऱ्या हारुका या मैत्रिणीविषयी बोलतोय. तिचं नाव हारुकाच आहे ना?"

"होय. हारुका तामाओका."

''तिलाही तू त्या चित्रपटाविषयी सांगितलं होतंस ना? तू त्याबद्दल त्यानंतर पुन्हा कधी त्याविषयी त्यांच्याशी बोलली आहेस का?''

''नाही. फक्त एकदाच बोललेय. म्हणजे कदाचित नंतर थोडंफार बोलले असेन.''

''तू हारुकाचं नाव डिटेक्टिव्हना सांगितलं नव्हतंस ना?''

''नाही. मी हारुकाचा उल्लेख करू नये असं तुम्ही मला सांगितलं होतं, त्यामुळे मी केला नाही.''

''बरोबर. पण आता त्या डिटेक्टिव्हना तिचं नाव सांगण्याची वेळ आली आहे.''

इशिगामीनं जवळपास कोणी नाही ना, याचा अंदाज घेण्यासाठी पार्कवर सगळीकडे नजर फिरवली. त्यानंतर त्याने मिसातोला तिने काय केलं पाहिजे याविषयी सविस्तर सूचना दिल्या.

विद्यापीठातील टेनिस कोर्टच्या पुढेच असलेल्या रिकाम्या जागेतून करड्या रंगाच्या वाफा बाहेर पडत होत्या. कुसानागी तिथे गेला त्या वेळी त्याला तिथे अंगात प्रयोगशाळेतील कोट घालून त्याच्या बाह्या वर घेऊन उभा असलेला युकावा दिसला. एका तेलाच्या पिंपात काही तरी होतं आणि एका लांब काठीनं तो ते ढकलत होता. त्या पिंपातूनच तो धूर निघत होता.

युकावानं त्याच्या जवळ येणाऱ्या पावलांचा आवाज ऐकला आणि त्याने वर पाहिलं.

''डिटेक्टिव्हना संशयितांचा पाठलाग करायला आवडतं,'' कुसानागी म्हणाला.

''म्हणजे आता मी संशयित आहे ना?'' युकावानं विचारलं. त्याचे डोळे लुकलुकत होते. ''आमच्या या धीरोदात्त हिरोकडून मला एखादी नवीन धाडसी दिशा सापडणार आहे का? तुम्हाला जगात पुढे येण्यासाठी इतकी लवचिकता असावी लागते, हे तुलासुद्धा माहीत आहेच.''

''गॅलिलिओ, तू म्हणशील तसं,'' कुसानागी उपरोधानं म्हणाला. ''तू मला संशयित का वाटतोयस हे तुला ऐकायचं नाही का?''

''मला ते विचारण्याची गरज नाही. लोकांना नेहमीच शास्त्रज्ञ काहीही चांगलं करत नसल्याचा संशय असतोच,'' त्याने तेलाच्या पिंपातील कपड्यांना आणखी एकदा ढोसलं.

''तू ते काय जाळतोयस?''

''विशेष काही नाही. मला नको असलेले काही जुने अहवाल आणि साहित्य आहे. ते जाळण्यासाठी त्यांचे लहान तुकडे करून जाळून टाकणाऱ्या यंत्रांवर अवलंबून राहता येत नाही.''

युकावानं जवळच असलेली पाण्याची बादली उचलली आणि त्यातलं पाणी त्या पिंपात ओतलं. तिथे आग विझल्याचा आवाज आला आणि नंतर तो धूर दाट आणि पांढरा झाला.

''तुला काही प्रश्न विचारायचे आहेत. या वेळी एक डिटेक्टिव्ह म्हणून मी ते विचारणार आहे.''

''तू खरोखरच कशाच्या तरी मागावर आहेस. हो ना?'' युकावानं आग विझल्याची खात्री करून घेतली आणि नंतर ती बादली हातात घेऊन तो चालू लागला.

कुसानागी त्याच्या पाठोपाठ गेला. ''काल तुझ्याशी बोलणं झाल्यानंतर मी बेन्तेन तेमध्ये गेलो होतो. तिथे मला अतिशय रोचक गोष्ट ऐकायला मिळाली. तुला ती काय होती ते जाणून घ्यायचं आहे का?''

''खरं तर नाही.''

''पण तुला काहीही वाटत असलं तरी मी ते तुला सांगणारच आहे. यासुको हानाओकाविषयी इशिगामी या तुझ्या मित्राच्या मनात प्रेम आहे, असं दिसतंय.''

युकावा मोठमोठ्या ढांगा टाकत निघाला होता, तो मध्येच थबकला. त्याने मान वळवून कुसानागीकडे भेदक नजरेनं पाहिलं. ''त्या खानावळीतल्या कोणी तरी तुला ते सांगितलं का?''

''तसंच काहीसं. मी तुझ्याशी बोलत असताना माझ्या मनात एक रोचक कल्पना आली आणि आपलं म्हणणं योग्य आहे का ते स्वतःच बेन्तेन तेमध्ये जाऊन तपासून पाहावं असं मला वाटलं. सिद्धान्त आणि तार्किकता या सगळ्या गोष्टी ठीक असतात, पण अंतःस्फूर्ती हे डिटेक्टिव्हच्या शस्त्रागारातील एक अतिशय उत्तम हत्यार असतं.''

'मग?' युकावा त्याच्याकडे वळून पाहत राहिला. ''मग तुझ्या त्या मुख्य संशयिताविषयी त्याच्या मनात प्रेम आहे या गोष्टीचा तुझ्या या तपासावर काय परिणाम होणार आहे?''

''याचा अर्थ काय होतो हे तुला माहीत नसल्याचं नाटक करू नकोस. याआधीपासूनच इशिगामी हा यासुकोचा या प्रकरणातील साथीदार आहे असा संशय तुला आला आहे ही गोष्ट लपवण्याचा प्रयत्न करू नकोस.''

''मी तुझ्यापासून काहीही लपवण्याचा प्रयत्न केल्याचं मला तरी आठवत नाही.''

''ते काही का असेना, पण तुला त्याच्याविषयी का संशय येतोय हे मी तुझ्या मदतीशिवाय शोधून काढलं. आता आम्ही त्याच्यावर अतिशय बारकाईनं पाळत ठेवणार आहोत. म्हणून मी इथे आलोय. काल आपण एकमेकांपासून दूर राहून काम करायचं ठरवलं आहे हे मला माहीत आहे, पण मी तुझ्याशी शांतता करार करू इच्छितो. आमच्याकडून मिळणाऱ्या माहितीच्या बदल्यात तू आम्हाला तुला जे काही सापडेल ते सांगावं असं मला वाटतं. हा काही वाईट व्यवहार नाही, हे तुलाही मान्य करावंच लागेल.''

''तू मला जरा जास्तच किंमत देतोयस. मी काहीही शोधून काढलेलं नाही. तो सगळा तर्क आहे.''

''मग तू काय तर्क केला आहेस ते मला सांग,'' कुसानागी त्याच्या मित्राच्या नजरेला नजर देत म्हणाला.

युकावानं आधी दूरवर पाहिलं आणि नंतर तो तसाच चालत राहिला आणि म्हणाला, ''पहिल्यांदा प्रयोगशाळेत जाऊ या.''

प्रयोगशाळा १३ मध्ये कुसानागी एका टेबलाजवळ बसला. त्या टेबलावर भाजल्यासारख्या काही गूढ खुणा होत्या. युकावानं टेबलावर दोन मग ठेवले. त्यातला कुठला मग जास्त घाणेरडा होता हे सांगणं कठीण होतं.

त्या भौतिकशास्त्रज्ञानं थोडी कॉफी तयार केली आणि नंतर लगेच प्रश्न विचारला, ''जर इशिगामी हा सूत्रधार असेल तर त्याने कोणती भूमिका पार पाडली असावी असं तुला वाटतं?''

''काय, मीच पहिल्यांदा बोललं पाहिजे?''

''तूच तर शांतता कराराचा प्रस्ताव मांडलास ना,'' युकावा खुर्चीवर बसून मगातील कॉफी ढवळत विमनस्कपणे म्हणाला.

''ठीक आहे. माझ्या बॉसला मी इशिगामीविषयी काहीही सांगितलेलं नाही; तर हा माझा फक्त विचार आहे. पण जर सध्याच्या घटनास्थळाहून इतरत्र कुठे तरी खून झाला असेल तर इशिगामीनंच तो मृतदेह तिथपर्यंत आणला असेल.''

''अस्सं? पण तू तर मृतदेह तिथे आणून टाकण्यात आला असावा या अनुमानाच्या विरोधात आहेस, असं मला वाटलं होतं.''

''मी असं म्हटलं होतं की, जर तिचा एखादा साथीदार असेल, तर सगळ्या शक्यता खुल्या आहेत. मला अजूनही असंच वाटतं की, यासुको हानाओका हिनंच तो खून केला असावा आणि तिला इशिगामीनं मदत केली असावी. पण ती निश्चितपणे तिथे होतीच.''

''तुला स्वतःच्या निष्कर्षाची अगदी ठामपणानं खात्री वाटत असावी असं दिसतंय.''

''हं, जर इशिगामीनं त्याचा खून करून मृतदेह तिकडे आणला असेल तर तो या कटाचा फक्त सूत्रधार नाही. त्या वेळी तो खुनीच असेल आणि त्याने एकट्यानंच हे काम केलं असेल. त्याचं तिच्यावर कितीही जिवापाड प्रेम असलं तरी तो त्यासाठी इतक्या टोकाला जाईल, असं मला वाटत नाही. जर तिने तोगाशीला स्वतःच ठार मारलं असेल आणि नंतर इशिगामीला त्यात सामील करून घेतलं असेल तर आता ते सगळं संपलेलं आहे. पण त्यातून तिने काही जोखमीही पत्करल्याच असतील.''

''पण समज, इशिगामीनं त्याचा खून केला असेल आणि त्या दोघांनी मिळून मृतदेहाची विल्हेवाट लावली असेल तर?''

''ती शक्यता नाहीच, असं मी म्हणणार नाही, पण ती शक्यता खूपच कमी आहे. यासुको हानाओकानं चित्रपटाला गेल्याचा दिलेला पुरावा अतिशय डळमळीत आहे, पण त्यानंतरचा तिचा पुरावा अतिशय भक्कम आहे. तिने जर ते बरोबर वेळ साधून केलं असेल तर तिने खून केला असेल आणि नंतर ती त्या वेळी तिथे नसल्याचा पुरावा तयार केला असेल. पण एकाच वेळी पुरावा तयार करणं आणि मृतदेहाची विल्हेवाट लावणं या गोष्टी ती करू शकली नसती.''

''तिने दिलेल्या पुराव्यातील नेमक्या कुठल्या गोष्टीच्या वेळेविषयी तुझी खात्री पटत नाही?''

''संध्याकाळी सात ते रात्री ९.१० या दरम्यानच्या वेळेतील पुराव्याविषयी.''

''संध्याकाळी सात ते रात्री ९.१० या वेळेत आपण चित्रपट पाहत होतो असं तिने सांगितलं आहे. त्यानंतर त्या रामन दुकानात गेल्या आणि कॅरिओके बॉक्समध्ये गेल्या, या गोष्टींची शहानिशा करण्यात आली आहे. शिवाय ती निदान एकदा तरी चित्रपटाला गेली असलीच पाहिजे. आम्हाला तिच्याकडे अर्धवट फाडलेली तिकिटं सापडली आहेत आणि त्यांच्यावर तिच्या आणि तिच्या मुलीच्या बोटांचे ठसेही आहेत.''

''याचा अर्थ त्या दोन तास दहा मिनिटांच्या काळात तिने आणि इशिगामीनं मिळून तिच्या पूर्वाश्रमीच्या नवऱ्याचा खून केला असं तुला म्हणायचं आहे?''

''त्यानंतर कदाचित त्यांनी त्या मृतदेहाची विल्हेवाटही लावली असेल. पण जाण्या-येण्याच्या वेळेचा विचार करता इशिगामीच्या आधीच ती तिथून निघाली असावी.''

''खून कुठे झाला असावा?''

''ते मला नक्की सांगता येणार नाही. पण बहुधा यासुकोनंच खून झालेल्या ठिकाणी तोगाशीला बोलावून घेतलं असावं.''

युकावा एकही शब्द न बोलता कॉफी पीत होता. जणू काही त्याच्या मित्राच्या स्पष्टीकरणाविषयी त्याला खात्री वाटत नसावी अशा प्रकारे त्याने भुवया मुडपल्यासारख्या केल्या.

''यावर तुला काही म्हणायचं आहे का?''

''खास असं काहीच नाही.''

''मग आता तुझ्याकडे सांगण्यासारखं काही असेल तर ते सांगून टाक,'' कुसानागी म्हणाला. ''मला काय वाटतं ते मी तुला सांगितलंय. त्यामुळे आता तुझी पाळी आहे.''

युकावानं निःश्वास सोडला. ''तो कार वापरत नाही.''

'हे...?'

''मी म्हटलं की इशिगामी कार वापरत नाही. त्यामुळे त्याला मृतदेह नेण्यासाठी कोणाची तरी मदत लागली असती. बरोबर? त्याच्याकडे कार नसल्यामुळे त्याला कुठून तरी ती मिळवावीच लागली असती. त्याने

कुठलाच माग मागे ठेवला नसता, त्यामुळे त्याने भाड्यानं कार घेतली असती असं मला वाटत नाही. कायद्याचं पालन करणारे अनेक नागरिकही असं करत नाहीत.''

''मग आम्ही कार भाड्यानं देणाऱ्या एजन्सीजकडे चौकशी करू.''

''त्यात तुम्हाला यश मिळो अशी मी सदिच्छा देतो. तुम्हाला तिथे काहीही सापडणार नाही, असं मी तुम्हाला खात्रीनं सांगतो.''

कुसानागीनं त्या भौतिकशास्त्रज्ञाकडे रोखून पाहिलं. पण युकावावर त्याचा काहीच परिणाम झाला नाही.

''मृतदेह सापडलेल्या ठिकाणाहून दुसरीकडे जर तो खून झाला असेल तर बहुधा इशिगामीनंच तो तिथे आणून टाकला असावा, एवढंच मला म्हणायचं आहे. त्यामुळे खून दुसरीकडेच झाल्याची चांगलीच शक्यता आहे. जर यात ते दोघंही सामील असतील तर कुठलीही गोष्ट घडणं शक्य होतं.''

''म्हणजे त्या दोघांनी मिळून तोगाशीचा खून केला असावा, त्यानंतर त्याची बोटं जाळली असावीत, चेहऱ्याचा चेंदामेंदा केला असावा, कपडे काढून घेऊन जाळून टाकून तिथून पोबारा केला असावा, असं तुला वाटतंय?'' युकावानं कॉफीचा मग उचलून ओठांना लावत विचारलं.

''मी आताच म्हटलं त्याप्रमाणे ते दोघंही वेगवेगळ्या वेळी तिथून निघाले असतील.''

कुसानागीनं इन्स्टंट कॉफीकडे आणि त्या कपाकडे बघितलं आणि त्याला थोडीशी आलेली शिसारी त्याने दडपली. ''यासुकोला चित्रपटगृहात वेळेवर किंवा निदान चित्रपट संपण्याच्या आधी तरी पोहोचणं भागच होतं.''

''आणि तुझ्या सिद्धांताप्रमाणे बळीच ती सायकल घेऊन गुन्हा घडलेल्या ठिकाणी गेला?''

''मला वाटतं की होय, तसंच असावं.''

''याचा अर्थ इशिगामी सायकलवरचे बोटांचे ठसे पुसून टाकायला विसरला असावा. इशिगामीनं इतकी साधी चूक केली असेल असं तुला खरंच वाटतं का? इशिगामी – 'द बुद्धा'नं?''

''अगदी बुद्धिमान लोकही चुका करतातच.''

युकावानं हळूहळू नकारार्थी मान डोलावली. ''पण ही चूक नाही.''

''मग त्याने सायकलवर ते ठसे तसेच का राहू दिले असावेत असं तुला वाटतंय?''

''मलाही त्याचंच आश्चर्य वाटतंय,'' युकावा हातांची घडी घालत म्हणाला. ''मी अजूनही निष्कर्षापर्यंत आलो नाही.''

''कदाचित तू अति विचार करत असशील. तो माणूस अतिशय बुद्धिमान गणितज्ञ असू शकेल, पण तो खून करण्याच्या बाबतीत तर निश्चितपणे नवखाच आहे.''

''त्या दोन्ही गोष्टी सारख्याच आहेत,'' युकावा अतिशय शांतपणे म्हणाला. ''कदाचित खून करणं त्याला जास्त सोपं गेलं असेल.''

आता कुसानागीनं मान नकारार्थी हलवली. मगवरच्या डागांकडे पाहत तो म्हणाला, ''काही का असेना, आम्ही त्याच्यावर पाळत ठेवून आहोत. जर आपण या खुनात एक पुरुष सूत्रधार असल्याचं गृहीत धरलं तर आपल्या तपासाच्या व्याप्ती खूपच विस्तारतील.''

''तुझा हा नवीन सिद्धान्त अचूक असेल तर त्याचा अर्थ हा गुन्हा अतिशय गलथानपणे करण्यात आला. सायकलवर बोटांचे ठसे तसेच ठेवले गेले. कपडे अर्धवट जळले होते. या सगळ्या गोष्टी निष्काळजीपणाकडे बोट दाखवतात. माझा प्रश्न असा आहे की, हा गुन्हा सुनियोजितपणे कट आखून केला गेला आहे, असं तुला वाटतं का? की तो अगदीच अपघातानं घडून गेला आहे?''

''असं बघ,'' युकावाच्या शांत, उत्सुक चेहऱ्याकडे नजर टाकल्यावर काही क्षण बिचकल्यासारखं वाटलं तरी कुसानागीनं बोलायला सुरुवात केली. ''हा नक्कीच अचानक घडून गेलेला गुन्हा असावा. उदाहरणार्थ, जर यासुकोनं तोगाशीला काही कारणानं तिच्याशी बोलण्यासाठी बोलावून घेतलं असेल आणि तिच्या सोबत शरीररक्षकाप्रमाणे इशिगामी गेला असेल, तर कदाचित तिथे गरमागरम चर्चा झडली असेल. त्यानंतर त्या दोघांनी तोगाशीला ठार मारलं असेल. म्हणजे असं काही तरी झालं असण्याची शक्यता आहे.''

''पण ही गोष्ट चित्रपट पाहायला जाण्याशी बिलकूलच जुळत नाही,'' युकावानं त्याचं निरीक्षण नोंदवलं. ''ते जर फक्त बोलण्यासाठी एकत्र जमले असतील तर मग खून घडलेल्या वेळी आपण इतर काही तरी करत होतो, इतर ठिकाणी होतो यासाठी पुरावा तयार करण्याची – आणि त्यातही ती देत आहे, तसा अपुरा पुरावा तयार करायची काय गरज होती?''

''म्हणजे ही गोष्ट सुनियोजित कट करून करण्यात आली, असं तुला म्हणायचं आहे का? म्हणजे यासुकोनं आणि इशिगामीनं त्याला कुठे तरी यायला सांगितलं आणि नंतर त्याचा गळा घोटला असावा?''

''अशी कल्पना करणं कठीण आहे.''

''बरं, छान. मग तुला हे सगळं नेमकं कसं घडलं असावं असं वाटतंय?'' कुसानागीनं चिडखोरपणानं विचारलं.

''जर इशिगामीनं हा कट सुरुवातीपासूनच आखला असता तर त्यात आता दिसतायत त्यातल्या अर्ध्यासुद्धा त्रुटी आपल्याला दिसल्या नसत्या.''

''ठीक आहे. पण यामुळे ....'' कुसानागीनं त्याचं बोलणं अचानकच थांबवलं, कारण त्याचा मोबाइल वाजत होता. ''एक सेकंद थांब,'' त्याने फोन घेतला होता.

क्षणभरानंतर तो फोनवरच्या संभाषणात घाईघाईनं सहभागी झाला. त्याने पॅड बाहेर काढलं आणि त्यांचं बोलणं संपेपर्यंत त्यावर तो काही तरी खरडत राहिला.

''माझा सहकारी किशितानीचा फोन होता,'' कुसानागी म्हणाला. ''त्याला यासुकोच्या संदर्भातील अतिशय महत्त्वाची माहिती मिळाली आहे. मिसातोच्या एका वर्गमैत्रिणीनं नुकतीच एक अतिशय रोचक माहिती दिल्याचं दिसतंय.''

''ती काय आहे?''

''खुनाच्या दिवशीच मिसातोच्या या मैत्रिणीला मिसातोनं त्या दिवशी संध्याकाळी ती तिच्या आईबरोबर चित्रपटाला जाणार असल्याचं सांगितलं होतं.''

'खरंच?'

''किशितानीनं त्याची खात्री करून घेतली. ही माहिती अगदी खरी आणि ठाम दिसतेय. याचा अर्थ यासुकोनं त्या दिवशी अगदी उशिरात उशिरा दुपारच्या जेवणाच्या वेळेपर्यंत चित्रपटाला जायचं ठरवलं असणार.'' कुसानागीनं त्या भौतिकशास्त्रज्ञाच्या बोलण्यावर मान डोलावून संमती दर्शवली. ''याचा अर्थ हा खून पूर्वनियोजित होता हे माझं म्हणणं बरोबर आहे.''

प्रतिसादादाखल युकावानं मान डोलावली. मात्र त्याच्या डोळ्यांत कमालीचे गंभीर भाव होते. तो फक्त एवढंच म्हणाला, 'अशक्य!'

तेरा

किन्शिको स्टेशनपासून क्लब मॅरियनपर्यंत चालत गेलं तर क्लब जेमतेम पाच मिनिटांच्या अंतरावर होता. त्या इमारतीत दारू पिण्याची अनेक दुकानं, रेस्टॉरंट्स होती आणि पाचव्या मजल्यावर क्लब होता. ती इमारत जुनी होती आणि तिथल्या 'प्राचीन' लिफ्टनं कुसानागी आणि किशितानी वर जात असताना त्या लिफ्टचा करकरल्यासारखा आवाज येत होता.

वरिष्ठ डिटेक्टिव्हनं त्याच्या हातातील घड्याळावर नजर टाकली. त्या वेळी नुकतेच संध्याकाळचे सात वाजून गेले होते. 'काही प्रश्न विचारण्याची अगदी योग्य वेळ आहे,' लिफ्टच्या भिंतीच्या उडालेल्या रंगाकडे बघताना त्याच्या मनात हा विचार आला. 'इतक्या लवकर तिथे जास्त ग्राहक आलेले नसावेत, अर्थातच मी अशा जागांविषयी अंदाज व्यक्त करण्यात तज्ज्ञ नाही, पण तरीही...' तो विचार करत होता.

तो लिफ्टमधून बाहेर पडल्यानंतर त्याला ऐकू येणाऱ्या कोलाहलाच्या आवाजामुळे कुसानागी चकित झाला आणि त्या नाइट क्लबच्या दरवाजातून आत शिरला. आत वीसहून जास्त टेबलं होती आणि त्यांच्यापैकी जवळजवळ एक तृतीयांश टेबलं आधीच भरलेली होती. तिथल्या लोकांच्या कपड्यांवरून अंदाज बांधल्यावर कुसानागीच्या असं लक्षात आलं की, त्यांच्यापैकी बहुतेक जण हे पगारी नोकरदार होते. पण त्या गर्दीतील काही जणांच्या व्यवसायाचा त्याला अंदाज बांधता आला नव्हता.

''एकदा मी जिन्झामधील एका क्लबमध्ये प्रश्न विचारत होतो. एके काळी निर्माण झालेल्या अर्थकारणातील बुडबुड्याच्या वेळी तिथे दारू पिणारे सगळे लोक आता दारू प्यायला कुठे जात असतील याचं तिथल्या मामाला आश्चर्य वाटत होतं. हं, तर मला ते सगळे इकडे आल्याचं दिसतंय.''

''माझा यावर विश्वास बसणं कठीण आहे,'' कुसानागीनं त्याला टोला लगावत म्हटलं. ''तुम्हाला एकदा ऐश-आरामाची चटक लागली की मग तुमची नजर तुम्हाला खालच्या पातळीवर आणणं शक्य होत नाही. कितीही अडचण असली, कितीही कठीण काळ असला तरी जिन्झामधील लोक या जागेसारख्या ठिकाणी येणार नाहीत.''

त्याने तिथल्या एका वेटरला हाक मारली. त्याने काळा टक्सेडो घातला होता. त्याने त्यांना व्यवस्थापकाशी बोलायचं असल्याचं सांगितलं. त्या वेटरच्या चेहऱ्यावर नेहमी खेळत असलेलं हास्य एकाएकी नाहीसं झालं आणि तो एकदम मागच्या बाजूला दिसेनासा झाला.

त्यानंतर थोड्याच वेळात आणखी एक वेटर आला आणि त्याने त्या दोघांना बारजवळ बसायला जागा दिली.

''तुम्ही काही पिणार का?'' त्याने विचारलं.

''माझ्यासाठी एक बिअर आणा, थँक्स,'' कुसानागी म्हणाला.

''आता असं पिणं ठीक आहे असं तुम्हाला वाटतं का? आपण सध्या ड्युटीवर आहोत,'' किशितानी म्हणाला.

''आपण काहीच प्यायलो नाही, तर इतर ग्राहकांना आपला संशय येईल.''

''मग तुम्ही चहा पिऊ शकला असतात.''

''ज्या वेळी दोन मोठे पुरुष बारमध्ये येतात त्या वेळी ते चहा प्यायला आलेले असतात का?''

ड्युटीवर असताना अल्कोहोल घ्यावं की नाही, याविषयीच्या नीतिमत्तेवर ते चर्चा करत असतानाच चंदेरी-करड्या रंगाचा सूट घातलेली एक सुसंस्कृत दिसणारी स्त्री तिथे आली. ती सुमारे चाळिशीची होती आणि तिने तोंडावर भरपूर मेक-अप चोपडला होता. तिने केसांचा व्यवस्थित अंबाडा घातला होता. ''वय उलटून गेलंय, पण सौंदर्य ओसरलेलं नाही,'' कुसानागीनं विचार केला.

''स्वागत आहे,'' ती म्हणाली. ''तुम्हाला माझ्याशी बोलायचं आहे का?'' तिने विचारलं. तिच्या ओठांच्या कडांमधून स्मित झळकत होतं.

''आम्ही पोलीस आहोत,'' कुसानागीनं हलक्या आवाजात सांगितलं. त्याबरोबर किशितानीचा हात खिशाकडे गेला होता. पण त्याला अडवत कुसानागीनं तिला विचारलं, ''तुम्हाला आम्ही पोलीस असल्याचा पुरावा पाहायचा आहे का?''

''नाही. त्याची काहीच गरज नाही,'' आपलं बिझनेस कार्ड कुसानागीच्या समोर ठेवत ती त्याच्या शेजारी बसली. त्याच्यावर नाव होतं: सोनोको .

''तुम्हीच इथल्या मामा आहात का?''

''तुम्ही मला तसं म्हणू शकता,'' सुगीमुरानं स्मित करत उत्तर दिलं.

''तुम्हाला चांगली जागा मिळालेय, इथे व्यवसायही चांगला चाललाय,'' कुसानागीनं मागे वळून ग्राहकांकडे पाहत म्हटलं.

''हा जवळजवळ सगळा देखावाच आहे. मालक हा व्यवसाय कर सवलतीसाठी चालवत असावा असं मला वाटतं. इथे आलेले जवळजवळ सगळेच ग्राहक कुठल्या ना कुठल्या कारणानं त्याच्या ऋणात आहेत.''

डिटेक्टिव्हनं मान डोलावली.

''हा सगळा व्यवसाय एखाद्या दिवशी कधीही बंद होईल. सायोकोनं कमी वयातच इथून बाहेर पडून अंगात व्यवस्थित शक्ती असतानाच स्वतःचा व्यवसाय सुरू केला, हे चांगलंच केलं,'' ती म्हणाली.

हा व्यवसाय फारसा वाईट चालला नव्हता, असा संशय कुसानागीच्या मनात आला. एवढंच नव्हे, तर तिच्या आधीच्या मामाचा उल्लेख करताना कुसानागीला तिच्या स्वरात थोडीशी अभिमानाची झलकही आढळली होती. ही सध्याची मामा होती.

''आमच्या विभागातील काही लोक आधीही इथे येऊन गेले असतील ना?'' कुसानागीनं म्हटलं.

तिने मान डोलावली.

''काही जण तोगाशीची चौकशी करण्यासाठी आले होते. तुम्हीही त्यासाठीच आला आहात का?''

''आम्हाला तुमचा अशा प्रकारे वेळ घ्यावा लागतोय, त्याबद्दल माफ करा.''

''मी आधी आलेल्यांनाही हेच सांगितलं होतं की, जर तुम्हाला या सगळ्या गोष्टीचं खापर यासुकोच्या माथ्यावर फोडायचं असेल तर तुम्ही चुकीच्या दिशेनं तपास करताय. तिला त्याचा खून करण्याचं काहीच कारण नाही.''

'नाही,' कुसानागीनं हात नकारार्थी हलवत म्हटलं. ''आम्हाला यासुकोचा संशय आल्यामुळे आम्ही इथे आलो नाही. आमचा तपास आम्हाला हवा तसा सुरळीतपणे पुढे चाललेला नाही. त्यामुळे आम्हाला पुन्हा पहिल्यापासून सुरुवात करावी लागणार आहे, म्हणून आम्ही इथे आलोय.''

''पुन्हा पहिल्यापासून सुरुवात?'' मामानं सुस्कारा सोडला.

''आधी तुम्ही आम्हाला असं सांगितलं होतं की, शिन्जी तोगाशी इथे पाच मार्चला आला होता.''

''बरोबर. इतक्या वर्षांनंतर त्याला इथे आल्याचं बघून मला अतिशय आश्चर्य वाटलं होतं. तो त्या वेळी तिथे का आला होता, याचं मला आश्चर्य वाटलं होतं.''

''म्हणजे तुम्ही त्याला ओळखत होतात?''

''मी त्याला एकदा किंवा दोनदा भेटले होते. तुम्हाला माहीत आहे त्याप्रमाणे मीअकासाकामध्येही यासुकोबरोबर काम करत होते. मी त्याला तेव्हापासूनच ओळखत होते. तो खूप खर्चीक माणूस होता. तो नेहमीच विशिष्ट प्रकारचे कपडे वापरत होता. शिवाय त्या वेळी अतिशय रुबाबदारही होता.''

तिच्या आवाजावरून कुसानागीच्या लक्षात आलं होतं की, मार्चमध्ये तिने पाहिलेल्या तोगाशीशी हे वर्णन बहुधा जुळत नव्हतं.

''आणि शिन्जी तोगाशी मिस हानाओकाला शोधत होता, ही गोष्टही बरोबर आहे ना?''

''मला वाटतं की, त्याला त्या दोघांमध्ये समेट करायचा असावा. पण तरीही मी त्याला काहीच सांगितलं नव्हतं. त्याच्याकडून त्या गरीब बिच्चाऱ्या मुलीला काय काय नरकयातना सोसाव्या लागल्या होत्या ते सगळं मला माहीत होतं. मी जोपर्यंत काहीही सांगणार नाही, तोपर्यंत ती सुरक्षित असेल असं मला वाटलं होतं. पण माझं इथल्या मुलींवर काहीच नियंत्रण नाही. त्यांच्यापैकी एकीला योनाझावा आणि सायोको

यांच्या खानावळीविषयी माहीत होतं आणि तिने त्या गोडबोल्याला सारं काही सांगून टाकलं.''

'अस्सं,' कुसानागी म्हणाला. अशा प्रकारच्या व्यवसायात आणि अनेक लोकांच्या गर्दीनं भरलेल्या ठिकाणी दीर्घ काळापर्यंत काम केल्यानंतर यासुकोला इथून अचानक गायब होणं जवळजवळ कठीणच होतं.

''मिस्टर कुनियाकी कुदो इथे वरचेवर येत होते का?''

''मिस्टर कुदो? ते प्रिंटिंग कंपनीवाले?''

''हं, बरोबर.''

''होय. अनेक वेळा. पण अलीकडे ते आलेले नाहीत,'' सुगीमुरानं तिची मान कलती केली. ''मिस्टर कुदोंनी काही केलंय का?''

''नाही, नाही. आम्ही फक्त असं ऐकलंय की, यासुको हानाओका इथली होस्टेस असताना ते नियमितपणे इथे येत होते.''

सुगीमुराच्या चेहऱ्यावर मृदू भाव निर्माण झाले. तिने मान डोलावली. ''ते येत होते. त्या मुलीच्या जगाचा ते विचार करत होते.''

''नाइटक्लबच्या बाहेरही ते एकमेकांना भेटत होते का?''

'हं...' त्या स्त्रीनं पुन्हा एकदा मान कलती केली. ''काही मुलींना असं वाटतं. पण मी पाहिलं होतं त्याप्रमाणे त्यांचे संबंध क्लबमध्ये निर्माण झाले होते आणि इथेच ते संपलेही होते.''

''असं कसं काय?''

''यासुको अकासाकामध्ये असताना ते एकमेकांच्या खूपच जवळ होते. पण त्याच दरम्यान तिला मिस्टर तोगाशीकडून त्रास होऊ लागला होता. मिस्टर कुदोला ते समजलं असावं असं मला वाटतं. त्यानंतर तो यासुकोच्या प्रियकरापेक्षाही जास्त प्रमाणात तिचा समुपदेशकच झाला. त्यांच्यामधील गोष्टी शृंगारिक पातळीवर फारशा पुढे गेल्या होत्या, असं मला वाटत नाही.''

''पण मिस हानाओकानं घटस्फोट घेतल्यानंतर त्यांनी बाहेर फिरणं-हिंडणं सुरू केलं असेल की...''

सुगीमुरानं नकारार्थी मान हलवली. ''नाही. मिस्टर कुदो हा त्या प्रकारचा माणूस नाही डिटेक्टिव्ह. तिच्यातील आणि तिच्या पतीमधील गोष्टी कशा सुरळीत पार पडाव्यात यासाठी त्याने तिला सल्ला दिला होता.

मात्र अशा वेळी घटस्फोटानंतर तो यासुकोला डेटिंग करूच शकत नव्हता, कारण मग सुरुवातीपासूनच त्याची तशी योजना होती आणि म्हणून त्याने यासुकोला मदत केली असं वाटलं असतं. घटस्फोटानंतर त्याला तिच्याशी फक्त पवित्र, वासनारहित प्रेमानंच वागायचं असावं. काहीही झालं तरी कुदो विवाहित होता.''

म्हणजे कुदोची पत्नी मरण पावल्याचं सुगीमुराला माहीत नव्हतं. तिला ते सांगूनही फारसा उपयोग होणार नाही, असं कुसानागीला वाटल्यामुळे तो काहीच बोलला नाही.

यासुको आणि कुदो यांच्या नात्याविषयीचा ती सांगत असलेला बराचसा भाग बरोबर होता, असं त्याला वाटलं होतं. इतर अनेक अनुभवी डिटेक्टिव्हप्रमाणेच त्यानेही ज्या वेळी स्त्री-पुरुष संबंधांचा प्रश्न आला होता, त्या वेळी त्या होस्टेसच्या अंतःप्रेरणेविषयी आदर बाळगला होता. सुगीमुराची निरीक्षणं त्याच्या निरीक्षणांच्या धर्तीवरचीच होती आणि त्यामुळे कुदो निरपराध असल्याच्या कुसानागीच्या निष्कर्षालाच दुजोरा मिळत होता. याचा अर्थ आता विषय बदलण्याची वेळ आली होती.

त्याने त्याच्या खिशातून एक छायाचित्र काढलं आणि ते मामाला दाखवलं. ''या माणसाला ओळखता का?''

ते तेत्सुया इशिगामीचं छायाचित्र होतं. तो शिक्षक त्याच्या शाळेतून बाहेर पडत असताना एके दिवशी किशितानीनं त्याचं ते छायाचित्र घेतलं होतं. त्या छायाचित्रात त्या गणितज्ञाची नजर दूरवरच्या कुठल्या तरी गोष्टीवर खिळली होती. इशिगामीच्या लक्षातही येऊ नये इतक्या अंतरावरून आणि तशाच कोनातून ते घेण्यात आलं होतं.

सुगीमुरा विचारात पडली. ''हा कोण आहे?''

''म्हणजे तुम्ही याला ओळखत नाही?''

''नाही. सॉरी. तो कधीही क्लबमध्ये आलेला नाही असं मी तुम्हाला नक्कीच सांगेन.''

''त्याचं नाव मिस्टर इशिगामी असं आहे. यामुळे काही लक्षात येतंय का?''

''मिस्टर इशिगामी...''

''कदाचित मिस हानाओकानी याचा उल्लेख केला असेल...''

''मला माफ करा. तिने उल्लेख केला असला तरी मला आठवत नाही.''

''हा शाळेत शिक्षक आहे. या शिक्षकाला भेटल्याविषयी त्यांनी कधी तरी तुम्हाला काही सांगितलं होतं का?''

''मला माहीत नाही,'' सुगीमुरानं उत्तर दिलं. तिच्या कपाळावरच्या आठ्या नाहीशा झाल्या. ''मी तिच्या बरोबर बऱ्याच वेळा फोनवरून बोलते, पण तिने एकदाही याचा उल्लेख केला नाही.''

''यासुकोचे आणखी इतर कोणाशी संबंध, मैत्री होती का? तिने तुमच्याकडे कशाच्या संदर्भात सल्ला विचारला होता किंवा तुम्हाला काही सांगितलं होतं का?''

या प्रश्नावर सुगीमुरा सरळसरळ उपहासानं हसली. ''याआधी एकदा इथे आलेल्या एका डिटेक्टिव्हनंही मला हाच प्रश्न विचारला होता आणि मी त्याला काय सांगितलं होतं ते मी तुम्हाला सांगते : तिने मला काहीही सांगितलेलं नाही. ती कदाचित कोणाला भेटत असेल आणि तिला ते मला समजावं असं वाटत नसेल, पण असं काहीही नाही हे मला चांगलंच माहीत आहे. त्या मुलीनं मिसातोच्या संगोपनातच स्वतःला पूर्णपणे झोकून दिलं आहे. आता तिच्यावर कोण प्रेम करतंय याची काळजी करण्यासाठी तिच्याकडे सध्या वेळच नाही. एक लक्षात ठेवा की, हे फक्त माझंच मत नाही. खूप दिवसांपूर्वी अशाच प्रकारे सायोकोनंसुद्धा सांगितलं होतं.''

कुसानागीनं शांतपणे मान डोलावली. इशिगामी आणि यासुको यांच्यातील संबंधांविषयी इथे – या क्लबमध्ये फारसं काही ऐकायला मिळेल, अशी त्याची अपेक्षाच नव्हती. त्यामुळे तो तितकासा निराश झाला नाही. तरीही यासुकोच्या आयुष्यात इतर कुठलाच पुरुष नाही, असं कोणी तरी सांगत असल्यामुळे इशिगामी हाच यासुकोचा साथीदार असल्याच्या त्याच्या सिद्धांताला पुष्टी मिळाली होती.

आणखी एक ग्राहक आत आला. सुगीमुरानं त्याच्याकडे स्वारस्यपूर्ण नजरेनं पाहिलं.

''तुम्ही हानाओकाशी फोनवरून संपर्क साधत असल्याचं सांगितलं. तुमचं तिच्याशी अखेरचं बोलणं कधी झालं होतं?''

''मला वाटतं, तोगाशीची बातमी टीव्हीवर दाखवली गेली तेव्हा. मला इतकं आश्चर्य वाटलं की, मी तिला फोन केला. मी हीच गोष्ट दुसऱ्या डिटेक्टिव्हलाही सांगितल्याचं मला चांगलंच आठवतं.''

''त्या वेळी हानाओका कशा मनःस्थितीत असल्यासारख्या वाटल्या?''

''खरोखरच ती नेहमीसारखीच वाटली. पोलिसांनी तिला आधीच याविषयी सांगितलं होतं असं तिने मला सांगितलं.''

''ते तर आम्हीच होतो,'' असा विचार कुसानागीच्या मनात आला. पण त्याला ते सुगीमुराला सांगण्याची गरज आहे, असं वाटलं नाही.

''त्याआधी तोगाशी क्लबमध्ये येऊन तिचा ठावठिकाणा विचारत असल्याबद्दल तुम्ही तिला सांगितलं नव्हतं का?''

''मी तिला ते सांगितलं नव्हतं. म्हणजे मी ते माझ्यापुरतंच ठेवलं होतं. मला तिला अस्वस्थ करायचं नव्हतं.''

म्हणजे यासुको हानाओकाला तोगाशी तिची चौकशी करत असल्याचं माहीत नव्हतं. मग जर तो येत असल्याचं तिला माहीतच नसेल तर त्याचा खून करण्याचा कट रचण्यासाठी तिला वेळच मिळाला नव्हता.

''तिला ते सांगावं असं माझ्या लक्षातही आलं नाही...पण त्या वेळी ती अतिशय आनंदात असल्यासारखी वाटत होती आणि खरं तर त्या वेळी आनंद होण्यासारखं काही घडलंही नव्हतं.''

''त्या वेळी?'' कुसानागीला मनात एकदम काही तरी डाचल्यासारखं झालं. ''म्हणजे तुम्ही अखेरच्या वेळी तिच्याशी फोनवरून बोलला होतात त्या दिवशी. म्हणजे तोगाशीची बातमी तुम्ही ऐकलेल्या दिवशी? की इतर कुठल्या वेळी?''

''अं, बरोबर आहे. मला माफ करा. मी त्याच्याही आधीच्या वेळेविषयी बोलत होते. म्हणजे तोगाशी इथे येऊन गेल्यानंतर तीन-चार दिवसांनी. तिने माझ्या फोनवर मी तिला फोन करावा असा मेसेज केला होता.''

''हे कधी झालं होतं?''

''थांबा हं, मी बघून सांगते,'' सुगीमुरानं तिच्या सुटाच्या खिशातून मोबाइल बाहेर काढला. तिला आलेल्या आणि तिने केलेल्या फोनच्या यादीतून ती ते शोधेल असं कुसानागीला वाटलं होतं, पण त्याऐवजी तिने कॅलेंडर काढलं. क्षणभर तिने त्यात पाहिलं आणि नंतर ती वर बघून म्हणाली, ''दहा मार्चला.''

''दहा मार्चला?'' कुसानागीनं म्हटलं. त्याचा आवाज चढला होता. त्याची आणि किशितानीची नजरानजर झाली. ''तुम्हाला खात्री आहे?''

''अगदी पूर्ण.''

त्याच दिवशी शिन्जी तोगाशीचा खून झाला होता.

''तिने तुम्हाला किती वाजता फोन केला होता ते तुम्हाला आठवतं का?''

''त्या दिवशी मी कामावरून घरी गेल्यानंतर. त्यामुळे साधारण रात्री एकच्या सुमारास असेल. तिने मध्यरात्रीच्या आधीच मला फोन केला होता, पण मी क्लबच्या कामात व्यग्र होते. त्यामुळे मी फोन घेऊ शकले नाही.''

''तुम्ही किती वेळ बोलत होतात?''

''अं...जवळजवळ अर्धा तास. आम्ही साधारणपणे नेहमीच तितका वेळ बोलतो.''

''मग तुम्ही त्यांना कुठे फोन केला? त्यांच्या मोबाइल फोनवर?''

''नाही. खरं तर तिच्या घरच्या फोनवर मी फोन केला.''

''अं...सॉरी, तुम्हाला मी सगळे तपशील विचारतोय. पण पहाटे एक वाजता याचा अर्थ ती दहा तारीख नव्हती, ती अकरा तारीख होती. बरोबर?''

''होय. बरोबर आहे. ती अकरा तारीखच असणार.''

''तिने तुम्हाला कुठल्या प्रकारचा मेसेज पाठवला होता, हे सांगायला तुमची काही हरकत नाही ना?''

''तिने फक्त तिला बोलायचं आहे, एवढाच मेसेज पाठवला होता. म्हणून मी तिला क्लबमधून घरी परतल्यावर फोन केला.''

''तिला कशाविषयी बोलायचं होतं?''

''तसं फारसं महत्त्वाचं असं काहीच नव्हतं. तिला मी उपचारांसाठी जात असलेल्या शियात्सु मसाजच्या ठिकाणाचं नाव हवं होतं. मी तिथे कंबरदुखीवर उपचार करून घेण्यासाठी जाते.''

''शियात्सु? ठीक आहे. त्याआधीही कधी तिने तुम्हाला अशा गोष्टींसाठी फोन केला होता का?''

''ती सगळ्या प्रकारच्या गोष्टींसाठी फोन करते. त्यापैकी कुठलीही गोष्ट खूप महत्त्वाची वगैरे नसते. मला वाटतं की, तिला फक्त बोलायचं असतं, म्हणून ती मला फोन करते.''

''आणि नेहमीच तुम्ही रात्री इतक्या उशिरा बोलता?''

''मी नेहमीच ती उशिरा फोन करते, असं म्हणणार नाही. पण त्यात काही वेगळं वाटण्यासारखंही नाही. रात्री उशिरा आम्ही मोकळ्या असतो आणि दिवसभरात काय काय झालं ते एकमेकींना सांगतो. बहुतेक वेळा आम्ही दिवसाच बोलतो, पण तिने मला फोन केला होता, त्यामुळे मग मी...''

कुसानागीनं मान डोलावली आणि तिचा इतका वेळ घेतल्याबद्दल सुगीमुराचे आभार मानले. त्याने किशितानीच्या खांद्यावर थाप मारली आणि ते दोघेही तिथून निघाले. पण क्लबमधून बाहेर पडत असताना कुसानागीला त्याचं तरीही समाधान झालं नसल्यासारखं वाटत होतं.

किनशिको स्टेशनपर्यंत जात असताना रस्त्यात तो यावरच विचार करत होता. त्यांच्या संभाषणाच्या अखेरीस सुगीमुरानं तिला यासुकोचा फोन आल्याचं सांगितलं होतं. त्यामुळेच त्याला अस्वस्थता जाणवत होती. दहा मार्चला मध्यरात्री यासुको हानाओका फोनवरून बोलत होती. तिच्या घरच्या फोनवरून. म्हणजे त्या वेळी ती आधीच घरी पोहोचली होती.

दहा तारखेला कधी तरी रात्री अकरानंतर खून झाला असावा अशी विभागात चर्चा सुरू होती. यासुको हानाओकाच खुनी असल्याच्या समजुतीवर आधारित असलेल्या सिद्धांताचाच तो एक भाग होता. जर तोगाशीचा खून इतक्या उशिरा झाला असेल तर कॅरिओकेमुळे तिचा पुरावा तयार झाल्यानंतर मिस हानाओकानं तो केला असण्याची शक्यता होती. त्यामुळे कोणीही त्या सिद्धांताला फारसं महत्त्व दिलं नव्हतं. मुळातच ज्यांनी तो सिद्धान्त सुचवला होता त्यांनीही त्याला तितकंसं महत्त्व दिलं नव्हतं. कारण जर तसं असतं तर मिस हानाओकाला मध्यरात्रीपर्यंत खून झालेल्या ठिकाणी पोहोचण्यासाठी कॅरिओके बारमधून लगेच बाहेर पडावं लागलं असतं. अगदी त्यानंतर तिने खून केला असता तरी तिला सार्वजनिक वाहतूक यंत्रणेच्या माध्यमातून घरी येण्याची कुठलीच सोय नव्हती. थोडेच गुन्हेगार टॅक्सी करून आपल्या गुन्ह्याचा माग मागे सोडतात. अगदी तिने टॅक्सी करायचं ठरवलं असतं तरी तिला नदीच्या काठावर टॅक्सी मिळालीच नसती. तोगाशीचा मृतदेह तिथेच सापडला होता.

शिवाय सायकलचोरीचं प्रकरणही होतंच. सायकल सकाळी दहानंतर चोरीला गेली होती. जर सायकलचोरी हा त्या कटाचा एक भाग असता तर याचा अर्थ त्या वेळी यासुकोला शिनोझाकी स्टेशनवर जावं लागलं

असतं. जर तो तिच्या कटाचा भाग नसता आणि तोगाशीनं स्वतःच त्या वेळेत ती चोरली असती तर त्यामुळे आणखी एक प्रश्न निर्माण होत होता : त्या सायकलची चोरी आणि यासुकोची मध्यरात्री त्याने घेतलेली भेट या दरम्यानच्या वेळात तोगाशी काय करत होता?

आधीसुद्धा या धर्तीवरच्या कार्यकारणभावाच्या प्रश्नांवर काम केल्यामुळे कुसानागीला खून झालेल्या रात्री कॅरिओकेनंतर यासुको काय करत होती याचा पुरावा शोधण्याची गरज वाटत नव्हती. अगदी त्याला तो पुरावा हवा असता तरीही त्याला आता माहीत होतं की, यासुको तो पुरावाही आता देऊ शकत होती. ती सोनोको सुगीमुराशी त्या रात्री फोनवरून बोलली होती.

...आणि हीच गोष्ट त्याला खटकत होती.

''आपण पहिल्यांदा यासुको हानाओकाबरोबर बोललो होतो त्या वेळी तिने आपल्याला काय सांगितलं होतं ते तुला आठवतं का?'' कुसानागीनं अचानकच किशितानीला विचारलं.

''नक्कीच. त्याचं काय?''

''ती खून झालेल्या वेळी कुठे होती याविषय़ी मी तिला विचारल्याचं तुला आठवतं? मी तिला दहा तारखेला ती कुठे होती असं विचारल्याचं तुला आठवतं का?''

''तुम्ही नेमकं कसं विचारलं होतं ते मला आठवत नाही, पण तुम्ही असंच काहीसं विचारलं होतं. होय.''

''आणि तिनं काय म्हटलं होतं? ती त्या दिवशी सकाळी कामावर गेली होती आणि रात्री तिच्या मुलीबरोबर बाहेर गेली होती. त्या दोघी चित्रपटाला गेल्या आणि नंतर त्यांनी रामेनमध्ये खाल्लं आणि मग त्या कॅरिओकेला गेल्या. त्यामुळे त्या रात्री अकरानंतर घरी आल्या होत्या. बरोबर?''

''बरोबरच असल्यासारखं वाटतंय.''

''पण आपण आताच बोललो त्या मामाचं असं म्हणणं आहे की, यासुको त्यानंतर तिच्याशी फोनवरून बोलली होती. खरं तर तिला फारसं महत्त्वाचं काहीही बोलायचं नसतानाही तिने तिला फोन कर, असा मेसेज पाठवला होता. म्हणून त्या मामानं तिला रात्री एकनंतर किंवा त्या सुमारास तिला फोन केला आणि ती तिच्याशी तीस मिनिटं बोलली.''

''मग? त्यात काय झालं?''

''असं बघ, मी तिला ती त्या रात्री काय करत होती याविषयी विचारल्यानंतर तिने त्या फोनबद्दल का सांगितलं नव्हतं?''

''मला असं वाटतं की, तिला ते सांगणं गरजेचं वाटलं नसेल.''

''का वाटलं नाही?'' कुसानागी थांबला आणि त्याच्या कनिष्ठ सहकाऱ्याकडे - कुशितानीकडे त्याने वळून बघितलं. ''जर तिने कोणाला तरी फोन करण्यासाठी तिच्या घरच्या फोनचा वापर केला होता, तर त्या वेळी ती घरातच होती, याचा तो पुरावा होता.''

किशितानीसुद्धा थांबला. त्याने ओठ मुडपले. ''असं असू शकेलही, पण यासुको हानाओकाच्या दृष्टिकोनातून विचार केला तर तिने ती रात्र कशी घालवली होती एवढं सांगणंही पुरेसं होतं. तिने घरी आल्यानंतर काय केलं असं तुम्ही तिला विचारलं असतं तर मी तुम्हाला पैजेवर सांगेन की, तिने तुम्हाला त्या फोनविषयी सांगितलं असतं.''

''तिने काहीही न सांगण्यामागे फक्त हेच एक कारण होतं असं तुला खरंच वाटतं?''

''तुम्हाला आणखीही काही कारण असेल असं वाटतं का? जर ती त्या वेळी घरात नसल्याचा पुरावा लपवत असती तर वेगळी गोष्ट होती. पण तिने तर तुम्हाला त्याविषयी सांगितलं आहे. यावर काम करणं ही थोडीशी विचित्र गोष्ट वाटते.''

कुसानागी त्याच्या सहकाऱ्याकडून दुसरीकडे वळला. त्याचा चेहरा संतापानं फुलला होता. तो तसाच चालत पुढे निघाला. पहिल्या रात्रीसुद्धा हानाओकाच्या दरवाजावर टकटक करण्याच्या आधीपासूनच त्याचा हा कनिष्ठ सहकारी हानाओकाची बाजू घेत होता. अशा माणसाकडून वस्तुनिष्ठ उत्तराची अपेक्षा ठेवणंच चुकीचं होतं.

कुसानागीचं युकावाशी दुपारी झालेलं संभाषण त्याला पुन्हा एकदा आठवलं. त्या भौतिकशास्त्रज्ञानं असं सांगितलं होतं की, इशिगामी यात गुंतलेला होता, मात्र खून पूर्वनियोजन करून करण्यात आला असण्याची शक्यता नव्हती. त्याविषयी तो बराच भावनाविवश झाल्यासारखा दिसत होता. एवढंच नव्हे तर तो त्या मुद्द्यावर ठाम होता.

''जर त्याने कट रचला असता तर त्याने खुनाच्या घटनास्थळी ती नव्हती हे दाखवण्यासाठी कधीच चित्रपटाचा वापर केला नसता,'' युकावानं नमूद केलं होतं.

''त्या चित्रपट बघायला गेल्या होत्या ही गोष्ट न पटणारी आहे, हे त्याच्या लक्षात आलं असतं. तुलाही त्याचा संशय आलाय, त्यावरून हे अगदीच स्पष्ट होतं. इशिगामीला ते समजायला हवं होतं. म्हणूनच इथे आणखी एक मोठा प्रश्न निर्माण होतो. इशिगामीनं यासुको हानाओकाला तोगाशीचा खून करण्यात का मदत केली असेल? त्यामागे असं कोणतं कारण असू शकतं? अगदी तोगाशी तिला त्रास देत असता आणि तिच्या शेजाऱ्याकडे ती मदतीसाठी गेली असती तरीही इशिगामीनं या समस्येवर वेगळा उपाय शोधण्याचा प्रयत्न केला असता. खून हा त्याच्या समोरचा अगदी शेवटचा पर्याय असता.''

''का? तो खून करण्याइतका दुष्ट, क्रूर नाही का?''

युकावानं नकारार्थी मान हलवली. त्याची नजर तशीच थंड होती. ''हा स्वभावाचा प्रश्नच नाही. खून हा कोणत्याही अवघड परिस्थितीतून बाहेर पडण्याचा तर्कनिष्ठ पर्याय नाही. त्यामुळे एका अवघड परिस्थितीतून बाहेर पडून आपण दुसऱ्या अवघड परिस्थितीत अडकतो. अशा प्रकारच्या स्पष्टपणे अनुत्पादक स्वरूपाच्या कुठल्याही प्रकारात इशिगामी अर्थातच अडकलाच नसता,'' त्याने तितक्याच थंड आवाजात सांगितलं. ''पण याचा व्यत्यासही तितकाच खरा आहे. म्हणजे जर एखाद्या सर्वाधिक तर्कनिष्ठ गोष्टीचा एक भाग म्हणून छळ करणं क्रमप्राप्त असेल तर तो छळवादीपणाचं कितीही क्रूर, टोकाचं कृत्यही करू शकतो.''

''मग इशिगामी त्यात सामील असेल असा विचार तू कसा काय करू शकलास?''

''जर तो सामील असेल तर मला असं वाटतं की, त्याने प्रत्यक्ष खून करण्यास साहाय्य केलं नसेल. दुसऱ्या शब्दांत, त्याला नेमक्या परिस्थितीचं भान येईपर्यंत तोगाशी आधीच मरण पावला असावा. मग त्याच्याकडे कुठले पर्याय असणार होते? काय घडलं आहे ते लपवणं. त्याने तो प्रयत्न करून पाहिला असता. जर ते अशक्य असेल तर त्याने त्या प्रकरणाच्या तपासात अडथळे आणण्याचे प्रयत्न केले असते. त्याने यासुको हानाओकाला आणि तिच्या मुलीला त्याविषयीच्या स्पष्ट सूचना दिल्या असत्या. डिटेक्टिव्हच्या

प्रश्नांना कशी उत्तरं द्यावीत आणि कोणत्या वेळी कोणता पुरावा त्यांच्या समोर ठेवावा याविषयी त्याने त्यांना सांगितलं असतं. दुसऱ्या शब्दांत त्याने त्यांना एक स्क्रिप्ट दिलं असतं आणि त्यानुसार त्यांनी अभिनय केला असता.''

याचा अर्थ युकावाच्या म्हणण्यानुसार, यासुको हानाओका आणि मिसातो यांनी त्याला जे जे सांगितलं होतं ते सगळं त्यांनी जे घडलं होतं ते किंवा त्यांच्या स्वतःच्या विचारातून रचलेलं असं काहीच सांगितलं नव्हतं. त्यांनी इशिगामीच्या आदेशांचं पालन केलं होतं. त्यांनी त्यांना निष्कलंक ठरवणारी साक्ष दिली होती, पण त्यासाठी इशिगामीनं त्यांची तयारी करून घेतली होती. तो सूत्रधार होता आणि त्या दोन कळसूत्री बाहुल्यांचा धागा त्याच्या हातात होता. तो त्यांना त्याच्या इशाऱ्यावर नाचवत होता.

त्यात अतिशय शांतपणानं भर घालत तो भौतिकशास्त्रज्ञ पुढे म्हणाला होता की, 'अर्थातच, हा फक्त माझा अंदाज आहे. एकूण परिस्थितीच्या अनुमानावरून मला असं वाटतं की इशिगामी या सगळ्यांत कसा का असेना, पण अडकलेला आहे. आता हे सगळं अनुमानही चुकीचं असू शकेल. खरं तर हे सगळं चुकीचं असावं असंच मला वाटतंय. त्याचा या सगळ्यांशी काहीही संबंध नसावा अशी माझी अगदी मनापासूनची इच्छा आहे.'

युकावानं कुसानागीला हे सगळं सांगितलं होतं त्या वेळी त्याच्या चेहऱ्यावर अतिशय दुःखी, विषण्ण भाव होते. त्यामुळे त्या डिटेक्टिव्हला आपण काहीसे एकाकी पडल्यासारखं वाटलं. कदाचित आपल्या जुन्या मित्राची नुकतीच पुनर्भेट झाल्यानंतर लगेच त्याला गमवावं लागेल की काय, अशी धाकधूक वाटल्यामुळे युकावा नाराज आणि इतका दुःखी झाला असावा.

मात्र तरीही इशिगामी या सगळ्या प्रकरणात अडकला असावा असं आपल्याला का वाटतं, यामागचं कारण युकावानं मुळातच कुसानागीला बिलकूल सांगितलं नव्हतं. इशिगामीच्या हृदयात यासुकोला स्थान होतं, त्याचं तिच्यावर आत्यंतिक प्रेम होतं, हे कसं कोण जाणे, पण त्याला समजलं होतं. पण त्याच्या या सिद्धांताला दुजोरा देणारा कुठलाच पुरावा त्याच्याकडे नव्हता.

तरीही कुसानागीचा युकावाच्या निरीक्षण-कौशल्यांवर आणि तर्कशक्तीवर जबरदस्त विश्वास होता. युकावानं एखादी गोष्ट अशी आहे असं सांगितलं की, त्याने कुठलाही पुरावा दिला नसला तरी कुसानागी त्याच्या

म्हणण्यावर डोळे झाकून विश्वास ठेवत होता. त्यामुळेच क्लब मॅरियनमध्ये कुसानागीनं जे काही ऐकलं होतं ती गोष्ट जास्तच रोचक होत होती.

दहा मार्चला ती अकरानंतर घरीच होती, हे दर्शवणारा तो फोनचा पुरावा यासुकोनं त्यांना आधीच का सांगितला नव्हता? जर तिने खून करून, खून झालेल्या वेळी ती दुसरीकडे कुठे तरी असल्याचे पुरावे तयार केले असते तर तिला ते पुरावे त्यांना शक्य तितक्या लवकर सांगून टाकण्याची घाई झाली असती. पण इशिगामीनं त्यांना ते सांगू नयेत अशी सूचना दिली असती, तरच तसं झालं नसतं. त्या वेळी जितकं आवश्यक असेल तितकंच सांगावं अशी सूचनाही त्याने त्यांना दिली असावी.

युकावानं आणखीही एक शेरा मारला होता, तो कुसानागीला आठवला. खरं तर त्या वेळी त्याने त्या प्रकरणात फारशी रुचीही घेतली नव्हती. यासुको हानाओकाला त्या चित्रपटाच्या माहितीपुस्तकात फाडलेली तिकिटं सापडली असं कुसानागीनं युकावाला सांगितल्यानंतर त्याने काय बरं म्हटलं होतं?

> *''जर खून झालेल्या वेळी आपण घटनास्थळी नसल्याचा पुरावा म्हणून खरोखरच तिकिटं खरेदी करण्यात आली असती, तर ज्या वेळी तू चौकशी करशील त्या वेळी ती तुला सहज मिळाल्यासारखं भासवून देता यावीत म्हणून तिने ती जाणूनबुजून माहितीपुस्तिकेत ठेवली असती. असं असेल तर ती एक भयावह प्रतिस्पर्धी आहे, असं मी म्हणेन.''*

नुकतेच सहा वाजून गेले होते आणि यासुको तिचा ॲप्रन काढून निघणारच होती. तेवढ्यात एका ग्राहकानं बेन्तेन तेमध्ये प्रवेश केला. तिने स्मित केलं आणि नेहमीच्या शिरस्त्याप्रमाणे 'हॅलो'ही म्हटलं. परंतु ज्या वेळी तिने त्या माणसाचा चेहरा पाहिला, त्या वेळी ती थोडीशी बिचकली, गोंधळून गेली. तो चेहरा तिच्या ओळखीचा होता. पण ती त्याला चांगलं ओळखत नव्हती. – बरोबर, तो इशिगामीचा मित्र होता.

''मला ओळखलं का?'' त्याने उत्साहानं विचारलं. ''मी आधीही मिस्टर इशिगामीसोबत इथे आलो होतो.''

''अं...होय, होय. मला आठवतंय,'' यासुको म्हणाली. तिच्या चेहऱ्यावरचं स्मित आणि संयम पुन्हा परतला होता.

''मी काही कामासाठी इकडे आलो होतो. तुमच्या जेवणाच्या डब्याची आठवण झाली, म्हणून इकडे आलोय. त्या दिवशीचं तुमच्या डब्यातील जेवण खूपच स्वादिष्ट होतं.''

''हे ऐकून खरोखरच बरं वाटलं.''

''मला वाटतं आजही मला तुमच्याकडचा....ठीक आहे, तो स्पेशल डबा द्या. इशिगामी नेहमी हाच डबा घेतो हे मला माहीत आहे. पण गेल्या वेळी तुमच्याकडचा तो डबा संपला होता. आज आहे की नाही?''

''आहे ना, आज तो डबा देण्यात काहीच अडचण नाही,'' यासुको म्हणाली आणि तिने स्वयंपाकघरात तशी ऑर्डर दिली. त्यानंतर तिच्या ॲप्रनच्या नाड्या तिने सोडल्या.

''तुम्ही आता घरीच निघाला आहात ना?''

''होय. मी संध्याकाळी सहापर्यंत काम करते.''

''अच्छा. म्हणजे आता तुमच्या अपार्टमेंटकडे तुम्ही जाणार आहात?''

'होय.'

''मग मी तुमच्या सोबत थोडा वेळ आलो तर तुमची काही हरकत नाही ना? मला तुमच्याशी काही तरी बोलायचं आहे.''

''बोलायचं आहे? माझ्याशी?''

''होय...म्हणजे मला खरं तर तुमचा सल्ला हवा आहे, असं मी म्हटलं पाहिजे. मला इशिगामीविषयी बोलायचं आहे.''

यासुको अस्वस्थ झाली. ''अं...मला माफ करा, पण मी प्रत्यक्षात मिस्टर इशिगामींना फारसं ओळखतही नाही.''

''मी तुमचा बिलकूल जास्त वेळ घेणार नाही. आपण चालता चालताच बोलू,'' तो म्हणाला. त्याचा आवाज हळुवार होता, पण त्याचे शब्द ठाम होते.

''मग ठीक आहे. आपण थोडंसंच बोलणार आहोत असं मी समजते,'' यासुकोनं उत्तर दिलं. त्या परिस्थितीतून सहजपणे बाहेर पडण्याचा दुसरा मार्ग तिला दिसत नव्हता.

त्या माणसानं आपलं नाव युकावा असल्याचं सांगितलं आणि आपली ओळख करून देताना तो इशिगामी शिकलेल्या विद्यापीठात साहाय्यक प्राध्यापक असल्याचंही सांगितलं.

त्यानंतर थोड्याच वेळात युकावाचा जेवणाचा डबा आला आणि ते दोघंही दुकानातून बाहेर पडले. यासुको नेहमीप्रमाणेच तिच्या सायकलवर बसली. पण नंतर ते दोघंही रस्त्यावर आल्यानंतर तिने सायकल हातात घेतली आणि ती त्याच्या सोबत चालू लागली. तेवढ्यात युकावा म्हणाला, ''थांबा, सायकल मी घेतो,'' त्याने तिची सायकल हातात धरली आणि ती ढकलत तो तिच्या सोबत चालू लागला.

''म्हणजे तुम्ही कधीही इशिगामीशी जास्त बोलला नाहीत का?''

''नाही. फारसं नाही. ते दुकानात येतात त्या वेळी एक-दोन शब्द बोलले जातात तेवढंच.''

'अस्सं,' तो म्हणाला आणि एकदम गप्प झाला.

''तुम्हाला कशाबद्दल तरी सल्ला हवा होता, असं तुम्ही म्हणाला होतात?'' यासुकोनं म्हटलं. तिच्या मनातील तणाव वाढत चालला होता.

पण युकावानं काहीच उत्तर दिलं नाही. यासुकोची अस्वस्थता वाढतच गेली आणि अचानकच तिची छाती भरून आल्यासारखं झालं आणि नंतर तो तणाव तिच्या खांद्यांपर्यंत पोहोचला. तिचे खांदे दुखत असल्याचं तिला जाणवलं. त्यानंतर तो अखेरीस म्हणाला, ''इशिगामी हा साधा माणूस आहे.''

'काय?'

''तो - म्हणजे इशिगामी साधा आहे. पण म्हणजे तो मूर्ख आहे असं मला म्हणायचं नाही. तो स्पष्टवक्ता आहे, अगदी थेट बोलणारा आहे. त्याच्या कामाच्या बाबतीत निर्माण होणाऱ्या अडचणींवर तो अतिशय सोपे उपाय शोधतो. एकदम अनेक उत्तरं शोधण्यासाठी तो त्याची गणिती समस्या सोडवण्यास सुरुवात करत नाही. तो जे काही करतो त्यात तो त्याच्या अतिशय साध्या दृष्टिकोनातून विचार करतो. तो कधीही द्विधा मनःस्थितीत नसतो. त्यामुळे तो कधीच डळमळीतपणे विचार करत नाही. शिवाय कितीही अडथळे आले तरी तो समस्या सोडवणं सोडून देत नाही. ही गोष्ट गणिताचा विचार करताना अतिशय उत्तम असते, पण दैनंदिन जीवनातील समस्यांच्या बाबतीत ती तितकीशी उत्तम नसते. तुम्ही फक्त एकच निकाल किंवा परिणाम मिळावा म्हणून प्रत्येक कृती करू शकत नाही. तुमच्या

कृतीमधून अनेक परिणाम प्राप्त होतात किंवा काहीच निष्पन्न होत नाही. पण तरीही तो नेहमी सातत्यानं एकच कृती करत राहतो आणि कितीही प्रयत्न केले तरी त्याच्या हाती काहीच लागत नाही.''

''मिस्टर युकावा, मला...''

''मला माफ करा, मी फारसं स्पष्ट बोललो नाही, हे माझ्या लक्षात आलंय,'' चेहऱ्यावर कसंबसं स्मित आणत युकावा म्हणाला. ''तुमच्या सध्याच्या अपार्टमेंटमध्ये तुम्ही राहायला गेला होतात, त्या वेळी तुम्ही इशिगामीकडे गेला होतात का?''

''होय. मी शेजाऱ्यांना भेटायला गेले, त्या वेळी त्यांच्याकडेही गेले होते.''

''त्या वेळी तुम्ही खानावळीत काम करता असं त्याला सांगितलं होतं का?''

''होय. मी ते सांगितलं होतं. पण तुम्ही हे का विचारत आहात?''

''मला वाटतं की, तेव्हापासूनच तो बेन्तेन तेमध्ये वरचेवर येऊ लागला असावा...''

''मला वाटतं की, होय- तसंच असावं.''

''तुम्ही त्याच्याशी फारसं बोलत नव्हतात हे मला माहीत आहे, पण त्याने काही म्हटल्याचा तुमच्यावर प्रभाव पडला आहे का? थोडासा तरी?''

यासुको गोंधळली होती. तिला असा काही प्रश्न विचारला जाईल याची कल्पनाही नव्हती.

''पण तुम्हाला हे सगळं का जाणून घ्यायचं आहे? जर मला ते समजलं तर मी तुम्हाला जास्त चांगला सल्ला देऊ शकेन.''

'हं...' युकावानं ते चालत असताना तिच्याकडे तिरप्या नजरेनं पाहिलं.

''कारण तो माझा मित्र आहे. माझा अतिशय महत्त्वाचा मित्र आहे आणि आता अलीकडे तो कसा आहे, कसा वागतो ते मला हवं आहे.''

''आम्ही खूपच थोडंसं बोलतो. त्यामुळे मी फारसं काही सांगू शकणार नाही.''

''पण तरीही तुमच्याशी असलेला त्याचा तेवढासा संपर्कही त्याच्या दृष्टीनं खूप आहे. तुम्हाला वाटतो, त्याहून किती तरी जास्त महत्त्वाचा आहे. असं का आहे हे तुम्हाला समजलं असेल असं मला वाटतं.''

यासुकोनं त्याच्याकडे पाहिलं. त्याच्या नजरेत अतिशय गंभीर भाव होते. त्यामुळे तिच्या अंगावर काटा आला. इशिगामीला तिच्यात रुची असल्याचं या माणसाला माहीत होतं हे तिच्या लक्षात आलं आणि हे सगळं का सुरू झालं होतं ते त्याला जाणून घ्यायचं होतं.

यासुकोनं याविषयी कधीच क्षणभरसुद्धा विचार केला नव्हता हे त्या वेळी तिच्या लक्षात आलं. अनेक वर्षांच्या अनुभवावरून तिला माहीत होतं की, बघताक्षणीच प्रेमात पडावं असं तिचं सौंदर्य नव्हतं. पण तिच्या सौंदर्यात काही तरी खास गोष्ट नक्कीच होती.

तिने नकारार्थी मान हलवली आणि ती म्हणाली, ''मला माफ करा, पण मी कशाचाच विचार करू शकत नाही. खरं तर आम्ही जेमतेम हाताच्या बोटांवर मोजता येईल इतक्या वेळाच बोललो आहोत.''

'अस्सं,' युकावानं त्याचा आवाज हळुवार करत म्हटलं. ''यालाही खास अर्थ आहे असं मला वाटतं. नाही का?'' त्यानंतर इशिगामीचा मित्र स्वतःविषयीच बरंचसं सांगत राहिला. त्यानंतर तो पुन्हा तिच्याकडे वळला आणि त्याने विचारलं, ''तुम्हाला त्याच्याविषयी काय वाटतं?''

'काय?'

''त्याला तुमच्यात रुची असल्याचं तुमच्या नक्कीच लक्षात आलं असेल ना? तुम्हाला त्याच्याविषयी काय वाटतं?''

तो प्रश्न इतका थेट होता की, यासुको आश्चर्यानं थक्क झाली. त्या प्रश्नावर आपण फक्त संकोच दर्शवत हसावं असं तिला वाटून गेलं, पण या संभाषणात ते चालून गेलं नसतं असं तिला वाटलं. ''मला वाटतं की, मला त्यांच्याविषयी नेमकेपणानं असं काहीच वाटत नाही. म्हणजे ते चांगली व्यक्ती आहेत याची मला खात्री आहे आणि ते हुशार असल्यासारखेही वाटतात.''

''म्हणजे तुम्ही त्यांना ओळखता तर.'' युकावा चालता चालता थांबला.

''नाही. मला त्यांच्याविषयी जितकं माहीत आहे त्यावरून मी त्यांना 'ओळखते' असं म्हणता येणार नाही.''

त्याने मान डोलावली. ''ठीक आहे. तुमचा वेळ घेतल्याबद्दल माफ करा,'' युकावानं तिची सायकल तिच्याकडे दिली. ''इशिगामीला मी आठवण काढली होती, म्हणून सांगा,'' तो म्हणाला.

''पण मला ते कदाचित भेटू शकणार नाहीत...''

पण युकावानं फक्त स्मित करून मान डोलावली आणि तो तिथून वळून चालू लागला.

यासुकोनं त्याला तिथून जाताना पाहिलं आणि फक्त चालता चालता निघून जाण्याची क्रियासुद्धा एखादी व्यक्ती किती जरब बसवणाऱ्या पद्धतीनं करू शकते असा विचार तिच्या मनात आल्यावाचून राहिला नाही.

चौदा

दुःखीकष्टी चेहऱ्यांच्या त्या रांगेकडे पाहत इशिगामी तसाच बसून राहिला होता. त्यांच्यापैकी काही जण तर दुःखाच्याही पलीकडे पोहोचल्यासारखे वाटत होते. ते स्वतःच अक्षरशः मूर्तिमंत दुःख असल्यासारखे वाटत होते. इतर काही त्यांच्याही पुढे गेले होते आणि त्यांनी पूर्णपणे शरणागती पत्करली होती. त्या खिन्न, उदास वर्गातील मोरिओका या मुलानं तर त्याची चाचणीची प्रश्नपत्रिका हातात पडल्यानंतर तिच्याकडे एकदाही नजर टाकली नव्हती. तो भकास नजरेनं खिडकीच्या बाहेर बघत बसला होता. शाळेच्या इमारतींच्या वरच्या भागावर पसरलेल्या भल्या मोठ्या आकाशाच्या निळ्या पट्ट्याकडे तो एकटक बघत बसला होता. त्याने एका हातानं डोकं गच्च दाबून धरलं होतं. आपण इथे वेळ घालवत बसलो नसतो तर कशी मोटारसायकल चालवली असती याचा बहुधा मोरिओका विचार करत असावा.

शाळेला सुट्टी लागली होती आणि बहुतांश मुलं आधीच वसंत ऋतूतील सुट्टीचा आनंद लुटत होती. फक्त विद्यार्थ्यांच्या या गटालाच अडथळ्यांची शर्यत पार करून पुढच्या वर्गात जाता येत नव्हतं. वार्षिक परीक्षेनंतर नापास विद्यार्थ्यांसाठी घेण्यात आलेल्या या मेक-अप परीक्षेतही अनेक विद्यार्थ्यांना उत्तीर्ण होता आलं नव्हतं. त्यामुळे त्यांच्यावर वर्गात आणखी काही वेळ शिकत राहण्याची वेळ आली होती. या खास वर्गात इशिगामीचे तीस

विद्यार्थी होते. इतर कुठल्याही विषयात नापास झालेल्या विद्यार्थ्यांच्या तुलनेत हा आकडा बराच मोठा होता. त्यांनी जादा तासांना येऊन काम केल्यानंतरही त्यांच्यासाठी आणखी एक चाचणी शिल्लक राहिलीच होती. ती री-मेक-अप चाचणी होती.

इशिगामी चाचणीसाठी प्रश्न काढत असताना मुख्याध्यापक तिथे आले आणि थोडा वेळ थांबले. इशिगामी मुलांसाठी फार अवघड प्रश्न काढत नाही ना, याची त्यांनी खात्री करून घेतली.

ते म्हणाले, ''खरं सांगायचं तर मला असं बोलायला आवडत नाही, पण सध्या ही चाचणी म्हणजे फक्त एक औपचारिकता आहे. उत्तीर्ण होण्याइतके गुण नसलेल्या मुलांना आपण पुढच्या वर्गात जाऊ देऊ शकत नाही. तुम्हालाही या अतिरिक्त चाचण्या घ्यायला आवडत नाहीत हे मला माहीत आहे. खरं ना? शिवाय तुमच्या चाचण्या सुरुवातीपासूनच खूपच अवघड असल्याच्या तक्रारीही आमच्याकडे आल्या आहेत. फक्त प्रत्येक जणच उत्तीर्ण होईल याची खात्री करून घ्या. ठीक आहे?''

त्याने काढलेले चाचणीसाठीचे ठरावीक प्रश्न अवघड होते असं इशिगामीला वाटत नव्हतं. खरं तर ते साधे होते. त्याने वर्गात शिकवलेल्या गणितांवरचेच ते प्रश्न होते. अगदी अर्धवट बुद्धिमत्ता असलेल्या आणि गणिती तत्त्वांचं प्राथमिक ज्ञान असलेल्या कोणालाही ते सोडवता आले असते. त्याने फक्त त्या गणिती समस्यांचं स्वरूप बदललं होतं इतकंच. अर्थातच पाठ्यपुस्तकातील गणितं उचलून ती तशीच्या तशी देणं हे सोपं काम होतं. तरीही जे विद्यार्थी फक्त उत्तरं लक्षात ठेवण्याचे प्रयत्न करत होते आणि ज्यांनी बिलकूलच लक्ष दिलं नव्हतं, त्यांना प्राथमिक स्वरूपाची गणितंही खूपच आव्हानात्मक वाटत होती.

त्यामुळे या वेळी मुख्याध्यापकांच्या सूचनेनुसारच इशिगामीनं प्रश्नपत्रिका काढली होती. त्याने विद्यार्थ्यांना सरावासाठी दिलेल्या वह्यांमधील प्रश्नच सरळसरळ उचलले होते आणि तेच प्रश्नपत्रिकेत टाकले होते. अगदी थोडासाच अभ्यास केलेल्या कोणालाही ते अगदी सहज सोडवता आले असते.

मोरिओकानं एक मोठी जांभई दिली आणि त्याच्या मनगटावरच्या घड्याळावर नजर टाकली. त्यानंतर त्याची इशिगामीशी नजरानजर झाली. इशिगामीला मोरिओकानं त्याची नजर टाळून दुसरीकडे बघावं अशी अपेक्षा होती, पण त्याऐवजी मोरिओकानं तोंड वेडंवाकडं केलं आणि डोक्यावर

दोन्ही हात घेऊन आळस दिल्याप्रमाणे ताणले. जणू काही त्याला किती गुण मिळणार होते ते त्याला आधीच कळलं असावं असा त्याचा आविर्भाव होता.

इशिगामीनं त्याच्याकडे बघून हसण्याचा प्रयत्न केला. मोरिओकानं आश्चर्यानं पाहिलं आणि नंतर तोही हसला. त्यानंतर तो पुन्हा खिडकीतून तसाच बाहेर बघत बसला.

त्याने इशिगामीला डिफरन्शिअल आणि इंटिग्रल कॅल्क्युलस शिकून काय भलं होणार आहे, असं विचारलं होतं, ते त्या वेळी इशिगामीला आठवलं. त्या वेळी इशिगामीनं मोटारसायकलच्या उदाहरणाचा वापर केला होता, पण ते त्या मुलाच्या डोक्यात शिरलं असेल का, त्याविषयी इशिगामीला शंकाच वाटत होती. एखाद्याला एखादी गोष्ट का शिकावी लागते असा प्रश्न निर्माण होणं ही नैसर्गिक गोष्ट होती. एकदा या प्रश्नांचं उत्तर दिलं गेलं की, नंतर शिकण्याविषयीचं एक वस्तुनिष्ठ उद्दिष्ट तयार होतं. त्यानंतर गणिताचं खरं स्वरूप समजून घेण्याच्या मार्गाकडे ते घेऊन जातं.

पण तरीही अनेक शिक्षक आपापला विषय शिकण्याची का गरज आहे, त्याची समर्पकता विद्यार्थ्यांना समजावून सांगणं टाळतात. 'नाही, तसं नसेल,' इशिगामीनं विचार केला. 'कदाचित त्यांना स्वतःलाच या प्रश्नाचं उत्तर माहीत नसेल आणि त्यामुळे त्यांना ते देता येत नसेल.' आपल्या विषयाला समजून न घेताच ते कदाचित तो विषय शिकवत असतील. फक्त नेमून दिलेला अभ्यासक्रम शिकवत राहत असतील. मुलांना ठरलेल्या गोष्टी शिकवण्याच्या पाट्या टाकल्या की, त्यांना परीक्षेत उत्तीर्ण होण्याइतके गुण मिळतात आणि ती पुढच्या वर्गात जातात. त्यामुळे मागच्या वर्गातील मुलांकरिता वरच्या वर्गातील जागा मोकळ्या होतात, इतकाच दृष्टिकोन ते बाळगत असावेत. मोरिओकासारख्या मुलानं विचारलेले प्रश्न म्हणजे दुसरंतिसरं काही नसून अशा शिक्षकांविषयीचा त्यांचा संतापच होता.

"मी इथे काय करतोय?" इशिगामीच्या मनात विचार आला. अर्थातच हा विचार त्याच्या मनात पहिल्यांदाच आला नव्हता. मुलांना गणिताच्या चाचण्या सोडवायला देऊन त्यांना गुण देणं याचा गणिताच्या खऱ्या अर्थाशी काहीही संबंध नव्हता. त्याला काहीच अर्थ नव्हता. ते गणित नव्हतं आणि ते खरं म्हणजे शिक्षणही नव्हतंच.

इशिगामी उठला आणि त्याने दीर्घ श्वास घेतला. "तुमच्या चाचणीच्या उत्तरपत्रिका तुम्ही जितक्या लिहिल्या किंवा बघितल्या असतील तेवढंच खूप

झालं.'' त्याने वर्गावरून नजर फिरवली. ''तुमच्याकडच्या उत्तरपत्रिका तुम्ही आता उलटवा आणि त्यांच्या मागच्या बाजूच्या मोकळ्या जागेत तुम्हाला आता सध्या जे वाटतंय, तुम्ही जो काही विचार करत असाल ते लिहून काढा,'' तो म्हणाला.

वर्गातील मुलांच्या चेहऱ्यावर गोंधळ माजल्याचं दिसलं. वर्गात कुजबुज सुरू झाली. ''आपण काय विचार करतोय ते? म्हणजे काय?''

''तुम्हाला गणिताविषयी नेमकं काय वाटतंय ते तुम्ही लिहून काढावं असं मला वाटतंय. नाही, तुम्हाला गणिताविषयी काहीही वाटत असेल तरी तुम्ही ते लिहा. तुम्ही जे लिहाल त्यावरून तुम्हाला ग्रेड दिल्या जातील.''

वर्गातील सगळ्यांचे चेहरे उजळले.

''तुम्ही आम्हाला कुठल्या ग्रेड देणार आहात?'' एका मुलानं विचारलं.

''तुम्ही काय लिहिणार आहात त्यावर ते अवलंबून असेल. तुम्हाला खरोखरच गणित झेपत नसेल तर निदान त्याबद्दल तरी तुम्ही काही तरी लिहावं असं मला वाटतं,'' इशिगामी पुन्हा एकदा त्याच्या खुर्चीवर बसत म्हणाला.

प्रत्येक विद्यार्थ्यानं उत्तरपत्रिका उलटली. मोरिओकासह काहींनी तत्काळ लिहायला सुरुवात केली.

''मी त्या सगळ्यांनाच आता उत्तीर्ण करू शकेन,'' इशिगामीच्या मनात विचार आला आणि त्याला दिलासा मिळाला. रिकाम्या उत्तरपत्रिकेला गुण देणं शक्यच नव्हतं. त्यांनी काही ना काही लिहिलं असतं तरच तो त्यांना गुण देऊ शकला असता. मग त्याला ज्या योग्य वाटल्या असत्या त्या ग्रेड त्याने त्यांना दिल्या असत्या. मुख्याध्यापकांना याचं थोडंसं आश्चर्य वाटलं असतं, पण इशिगामीनं मुलांना उत्तीर्ण करण्यासाठी आवश्यक असलेल्या ग्रेड दिल्याबद्दल त्यांनी तक्रार तर मुळीच केली नसती.

घंटा झाली. याचा अर्थ परीक्षा संपली होती. काही मुलांनी आणखी थोडा वेळ मागितल्यामुळे इशिगामीनं त्यांना आणखी काही मिनिटांचा वेळ दिला.

ते सगळं झाल्यानंतर त्याने उत्तरपत्रिका गोळा केल्या आणि तो वर्गात निघून गेला. दरवाजा बंद झाल्यानंतर त्याच्या कानांवर त्या खोलीतील संभाषण पडलं. तिथे अगदी दिलासा मिळाल्याचे आवाज आणि चीत्कार ऐकू येत होते.

शिक्षकांच्या खोलीत गेल्यानंतर त्याला तिथे कार्यालयातील एक शिपाई त्याची वाट बघत उभा असल्याचं दिसलं.

''मिस्टर इशिगामी? तुम्हाला भेटायला कोणी तरी आलंय.''

''मला भेटायला?''

तो शिपाई त्याच्याकडे आला आणि त्याच्या कानात कुजबुजला, ''मला वाटतंय की, ते पोलीस खात्यातील डिटेक्टिव्ह असावेत.''

इशिगामीनं उसासा टाकला.

''आता तुम्ही काय करणार आहात?'' त्या कर्मचाऱ्यानं त्याच्याकडे रोखून बघत विचारलं.

''मी काय करणार आहे? ते माझी वाट पाहतायत ना?''

''होय. पण तुम्ही कंटाळला होतात आणि घरी गेला आहात असं मी त्यांना सांगू शकेन.''

इशिगामी हसला. ''नाही. त्याची काहीच गरज नाही. ते कुठे आहेत?''

''पालकांच्या बैठकीच्या खोलीत.''

''मी तिकडेच जातो,'' चाचणीच्या उत्तरपत्रिका आपल्या पिशवीत कोंबून इशिगामी त्या खोलीकडे निघाला. त्याने घरी गेल्यावर मुलांना ग्रेड द्याव्यात असा विचार केला.

तो शिपाई त्याच्या पाठोपाठ जाऊ लागला, पण इशिगामीनं त्याला म्हटलं, ''ठीक आहे, तू नीघ. मी एकटाच जातो.''

त्या शिपायाला नेमकं काय हवं होतं ते त्याला चांगलंच माहीत होतं. त्याला डिटेक्टिव्ह तिथे का आले होते हे हवं होतं. म्हणूनच त्याने त्या डिटेक्टिव्हला तिथून घालवून देता येईल असं सांगितलं होतं. त्यामुळे इशिगामीनं त्याला ते तिथे का आले होते, याविषयी काही तरी सांगावं अशी त्याची अपेक्षा होती.

इशिगामीच्या अपेक्षेप्रमाणेच तिथे डिटेक्टिव्ह कुसानागी त्याची वाट पाहत बसला होता.

''तुम्हाला इथे शाळेत येऊन त्रास द्यावा लागतोय, त्याबद्दल माफ करा,'' कुसानागी उभा राहिला आणि त्याने किंचित झुकून म्हटलं.

''मी वसंत ऋतूंच्या सत्रात सहसा इथे नसतोच. तुम्हाला मी नेमका इथे असल्याचं समजलं याचं मला आश्चर्य वाटतंय,''

''मी पहिल्यांदा तुमच्या अपार्टमेंटमध्येच गेलो होतो. पण तुम्ही तिथे नव्हतात. तुम्ही बाहेर आहात तर शाळेत असाल असं वाटल्यामुळे मी शाळेत फोन केला. त्यांनी तुम्ही कसली तरी मेक-अप टेस्ट घेत आहात असं सांगितलं. तुम्हाला वसंत ऋतूत अशा मेक-अप टेस्ट घ्याव्याच लागतात का?''

''आमचं ठीक आहे. पण विद्यार्थ्यांच्या दृष्टीनं त्या नक्कीच जास्त वाईट असतात. आज तर मेक-अप टेस्टही नव्हती. आज री-मेक-अप टेस्ट होती.''

''तुम्ही मला काहीच सांगू नका. तुम्हाला तुमच्या चाचण्यांमध्ये कठीण प्रश्न द्यायला आवडत असतील असा माझा अंदाज आहे.''

''तुम्ही असं का म्हणता बरं?'' इशिगामीनं त्या डिटेक्टिव्हच्या डोळ्यांत रोखून पाहत विचारलं.

''काही नाही. सहजच वाटलं.''

''खरं म्हणजे ते प्रश्न अवघड नसतात. फक्त मी ज्या जागी इतरांचं लक्ष जात नाही अशा जागा, म्हणजे इंग्रजीत ज्याला ब्लाइंड स्पॉट्स म्हणतात त्यांची निवड करतो आणि त्यांवर प्रश्न विचारतो. विद्यार्थ्यांना तेच खूप वाटतं.''

''ब्लाइंड स्पॉट्स?''

''उदाहरणार्थ, मी त्यांना भूमितीतील गणित भासावं असा प्रश्न देतो, पण प्रत्यक्षात ते बीजगणितातील गणित असतं. जर त्यांनी फक्त त्यांना दिलेली गणितं आठवून पाहिली तर...'' इशिगामी अचानकच बोलायचा थांबला आणि त्या डिटेक्टिव्हसमोर बसला. ''मला माफ करा. तुम्ही इथे हायस्कूलच्या गणिताच्या विषयावर बोलायला आला नाहीत. मला सांगा, तुम्ही इथे का आला आहात?''

''खरं तर फारसं महत्त्वाचं असं काहीच नाही,'' कुसानागी म्हणाला. त्यानंतर त्याने त्याच्या खिशातून नोटपॅड बाहेर काढलं. ''मला फक्त त्या रात्रीविषयी तुम्हाला पुन्हा एकदा थोडंसं विचारायचं आहे.''

''ती रात्र म्हणजे काय...कुठली रात्र?''

"दहा मार्चची रात्र," कुसानागी म्हणाला. "त्या दिवशी ती घटना घडली होती, हे तुमच्या लक्षात असेल असं मला वाटतं."

"म्हणजे अराकावा नदीजवळ सापडलेल्या त्या मृतदेहाविषयी तुम्ही बोलताय का…?"

"अराकावाजवळ नव्हे. जुन्या एदोगावाजवळ," कुसानागीनं क्षणभराचाही वेळ न दवडता त्याचं बोलणं दुरुस्त केलं. "मी आणि माझा साहाय्यक असे आम्ही दोघे तुम्हाला मिस हानाओकाविषयी प्रश्न विचारायला आलो होतो ते तुम्हाला आठवतच असेल. त्या रात्रीची काही विशिष्ट घटना किंवा तपशील तुम्हाला आठवत होता का असं आम्ही तुम्हाला विचारलं होतं."

"होय. मला ते आठवतंय आणि मी तुम्हाला असं सांगितलं होतं की, मला त्या दिवशी असं काहीही वेगळं घडल्याचं आठवत नाही."

"बरोबर. तुम्ही असंच सांगितलं होतं. तुम्ही कृपा करून माझ्यासाठी आणखी थोडं तपशीलवार आठवून पाहू शकाल का?"

"तुम्हाला काय म्हणायचं आहे? ज्या वेळी काहीही घडलेलं नसतं, त्या वेळी काही तरी आठवण्याचा प्रयत्न करणं अवघड असतं."

"बरोबर. पण मला आता जे शोधायचं आहे किंवा मी जे काही शोधण्याचा प्रयत्न करतोय त्या गोष्टीकडे त्या वेळी तुमचं कदाचित लक्ष गेलं नसेल. पण आता पुन्हा विचार केल्यानंतर तुमच्या ते लक्षात आलं तर कदाचित तुम्ही आम्हाला एखादा मूल्यवान पुरावा देऊ शकाल. त्या संध्याकाळीविषयीचा तुम्हाला शक्य असेल तितका बारीकसारीक तपशील तुम्ही मला सांगू शकाल का? त्या तपशिलाचा अगदी त्या घटनेशी काहीही संबंध नसला तरी हरकत नाही."

"ठीक आहे. माझ्या लक्षात आलं," इशिगामी मान खाजवत म्हणाला.

"आता त्याला बरेच दिवस उलटून गेलेत, त्यामुळे तुम्हाला त्या दिवसाची आठवण करून देण्यास कदाचित मदत होऊ शकेल अशा काही गोष्टी मी तुम्हाला सांगतो." कुसानागीनं इशिगामीसमोर दहा मार्चच्या त्याच्या कामाच्या वेळापत्रकाचा तक्ता ठेवला. त्यात त्याने त्या दिवशी ज्या वर्गांना शिकवलं होतं त्यांचा तपशील आणि त्याच्या कामाचं वेळापत्रक होतं.

त्याने नक्कीच ही माहिती कार्यालयाकडून मिळवली असणार हे इशिगामीच्या लक्षात आलं. ''यामुळे तुम्हाला काही आठवतं का?'' त्या डिटेक्टिव्हनं स्मित करत विचारलं.

त्या तक्त्यावर नजर टाकल्याबरोबर तो डिटेक्टिव्ह काय शोधू पाहत होता ते इशिगामीच्या लक्षात आलं. तो यासुको हानाओकासाठी तिथे आला नव्हता. खून झालेल्या दिवशी इशिगामी घटनास्थळी नव्हता, याचा पुरावा शोधण्यासाठी तो तिथे आला होता. पोलिसांनी अचानकच त्यांची नजर त्याच्याकडे का वळवली होती, हे इशिगामी निश्चितपणे सांगू शकत नसला तरी याचा कोणत्या ना कोणत्या प्रकारे युकावाच्या विचित्र वर्तनाशी संबंध असावा असं त्याला वाटू लागलं.

काहीही झालं तरी हा डिटेक्टिव्ह इशिगामी त्या दिवशी कुठे होता हे शोधण्यासाठीच तिथे आला होता. इशिगामीनं मन स्थिर केलं. तो खुर्चीवर ताठ बसला आणि म्हणाला, ''मी त्या दिवशी जुदो टीमचा सराव संपल्यानंतर म्हणजे संध्याकाळी सातच्या सुमारास घरी गेलो. मी हे तुम्हाला आधीसुद्धा सांगितलं आहे, असं मला वाटतं.''

''होय खरोखरच तुम्ही सांगितलंय, म्हणजे त्यानंतर संपूर्ण वेळ तुम्ही तुमच्या अपार्टमेंटमध्येच होतात का?''

''ठीक आहे. बहुधा मी होतो. होय,'' इशिगामी म्हणाला. त्याने जाणीवपूर्वक त्याचे शब्द संदिग्ध ठेवले होते. त्यावर कुसानागी कसा प्रतिक्रिया व्यक्त करतो ते त्याला पाहायचं होतं.

''त्या रात्री अपार्टमेंटमध्ये कोणीही आलं नव्हतं? किंवा तुम्हाला कोणी फोन केला नव्हता का?''

इशिगामीनं भुवई उंचावली. ''कोणाच्या अपार्टमेंटमध्ये? मिस हानोओकाच्या?''

''नाही. तुमच्या.''

'माझ्या?'

''याचा आमच्या तपासाशी काय संबंध आहे असं तुम्हाला वाटत असेल आणि ते स्वाभाविकही आहे. माझ्यावर विश्वास ठेवा. आम्ही तुमची चौकशी करत नाही. आम्ही फक्त त्या रात्री यासुको हानाओकाच्या जवळपास घडलेल्या प्रत्येक गोष्टीचा माग काढण्याचा प्रयत्न करत आहोत. बस्स एवढंच!''

'किती लंगडं समर्थन देतोय,' इशिगामीनं विचार केला. आपण काय करत आहोत ते इशिगामीला समजलंय, हे त्या डिटेक्टिव्हला माहीत होतं आणि तरीही त्याला त्याची पर्वा नव्हती.

''त्या रात्री मला कोणीही भेटायला आलं नव्हतं किंवा कोणी फोनही केला नव्हता, हे मी तुम्हाला अगदी खात्रीपूर्वक सांगतो. माझ्याकडे फारसं कोणी येतंच नाही.''

'अच्छा!'

''मला माफ करा. तुम्ही इथपर्यंत आलात, पण तुम्हाला सांगण्यासारखं माझ्याकडे काहीच नाही.''

''नाही, नाही, कृपया, माझी काळजी करू नका. तुमचा वेळ घेतल्याबद्दल मला माफ करा. अरे हो, पण योगायोगानं...'' कुसानागीनं इशिगामीच्या कामाचं वेळापत्रक उचललं आणि तो पुढे म्हणाला, ''तुम्ही अकरा तारखेला सकाळच्या कामकाजाच्या दरम्यान सुट्टी घेतली होती आणि तुम्ही दुपारी कामावर आला होतात. त्या दिवशी काही घडलं होतं का?''

''म्हणजे त्या घटनेच्या दुसऱ्या दिवशी? नाही. काहीच घडलं नव्हतं. मला फक्त थोडंसं बरं वाटत नव्हतं म्हणून मी झोपलो होतो. नाही तरी तिसऱ्या परीक्षेचा अभ्यासक्रम शिकवून जवळजवळ संपलाच होता. त्यामुळे तेवढा वेळ मी काढू शकेन असं मला वाटलं.''

''तुम्ही डॉक्टरकडे गेला होतात का?''

''नाही. ते डॉक्टरकडे जाण्याइतपत गंभीर दुखणं नव्हतं. त्यामुळे मी दुपारी कामावरही आलो होतो.''

''मिस्टर इशिगामी, मी आताच तुमच्या कार्यालयात चौकशी केली, त्या वेळी तुम्ही फारशी सुट्टी घेतच नाही असं मला समजलं. सहसा घेतलीच तर काही वेळा ती सकाळी घेता आणि महिन्यातून एखाद्या वेळी घेता. बरोबर?''

''माझ्या सुट्ट्यांचा मी असाच उपयोग करतो.''

''बरोबर. कार्यालयातून मलाही समजलं की, तुम्ही गणित या विषयावर उशिरापर्यंत काम करत राहता आणि मग तुम्ही दुसऱ्या दिवशी सकाळी सुट्टी घेता. बरोबर ना?''

''मी असंच काहीसं कार्यालयाला सांगितलं असावं असं दिसतंय.''

''आणि ही गोष्ट महिन्यातून एखाद्या वेळी वगैरे घडते...''

कुसानागीची नजर पुन्हा एकदा कामाच्या वेळापत्रकावर खिळली. ''पण तुम्ही दहा तारखेलासुद्धा सकाळी सुट्टी घेतली होती, म्हणजे एक दिवस आधीसुद्धा. कार्यालयातून मला असं समजलं की, तुम्ही दहा तारखेला सुट्टी घेतली त्या वेळी त्यांना फारसं आश्चर्य वाटलं नव्हतं. पण तुम्ही सलग दोन दिवस सुट्टी घेतल्यानंतर त्यांना आश्चर्य वाटलं होतं. असं इतक्या वर्षांत पहिल्यांदाच घडलं होतं ना?''

''मला वाटतं कदाचित तसं झालंही असेल,'' इशिगामीनं कपाळावर हात ठेवला होता. आपल्याला काळजीपूर्वक उत्तरं द्यावी लागतील हे त्याला माहीत होतं. ''पण त्या वेळी तसं करण्यामागे काहीच खास कारण नव्हतं. तुम्ही म्हणाला होतात त्याप्रमाणे मी दहा तारखेला रात्री उशिरापर्यंत काम करत राहिलो आणि त्यामुळे मला अकरा तारखेला सुट्टी घ्यावी लागली आणि मी सकाळी येण्याऐवजी दुपारी कामावर आलो. त्या रात्री मला थोडासा ताप आल्यासारखं वाटत होतं, म्हणूनच दुसऱ्या दिवशी सकाळी मी बाहेरही गेलो होतो.''

''पण जेवणाच्या सुट्टीनंतर परत येण्याइतके तुम्ही बरे झाला होतात.''

''अगदी बरोबर,'' इशिगामीनं मान डोलवत म्हटलं.

''ठीक आहे,'' कुसानागीनं म्हटलं. पण त्याच्या नजरेत कमालीचा संशय होता.

''तुम्हाला काही खटकतंय का?''

''नाही. मी फक्त असा विचार करत होतो की, त्या दिवशी दुपारी तुम्ही शाळेत जाऊ शकलात, म्हणजे सकाळी तुम्ही तसे बरे होता – असाल. निदान जास्त आजारी तरी नसाल. पण मग जर जास्त आजारी नसले तर बहुतेक लोक कामावर जातात. विशेषतः जर आदल्या दिवशीचे सकाळचे वर्ग घेता आले नसतील, तर कोणीही दुसऱ्या दिवशी सकाळी कामावरच येईल.'' आता कुसानागी अगदी खुलेपणानं इशिगामीवर संशय घेत होता. त्या गणिताच्या शिक्षकाकडून तो जी माहिती काढून घेईल, त्यावरून त्याला डिवचणं शक्य होईल, असं त्याला वाटत असावं.

इशिगामीनं क्षीणपणे स्मित केलं. ''तुम्ही असं म्हणताय, ते ठीक आहे, पण त्या दिवशी खरं तर मला अंथरुणातून उठवतच नव्हतं. पण दुपारच्या जेवणाच्या आधी मला खूपच बरं वाटू लागलं. तुम्ही आताच

सांगितलं त्याप्रमाणे त्याच्या आदल्या दिवशीही मी सुट्टी घेतल्यामुळे मी कामावर आलो.''

इशिगामी बोलत असताना पूर्ण वेळ कुसानागी त्याच्या डोळ्यांत थेट रोखून पाहत होता. त्या डिटेक्टिव्हची नजर भेदक आणि भयावह होती. संशयित खरं सांगत नसला तरी त्याचे डोळे खोटं बोलत नाहीत, हे निश्चितपणे माहीत असलेल्या डिटेक्टिव्हची ती नजर होती.

''अस्सं. त्या ज्युदोमुळे तुम्ही ठणठणीत राहत असाल. त्यामुळेच तुम्हाला ताप असला तरी अर्ध्या दिवसातच तुम्ही बरे झालात. माझ्याकडेही तुमच्यासारखी ठणठणीत तब्येत असती तर बरं झालं असतं. आजपर्यंत तुम्ही कधीच आजारी पडल्यामुळे रजा घेण्यासाठी फोन केलेला नाही, असं कार्यालयातील कर्मचाऱ्यानं सांगितलं.''

''नाही. हे काही खरं नाही. मला सर्दी वगैरे होतेच.''

''दहा तारखेलाही तुम्हाला सर्दी झाली होती का?''

''तुम्हाला नेमकं काय म्हणायचं आहे? त्या रात्रीच तुमच्या त्या माणसाचा खून झाला होता हे मला माहीत आहे, पण माझ्या दृष्टीनं ती काही खास रात्र नव्हती.''

'नक्कीच,' कुसागामीनं त्याचं नोटपॅड बंद केलं आणि तो उभा राहिला. ''तुमचा वेळ घेतल्याबद्दल माफ करा.''

''मला पुन्हा एकदा माफ करा. मी तुम्हाला फारशी माहिती देऊ शकलो नाही.''

''नाही. ते ठीक आहे. आम्ही फक्त काही प्राथमिक माहिती गोळा करत आहोत.''

ते दोघेही एकदमच त्या सभागृहातून बाहेर पडले. इशिगामीनं त्या डिटेक्टिव्हला मुख्य प्रवेशद्वारापर्यंत सोडलं.

''अलीकडे युकावा पुन्हा भेटला होता का?'' ते दोघे चालत निघाले असताना त्या डिटेक्टिव्हनं विचारलं.

''नाही. तो इतक्यात भेटलेलाच नाही,'' इशिगामीनं म्हटलं. ''पण तुमचं काय? तुम्ही वरचेवर त्याच्याशी बोलत असता ना?''

''अलीकडे मीही त्याला भेटलो नाही. मी अतिशय व्यग्र आहे. आपण तिघांनी कधी तरी एकत्र भेटलं पाहिजे. तुम्हाला सहसा अधूनमधून

दारू प्यायला आवडते असं मी युकावाकडून ऐकलंय,'' त्याने एका हातानं ग्लासात दारू ओतत असल्याचा अभिनय करत विचारलं.

''मला खरंच आनंद वाटेल. पण तुम्ही या प्रकरणाचा तपास पूर्ण करेपर्यंत आपण थांबलो तर चालेल का?''

''तसंही चालेल. पण काही वेळा पुरुषांनी कामातून बाहेर पडलंच पाहिजे. मी तुम्हाला फोन करेन.''

''ठीक आहे. मग मी वाट पाहतो.''

'नक्कीच,' प्रवेशद्वारातून बाहेर पडताना तो डिटेक्टिव्ह म्हणाला.

इशिगामी पुन्हा परत आला आणि त्याने तिथल्या खिडकीतून बाहेर पाहिलं. रस्त्यावर गेल्यानंतर कुसानागी त्याच्या मोबाइलवरून कोणाशी तरी बोलत होता. त्याच्या चेहऱ्यावरचे भाव बदलले नव्हते.

त्याच्या या भेटीचा काय अर्थ असावा याचा इशिगामी विचार करत होता. त्याच्यावर संशय येण्याजोगं काही तरी त्यांना सापडलेलं असलंच पाहिजे. ते काय असू शकेल? तो कुसानागीला गेल्या वेळी भेटला होता त्या वेळी त्याच्या वागण्यातून त्याला इशिगामीचा संशय आला असावा असं मुळीच वाटत नव्हतं.

त्याने ज्या प्रकारचे प्रश्न विचारले होते, त्यावरून कुसानागी अजूनही सत्यापासून बराच दूर होता हे स्पष्ट होतं. तो मुळातच अंधारात तीर मारत होता. कदाचित इशिगामीकडे त्या दिवशी तो घटनास्थळी असू शकत नव्हता, असं दाखवणारे पुरावे नसल्यामुळे त्याच्या तपासाला नवीन दिशा मिळाली असेल. पण तसं असेल तरी ते ठीक होतं. त्यासाठीसुद्धा इशिगामीकडे एक योजना होतीच.

पण यात एकच अडचण होती.

मानाबु युकावाचा चेहरा त्याच्या नजरेसमोर उभा राहिला. त्या भौतिकशास्त्रज्ञाला किती आणि कितपत सत्य शोधला आलं होतं? आणि त्यापैकी किती सत्य त्याला खरोखरच उघड करण्याची इच्छा होती?

यासुकोनं त्याला त्या दिवशी फोनवर सांगितलेली गोष्ट त्याला आठवली. युकावानं तिला इशिगामीविषयी काय वाटतं असं विचारलं होतं. त्यामुळे यासुकोविषयी इशिगामीच्या मनात प्रेमभावना असल्याचं त्याच्या लक्षात आल्यासारखं वाटत होतं.

युकावाबरोबर झालेल्या त्याच्या विविध चर्चांचा इशिगामीनं विचार केला, पण त्यादरम्यान त्याच्या तोंडून कुठलाही शब्द निष्काळजीपणानं बाहेर पडला नव्हता किंवा त्याच्या हावभावातूनही असा काही अर्थ व्यक्त झाला नव्हता. मग त्याच्या जुन्या मित्राला ते कसं काय समजलं होतं?

इशिगामी वळला आणि शिक्षकांच्या खोलीकडे जाऊ लागला. तो निघाला असताना वाटेतच त्याला तो शिपाई भेटला.

"डिटेक्टिव्ह आधीच गेलेत का?"

"होय, आताच."

"मग मिस्टर इशिगामी, तुम्ही घरी जाणार नाही का?"

"नाही. मला पहिल्यांदा एक गोष्ट करावीच लागणार आहे, मला नुकतीच ती आठवली."

त्या डिटेक्टिव्हला नेमकं काय हवं होतं याविषयी त्या शिपायाच्या मनातील उत्सुकता चाळवली होती. पण त्याला त्याच अवस्थेत ठेवून इशिगामी झटकन शिक्षकांच्या खोलीकडे वळला. आपल्या डेस्कवर बसल्यावर त्याने त्यामधून एक बॉक्स बाहेर काढला आणि त्याच्यातून अनेक फाईली काढल्या. त्यात वर्ग-फाईली नव्हत्या. त्यांच्यात त्याने विशेषतः अत्यंत अवघड गणिती समस्यांवर गेली अनेक वर्षं केलेल्या कामाचे निष्कर्ष होते.

त्याने त्या फाईली आपल्या बॅगेत ठेवल्या आणि नंतर तो घरी निघाला.

"एखाद्या गोष्टीची तपासणी करण्यासाठी तुला फक्त त्याच्याकडे पाहण्याखेरीज इतरही बऱ्याच गोष्टी कराव्याच लागतील हे तुला किती वेळा सांगावं लागेल? तुला अपेक्षित निकाल मिळाले म्हणून तुझ्या प्रयोगातून तुझं समाधान झालंय असं तू म्हणू शकत नाहीस. तुला त्या प्रयोगाविषयी काय वाटतं याची मला पर्वा नाही आणि प्रत्येक गोष्ट अपेक्षेप्रमाणेच घडत नाही. तू पुन्हा एकदा खरोखरच त्या प्रयोगाकडे पाहा आणि तुझ्या दृष्टीनं अर्थपूर्ण असलेली एखादी गोष्ट शोधून काढ. लिहिण्याच्या आधी कृपा करून आणखी थोडासा विचार कर, समजलं?"

युकावा क्वचितच इतका संतप्त होत होता. आपली मान हलवत त्याने संतप्तपणे त्याच्या समोर उभ्या असलेल्या विद्यार्थ्याच्या समोर तो अहवाल फेकून दिला. त्या तरुणानं मान खाली घातली आणि तो खोलीतून बाहेर पडला.

''तुलासुद्धा राग येतो, हे मला आजच समजलं,'' कुसानागीनं शेरा मारल्यासारखं म्हटलं.

''मी रागावलो नव्हतोच. तो त्याचं काम गांभीर्यानं घेत नाही, त्यामुळे मी त्याला फक्त थोडी दिशा दिली, एवढंच,'' युकावा उभा राहिला आणि तो इन्स्टन्ट कॉफी करू लागला. ''मग तुला काही सापडलं का?''

''इशिगामी त्या दिवशी कुठे होता याविषयी त्याच्याकडे एखादा पुरावा आहे का ते मी पाहिलं. मी त्याच्याशी या संदर्भात बोललो.''

''अगदी समोरून वार?'' युकावा सिंकजवळून वळला आणि त्यानं विचारलं, ''मग? त्याची प्रतिक्रिया काय होती?''

''ती संपूर्ण रात्र तो घरीच होता, असा त्याने दावा केला.''

युकावाच्या कपाळावर आठ्या पडल्या. त्याने मान हलवली आणि विचारलं, ''मी तुला त्याची प्रतिक्रिया काय होती असं विचारलं. त्याने तुला काय सांगितलं असं विचारलं नाही.''

''हं...जर तो गोंधळला का असं तुला विचारायचं असेल तर तो बिलकूल गोंधळला नव्हता. शिवाय तो मला भेटण्याच्या आधी त्याला मी तिथे आल्याची सूचनाही मिळाली होतीच. त्यामुळे आपला गोंधळ लपवण्यासाठी तसा त्याला पुरेसा वेळही मिळाला होता.''

''तू त्याच्याकडे तो त्या दिवशी कुठे होता याचा पुरावा मागत असल्यामुळे तो आश्चर्यचकित झाला नव्हता का?''

''तो आश्चर्यचकित झाल्यासारखा दिसला नाही. मी त्याला त्याविषयी का विचारत आहे, असंही त्याने मला विचारलं नाही. पण मीही त्याला थेट त्याविषयी विचारलंच नव्हतं.''

''मी त्याला ओळखतो. त्यामुळे तू त्याला कधी ना कधी त्याविषयी विचारण्यासाठी येशील अशी अपेक्षा त्याला असणारच होती,'' युकावा अर्धवट स्वतःशीच बोलल्याप्रमाणे म्हणाला. त्याने कॉफीचा एक घोट घेतला. ''म्हणजे त्या रात्री तो घरीच होता?''

''होय. त्याला थोडासा ताप होता, त्यामुळे दुसऱ्या दिवशी सकाळी तो शाळेत गेला नव्हता,'' कुसानागीनं शाळेच्या कार्यालयातून त्याला मिळालेलं इशिगामीच्या कामकाजाचं वेळापत्रक टेबलावर ठेवत म्हटलं.

युकावानं एक फेरी मारली आणि नंतर तो खुर्चीवर बसला. त्याने ते वेळापत्रक हातात घेतलं.

"दुसऱ्या दिवशी सकाळी...हं..."

"खुनानंतर त्याला सगळ्या गोष्टी व्यवस्थित मार्गी लावण्यासाठी वेळ हवा होता असेल."

"त्या खानावळीतील स्त्रीचं काय? त्या दिवशी सकाळी ती कुठे होती ते तुला माहीत आहे का?"

"हो तर, यासुको हानाओका अकरा तारखेला नेहमीप्रमाणे कामावर गेली होती. शिवाय तिची मुलगीही नेहमीप्रमाणेच शाळेत गेली होती. त्या दोघींपैकी कोणीही उशिराही पोहोचलं नव्हतं."

युकावानं ते वेळापत्रक पुन्हा एकदा टेबलावर ठेवलं आणि हाताची घडी घातली. "सगळ्या गोष्टी व्यवस्थित मार्गी लावण्यासाठी असं तू म्हणालास, म्हणजे तुला नेमकं काय म्हणायचं होतं?"

"खुनाच्या हत्याराची विल्हेवाट लावणं ही एक गोष्ट असू शकते."

"त्यासाठी त्याला दहा तासांहून जास्त वेळ लागू शकला नसता."

"दहा तास?"

"दहा तारखेला रात्री खून झाला. पण त्यानंतर सारं काही मार्गी लावण्यासाठी, असं तू म्हणालास, त्याचा अर्थ त्याला त्यासाठी दहा तासांहून जास्त वेळ लागला असा होतो."

"त्याला झोपण्यासाठी वेळ हवा असावा."

"जर एखाद्याला खून केल्याचं लपवायचं असेल तर त्याला झोप येणं शक्य नाही, असं मला वाटतं. शिवाय तो लपवल्यानंतर जर झोपायला वेळ मिळाला नाही, तर कोणीही झोपेचा विचार न करता काम करू लागेल. त्यासाठी त्याला अगदी जबरदस्तीनं डोळे उघडे ठेवावे लागले असते तरी तो नक्कीच कामावर गेला असता. थकल्या-भागल्या अवस्थेत कामावर जाण्यापेक्षा कामावर अजिबातच न जाणं ही गोष्ट जास्त संशय निर्माण करणारी असते."

"मग विश्रांती घेण्यासाठी त्याच्याकडे काही ना काही कारण असलंच पाहिजे."

"मी तेच तर शोधण्याचा प्रयत्न करतोय," युकावा त्याचा कॉफीचा कप उचलत म्हणाला.

कुसानागीनं टेबलावरच्या वेळापत्रकाच्या कागदाची काळजीपूर्वक घडी घातली.

''मला तुला एक गोष्ट विचारायची आहे. इशिगामी या सगळ्यांत गुंतलेला आहे असा संशय तुला कशामुळे आला? तुला त्यात इतकी रुची का वाटू लागलेय हे नेमकं समजल्याशिवाय मला कोणत्या दिशेनं पुढे जावं ते निश्चितपणे ठरवता येत नाही.''

''तू असं म्हणावंस ही आश्चर्याची गोष्ट आहे. त्याला यासुको हानाओकामध्ये रुची आहे, ही गोष्ट तू तुझी तूच शोधून काढली नव्हतीस का? माझ्या मताला मुळातच इतकं महत्त्व कशाला देतोस?''.

''त्याला महत्त्व आहे. कारण माझ्या बॉसला मी फक्त मला हुक्की आली म्हणून इशिगामीवर पाळत ठेवायला सुरुवात केली असं सांगू शकत नाही.''

''मिस हानाओकाशी संबंधित लोकांवर तू पाळत ठेवत आहेस असं तू सांगू शकत नाहीस का? त्यातूनच इशिगामीचंही नाव पुढे आलं असं तू सांगू शकशील की!''

''मी तसं केलं आणि मला त्यांच्यातील संबंधही समजला. पण यातला मुद्दा असा आहे की, त्यांनी ते सगळं केलं आहे आणि तितके ते एकमेकांच्या संपर्कात आहेत हे दाखवणारा किंचितसा पुरावासुद्धा मी मिळवू शकलो नाही.''

कप हातात तसाच धरून युकावा जोरजोरात हसू लागला. तो इतका जोरात हसत होता की, त्याचं संपूर्ण शरीर गदगदत होतं. ''मला याचं आश्चर्य वाटलं नाही.''

''काय? का? याचा काय अर्थ आहे?''

''फारसा काही नाही. खरं म्हणजे त्यांच्या दरम्यान निकटचा संबंध वगैरे आहे असं मला अजिबातच वाटत नाही. खरं तर तू कितीही प्रयत्न केलास तरी त्यांच्यात तसे काही संबंध असल्याचा तुला किंचितसासुद्धा पुरावा सापडणार नाही.''

''बरं, तुझ्या विश्वास ठरावाबद्दल तुझे आभार. माझ्या बॉसचं इशिगामीतील स्वारस्य आधीच कमी होऊ लागलंय. लवकरच माझे हातही बांधले जातील. म्हणूनच तू त्याच्यावर का नजर ठेवून आहेस ते तू मला सांगितलंस तर बरं होईल. तू ते मला का सांगत नाहीस?''

युकावाच्या चेहऱ्यावर गंभीर भाव झळकले. त्याने कॉफीचा कप खाली ठेवला. ''मी तुला ते यासाठीच सांगितलं नाही, कारण मी तसं केलं तर ते निरर्थक ठरेल. मी तुला जे सांगेन त्यामुळे तुला काहीच मदत होणार नाही.''

''पण तू हे मला का ठरवू देत नाहीस?''

''बरं. मग ऐक तर. तो या सगळ्या प्रकरणात गुंतलेला आहे असं समजून मी त्याच्यावर लक्ष ठेवू लागलो, त्यामागे तुला जसं वाटलं होतं तसंच मलाही वाटलं. हेच ते कारण आहे. त्याच्या मनात यासुको हानाओकाविषयी नक्कीच हळुवार भावना आहेत, प्रेम आहे, असं मलाही अंतःप्रेरणेनंच वाटलं. त्यानंतर याचा खुनाशी काही संबंध आहे का, हे तपासून बघावं असं मला वाटलं. आता माझ्या मनात अशी भावना का निर्माण झाली हे तुला जाणून घ्यावंसं वाटत असेल, तर ती अंतःप्रेरणा होती. इशिगामीला व्यवस्थितपणे समजून घेणाऱ्या व्यक्तीखेरीज इतर कोणालाही त्याच्या बाबतीत असं अंतःप्रेरणेनं काही वाटू शकेल, असं मला वाटत नाही. तू नेहमीच डिटेक्टिव्हच्या अंतःप्रेरणेविषयी बोलतोस ना? हे तसंच काहीसं आहे.''

''ठीक आहे. पण हे अनपेक्षित आहे. तू नेहमीच अंतःप्रेरणेकडे एखादा घाणेरडा शब्द असावा तसं बघतोस.''

''मी नेहमीच वेगवेगळ्या प्रकारे माझ्या कक्षा वाढवत, विस्तारत नेतो की नाही?''

''असू देत. मग निदान इशिगामीच्या मनात तिच्याविषयी नाजूक भावना आहेत हे तुला नेमकं कधी समजलं ते तरी सांग.''

'सॉरी,' युकावानं लगेच उत्तर दिलं.

''सांग ना!''

''तो स्वाभिमानाचा प्रश्न आहे. म्हणजे इशिगामीच्या स्वाभिमानाचा प्रश्न आहे. तो मी इतर कोणालाही सांगावा असा नाही.''

कुसानागीनं उसासा टाकला. तेवढ्यात प्रयोगशाळेच्या दरवाजावर टकटक झाली आणि अचानकच एक विद्यार्थी आत आला आणि त्याने इकडे तिकडे बघितलं.

''अरे इकडे ये,'' युकावानं त्याला हाक मारली. ''तुला अशी हाक मारल्याबद्दल सॉरी. पण मला तुझ्याशी तुझ्या त्या दिवशीच्या अहवालावाविषयी काही तरी बोलायचं आहे.''

'ते काय असू शकेल?' असा विचार करत तो विद्यार्थी थिजल्यासारखा जागच्या जागीच उभा राहिला.

''तू अतिशय चांगला अहवाल लिहिला आहेस. फक्त त्यातल्या एकाच गोष्टीबद्दल मला तुझ्याशी बोलायची इच्छा आहे. तुझ्या प्रक्रियेचं वर्णन करताना तू सॉलिड-स्टेट भौतिकशास्त्राचा वापर का केलास?''

क्षणभरासाठी तो विद्यार्थी अतिशय चकित झाला. ''तो सॉलिड-स्टेटचा प्रयोग होता का...?''

युकावा हसला आणि नकारार्थी मान हलवत म्हणाला, ''प्रत्यक्षात तो प्रयोग इलेमेंटरी पार्टिकल भौतिकशास्त्रावर आधारित आहे. तुझ्या दृष्टिकोनातही तू त्याचा विचार करशील असं मला वाटलं होतं. फक्त प्रथमदर्शनी ती समस्या सॉलिड-स्टेट भौतिकशास्त्रासारखी दिसते म्हणून तू इतर सिद्धांतांचा विचार केला पाहिजेस असा त्याचा अर्थ होत नाही. संशोधकाकडे स्पष्ट दृष्टी असावीच लागते. सदोष दृष्टीनं विचार केला तर संशोधक होता येत नाही. तुझ्या समजुतीच तुझे सगळ्यांत वाईट शत्रू आहेत. तू त्यांच्यावर खूपच विश्वास ठेवतोस आणि त्यामुळे अगदी तुझ्या समोर असलेली योग्य गोष्टही तुला दिसत नाही.''

''ठीक आहे,'' त्या विद्यार्थ्यानं मान डोलवत म्हटलं.

''तू इतकं चांगलं काम केलं आहेस त्यामुळे मी तुला हा सल्ला देत आहे. इथे आलास त्याबद्दल आभार.''

त्या मुलानंही आभार मानले आणि तो तिथून निघून गेला.

युकावानं पुन्हा एकदा कुसानागीकडे पाहिलं, त्या वेळी कुसानागी त्याच्याकडेच रोखून पाहत होता.

''काय? माझ्या तोंडाला काही लागलंय का?''

''नाही. मी फक्त इतकाच विचार करत होतो की तुम्ही विज्ञानाचे सगळे विद्यार्थी एकच गोष्ट बोलत असल्यासारखे वाटता.''

''तुला काय म्हणायचं आहे?''

''मी इशिगामीकडे गेलो होतो, त्या वेळी तू आता जे म्हणालास त्यासारखंच काही तरी तोही तेव्हा बोलला होता.'' कुसानागीनं युकावाला इशिगामीच्या गणिताच्या चाचणीविषयी सांगितलं.

''समजुतींमुळे निर्माण झालेले ब्लाइंड स्पॉट्स काय...? हे किती त्याच्यासारखंच आहे...'' युकावा हसला. पण पुढच्याच क्षणी त्याच्या चेहऱ्यावरचे भाव बदलले. अचानक तो उठून उभा राहिला आणि दोन्ही हातांनी डोकं दाबून धरत तो खिडकीकडे गेला. त्याने बाहेर बघितलं आणि नंतर आकाशाकडे पाहिलं.

'युकावा...?' कुसानागीनं हाक मारली, पण युकावानं हात वर करून त्याला शांत राहण्यासाठी खुणावलं. कुसानागीनं खांदे उडवले आणि त्याच्या मित्राकडे पाहत तो बसून राहिला.

'अशक्य,' युकावा पुटपुटला. ''त्याने हे...''

''काय? त्याने काय?'' कुसानागीला आता स्वतःला जास्त काळ रोखून धरणं शक्य न झाल्यामुळे त्याने विचारलं.

''तुझ्याकडे असलेला तो कागद दाखव. इशिगामीच्या कामकाजाचं ते वेळापत्रक दाखव.'' युकावा घाईघाईनं म्हणाला. कुसानागीनं लगेच ते काढून टेबलावर पसरलं. युकावानं ते हातात घेतलं. तो क्षणभर त्याच्याकडे टक लावून पाहत राहिला. त्यानंतर तो शांतपणे रेकल्यासारख्या आवाजात म्हणाला, ''माझा यावर विश्वासच बसत नाही.''

''तुझा कशावर विश्वास बसत नाही युकावा? तू कशाविषयी बोलत आहेस? मला सांग.''

युकावानं ते वेळापत्रक कुसानागीकडे सरकवलं. ''सॉरी, पण मी तुला आता इथून निघून जायला सांगतोय,'' तो म्हणाला.

युकावाचा चेहरा काळजी आणि वेदना या संमिश्र भावनांनी पिळवटून निघाला होता. कुसानागीनं त्याला कधीही इतका दुःखीकष्टी झाल्याचं पाहिलं नव्हतं.

''खरंच निघून जा. मला माफ कर,'' युकावा पुन्हा एकदा म्हणाला. त्याच्या आवाजात दुःख भरून राहिलं होतं.

कुसानागी टेबलाजवळून उठला. त्याला त्या वेळी कित्येक गोष्टी विचारता आल्या असत्या, पण त्या वेळी तिथून निघून जाणंच इष्ट होतं हे त्याच्या लक्षात आलं होतं.

पंधरा

घड्याळात सकाळचे साडेसात वाजले होते. इशिगामी त्याची मोठीच्या मोठी बॅग हातात घट्ट धरून अपार्टमेंटमधून बाहेर पडला. तो जगात ज्या गोष्टीला सगळ्यांत मूल्यवान समजत होता ती गोष्ट त्या वेळी त्या बॅगेत होती. तो सध्या किंवा जास्त नेमकेपणानं सांगायचं तर अगदी कायमच ज्या गणिती समस्यांवर संशोधन करत होता, त्यांच्यावरच्या संशोधनांनी भरलेल्या फाईली तिच्यात होत्या. त्यात तो महाविद्यालयात असताना त्याने सीनियरच्या वर्गात लिहिलेला प्रबंध होता. पण अजूनही त्याचं काम परिपूर्णत्वापर्यंत पोहोचायला बराच कालावधी लागणार होता.

त्या विशिष्ट सिद्धांतावर काम करण्यासाठी त्याला आणखी वीस वर्षं तरी लागली असती. कदाचित त्याहूनही जास्त काळ लागण्याची शक्यता होती. ती गणिती समस्या संपूर्ण आयुष्याचं मूल्य चुकतं करून सोडवण्याइतक्या पात्रतेची होती. जगभरातील सर्व गणितज्ञांच्या तुलनेत ती सोडवण्याच्या तो जास्त निकट होता.

'इतर सगळ्या गोष्टी, सगळ्या चिंता, सगळे विचार, दैनंदिन आयुष्यातील सगळे ताणतणाव विसरून जाऊन फक्त त्या गणिती समस्येवर काम करणं ही किती विलक्षण सुंदर गोष्ट असेल!' इशिगामीनं हे दिवास्वप्न पाहिलं होतं. खरं तर तो नेहमीच ते पाहत आला होता. ज्या ज्या वेळी ती समस्या पूर्णपणे सोडवण्याच्या आधी त्याचा मृत्यू होऊ शकेल या भयावह सत्याचा तो विचार करत असे, त्या त्या वेळी इतर कुठल्याही गोष्टीपेक्षा

त्या समस्येवर काम केलं पाहिजे, असं त्याला मनापासून वाटत असे आणि तो तिच्यात बुडून जात असे.

तो कुठेही गेला तरी त्या फाईली तो स्वतःबरोबर नेत होता. त्यात भरपूर प्रगती करायची असल्यामुळे तो विश्रांती घेत नव्हता किंवा सुट्टीही घेत नव्हता आणि तिच्यावर काम करण्यासाठी त्याला फक्त कागदाची आणि पेन्सिलीची गरज होती. त्याला जर त्याचं संशोधन करायला मोकळं सोडून देण्यात आलं असतं तर त्याला इतर कशाचीही गरज नव्हती. त्याला आयुष्याकडून आणखी काहीही नको होतं.

तो नेहमीप्रमाणे सकाळी बाहेर पडून त्याच्या रस्त्यावरून यांत्रिकपणे चालत राहिला होता. त्याने शिन ओहाशी ब्रिज मागे टाकला होता आणि तो समिदा नदीकाठावरच्या रस्त्यावरून पुढे निघाला होता. निळ्या प्लॅस्टिकच्या आच्छादनाखालच्या बेघरांच्या झोपड्या मागे पडल्या होत्या. पांढऱ्या केसांचं पोनीटेल बांधलेला तो माणूस शेगडीवर त्या वेळीही काही तरी शिजवत होता. तो काय शिजवत होता ते इशिगामीला दिसत नव्हतं. त्याच्या शेजारीच फिकट तपकिरी रंगाच्या लोकरीसारखं काही तरी दिसत होतं. तो कुत्रा होता. तो थकलेला दिसत होता आणि त्याच्या मालकाच्या दिशेला पाय पसरून झोपला होता.

कॅनमॅननं आधीच बरेच कॅन मोडले होते आणि त्यांच्या ॲल्युमिनिअमच्या पत्र्यांनी त्याच्या शेजारची दोन पोती भरली होती.

थोडंसं पुढे ते बाकडं होतं, पण आज ते रिकामंच दिसत होतं. त्याने आजूबाजूला कोणी दिसतंय का हे किंचितसं पाहिलं आणि नंतर त्याची नजर त्याच्या पावलांखालच्या जमिनीकडे वळली. तो स्थिर गतीनं पुढे चालला होता.

तेवढ्यात त्याला नदीच्या काठावरून त्याच्याकडे कोणी तरी येत असल्याचं जाणवलं. त्याला ज्या ठिकाणी तीन कुत्री घेऊन फिरायला जाणारी ती स्त्री भेटत होती, नेमक्या त्याच ठिकाणी त्याच्या दिशेनं चालत येत असलेल्या व्यक्तीच्या पावलांचा आवाज त्याला ऐकू येत होता. तो आवाज जवळ आल्यावर इशिगामीनं पाहिलं.

त्याच्या तोंडातून एकदम आश्चर्यचकित झाल्यामुळे 'अरेच्चा!' असा उद्गार बाहेर पडला आणि तो एकदम थांबला.

ती दुसरी व्यक्ती त्याच्याकडे तशीच येत राहिली. त्यानंतर ती इशिगामीसमोर स्मित करत उभी राहिली.

'गुड मॉर्निंग,' मानाबु युकावा म्हणाला.

इशिगामी क्षणभर गोंधळून गेला. त्याला काय बोलावं तेच सुचलं नाही. त्याने ओठांवरून जीभ फिरवली. ''तू इथे माझी वाट पाहत उभा होतास?'' त्याने विचारलं.

''होय. अर्थातच. म्हणजे हवं तर अगदी 'वाट पाहात उभा होतो' असं म्हणता येणार नाही, पण मी या कियोसु ब्रिजवरून निघालो होतो. माझ्या लक्षात आलं की, मी तुला सहजपणे धावत गाठू शकेन.''

''तुझं काहीही काम असलं तरी ते निकडीचं आहे असं दिसतंय.''

''निकडीचं? हं, तसंही म्हणता येईल.''

''तुला त्याबद्दल आताच बोलायचं आहे का?'' इशिगामीनं घड्याळाकडे नजर टाकत विचारलं. ''मला फारसा वेळ नाही.''

''मला तुझी फक्त दहा ते पंधरा मिनिटंच लागतील.''

''आपण चालता, चालता बोललो तर चालेल का?''

''मला चालेल,'' युकावानं आजूबाजूला नजर टाकली. पण आधी जरासं बसून बोलू या. फक्त दोन किंवा तीन मिनिटंच लागतील. त्या बाकड्यावर बसलं तर...?'' युकावानं विचारलं आणि इशिगामीच्या उत्तराची वाटही न बघता तो तडक बाकड्याच्या दिशेनं चालू लागला.

इशिगामीनं उसासा टाकला आणि त्याच्या मित्राच्या मागोमाग तोही चालू लागला.

''आपण याआधीही इथून एकत्र फिरलो होतो ना?'' युकावानं विचारलं.

'होय.'

''त्या वेळी या बेघर लोकांनी घड्याळाच्या काट्यावर चालणाऱ्या वेळापत्रकासारखं वेळापत्रक तयार केलंय, असं तू म्हणाला होतास ते तुला आठवतंय का?''

''होय. जर माणसांच्या आयुष्यातून घड्याळं काढून टाकली तर काय होईल, यासारखं काही तरी तू विचारल्यावर मी असं काहीसं म्हटलं होतं असं मला आठवतंय.''

युकावानं समाधानानं मान डोलावली. ''तुला-मला घड्याळाच्या तालावर जगत राहावं लागतं, ही अतिशय वाईट गोष्ट आहे. आपल्याला आवडो वा नावडो, आपण समाजाच्या चाकाचे दाते आहोत. त्यांना बाजूला काढलं की हे चाकं ढासळतं, त्याचा तोल बिघडतो. किंवा खरं म्हणजे आपण घड्याळावर काम करणाऱ्या चाकाचे दाते आहोत. आपण आपल्या जिवावर या सगळ्यांपासून दूर उभे आहोत असं आपल्याला कितीही वाटत असलं तरी तसं नसतं. त्यामुळे आपल्याला विशिष्ट प्रमाणातील सुरक्षितताही नक्कीच मिळते. पण त्याचा अर्थ असा आहे की, आपण पूर्णपणे मुक्त नाही. अनेक बेघर लोकांना नियमित आयुष्यं जगण्यासाठी पुन्हा त्यांच्या आधीच्या जगात जायला आवडत नाही, असंही मी ऐकलंय.''

''तू असाच गप्पा मारत राहा, मग तुझी दोन-तीन मिनिटं कशी बघता, बघता संपतील ते बघ,'' इशिगामी घड्याळाकडे नजर टाकत म्हणाला. ''आधीच त्यातलं एक मिनिटं संपलंय.''

''ठीक आहे. जगाला समाजाच्या चाकाच्या दात्यांची गरज असते. त्याच्या सगळ्या दात्यांची गरज असते आणि त्यामुळे चक्राचा तो दाता आपला असा कसा वापर करून घेतला जात आहे, असंही म्हणू शकतो. खरं तर फक्त चाकाचा तो दाताच त्या यंत्रणेतील त्याचा अंतिम अर्थ ठरवू शकतो, इतर कोणीही त्याचा अर्थ ठरवू शकत नाही. कारण इतरांच्या दृष्टीनं त्याला काहीच अर्थ नसला तरी त्या चक्राच्या दृष्टीनं त्याला अर्थ असल्याचं त्याला माहीत असतं. अगदी त्याला स्वत:लासुद्धा आपलं जिणं निरर्थक असल्यासारखं वाटलं तरी ते तसं नसतं. मला तुला हेच सांगायचं होतं,'' युकावा इशिगामीच्या चेहऱ्याकडे रोखून पाहत म्हणाला. ''तुझं अध्यापनाचं काम तू सोडून देणार आहेस का?''

इशिगामीचे डोळे आश्चर्यानं विस्फारले. ''तू असं का विचारलंस?''

''मला असं वाटलं की, तू त्या दिशेनंच निघाला आहेस. तुला संपूर्ण आयुष्यभर 'गणिताचा शिक्षक' असं लेबल असलेला चक्राचा दाता म्हणून आपण काम करावं असं वाटत नसेल ना?'' युकावा उठून उभा राहिला. ''चल, निघू या?''

ते दोघेही उठले आणि समिदाच्या काठावरच्या रस्त्यावरून चालू लागले. इशिगामी काहीच बोलला नव्हता. त्याचा जुना मित्र काही तरी बोलेल याची तो वाट पाहत होता.

''मी असं ऐकलं की, कुसानागी तुला आणखी एकदा भेटायला आला होता. तू त्या रात्री कुठे होतास याची तो चौकशी करत होता.''

''होय. गेल्याच आठवड्यात.''

''त्याचा तुझ्यावर संशय आहे.''

''असं वाटतंय खरं. पण त्याला तसं का वाटतं त्याचा मला अंधूकसासुद्धा अंदाज आलेला नाही.''

युकावानं अचानक स्मित केलं. ''तुला खरं सांगायचं तर त्याच्याही मनात त्याविषयी काहीशी संदिग्धताच आहे. त्याला मी तुझ्यात रुची घेत असल्याचं दिसलं म्हणून त्यालाही तुझ्यात रुची वाटू लागली इतकंच! तुला असं सांगणं हे माझं काम नाही, याची मला खात्री आहे, पण तुझ्या दिशेनं बोट दाखवण्याजोगा पोलिसांकडे कसलाच पुरावा नाही.''

इशिगामी थांबला. ''मग तू हे मला का सांगत आहेस?''

युकावाही थांबला आणि त्याच्याकडे वळला. ''कारण मी तुझा मित्र आहे. त्यामागे इतर काहीही कारण नाही.''

''तू माझा मित्र असल्यामुळे मला एखाद्या खुनाच्या तपासाविषयी सांगितलं पाहिजे असं तुला वाटलं? का? माझा त्या गुन्ह्याशी काहीही संबंध नाही. पोलिसांना माझ्याविषयी कसलाही संशय आला असला तरी मी त्याची पर्वा का करावी?''

युकावानं एक सुस्कारा सोडल्याचं इशिगामीनं ऐकलं. एक दीर्घ, मंद सुस्कारा. त्यानंतर युकावानं त्याची मान हलवली. त्याच्या चेहऱ्यावरच्या विषादपूर्ण दुःखी भावांनी इशिगामी चिंताग्रस्त झाला.

''घटनास्थळी नसल्याचा दिलेला पुरावा अगदीच क्षुल्लक आहे.''

'काय?'

''कुसानागी आणि कंपनी त्यांच्या संशयिताच्या गुन्हा घडलेल्या वेळी अन्य ठिकाणी असल्याच्या बहाण्यातील एकेक भाग काढून टाकण्याच्या उद्दिष्टानं पछाडली गेली आहे. त्यांना असं वाटतंय की, यासुको हानाओकाच्या कथेतील एकेक त्रुटीचा त्यांनी शोध घेतला आणि तिने तिच्या पूर्वाश्रमीच्या नवऱ्याचा खरोखरच खून केला असला तर लवकरच सत्य त्यांच्या समोर येईल आणि त्यांना असंही वाटतंय की, जर तू त्या कथेचा सूत्रधार असलास तर फक्त त्या रात्री तू कुठे होतास एवढं तपासलं तर त्यांचं काम होईल. मग

तू जो किल्ला बांधला आहेस तो क्षणार्धात ढासळेल, अशी त्यांची अटकळ आहे.''

''सॉरी. पण तू काय बोलतोयस त्याविषयीची माझ्या मनात पुसटशीसुद्धा कल्पना नाही,'' इशिगामी विचारात पडला. ''शिवाय डिटेक्टिव्हनी गुन्हा घडलेल्या वेळी मी अन्य ठिकाणी असल्याच्या पुराव्यातील त्रुटी शोधल्या तर त्यात वाईट काय आहे? त्यांचं तेच काम नाही का? म्हणजे खरोखरच तिथे त्रुटी आहेत असं गृहीत धरलं तरच हं...''

युकावाच्या चेहऱ्यावर हळुवार भाव आले. ''आणखी एके दिवशी कुसानागीनं मला आणखी एक रोचक गोष्ट सांगितली. तुझ्या विद्यार्थ्यांना तू ज्या प्रकारच्या चाचण्या देतोस त्याविषयी त्याने मला सांगितलं. विद्यार्थ्यांच्या स्वतःच्या समजुतीमुळे निर्माण झालेल्या ब्लाइंड स्पॉटचा फायदा घेऊन तू चाचण्या तयार करतोस असं तो म्हणत होता. विद्यार्थ्यांना जे गणित भूमितीचं आहे असं वाटतं आणि ते त्या दृष्टिकोनातून ते सोडवण्याचा प्रयत्न करतात किंवा असं म्हण की, त्याच्यावर हल्ला करतात. पण ते नेमकं बीजगणिताचं असतं. त्यामुळे ते गणित ते सोडवू शकत नाहीत. त्यांच्या हाती काहीच लागत नाही आणि फक्त त्यांचा वेळ वाया जातो. काही लोकांना ही गोष्ट अन्याय्य आहे असं वाटू शकतं, पण एखाद्याच्या खऱ्या क्षमतेचं मापन करण्याचा हा अतिशय प्रभावी मार्ग असतो.''

''तुला नेमकं काय म्हणायचं आहे?''

युकावाचा चेहरा आणखी गंभीर झाला. तो म्हणाला, ''कुसानागी आणि कंपनी यांना हा प्रश्न गुन्हा घडलेल्या वेळी संबंधित लोक कुठे होते हे सोडवण्याचा आहे असं वाटतंय आणि त्यांना तसं का वाटू नये? कारण त्यांच्या प्राथमिक संशयिताकडे त्या वेळी ती कुठे होती याचे भक्कम पुरावे आहेत. पण ते पुरावे दुर्बल वाटले तर सूत्रधाराच्या दृष्टीनं ती जास्त चांगली गोष्ट असेल. कारण पोलीस त्याच त्याच गोष्टींना झोडपत राहिले तर त्या गोष्टी अखेरीस कधी ना कधी मोडतील, नष्ट होतील. आपल्या संशोधनांच्या बाबतीतही खरोखरच अशीच गोष्ट घडते. आपण पुनःपुन्हा अगदी आनंदानं तेच ते प्रयोग करत राहतो आणि त्याच वेळी आपण त्या खऱ्या समस्येपासून दूरवर निघालेले असतो. पोलीस नेमके याच सापळ्यात अडकले आहेत. त्यांच्यासाठी तिथे फक्त त्यांना जाळ्यात ओढण्यासाठी लावलेलं आमिष आहे आणि त्यांनी ते पकडलंय.

आकडा, पाणबुड्या आणि इतर सगळ्या गोष्टी त्यांच्याकडे आहेत. पण मूळ लक्ष्य खूप दूर आहे.''

''तुला जर त्यांच्या तपासाची दिशा चुकतेय अशी चिंता वाटत असेल तर तू माझ्याऐवजी कुसानागीशी बोलायला पाहिजे ना?''

''होय. अखेरीस मला तेच करावं लागणार आहे. पण त्याआधी पहिल्यांदा मला तुझ्याशी बोलायचं होतं आणि त्यामागचं कारण मी तुला आधीच सांगितलंय.''

''कारण तू माझा मित्र आहेस.''

''होय. कदाचित मी असं म्हटलं पाहिजे की, मला तुझी बुद्धिमत्ता वाया जाऊ द्यायची नाही. तुझं लक्ष विचलित झालेल्या सगळ्या गोष्टींपासून तुझं लक्ष मला पुन्हा तू जे उत्तम प्रकारे करू शकतोस तिकडे वळवायचं आहे. तुला अत्यंत मूल्यवान मेंदू लाभला आहे आणि तो अशा प्रकारे वाया जावा असं मला वाटत नाही.''

''हे मला तू सांगण्याची गरज नाही. मी आधीच भरपूर वेळ वाया घालवलाय,'' इशिगामी म्हणाला. तो वळला आणि चालू लागला. वर्गावर जायला उशीर होत असल्यामुळे त्याला काळजी वाटत होती, म्हणून तो झपाझप चालला नव्हता, तर त्या ठिकाणी तसंच उभं राहणं त्याला कठीण झालं होतं. त्याची अस्वस्थता कमालीची वाढत चालली होती.

युकावा त्याच्या पाठोपाठ गेला. ''हे प्रकरण सोडवण्यासाठी संशयित त्या वेळी कुठे होता त्याचा पुरावा ही आमच्या समोरची समस्या असताच कामा नये. समस्या अन्यत्र आहे. भूमिती आणि बीजगणित यांच्यातील फरकाहूनही हा फरक खूपच मोठा आहे.''

''मग फक्त जिज्ञासा म्हणून विचारतो, यातली खरी समस्या काय आहे?'' इशिगामीनं विचारलं.

''ही साधी गोष्ट नाही. त्यामुळे तुला याचं साधं उत्तर देणं कठीण आहे. पण फक्त एका शब्दात या सगळ्यांचा सारांश देता येतो. मी याला छद्मवेषाची किंवा कावेबाजपणानं लढवलेल्या क्लृप्तीची समस्या असं म्हणेन. गुन्हेगाराच्या छद्मवेषानं या तपास अधिकाऱ्यांना मूर्ख बनवलेलं आहे. त्यांना जी जी गोष्ट सुगावा आहे असं वाटतेय, तो खरं तर सुगावा नाहीच. त्यांना जो संकेत आपण उघड केला असं वाटतं तो त्यांची दिशाभूल करतो आणि

त्यांना भलत्याच मार्गाला घेऊन जातो. तो ब्रेड नव्हे, तर फक्त ब्रेडच्या कडांचा काढून टाकलेला चुरा असतो.''

''ही गोष्ट गुंतागुंतीची वाटते.''

''हो तर, ती तशीच आहे. पण तू फक्त त्याच्याकडे बघण्याचा तुझा दृष्टिकोन बदललास तर ती गोष्ट आश्चर्यकारकपणे सोपी होते. एखादी नवोदित व्यक्ती एखादी गोष्ट लपवण्याचा प्रयत्न करते, त्या वेळी ती तिचा छद्मवेष जास्तीत जास्त गुंतागुंतीचा करते आणि ती तो जितका जास्तीत जास्त गुंतागुंतीचा करते, तितकी ती स्वतःसाठी जास्त खोल खड्डा खणून ठेवत जाते. पण बुद्धिमान व्यक्ती असं करत नाही. बुद्धिमान व्यक्ती अतिशय साधी गोष्ट करते. तरीही सर्वसामान्य व्यक्ती ज्याचा स्वप्नातही विचार करू शकत नाही, असं काही तरी ती करते. खरं तर आपण जे करावं असं अगदी नाइलाजानं अगदी शेवटी सर्वसामान्याच्या मनात येईल, ती गोष्ट अशी बुद्धिमान व्यक्ती पहिल्यांदाच करून मोकळी होते आणि या अतिशय साधेपणातूनच प्रचंड गुंतागुंतीची निर्मिती होते.''

''तुम्हा भौतिकशास्त्रज्ञांना स्पष्ट, स्वच्छ असं काहीही बोलावंसं वाटत नाही, असं मला वाटतंय.''

''तुला हवं असेल तर मी जास्त स्पष्टपणानं बोलतो. तुला अजून कितपत वेळ आहे?''

''तसा अजून बऱ्यापैकी आहे.''

''म्हणजे अजूनही त्या ख़ानावळीत जाण्याइतका वेळ आहे?''

इशिगामीनं त्याच्या मित्राकडे एक कटाक्ष टाकला आणि नंतर आपली नजर समोरच्या रस्त्याकडे वळवली. ''मी अगदी रोजच्या रोज तिथूनच दुपारच्या जेवणाचा डबा विकत घेत नाही, हे तुलाही माहीत आहे.''

''खरंच? मी तर असं ऐकलंय की तू रोजच तिथून डबा विकत घेतोस. म्हणजे जवळजवळ रोजच्या रोजच.''

''यावरूनच तू मला या प्रकरणाशी जोडत आहेस का?''

''होय आणि नाहीही. तू जर रोज एकाच दुकानातून जेवणाचा डबा विकत घेत असशील तर त्यामुळे काहीही फरक पडत नाही. त्याच्यातून काहीच अर्थ निघत नाही. पण जर तू एकाच स्त्रीला फक्त भेटण्यासाठी, तिला बघण्यासाठी रोज तिथे जात असशील तर ही गोष्ट ज्याला तुझं निरीक्षण करायचं असेल अशा निरीक्षकाच्या नजरेतून सुटू शकत नाही.''

इशिगामी थांबला आणि त्याने युकावाकडे रोखून पाहिलं. ''फक्त आपण जुने मित्र आहोत म्हणून तू काहीही बरळत सुटशील आणि मी ऐकून घेईन असं तुला वाटतं का?''

युकावानं त्याच्या नजरेला नजर भिडवली. अशा प्रकारे त्याच्या थेट समोर उभं राहिल्यानंतर इशिगामीला युकावाच्या नजरेतील ताकद लक्षात आली.

''थांब, थांब. तू खरोखरच रागावलास का? मी तुला अस्वस्थ केलं.''

''अगदीच मूर्खपणा, अगदी हास्यास्पद मूर्खपणा,'' इशिगामी पुटपुटला आणि त्याने पुन्हा एकदा नजर दुसरीकडे वळवली. तो कियोसु ब्रिजवर जाण्यासाठी पायऱ्या चढू लागला.

''जे कपडे त्या बळीचे असावेत असं त्यांना वाटतं ते त्याच्या मृतदेहापासून थोड्याच अंतरावर सापडले होते,'' युकावा त्याच्या पाठोपाठ जात म्हणाला. ''ते अर्धवट जळलेले होते आणि तेलाच्या पिंपात होते. त्यांना असं वाटलं की, हे खुन्यानं केलं असावं. मी हे ऐकलं त्या वेळी खुन्याला हे काम जास्त चांगल्या प्रकारे का करता आलं नसावं आणि कपडे पूर्णपणे जाळून का टाकता आले नसावेत असा विचार माझ्या मनात आला. पोलिसांना बहुधा असं वाटतंय की, त्याला तिथून शक्य तितक्या लवकर निघून जायचं असावं. मग त्याने ते कपडे इतर कुठल्या तरी ठिकाणी जाळण्यासाठी का बरोबर नेले नसावेत? तिथे ते जाळत बसायला त्याला भरपूर वेळ मिळाला असता. किंवा कदाचित ते कपडे जितक्या लवकर जळले होते, त्याहून जास्त लवकर जळतील असं त्याला वाटलं असावं. मी याविषयी विचार करायला सुरुवात केल्यावर मला ही गोष्ट डाचू लागली. म्हणून मी स्वतःच कपडे जाळून बघायचं ठरवलं.''

इशिगामी पुन्हा थांबला. ''तू तुझे कपडे जाळलेस?''

''होय. तेलाच्या पिंपात. एक जाकीट, एक स्वेटर, काही पँट, शूज ...हो आणि अंडरवेअरसुद्धा. वापरलेल्या कपड्यांच्या दुकानातून मी ते कपडे आणले होते. त्यासाठी किती कमी पैसे लागले होते, ते बघून मला आश्चर्य वाटलं. असं बघ. आम्हां भौतिकशास्त्रज्ञांचं गणितज्ञांप्रमाणे नसतं. आम्हाला स्वतः प्रयोग करून पाहिल्याशिवाय चैनच पडत नाही.''

"मग तुला काय आढळलं?"

"ते अतिशय उत्तम प्रकारे जळले. त्यांच्यातून खूप मोठ्या प्रमाणात विषारी धूर निघाला," युकावानं त्याला सांगितलं. "पण मागे काहीही उरलं नव्हतं. शिवाय त्यासाठी फारसा वेळही लागला नाही. जास्तीत जास्त पाच मिनिटं लागली."

"मग पुढे काय?"

"मग खुनी तिथे पाचच मिनिटं का थांबला नव्हता?"

इशिगामीनं खांदे उडवले. तो रस्त्याकडे जाणाऱ्या पायऱ्या चढून रस्त्यावर पोहोचला. त्यानंतर तो डावीकडे कियोसुबाशी रोडकडे वळला. तो रस्ता बेन्तेन तेच्या विरुद्ध दिशेला होता.

"आज दुपारचा जेवणाचा डबा घेणार नाहीस का?" युकावानं विचारलं. त्याला हीच अपेक्षा होती.

"मी तुला आधीच सांगितलंय की, मी रोजच तिथून डबा घेत नाही," इशिगामीनं कपाळाला आठ्या घालत उत्तर दिलं.

"मला फक्त तुझ्या जेवणाची काळजी वाटली म्हणून विचारलं," युकावा म्हणाला आणि आपली चालण्याची गती वाढवून तो इशिगामीच्या शेजारी आला. "त्यांना त्या मृतदेहाजवळ एक सायकलही आढळली. ती शिनोझाकी स्टेशनवरून चोरण्यात आल्याचं दिसलं. तिच्यावर संशयित बळीच्या बोटांचे ठसेही होते."

"आता त्याचं काय?"

"ज्या गुन्हेगाराची मजल बळीच्या चेहऱ्याचा चेंदामेंदा करण्यापर्यंत जाते, तो सायकलवरचे बोटांचे ठसे पुसून टाकायला विसरतो ही आश्चर्याची बाब आहे. त्याने जर जाणीवपूर्वक ते ठसे सायकलवर ठेवले नसतील तर तो खरोख़रच महामूर्ख आहे. पण त्याने ते का केलं असावं?"

"ते तूच मला सांगणार आहेस हे मला माहीत आहे."

"बहुधा त्या सायकलीचा संबंध त्या बळीशी जोडला जावा म्हणून असेल. अर्थातच पोलिसांनी तसा निष्कर्ष काढला असता तर गुन्हेगाराच्या दृष्टीनं ते जास्त चांगलं होतं."

"कसं काय?"

''कारण बळीनं स्वतःच शिनोझाकी स्टेशनपासून ती सायकल आणली होती असं पोलिसांना वाटावं असं गुन्हेगाराला वाटलं होतं. त्यासाठी तो कुठलीही जुनी सायकल चोरू शकला असता.''

''मग त्यांना सापडलेल्या त्या सायकलीत काही खास होतं का?''

''मी तिला खास असं म्हणणार नाही. ती तुमची नेहमीची जाण्या-येण्यासाठी वापरली जाणारी सायकल होती. ती फक्त एकाच बाबतीत वेगळी होती. ती नवी कोरी होती.''

इशिगामीला आपल्या शरीराचा प्रत्येक रोम न् रोम तणावग्रस्त झाल्यासारखं वाटलं. आता त्याला सहजपणे श्वास घेणं कठीण वाटू लागलं.

''गुड मॉर्निंग,'' कोणी तरी म्हटलं. त्याने तिकडे बघितलं. सायकलवरून आलेली एक विद्यार्थिनी त्यांना ओलांडून पुढे गेली होती. तिने इशिगामीकडे पाहून मान डोलवली. ''हं...गुड मॉर्निंग,'' तो घाईघाईनं म्हणाला.

''हे ऐकायला छान वाटलं. विद्यार्थी त्यांच्या शिक्षकांना अजूनही असं अभिवादन करत असतील असं मला वाटलं नव्हतं,'' युकावा म्हणाला.

''क्वचितच कोणी तरी करतात. हं...मग ती सायकल नवी कोरी का होती?''

''जर तुम्हाला सायकल चोरायचीच असेल तर मग ती नवी कोरी का असू नये? असं चोराला वाटलं असावं. म्हणजे पोलिसांना असं वाटत असावं असं दिसतंय. पण आपल्या चोराला त्याची पर्वा नव्हती. त्याला ती सायकल स्टेशनवरून कधी चोरीला जाते ती गोष्ट महत्त्वाची होती.''

'कारण...?'

''त्या चोराला अनेक दिवस स्टेशनवर तशाच सोडून दिलेल्या सायकलींशी काहीच मतलब नव्हता. त्याला सायकलच्या मालकानं तिच्या चोरीची तक्रार पोलीस ठाण्यात देण्याशी खरा मतलब होता. म्हणूनच त्याने नवी सायकल चोरली होती. नवीन सायकलींचे मालक त्यांना सहसा रस्त्यावर दीर्घ काळ तशाच सोडून देत नाहीत आणि त्यांची सायकल हरवली तर पोलीस ठाण्यात जाऊन तक्रार देतात. त्याच्या छद्मवेषाची निर्मिती करण्यासाठी या गोष्टींचा चोराला काहीच उपयोग नव्हता, पण त्यामुळे त्याला आपली ओळख लपवण्यास नक्कीच मदत झाली होती आणि त्यातून त्याच्या दृष्टीनं सकारात्मक परिणाम मिळाले होते.''

'हं...'

इशिगामीनं युकावाच्या निष्कर्षांवर कोणतीही प्रतिक्रिया व्यक्त केली नाही. तो फक्त आपल्या समोरच्या रस्त्यावर नजर ठेवून तसाच पुढे चालत राहिला. ते शाळेजवळ आले होते. पदपथावर विद्यार्थ्यांची गर्दी होती.

"ही एक रोचक कथा होती आणि मला ती आणखीही ऐकायला आवडली असती," तो युकावाकडे वळून म्हणाला. "पण आता तू मला जाऊ देशील का? विद्यार्थ्यांनी फाजील चौकशा कराव्यात असं मला वाटत नाही."

"नक्कीच. काहीही झालं तरी मला जे सांगायचं होतं ते जवळजवळ सगळंच मी सांगितलंय असं मला वाटतं."

"होय. खूपच रोचक," इशिगामी म्हणाला. "तू यापूर्वी मला एक प्रश्न विचारल्याचं मला आठवतंय. न सोडवण्याजोगी समस्या तयार करणं अवघड असतं की एखादी न सोडवली गेलेली समस्या स्वतः सोडवणं अवघड असतं असं तू मला विचारलं होतंस. आठवतंय?"

"होय. आणि तुझ्यासाठी माझ्याकडे त्याचं उत्तरही आहे. समस्या सोडवण्यापेक्षा ती तयार करणं जास्त अवघड असतं. जे लोक ती समस्या सोडवण्याचा प्रयत्न करतात त्यांनी नेहमीच समस्या तयार केलेल्याविषयी आदर बाळगला पाहिजे."

"अस्सं. मग पी = एनपी समस्येविषयी काय म्हणशील? स्वतः समस्या सोडवण्याच्या तुलनेत दुसऱ्या व्यक्तीच्या निष्कर्षांची अचूकता ठरवणं सोपं असतं की नाही हा तो प्रश्न होता."

इशिगामी काय सुचवू पाहत होता ते खात्रीपूर्वक लक्षात न आल्यामुळे युकावानं त्याच्याकडे संशयानं पाहिलं.

"तू मला तुझं उत्तर दिलंस," इशिगामी युकावाच्या छातीकडे निर्देश करत म्हणाला. "आता तू स्वतः समस्या सोडवण्याचा प्रयत्न करण्याऐवजी इतर कोणाचा तरी निष्कर्ष आणि उपाययोजना ऐकण्याची वेळ आली आहे."

'इशिगामी...'

"तुझा दिवस शुभ जाओ," त्या गणितज्ञानं युकावाकडे पाठ केली आणि तो शाळेत निघून गेला. त्याच्या हातात त्याने त्याची ती मोठी बॅग घट्ट पकडली होती.

'आता सारं काही संपलंय,' इशिगामीनं विचार केला. युकावानं सारं काही स्पष्टपणे ओळखलं होतं.

मिसातो अस्वस्थपणे शांत बसून तिचं जर्दाळूचं पुडिंग खात होती. तिला घरी सोडून येणंच जास्त चांगलं झालं असतं का, असा विचार पुन्हा एकदा यासुकोच्या मनात आला होता.

''मिसातो, तुझं पोट भरलंय का?'' कुदोनं तिला विचारलं. ती संपूर्ण संध्याकाळ तिच्या काळजीनं तो तिचा विचार करत राहिला होता.

'तुम्ही एखाद्या किशोरवयीन मुलाला किंवा मुलीला एखाद्या चांगल्या रेस्टॉरंटमध्ये ओढून आणू शकता, पण त्यांना तिथे आनंदात राहायला लावू शकत नाही,' त्याने विचार केला.

गिन्झामधील चिनी रेस्टॉरंटमध्ये ते रात्रीच्या जेवणासाठी आले होते. तिने तिच्या मुलीलाही सोबत आणावं असा आग्रह कुदोनं धरला होता आणि मिसातोला इच्छा नसली तरी यासुकोनं जबरदस्तीनं मुलीला सोबत आणलं होतं. बाहेर न जाणं अस्वाभाविक असल्यासारखं वाटेल आणि पोलिसांना संशय येईल असं सांगून, मिसातोची समजूत घालून तिने तिला तिथे आणलं होतं.

पण आता कुदो किती चिंताग्रस्त झाला होता ते पाहिल्यानंतर तिला मिसातोला तिथे आणल्याचा पश्चात्ताप झाला. संपूर्ण जेवणाच्या वेळेत त्याने मिसातोनं काही तरी बोलावं म्हणून हर प्रकारे प्रयत्न करून पाहिलं होतं. पण त्या संपूर्ण वेळात ती त्याच्याशी जेमतेम दोन-चार शब्दच बोलली होती.

मिसातोनं पुडिंग संपवलं आणि ती आईकडे वळली.

''मी बाथरूमला जाऊन येते,'' ती म्हणाली.

''हं, ठीक आहे.''

मिसातो जाईपर्यंत यासुकोनं वाट पाहिली आणि नंतर कुदोकडे वळून दोन्ही हातांचे पंजे एकमेकांत गुंतवत ती म्हणाली, ''मला माफ कर.''

''का? कशाबद्दल?'' त्याला खरोखरच आश्चर्य वाटल्यासारखं दिसत असलं तरी त्याला ती काय म्हणत होती ते बरोबर समजलं होतं. तो फक्त अभिनय करत होता हे यासुकोला माहीत होतं.

''ती खरोखरच लाजाळू आहे. शिवाय तिला प्रौढ व्यक्तींबरोबर बोलणं अवघड वाटत असावं असं मला वाटतंय,'' ती म्हणाली.

कुदोनं स्मित केलं. ''काळजी करू नकोस. जेवण संपेपर्यंत आम्हां दोघांची दाट मैत्री होईल असा विचार मीसुद्धा केलाच नव्हता. मी किशोरवयीन असताना अगदी तिच्याचसारखा होतो. आज तिला भेटता आलं याचा मला खरोखरच आनंद होतोय.''

''आभारी आहे, तू खूपच चांगला आहेस.''

कुदोनं मान डोलवली. त्याने खुर्चीवर ठेवलेल्या जाकिटाच्या खिशात हात घालून काही तरी शोधलं आणि सिगरेट व लायटर बाहेर काढला. मिसातोमुळे तो जेवताना धूम्रपान करू शकला नव्हता.

''आपण मागच्या वेळी बोललो होतो त्यानंतर पुढे आणखी काही झालं का?'' त्याने एक झुरका मारत विचारलं.

'कशाबद्दल?'

''मी त्या तपासाविषयी बोलतोय.''

'हं,' यासुकोनं क्षणभर नजर झुकवली आणि नंतर वर बघत ती म्हणाली, ''नाही. काहीच नाही. खरं म्हणजे आयुष्य सुरळीतपणे सुरू झालंय.''

''मला हे ऐकून आनंद वाटला. डिटेक्टिव्हनी तुला एकटं सोडलंय वाटतं?''

''अलीकडे मला ते भेटलेले नाहीत. ते खानावळीतही आले नाहीत. तुझं काय?''

''सांगण्यासारखं काहीच नाही. मला वाटतं त्यांनी मला सोडून दिलंय,'' कुदोनं ॲश ट्रेमध्ये थोडी राख झटकली. ''मला काही गोष्टी खटकत असल्या तरी मला वाटतं की, त्या प्रकरणाशी त्या संबंधित आहेत.''

''काय झालंय?''

'सांगतो...,' कुदो क्षणभर थबकला आणि नंतर म्हणाला, ''अगदी अलीकडे मला काही विचित्र फोन येत आहेत. माझ्या घरातील फोन वाजतो, मी तो उचलतोही. पण पलीकडून कोणीच बोलत नाही.''

''खरंच? ही गोष्ट विचित्र वाटते,'' यासुको विचारात पडली.

''होय. आणि त्यानंतर हे मिळालं,'' क्षणभर थांबून त्याने कोटाच्या खिशातून एक कागद बाहेर काढला. ''एके दिवशी माझ्या टपालात मला हे मिळालं.''

यासुकोला त्याच्यावर तिचं नाव लिहिल्याचं आढळलं आणि ती जागच्या जागीच गारठून गेली. त्यावर लिहिलं होतं की, यासुको हानाओकापासून दूर राहा. तुझ्यासारख्या पुरुषाबरोबर ती कधीही सुखी राहू शकणार नाही.

ती संगणकावर टाइप केलेली चिठ्ठी होती आणि नंतर तिचं प्रिंट काढण्यात आलं होतं. ती कोणी पाठवली होती, हे दाखवणारं काहीही त्याच्यावर नव्हतं.

''हे तुला कोणी तरी टपालानं पाठवलं?''

''नाही. मला वाटतं की, कोणी तरी ते हातानं माझ्या टपालपेटीत टाकलं.''

''हे कोणी केलं असेल याची तुला काही कल्पना आहे का?''

''नाही. मला कसलाच संदर्भ लागत नाही. मला वाटलं होतं की, कदाचित तुला माहीत असावं.''

''मला माफ कर. पण मला काहीच कल्पना करता येत नाही...,'' यासुकोनं पर्समधून रुमाल बाहेर काढला. तिच्या हातांचे तळवे घामेजू लागले होते. ''एवढंच आहे का? फक्त एवढी एकच चिठ्ठी?''

''नाही. त्याबरोबरच एक छायाचित्रही आहे.''

'छायाचित्र?'

''मी तुला शिंगावामध्ये भेटलो होतो तेव्हाचं. तो जो कोणी होता, त्याने पार्किंगमध्ये माझं छायाचित्र घेतलं होतं आणि मला ते समजलंही नाही,'' कुदोनं मान हलवली.

नकळत यासुकोनं त्या खोलीवरूनही नजर फिरवली. तिथेही कोणी त्यांना पाहत नव्हतं ना?

तोपर्यंत मिसातो परत आली होती त्यामुळे त्यांनी यावर पुढे चर्चा केली नाही. त्यानंतर काही मिनिटांनी ते रेस्टॉरंटमधून बाहेर पडले. त्यांनी एकमेकांचा निरोप घेतला आणि ते टॅक्सीत बसले.

''तिथलं जेवण चांगलं असेल असं मी तुला सांगितलं होतं,'' यासुकोनं म्हटलं, पण मिसातोच्या कपाळावर आठ्या होत्या. ती काहीच बोलली नाही. ''तू पूर्ण वेळ असा सुतकी चेहरा करून बसायला नको होतंस असं मला वाटतं.''

''मग तूही मला इकडे आणायला नको होतंस. मला कुठेही जायची इच्छा नाही, असं मी तुला स्पष्टपणे सांगितलं होतं.''

''पण त्याने तुला मुद्दाम आमंत्रण दिलं होतं.''

''तू एकटी गेली असतील तरी त्याला आनंद झाला असता. त्याने मला पुन्हा बोलावलं तरी मला त्याची पर्वा नाही. मी येणार नाही.''

यासुकोनं उसासा सोडला. पुरेसा वेळ दिला गेला तर मिसातो आपल्याशी आपुलकीनं वागेल असा कुदोला विश्वास वाटत होता. पण असं खरंच होऊ शकेल का, याविषयी यासुकोला शंकाच वाटत होती.

''मॉम, तू त्याच्याशी लग्न करणार आहेस का?'' मिसातोनं अचानकच विचारलं.

यासुको तिच्या सीटवर ताठ बसली. ''तू हे काय बोलतेयस?''

''मी गंभीरपणानं बोलतेय. तुला त्याच्याशी लग्न करायचं आहे. होय ना?''

'नाही.'

'खरंच?'

''अगं खरंच नाही. आम्ही फक्त कधी ना कधी रात्री जेवायला एकत्र जातो.''

''मग ठीक आहे,'' मिसातो म्हणाली आणि खिडकीतून बाहेर पाहू लागली.

''मिसातो, तू मला हे का विचारलंस? तुला काही सांगायचं आहे का?''

'नाही,' पण मिसातो हळूहळू तिच्या आईकडे वळली आणि म्हणाली, ''मला फक्त असं वाटलं की, त्या दुसऱ्या माणसाचा विश्वासघात करणं चांगलं होणार नाही.''

''कोण तो?''

मिसातोनं यासुकोच्या डोळ्यांत रोखून पाहिलं, पण ती काहीच बोलली नाही. तिला इशिगामीबद्दलच बोलायचं होतं ते अगदी स्पष्ट होतं. टॅक्सी ड्रायव्हरनं काहीही ऐकू नये असं तिला वाटत असल्यामुळे ती काहीच बोलली नव्हती.

''ठीक आहे. त्याची तू काळजी करू नकोस,'' यासुको सीटवर मागे रेलून बसत म्हणाली.

'हं...' मिसातो म्हणाली. तिला ते स्पष्टपणे अमान्य असल्याचं दिसत होतं.

यासुकोनं इशिगामीचा विचार केला. मिसातोनं आठवण करून दिली नसती तरीही तिला त्याचीच काळजी वाटत होती. कुदोच्या टपालपेटीत ठेवण्यात आलेली ती चिठ्ठी आणि ते छायाचित्र यांमुळेही ती चांगलीच काळजीत पडली होती.

यासुकोला माहीत होतं त्यानुसार फक्त एकच व्यक्ती अशी चिठ्ठी आणि छायाचित्र पाठवू शकत होती. तिच्या अपार्टमेंटजवळ कुदोबरोबर तिला उतरताना बघितल्यानंतर इशिगामीचा चेहरा किती काळवंडला होता ते तिला आठवलं. त्याचा तो चेहरा तिला ठळकपणे आठवत होता.

इशिगामीनं कुदोशी असलेलं तिचं नातं शोधून काढलं असण्याची दाट शक्यता होती आणि त्यामुळे त्याच्या मनात द्वेषही उफाळून आला असणार. त्याला तिच्याविषयी वाटणारं आकर्षण हे निव्वळ आकर्षणाहूनही जास्त काही तरी होतं हे तिच्या आधीच लक्षात आलं होतं. तोगाशीचा खून लपवण्यासाठी त्यांना मदत करणं आणि नंतरही त्यांना पोलिसांपासून संरक्षण देणं या दोन्ही गोष्टी तो का करत होता, याचं तेच एकमेव कारण होतं हे अगदी स्पष्ट होतं.

बहुधा इशिगामीनंच कुदोच्या टपालपेटीत ती चिठ्ठी आणि ते छायाचित्र ठेवलं असावं. जर हे खरं असेल तर तिच्या बाबतीत त्याची नेमकी काय योजना होती? तिच्या आयुष्यात येऊन तिच्यावर नियंत्रण ठेवण्यासाठी त्याला जे काही माहीत होतं त्या माहितीचा तो वापर करून घेणार होता का? तो तिला कधीच दुसऱ्या माणसाशी बोलू देणार नव्हता का? तिला इतर कोणाशी लग्न करू देणार नव्हता?

तोगाशीच्या खुन्यांचा तपास सुरू असताना इशिगामीनं त्यांना जी मदत केली होती, त्याबद्दल त्याचे आभार मानावेच लागणार होते. त्यासाठी ती त्याच्याशी कृतज्ञही होती. तरीही त्यापुढे ती मुक्त जीवन जगूच शकणार नव्हती का? मग तोगाशी जिवंत होता त्याहून तिचं आयुष्य आता जास्त चांगलं नव्हतंच. आता तिला एका वेगळ्या पुरुषाला हाताळावं लागत होतं आणि या वेळी त्याच्या तावडीतून तिची सुटकाही होणारच नव्हती.

टॅक्सी अपार्टमेंटजवळ आली. त्या दोघीही खाली उतरल्या आणि जिना चढून वर आल्या. इशिगामीच्या खोलीत प्रकाश होता.

यासुको तिच्या अपार्टमेंटमध्ये गेली आणि कपडे बदलू लागली. त्यानंतर काही क्षणांनी तिला शेजारच्या अपार्टमेंटचा दरवाजा उघडला गेल्याचा आणि बंद झाल्याचा आवाज ऐकू आला.

''हे बघ, तो आपण परतण्याची वाटच पाहत होता,'' मिसातो म्हणाली.

''मला ते माहीत आहे,'' यासुकोनं तिला म्हटलं. तिच्या आवाजातून तिचा संताप जाणवत होता.

काही मिनिटांनंतर तिचा मोबाइल फोन वाजू लागला.

'बोला!'

''मी बोलतोय,'' तोच परिचित आवाज आला. ''तुम्ही बोलू शकता का?''

'होय.'

''आज सांगण्यासारखं काही झालंय का?''

''नाही. काहीच नाही.''

''अस्सं. छान,'' इशिगामी हळूहळू श्वासोच्छ्वास करत असल्याचं तिला ऐकू येत होतं. ''प्रत्यक्षात आज मला तुमच्याशी काही गोष्टी बोलायच्या आहेत. पहिली म्हणजे मी तुमच्या समोरच्या दरवाजाच्या टपालपेटीत पत्रं असलेली तीन पाकिटं ठेवली आहेत. ती फोन झाला की, लगेच जाऊन घेऊन या.''

'पत्रं?'

''प्लीज ती सुरक्षित ठेवा. तुम्हाला लवकरच त्यांची गरज भासेल. ठीक आहे?''

'बरं.'

''तुम्ही त्या पत्रांचा वापर कसा करावा याविषयीच्या सूचनाही मी स्वतंत्र कागदावर लिहून ठेवल्या आहेत. तो कागद वाचल्यानंतर आणि सूचना समजल्यानंतर तो तुम्ही नष्ट करून सांगा, हे तुम्हाला वेगळं सांगण्याची गरज नाही. समजलं?''

''होय. मी ती आता लगेच घेऊ का?''

''अगदी लगेच गेला नाहीत तरी चालेल. पण थोड्या वेळात आणा. याशिवाय मला तुम्हाला आणखी एक महत्त्वाची गोष्टही सांगायची आहे.'' इशिगामी थबकला. यासुकोला त्याच्या आवाजातील नाराजी जाणवत होती. तो म्हणाला, ''मी तुम्हाला हा फोन केला आहे, तो अखेरचाच आहे. यापुढे मी तुमच्याशी संपर्क साधणार नाही किंवा तुम्हीही माझ्याशी संपर्क साधण्याचा प्रयत्न करू नका. काहीही झालं तरी तुम्ही आणि तुमची मुलगी त्रयस्थ म्हणून काय घडतंय ते पाहत राहा. कशातही गुंतू नका किंवा अडकू नका. तुम्ही सुरक्षित राहण्याचा हाच एकमेव मार्ग असेल.''

त्याचं बोलणं ऐकत असताना यासुकोचं हृदय जोरजोरात धडधडत होतं.

''तुम्ही हे काय बोलत आहात इशिगामी? हे सगळं काय आहे? तुम्ही कशाविषयी बोलत आहात?''

''तुम्हाला लवकरच ते समजेल. अगदी आता लगेच तुम्हाला ते न सांगणंच इष्ट असेल असं मला वाटतंय. फक्त मी काय सांगितलं ते विसरू नका. ठीक आहे?''

''नाही. हे ठीक नाही. तुम्ही मला हे स्पष्टपणे सांगा.''

तिच्या आईच्या आवाजातील आश्चर्य आणि तिची भीतीनं उडालेली गाळण बघून मिसातो तिथे आली.

''काहीही स्पष्ट करण्याची, कसलंही स्पष्टीकरण देण्याची गरज नाही. मी तुमचा निरोप घेतोय.''

'थांबा –' ती म्हणाली. पण पलीकडून फोन ठेवला गेल्याचा आवाज आला.

कुसानागीचा फोन वाजू लागला त्या वेळी कुसानागी किशितानीसह कारमध्ये होता. कुसानागी कार चालवत नव्हता. तो शेजारी बसून विश्रांती घेत होता. त्याला शक्य होती तितकी त्याने त्याच्या सीटची उंची कमी करून ती खाली घेतली होती. त्याने मोबाइल हातात घेतला आणि तसाच पडल्या पडल्या फोन घेत तो म्हणाला, ''कुसानागी बोलतोय.''

''मी मामिया बोलतोय,'' त्याच्या ठाणेप्रमुखाचा आवाज आला. ''तू आताच्या आता एदोगावा पोलीस ठाण्यात ये. लगेच,'' तो म्हणाला.

''काय? तुम्हाला काही सापडलंय का?''

''मला काही सापडलेलं नाही, पण आपल्याला कोणी तरी शोधून काढलंय. इथे एक माणूस आलाय आणि त्याला तुझ्याशी बोलायचं आहे.''

''कोण आहे?'' कुसानागीनं विचारलं. तो युकावा असावा असं त्याला वाटलं.

''त्याचं नाव इशिगामी आहे. यासुको हानाओकाच्या शेजारी राहणारा गणिताचा शिक्षक.''

''इशिगामी? त्याला माझ्याशी बोलायचं आहे? मग त्याने फोन का केला नाही?''

''मला वाटतंय की, ते खूपच महत्त्वाचं असावं,'' मामियानं उत्तर दिलं. त्याचा आवाज गंभीर होता.

''सर, तुम्हाला त्याने ते काय आहे ते सांगितलंय का?''

''तुझ्याशिवाय इतर कोणालाही तो हे तपशील सांगणार नाही, असं त्याचं म्हणणं आहे. म्हणूनच तू असशील तसा इकडे निघून ये.''

''ठीक आहे. मी रस्त्यातच आहे. आलोच.'' कुसानागीनं फोनवर आपला हात ठेवला आणि किशितानीच्या खांद्यावर थोपटत तो म्हणाला, ''आपल्याला आताच्या आता एदोगावा पोलीस ठाण्यात जावं लागेल. तिथे आपल्याला सरांनी बोलावलंय.''

फोनवरून मामियाचा क्षीण आवाज आला. ''त्याचं म्हणणं आहे की, ते त्यानंच केलंय.''

'काय?'

''त्यानं तोगाशीचा खून केलाय असं तो म्हणतोय. इशिगामीनं स्वतःला पोलिसांच्या स्वाधीन केलंय.''

''हे आणखी काय लचांड आहे?''

कुसानागी इतक्या झटकन उठून बसला की, त्याचा सीट बेल्ट जवळजवळ त्याच्या कमरेत रुतल्यासारखा झाला.

सोळा

‘इशिगामी निर्विकार चेहऱ्यानं कुसानागीकडे पाहत होता किंवा त्याची नजर बहुधा माझ्याकडे रोखलेली असावी. पण तो प्रत्यक्षात काहीच पाहत नसावा,’ कुसानागीच्या मनात हा विचार आला. त्या गणितज्ञाचा चेहरा अगदीच कोरा होता. जणू काही त्याची नजर दूरवर कुठे तरी खिळून राहिली होती आणि तो तिथे उगाचच बसून राहिला होता असं वाटत होतं.

“मी त्याला पहिल्यांदा दहा मार्चला पाहिलं,” तो सांगत होता, त्याचा आवाज अगदी एकसुरी होता. त्यात कसलाच चढउतार नव्हता. मी शाळेतून परत आलो त्या वेळी तो तिच्या दरवाजाजवळ घुटमळत राहिला होता. तिच्या दरवाजाशेजारच्या टपालपेटीत त्याने हात घातला होता, त्याच वेळी मी त्याचा हात पकडला.”

“मला माफ करा, पण त्या माणसाचं नाव काय होतं? कोण होता तो?”

“हं, तो मिस्टर तोगाशी होता. अर्थातच त्या वेळी मला तो कोण होता ते माहीत नव्हतं,” इशिगामीनं उत्तर दिलं.

त्याच्या सोबत चौकशीच्या खोलीत कुसानागी आणि किशितानी होते. किशितानी एका बाजूला बसून लिहून घेत होता.

इशिगामीनं खोलीत इतर कोणालाही येण्याची परवानगी दिली जाऊ नये असं सांगितलं होतं. अनेक अधिकारी एकत्रितपणे बसून प्रश्न विचारू

लागले तर ज्या गोष्टी सांगणं अगदी गरजेचं होतं त्या तो सांगू शकला नसता असं त्याने त्यांना सांगितलं होतं.

''तो तिथे काय करत होता, याचं मला आश्चर्य वाटलं म्हणून मी त्याला तसं विचारलं. तो आश्चर्यचकित झाल्यासारखा दिसला आणि त्याने मला यासुको हानाओकाकडे त्याचं काम असल्याचं सांगितलं. तो तिचा नवरा असल्याचं आणि त्यांच्यात बेबनाव झाल्याचं त्याने मला सांगितलं. त्याच वेळी तो कोण होता ते माझ्या लक्षात आलं आणि तो खोटं बोलत असल्याचंही मला समजलं. पण त्याला सावध न करता तो काय सांगतोय ते ऐकावं म्हणून मी तसाच शांत राहिलो.''

''एक सेकंद. तो तुम्हाला खरं सांगत नाही हे तुम्हाला कसं काय समजलं?''

इशिगामीनं थोडासा श्वास घेतला आणि तो म्हणाला, ''कारण यासुको हानाओकाविषयीची मला अगदी खडा न् खडा माहिती होती. ती घटस्फोटित आहे, हे मला माहीत होतं. शिवाय तिच्या पूर्वाश्रमीच्या पतीपासून सुटका करून घेण्यासाठी ती सतत राहण्याच्या जागा बदलत राहिली होती हेही मला माहीत होतं.''

''तुम्हाला या सगळ्या गोष्टी कशा काय समजल्या होत्या? त्या तुमच्या शेजारी असल्या तरीही तुम्ही त्यांच्याशी क्वचितच बोलत होतात असं मला समजलं होतं. तुम्ही त्यांच्या खानावळीत नेहमी जात होतात आणि तिथेच तुम्हाला त्या दिसत होत्या किंवा अत्यल्प काळासाठी भेटत होत्या, असं आपण म्हणू.''

''असं आम्ही लोकांना सांगत होतो. होय.''

''म्हणजे काय?''

इशिगामी खुर्चीत ताठ बसला आणि त्याने किंचित छाती फुगवली. ''मी यासुको हानाओकाचा शरीररक्षक आहे. चांगली प्रवृत्ती नसलेल्या पुरुषांपासून तिचं संरक्षण करणं हे माझं कर्तव्य आहे. साहजिकच आम्हाला लोकांना हे समजू द्यायचं नव्हतं, कारण काहीही झालं तरी मी शाळामास्तरही आहेच.''

''पण आपण पहिल्यांदा भेटलो होतो त्या वेळी तर तुम्ही असं सांगितलं होतं की, तुम्ही त्यांच्याशी क्वचितच बोलला होतात,'' कुसानागीनं दबाव टाकत म्हटलं.

इशिगामीनं शांतपणे उसासा टाकला. ''तुम्ही तोगाशीच्या खुनासंदर्भात प्रश्न विचारण्यासाठी माझ्या अपार्टमेंटमध्ये आला होतात. बरोबर ना? अर्थातच मी तुम्हाला सत्य सांगू शकलो नव्हतो. तुम्हाला लगेच संशय आला असता.''

''ठीक आहे,'' कुसानागी गोंधळल्यासारखा म्हणाला, ''पण आता तुम्ही म्हणत आहात की, तुम्हाला त्यांच्याविषयीची खडा न् खडा माहिती होती, कारण तुम्ही त्यांचे शरीररक्षक आहात.''

''हं, हे बरोबर आहे.''

''म्हणजे काही काळ तुम्ही त्यांच्या निकट होतात. अर्थातच ही घटना घडण्याच्या आधी?''

''होय. मी आधीच सांगितलं आहे त्याप्रमाणे ती सगळी व्यवस्था गोपनीय स्वरूपाची होती. आमच्यातील संबंध छुपे ठेवण्याची आम्ही भरपूर काळजी घेतली होती. अगदी तिच्या मुलीलासुद्धा याविषयी काहीही माहीत नव्हतं.''

''तुम्ही हे सगळं नेमकं कसं केलं?''

''आम्ही अनेक मार्गांचा अवलंब केला. ते सगळं मी तुम्हाला सांगितलं पाहिजे असं तुम्हाला वाटतं का?'' इशिगामीनं प्रश्नार्थक मुद्रेनं डिटेक्टिव्हकडे बघितलं.

यापैकी कुठलीच गोष्ट कुसानागीला बरोबर वाटत नव्हती. त्या गणिताच्या शिक्षकाशी त्याच्या अत्यंत आकर्षक, सुंदर शेजारणीचे अतिशय निकटचे संबंध होते ही गोष्ट ऐकल्यानंतर त्याला खरोखरचा धक्का बसला होता. शिवाय तो त्याविषयीची जी काही पार्श्वभूमी सांगत होता तीही संदिग्ध होती. मात्र तरीही या कथेत सत्याचा थोडासा जरी अंश असला तरी त्याला तो ऐकायचा होता.

'नाही,' कुसानागी म्हणाला. ''मी तुम्हाला याविषयी नंतर विचारेन. मला पहिल्यांदा तोगाशी आणि तुमच्यात काय घडलं ते हवं आहे. तुम्ही असं सांगितलं की, तुम्ही त्याला पहिल्यांदा यासुको हानाओकांच्या अपार्टमेंटच्या बाहेर भेटलात आणि तो अजूनही त्यांच्याशी विवाहबंधनात आहे, यावर तुमचा विश्वास बसल्यासारखं तुम्ही त्याला दाखवलं. त्यानंतर काय झालं?''

''ती कुठे होती ते मला माहीत होतं का, असं त्याने मला विचारलं. मी त्याला सांगितलं की, ती तिथे राहत नाही. ती दुसरीकडे राहायला गेलीय. तिला कामामुळे दुसरीकडे राहायला जाणं भाग पडलंय. त्यामुळे त्याला आश्चर्य वाटलं. त्यानंतर त्याने मला ती दुसरीकडे कुठे राहायला गेलीय असं विचारलं. मी त्याला ते मला माहीत आहे असं सांगितलं.''

''तुम्ही ती कुठे राहायला गेलीय असं सांगितलं?''

इशिगामी हसला. ''शिनोझाकीत. मी त्याला सांगितलं की, ती जुन्या एदोगावा नदीजवळच्या अपार्टमेंटमध्ये राहायला गेले.''

आता इतकं सगळं ऐकल्यानंतर शिनोझाकीचा उल्लेख कधी येईल तेच मी पाहत होतो, कुसानागीनं विचार केला. ''बस्स, एवढंच सांगितलं का?'' कुसानागीनं चौकशी केली. ''त्यांना शोधण्यासाठी त्याला एवढाच पत्ता पुरेसा ठरला नसता. नदीजवळचा तो पट्टा खूप मोठा आहे आणि तिथे अपार्टमेंटच्या भरपूर इमारती आहेत.''

''अर्थातच, तोगाशीला तिचा नवीन पत्ता हवा होता. मी त्याला तिथेच थांबायला सांगितलं आणि माझ्या खोलीत जाऊन नकाशात पाहून पत्ता लिहून दिला. तो पाणी प्रक्रिया यंत्रणेचा पत्ता होता. मी त्याच्या हातात तो कागद दिला त्या वेळी तुम्ही त्याच्या चेहऱ्यावरचं स्मित फक्त बघायला हवं होतं. मी त्याचा भरपूर त्रास वाचवला असं त्याने मला सांगितलं.''

''तुम्ही त्याला तो पत्ता का दिला होता?''

''जिथे जास्त साक्षीदार असू शकणार नाहीत अशा ठिकाणी त्याने यावं असं मला वाटत होतं. मला त्या भागाची रचना चांगलीच माहीत आहे.''

''एक सेकंद थांबा,'' कुसानागीनं इशिगामीच्या चेहऱ्यावर करडा कटाक्ष टाकला. तो त्याचं म्हणणं ऐकत होता का ते त्याला समजत नव्हतं. पण तरीही त्याने विचारलं, ''म्हणजे तुम्ही मला असं सांगत आहात की, तुम्ही तोगाशीला भेटलेल्या क्षणापासूनच त्याचा खून करण्याचा कट तुम्ही आखला होता?''

'अर्थात,' इशिगामीनं उत्तर दिलं. त्याचा आवाज ठाम होता. ''मी तुम्हाला आताच म्हटलं त्याप्रमाणे मिस हानाओकाचं रक्षण करणं हे माझं काम होतं. जर तिचं नुकसान करण्याचा हेतू असलेली एखादी व्यक्ती दिसली असती तर त्या समस्येचं मुळापासून निर्मूलन करणं...म्हणजे तुमच्या लक्षात आलं ना? त्याला कायमचं मार्गातून दूर करणं ही माझी जबाबदारी होती.''

''आणि मिस हानाओकांना त्रास देणं, त्यांचं नुकसान करणं हाच मिस्टर तोगाशींचा हेतू होता यावर तुमचा विश्वास होता?''

''यात विश्वासाचा प्रश्नच नाही. मला ते माहीतच होतं. तोपर्यंत त्याने तिला सगळ्या प्रकारचे त्रास दिले होते. काहीही झालं तरी तो देत असलेल्या त्रासातून सुटका व्हावी म्हणूनच ती माझ्या शेजारी राहायला आली होती.''

''मिस हानाओकांनी हे सगळं तुम्हाला स्वतःच सांगितलं?''

''होय. आमच्या संपर्काच्या नेहमीच्या माध्यमातून.''

इशिगामी हळुवारपणे आणि अजिबात न बिचकता, न गोंधळता बोलत होता. 'आपली ही कथा व्यवस्थितपणे सांगता यावी यासाठी त्याला इथे येण्याच्या आधी नक्कीच भरपूर वेळ मिळाला आहे,' असा विचार कुसानागीच्या मनात येऊन गेला. पण तरीही या कथेतील भरपूर गोष्टींविषयी संशय घेण्यास मोठीच जागा होती. तोपर्यंत कुसानागीच्या मनात इशिगामीची प्रतिमा एक नीरस, कंटाळवाणा शाळामास्तर अशी होती. पण त्या वेळी तो जे सांगत होता, त्याच्याशी ती बिलकूल मिळतीजुळती नव्हती. मात्र तरीही त्या वेळी ते सगळं बाजूला ठेवून फक्त इशिगामीला काय सांगायचं होतं ते ऐकून घेणं महत्त्वाचं होतं. मग तो सांगत असलेलं खरं असो वा खोटं, त्याने काहीच फरक पडणार नव्हता.

''तुम्ही त्याला पत्ता दिल्यानंतर त्याने काय केलं?''

''त्याने ती सध्या कुठे काम करते असं मला विचारलं. मी त्याला सांगितलं की, ती नेमकी कुठे काम करते ते मला माहीत नाही, पण एका रेस्टॉरंटमध्ये ती काम करते असं मी ऐकलंय. मी त्याला असंही सांगितलं की, ती तिथून रात्री अकराच्या सुमारास निघते. तिची मुलगी शाळा सुटल्यावर तिथे जाते आणि त्यानंतर दोघी मिळून घरी परत येतात. अर्थातच हे सगळं मी माझ्या मनानंच जुळवून सांगितलं होतं. साफ खोटं.''

''ही बनावट माहिती तुम्ही अशा प्रकारे जुळवाजुळवी करून का दिली होती?''

''तो पुढे काय करेल याचा अंदाज बांधणं जास्त सोपं व्हावं म्हणून. मी निवडलेल्या ठिकाणी त्याने लवकर पोहोचू नये म्हणून मी हे सारं केलं होतं. तो भाग दूरवर असला तरी दिवसाउजेडी तिथे लोक असतात. त्याने रात्री अकराच्या आधी तिच्या अपार्टमेंटकडे फिरकूसुद्धा नये म्हणून मी त्याला तसं सांगितलं होतं. नंतर...''

''एक मिनिट थांबा,'' कुसानागीनं त्याचं बोलणं तोडत, हात वर करत म्हटलं. ''तुम्ही त्याला बोलवत असलेल्या ठिकाणी सारं काही आलबेल असेल याची तुम्हाला खात्री वाटत होती का?''

''होय, तुमचा माझ्यावर विश्वास नाही का?''

''नाही...तुम्ही अशा प्रकारचा कट तिथल्या तिथे, इतक्या झटपट तयार करू शकलात, त्यामुळे मी फक्त प्रभावित झालो आहे.''

''त्यात विशेष काहीच नाही,'' इशिगामी म्हणाला. त्याच्या चेहऱ्यावरचं स्मित अंधूक होत चाललं होतं. ''तो मिस हानाओकाला भेटण्यासाठी अतिशय आतुर झाला होता हे माझ्या लक्षात आलं होतं. मला फक्त त्याच्या त्याच आतुरतेचा त्याच्या विरोधात वापर करून घ्यायचा होता. ती फारशी अवघड गोष्ट नव्हती.''

''हं...कदाचित तुमच्या दृष्टीनं ती तशी अवघड नसेलही,'' कुसानागी ओठांवरून जीभ फिरवत म्हणाला. ''मग त्यानंतर काय झालं?''

''त्याने तिथून जाण्यापूर्वी माझ्याकडे त्याचा मोबाइल क्रमांक दिला. जर त्याला अपार्टमेंट सापडलं नाही, तर त्याने मला फोन करावा असं मी त्याला सांगितलं होतं. सहसा नेहमीच एखाद्या अनोळखी व्यक्तीनं इतका चांगुलपणा दाखवला तर माणसांना संशय येतो. पण त्याला कसलाच संशय आला नव्हता. खरं सांगायचं तर तो फारसा हुशार असावा असंही मला वाटलं नव्हतं.''

''साहजिकच आहे, आपण ज्याला नुकतेच भेटलो आहोत ती व्यक्ती आपल्याला ठार मारण्याचा कट करत आहे, असं फक्त थोड्याच लोकांना वाटेल.''

''म्हणजे तसं तुम्ही मला विचाराल, तर माझं म्हणणं याच्या उलट आहे. आम्ही पहिल्यांदाच भेटत होतो, त्यामुळे त्याला या सगळ्यात कसला तरी संशय यायलाच हवा होता. काही का असेना, पण त्याने बनावट पत्ता घेतला आणि त्याच्या खिशात टाकला. त्यानंतर तो तिथून निघून गेला. तो दिसेनासा झाल्यावर मी माझ्या अपार्टमेंटमध्ये गेलो आणि तयारी करू लागलो.'' इशिगामी थांबला आणि त्याने टेबलावरचा चहाचा कप उचलला. त्या कोमट चहाचे त्याने दोन मोठे घोट घेतले.

''कसली तयारी?''

''फार मोठी नाही. मी कपडे बदलून थोडे जास्त सैलसर, आरामदायक कपडे घातले आणि वाट पाहू लागलो. त्याला ठार मारण्याचा उत्तम मार्ग काय असू शकेल याचा मी विचार केला. माझ्या डोक्यात अनेक पर्याय आले आणि त्यांपैकी मी सगळ्यांत विश्वासार्ह पद्धतीची निवड केली. मी जर त्याला भोसकून किंवा दंडुक्यानं प्रहार करून ठार मारलं असतं तर माझ्या अंगावर किती रक्त उडालं असतं ते वेगळं सांगायलाच नको. शिवाय एकाच फटक्यात किंवा एकदाच भोसकून तो मेला असता याचीही मला खात्री नव्हती. गळा घोटून मारणं ही गोष्ट माझ्या दृष्टीनं जास्त सोपी होती आणि खुनाचं ते हत्यार नेणंही मला जास्त सोपं वाटत होतं. मला काही तरी भक्कम बरोबर घेण्याची गरज होती, म्हणून मी कोतात्सुची विजेची वायर वापरायची असं ठरवलं.''

''ती तुम्ही गुन्हा घडलेल्या ठिकाणी नेली?''

इशिगामीनं मान डोलावली. ''मी सकाळी दहाच्या सुमारास घरातून बाहेर पडलो, त्याच वेळी ती वायर माझ्या सोबत घेतली होती. शिवाय बॉक्स कटर आणि वापरून झाल्यानंतर विल्हेवाट लावता येण्याजोगा लायटर बरोबर घेतला होता. स्टेशनकडे जात असताना मला कोणी तरी कचऱ्यात निळं प्लॅस्टिक फेकून दिल्याचं दिसलं. मी त्याची घडी केली आणि माझ्या सोबत घेतलं. मी मिझुईमध्ये ट्रेनमधून उतरलो आणि जुन्या एदोगावाला जाण्यासाठी टॅक्सी केली.''

''मिझुई स्टेशन? शिनोझाकीला नाही?''

''अर्थातच नाही,'' इशिगामीनं अजिबात न गोंधळता उत्तर दिलं. ''मला त्या माणसाला चुकीच्या पद्धतीनं अवेळी भेटायचं नव्हतं. मी त्याला जे ठिकाण सांगितलं होतं त्याहून थोड्या अंतरावर टॅक्सी सोडली. त्याला आश्चर्याचा धक्का द्यायचा असेल तर योग्य वेळ आल्याशिवाय त्याच्या नजरेस पडता कामा नये, हे मला माहीत होतं.''

''मग टॅक्सीतून उतरल्यानंतर तुम्ही काय केलं?''

''कोणाच्याही नजरेस न पडण्याची दक्षता घेऊन मी आमच्या नियोजित भेटीच्या ठिकाणी पोहोचलो. मला फारशी काळजी घेण्याची गरजही नव्हती, कारण रस्त्यावर फारसं कुणी नव्हतंच.'' इशिगामीनं चहाचा आणखी एक घोट घेतला. ''मी नदीकाठावर पोहोचलो होतो, तेवढ्यात माझा मोबाइल

वाजू लागला. तो त्याचाच फोन होता. मी त्याला दिलेल्या पत्त्यावर तो पोहोचला होता, पण त्याला अपार्टमेंटची इमारत शोधता येत नव्हती, असं त्याने मला सांगितलं. तो नेमका कुठे होता असं मी त्याला विचारल्यावर त्याने मला काही तपशील सांगितले. यादरम्यान मी त्याच्या जवळ पोहोचत असल्याचं त्याच्या लक्षातही आलं नव्हतं. पुन्हा एकदा पत्ता तपासून फोन करतो, असं मी त्याला सांगितलं. तोपर्यंत तो नेमका कुठे होता ते मला समजलं होतं. मला तो आरामात हातपाय पसरून बसल्याचं दिसलं होतं. खरं म्हणजे नदीकाठावरच्या हिरवळीत तो बसला होता. आवाज होऊ नये म्हणून मी दबक्या पावलांनी त्याच्या मागे गेलो. मी त्याच्या थेट मागे पोहोचेपर्यंत त्याचं माझ्याकडे लक्षही गेलं नव्हतं. त्याने माझ्याकडे वळून पाहण्याच्या आधीच माझ्या हातातील वायर मी त्याच्या गळ्यात टाकली आणि त्याचा गळा आवळायला सुरुवात केली होती. त्याने अर्थातच प्रतिकार केला, पण मी उभा असल्यामुळे मला फायदा मिळाला. लवकरच तो गतप्राण झाला. अगदी खरं सांगायचं तर माझ्या अपेक्षेपेक्षाही माझं काम जास्त सुलभतेनं पार पडलं होतं. मला आणखी एक कप चहा मिळू शकेल का?''

किशितानी उठून उभा राहिला आणि त्याने चहाच्या किटलीतून आणखी एक कप चहा ओतला. इशिगामीनं मान डोलावून आभार मानले.

''बळी हा चाळिशीतील तगडा माणूस होता. त्याने सर्व शक्तीनिशी प्रतिकार केला असता तर त्याचा गळा आवळणं तितकंसं सोपं होतं, असं मला वाटत नाही,'' कुसानागीनं खोदून विचारलं.

इशिगामीच्या चेहऱ्यावरचे भाव बदलले नाहीत. फक्त त्याने डोळे किंचित बारीक केले. ''माझ्या शाळेतील ज्युदो क्लबचा मी प्रशिक्षक आहे. मागच्या बाजूनं आल्यानंतर तुमच्याहून अगदी जास्त ताकदीच्या एखाद्या व्यक्तीला भारी पडणंही शक्य असतं,'' तो म्हणाला.

कुसानागीनं मान डोलावली. त्याचं लक्ष इशिगामीच्या कानांकडे गेलं. त्याचे कान जाडजूड, फुगीर आणि कॉलीफ्लॉवरसारखे होते. ज्युदो खेळणाऱ्या व्यक्तीचं ते निश्चित लक्षण होतं. पोलीस दलातही अशा प्रकारचे कान असलेले काही लोक होते.

''त्याला ठार मारल्यानंतर तुम्ही काय केलं?'' त्याने विचारलं.

''मला त्या मृतदेहाची ओळख लपवणं भाग होतं हे मला माहीत होतं. तो कोण होता हे तुम्हा पोलिसांना समजलं असतं तर तुम्ही

नक्कीच यासुको हानाओकावर संशय घेतला असता. पहिल्यांदा मी बॉक्स कटरनं त्याच्या अंगावरचे कपडे काढले. त्यानंतर मी त्याच्या चेहऱ्याचा चेचून चेंदामेंदा करून टाकला.'' इशिगामीचा आवाज संथ आणि शांत होता. ''म्हणजे त्याच्या चेहऱ्यावर प्लॅस्टिकचं आवरण टाकून मी त्याला पाठीवर उताणं झोपवलं. त्यानंतर मी त्याच्यावर किती वेळा प्रहार केले ते मला आठवत नाही, पण निदान डझनभर तरी प्रहार केले असावेत. मग लायटरचा वापर करून मी त्याच्या बोटांची टोकं जाळून टाकली. हे सगळं केल्यानंतर मी त्याचे कपडे घेऊन तिथून निघालो. मला नदीच्या काठावर एक तेलाचं पिंप सापडलं. मी त्यात त्याचे कपडे टाकले आणि पेटवून दिले. माझ्या अपेक्षेपेक्षाही आगीच्या ज्वाळा जास्त उंचीपर्यंत भडकल्या होत्या. त्यामुळे त्यांच्याकडे कोणाचं तरी लक्ष जाईल अशी चिंता मला वाटू लागली. म्हणून मी तिथून जायचं असं ठरवलं. मी रस्त्यावर आलो. कॅब केली आणि टोकिओ स्टेशन गाठलं. तिथून मी घरी जाण्यासाठी दुसरी कॅब केली. मी अपार्टमेंटमध्ये पोहोचलो त्या वेळी मध्यरात्र थोडीशी उलटून गेली होती.'' त्याने नको इतका मोठा सुस्कारा सोडला. ''असं सगळं झालं. मी ते सगळं असं केलं. माझ्या अपार्टमेंटमध्ये तुम्हाला ती विजेची वायर, बॉक्स कटर आणि डिस्पोझिबल लायटर सापडेल.''

कुसानागीनं किशितानीकडे एक तिरपा कटाक्ष टाकला. त्याचा साहाय्यक भराभरा लिहून घेत होता. डिटेक्टिव्हनं ओठांत सिगरेट ठेवून पेटवली आणि धुराचं एक वलय बाहेर सोडलं. त्यानंतर त्याने इशिगामीकडे रोखून पाहिलं. आता पुन्हा एकदा त्या माणसाचा चेहरा निर्विकार होता आणि त्याची नजर शून्यात स्थिरावलेली होती.

त्या कथेत कुठेही लक्षात येण्याजोग्या त्रुटी नव्हत्या. त्या मृतदेहाच्या स्थितीबद्दल त्याने सांगितलेली प्रत्येक गोष्ट आणि गुन्ह्याच्या स्थळी दिसलेलं दृश्य कमालीचं एकसारखं होतं. पोलिसांना त्याबद्दल जे जे माहीत होतं, त्याच्याशी ते सगळं तंतोतंत जुळत होतं. शिवाय त्यापैकी कुठलेही तपशील जाहीर करण्यात आले नव्हते, त्यामुळे तो माणूस खरं बोलत होता यावर विश्वास ठेवणं जास्त सोपं होतं.

''तुम्ही त्याला ठार मारल्याचं यासुको होनाओकाला सांगितलं होतं का?'' कुसानागीनं विचारलं.

''मी ते का सांगितलं असतं?'' इशिगामीनं उत्तर दिलं. ''तिने ते कदाचित चुकून इतर कोणाला तरी सांगितलं असतं तर? महिला कुठलीच गुपितं जास्त काळ स्वतःपुरती ठेवू शकत नाहीत.''

''म्हणजे जे काय घडलं होतं, त्याविषयी तुम्ही त्यांच्याशी काहीच बोलला नव्हतात?''

''मुळीच नाही. शिवाय तुम्ही तिथे तपास करायला सुरुवात केल्यानंतर माझ्यावर संशय येऊ नये म्हणून मी तिच्याशी शक्य तितका कमी संपर्क ठेवण्याचे प्रयत्न केले.''

''तुम्ही त्याआधी त्यांच्याशी गोपनीयपणे संपर्क साधत होतात. तसा एक मार्ग तुमच्याकडे होता असं तुम्ही सांगितलं. तो तुमचा मार्ग काय होता, ते आता तुम्ही सांगू शकाल का?''

''आम्ही अनेक मार्गांनी परस्परांशी संपर्क साधत होतो. ती माझ्याशी बोलू शकत होती, हा एक मार्ग होता.''

''याचा अर्थ तुम्ही कुठे तरी भेटत होतात?''

''त्यासारखं काहीही नाही. तसं केलं असतं तर कदाचित लोकांनी आम्हाला बघितलं असतं. ती तिच्या स्वतःच्या अपार्टमेंटमध्ये बोलत असे आणि मी तिचं बोलणं ऐकण्यासाठी एक साधन वापरत असे.''

''कुठल्या प्रकारचं साधन?''

''आमच्या अपार्टमेंटच्या भिंतींच्या मध्ये मी ध्वनिवर्धक यंत्र बसवलं होतं. मला तिचा आवाज ऐकू येत होता.''

किशितानी लिहिता लिहिता अचानकच थांबून वर पाहू लागला. तो कशामुळे थांबला होता हे कुसानागीच्या लक्षात आलं होतं.

''याचा अर्थ तुम्ही त्यांचं खासगी संभाषण चोरून ऐकत होतात?''

''मी त्यांचं खासगी संभाषण चोरून ऐकत नव्हतो. ती माझ्याशी बोलत होती.''

''याचा अर्थ मिस हानाओकांना या साधनाची माहिती होती?''

''कदाचित तिला त्याची माहिती नसेलही. पण ज्या वेळी ती बोलत असे, त्या वेळी ती आमच्या अपार्टमेंटमधील भिंतीकडे तोंड करून बोलत असे.''

''म्हणजे म्हणून तुम्ही त्या तुमच्याशी बोलत होत्या, असं म्हणत आहात?''

''होय. तिथे ती तिच्या मुलीशी बोलत असे. ती माझ्याशी खुलेपणानं बोलू शकत नव्हती ना, मग काय करणार? आपण मुलीशी बोलत आहोत, असं ढोंग ती करत असे. पण खरं तर त्या वेळी ती मलाच संदेश पाठवत असे.''

कुसानागीच्या हातातील सिगरेट जवळजवळ निम्मी संपली होती, पण त्याने एकदाही तिची राख झटकली नव्हती. आता त्याने ती ॲश ट्रेमध्ये झटकली. त्याची आणि किशितानीची नजरानजर झाली. तो कनिष्ठ डिटेक्टिव्ह गोंधळल्यासारखा त्याचा गळा खाजवत होता.

''त्या त्यांच्या मुलीशी बोलण्याचं ढोंग करून प्रत्यक्षात तुमच्याशीच बोलत असतात, असं यासुको हानाओकानं तुम्हाला सांगितलं होतं का?''

''तिने ते मला सांगण्याची गरजच नव्हती. मला तिच्याविषयीची खडा न् खडा माहिती होती, हे मी तुम्हाला सांगितलंय ना?'' इशिगामी जोरजोरात मान हलवत ठामपणे म्हणाला.

''म्हणजे त्यांनी तुम्हाला हे सांगितलं नव्हतं. मग? कदाचित हा सगळा तुमच्या मनाचा खेळही असू शकेल.''

'मूर्ख!' इशिगामीचा निर्विकार चेहरा किंचित उजळला. ''मला तिचा पूर्वाश्रमीचा पती तिला त्रास देत असल्याचं माहीत होतं, कारण तिने मला तसं सांगितलं होतं. तसं नसतं तर या सगळ्या गोष्टी तिच्या मुलीला सांगत बसायची तिला काय गरज होती? त्याला काहीच अर्थ नव्हता. मला लाभ व्हावा, मला समजावं म्हणूनच तर ती तिला सारं काही सांगत होती. त्याद्वारे मी त्याविषयी काही तरी करावं असं ती मला सुचवत होती.''

कुसानागीनं त्याने शांत राहावं असं दर्शवण्यासाठी एका हातानं इशारा केला. त्याने दुसरी सिगरेट बाहेर काढून तिने धुमसणाऱ्या सिगरेटचं थोटूक विझवून टाकलं. ''तुमच्याकडे संपर्क साधण्याचं आणखी वेगळंही साधन होतं, असं तुम्ही म्हणाला होतात.''

''होय. फोन. मी तिला रोज संध्याकाळी फोन करत होतो.''

''त्यांच्या घरच्या फोनवर?''

''अगदी नेमकेपणानं सांगायचं झालं तर तिच्या मोबाइल फोनवर. आम्ही गप्पा मारत होतो असं नाही. पण मी अनेक वेळा फोनवर रिंग देत होतो. तिला जर कसली तातडीची गरज असेल तर ती फोन उचलत होती,

तशी गरज नसेल तर ती फोन उचलत नव्हती. मी नेहमीच फोन ठेवण्याच्या आधी पाच रिंग करत होतो. आम्ही ती संख्या ठरवून ठेवली होती.''

''तुम्ही ठरवली होती की तुम्ही दोघांनी ठरवली होती? त्यांना ते माहीत होतं का?''

''अर्थात. आम्ही त्याविषयी आधीही बोललो होतो.''

''म्हणजे आम्ही याविषयी मिस हानाओकांना विचारू शकतो?''

''अगदी खुशाल विचारा. खात्री करून घेण्याचा हाच एकमेव मार्ग आहे,'' इशिगामी म्हणाला. त्याच्या बोलण्यात कमालीचा आत्मविश्वास होता.

कुसानागीनं मान हलवली. ''तुमची हीच कथा आम्ही तुम्हाला अनेक वेळा सांगायला लावू. आम्ही तुमचं एक औपचारिक स्टेटमेंट लिहून घेत आहोत, हे तुम्ही पाहतच आहात.''

''काहीच हरकत नाही. या संदर्भातील प्रक्रियेचं पालन करावंच लागतं, हे मी समजू शकतो.''

''ते करण्याच्या आधी मला तुम्हाला एक अखेरचा प्रश्न विचारायचा आहे,'' कुसानागीनं त्याच्या हातांची बोटं एकमेकांत गुंफून टेबलावर ठेवत म्हटलं. ''तुम्ही स्वतःला या सगळ्यांत का अडकवून घेतलं?''

इशिगामीनं एक दीर्घ श्वास घेतला आणि विचारलं, ''म्हणजे मी यात स्वतःला अडकवून घेतलं नसतं तर काय झालं असतं?''

''मी तुम्हाला हे विचारलेलं नाही. मला फक्त एवढंच पाहिजे आहे की, तुम्ही हे करायचं का ठरवलं आणि आतासुद्धा इथे येऊन हे सगळं सांगावं असं का ठरवलं?''

इशिगामीनं किंचित उपहासानं हसल्यासारखं केलं आणि नंतर तो म्हणाला, ''याचा तुमच्या तपासाशी काय संबंध आहे? तुम्हाला तुमचं काम पूर्ण करण्यासाठी फक्त कबुलीजबाब हवा आहे. अपराधीपणातून निर्माण झालेल्या पश्चात्तापाच्या भावनेनं पछाडल्या गेलेल्या खुन्यानं स्वतःला पोलिसांच्या स्वाधीन केलं, हे कसं वाटतंय? मला वाटतं की हे पुरेसं आहे.''

''सॉरी, पण तुम्ही तर पश्चात्तापाच्या भावनेनं पछाडले गेल्यासारखे वाटत नाही.''

''मी काही चुकीचं केलंय असं मला वाटतंय असं तुम्हाला वाटत असेल तर मी तुम्हाला सांगतो की, मला असं काहीही वाटत नाही. म्हणजे अगदी असंच वाटत नाही. मला नक्कीच पश्चात्ताप होतोय. मला खरोखरच असं वाटतंय की, मी जे केलं ते केलं नसतं तर बरं झालं असतं. माझा कसा विश्वासघात केला जाणार आहे, हे मला माहीत असतं तर मी कधीही त्या माणसाला ठार मारलं नसतं.''

''म्हणजे? तुमचा विश्वासघात झालाय?''

''यासुको...तिने...'' इशिगामीनं क्षणभरासाठी त्याची नजर झुकवली आणि नंतर तो पुढे बोलू लागला, ''ती दुसऱ्या पुरुषाला भेटते. खरं म्हणजे तिच्या पूर्वाश्रमीच्या नवऱ्याचं प्रकरण मी असं निस्तरलं असलं – मी सारं काही केलं असलं तरी ती दुसऱ्याच कोणाला तरी भेटते. तिने जर मला या सगळ्या गोष्टी सांगितल्या नसत्या तर मी हे कधीही केलं नसतं. तिने मला अतिशय स्पष्टपणे सांगितलं होतं की, मी तिच्यासाठी त्याला ठार मारलं पाहिजे. म्हणून मी हे केलं. ती माझी साथीदार होती असं तुम्ही म्हणू शकता. काहीही झालं तरी तिनेच मला हे करायला लावलं होतं. खरं तर तुम्ही पोलीस तिला या क्षणी का अटक करत नाही, तेच मला कळत नाही.''

इशिगामीच्या कथेतील सत्य तपासण्यासाठी पोलिसांना त्याच्या अपार्टमेंटची झडती घ्यावीच लागली. हे सारं सुरू असताना कुसानागी आणि किशितानी यासुको हानाओकाला भेटायला गेले. त्या वेळी संध्याकाळ झाली होती आणि यासुको व मिसातो घरीच होत्या. त्या दोघा डिटेक्टिव्हच्या सोबत आलेल्या एका महिला अधिकाऱ्यानं मिसातोला बाजूला घेतलं. तिच्या कानांवर कुठलीही धक्कादायक बाब पडून नये म्हणून त्यांनी तिला बाजूला बोलावलं नव्हतं, तर त्यांना स्वतंत्रपणे तिला काही प्रश्न विचारायचे होते म्हणून त्यांनी हे केलं होतं.

इशिगामीनं स्वतःला पोलिसांच्या स्वाधीन केल्याचं ऐकल्यानंतर यासुकोचे डोळे विस्फारले. क्षणभर तिचा श्वास थांबल्यासारखं दिसलं. तिने तोंड उघडलं, पण तिच्या तोंडातून शब्दही फुटत नव्हता.

''तुम्हाला या गोष्टीचं फक्त आश्चर्य वाटलं असावं असंच मी समजू ना?'' कुसानागीनं विचारलं. तिच्या चेहऱ्यावरचे भाव तो बारकाईनं

निरखत होता. यासुकोनं मंदपणे तिची मान हलवली आणि ती अखेरीस म्हणाली, ''मला काहीच कल्पना नाही. त्याने तोगाशीची हत्या का केली असेल?''

''तुम्हाला त्यासाठी त्याच्याकडे काही कारण असू शकेल असं वाटत नाही का?''

कुसानागीच्या या प्रश्नावर यासुको गोंधळून गेली. तिच्या चेहऱ्यावर आश्चर्याचे भाव तरळले. तिला काही तरी सांगायचं होतं, पण ते सांगण्याची तिची इच्छा नसावी असं दिसत होतं.

''इशिगामी असं म्हणतो की, त्याने हे तुमच्यासाठी केलं. तो म्हणतो की, त्याने तुमच्या वतीनं तुमच्या पूर्वाश्रमीच्या पतीचा खून केला.''

यासुकोला दुःख झाल्याचं स्पष्टपणे दिसलं आणि तिने एक उसासा सोडला.

''त्यामुळे तुम्हीच यामागच्या कारणाचा विचार करू शकता.''

तिने किंचितशी मान हलवली. ''त्याच्या मनात माझ्याविषयी प्रेमाच्या भावना होत्या हे मला माहीत होतं. फक्त त्यासाठी तो इतक्या टोकापर्यंत जाईल, असं मला कधीच वाटलं नव्हतं.''

''काही काळापासून तुम्ही दोघंही एकमेकांच्या निकटच्या संपर्कात होतात, असं त्याने आम्हाला सांगितलं.'

'संपर्कात?' यासुको विचारात पडली. ''आम्ही क्वचितच कधी तरी बोललो होतो.''

''पण तुम्हाला रोज संध्याकाळी तो फोन करत होता ना?''

इशिगामीनं त्यांच्या संपर्क यंत्रणेविषयी काय सांगितलं होतं, ते कुसानागीनं तिला सांगितलं. पुन्हा एकदा यासुको विचारात पडली.

''म्हणजे ते फोन त्यांचे होते तर!''

''तुम्हाला माहीत नव्हतं का?''

''कदाचित ते त्यांचेच फोन असतील असं मला वाटलं होतं. पण मला त्याविषयी खात्री नव्हती. फोनवर त्यांनी कधीही मला त्यांचं नाव सांगितलं नव्हतं.''

''अस्सं. तुम्ही त्या फोनविषयी आम्हाला आणखी थोडी माहिती देऊ शकाल का?''

यासुकोनं त्यांना सांगितलं की, कोणी तरी अज्ञात व्यक्ती गेले तीन महिने तिला रोज संध्याकाळी फोन करत होती. आपलं नाव न सांगताच अचानकच ती फोन करणारी व्यक्ती तिच्या वैयक्तिक आयुष्यातील गोष्टी सांगण्यास सुरुवात करत होती. जर तिच्यावर पाळत ठेवण्यात आली नसती तर अशा प्रकारे त्या गोष्टी कोणीही तिला सांगू शकलं नसतं. तिला भीती वाटली होती. आपला पाठलाग केला जात आहे, असं वाटून ती घाबरली होती. पण ती व्यक्ती कोण असू शकेल या विचारानं तिचा गोंधळ उडाला होता. त्यानंतर रोज रात्री ठरावीक वेळी फोन वाजू लागला. पण तिने कधीही उत्तर दिलं नव्हतं. फक्त एकदाच ती बोलली होती. त्या वेळी तिने कसलाच विचार न करता फोन उचलला होता. त्या वेळी पलीकडून बोलणाऱ्या त्या पुरुषानं तिला असं सांगितलं होतं की : 'तू फोन उचलत नाहीस, कारण तू कामात व्यग्र असतेस हे मला माहीत आहे. त्यामुळे मी तुला एक सूचना करतो. जर तुला कशाची गरज असेल तर तू त्या दिवशी माझा फोन उचल. मी तुला रोज संध्याकाळी फोन करत राहीन. मी पाच वेळा रिंग होईपर्यंत फोन करेन. तुला काहीही गरज असेल तर तुला पाच वेळा रिंग होण्याच्या आधी फोन उचलावा लागेल.'

यासुकोनं नाइलाजानं ते मान्य केलं आणि तेव्हापासून रोज रात्री तो फोन येऊ लागला. तो माणूस तिला सार्वजनिक बुथवरून फोन करत होता हे स्पष्टच होतं, पण तिने त्याचा फोन कधीच घेतला नव्हता.

''आवाजावरून तो इशिगामी होता हे तुम्हाला समजलं नव्हतं?''

''नाही. आम्ही खूपच कमी बोललो होतो आणि त्या दोन वेळांच्या व्यतिरिक्त इतर वेळी मी कधीच फोन उचलला नव्हता. त्यामुळे आता तो आवाज कसा होता हे मला आठवतही नाही. शिवाय काहीही असलं तरी त्यांच्यासारखी एखादी व्यक्ती असं काही तरी करत असेल अशी मी कधी कल्पनाही करू शकले नसते. कारण ते हायस्कूलमध्ये शिक्षक आहेत.''

''सध्या कोणाच्याही चारित्र्याची कशावरूनही हमी देता येत नाही, असं मला वाटतं,'' किशितानी म्हणाला. त्यानंतर आपण मध्येच बोलल्याबद्दल तो शरमिंदा झाला आणि त्याने झटकन मान खाली घातली.

अगदी सुरुवातीपासूनच त्या कनिष्ठ डिटेक्टिव्हनं मिस हानाओकाची बाजू कशी उचलून धरली होती, ते कुसानागीला आठवलं. 'इशिगामीनं गुन्ह्याचा कबुलीजबाब दिल्यामुळे इतर कोणाला नसला तरी किशितानीला नक्कीच मोठा दिलासा मिळाला असावा,' असा विचार त्याच्या मनात आला.

''या फोनशिवाय आणखी काही सांगण्यासारखं आहे का?'' कुसानागीनं विचारलं.

''अं...हो,'' यासुको उठली आणि तिने जवळच्या ड्रॉवरमधून तीन पाकिटं काढली. त्याच्यावर ती लिहिणाऱ्याचं नाव किंवा पत्ता नव्हता. फक्त त्या प्रत्येक पाकिटावर 'यासुको हानाओका' एवढंच नाव होतं.

''ही कुठे होती?''

''माझ्या दरवाजाजवळच्या टपालपेटीत मला ती सापडली. इतरही काही पत्रं होती, पण मी ती फेकून दिली. पण याहूनही काही गंभीर समस्या निर्माण झालीच तर पुरावा असावा म्हणून मी ही तीन पत्रं तशीच ठेवून दिली. टेलिव्हिजनवरच्या मालिकांमधील माणसं असं काही तरी करताना दिसतात. मला ही पाकिटं ठेवायला फारसं आवडलं नव्हतं. पण फक्त कधी लागलीच तर असावीत म्हणून मी ही तीन ठेवली आहेत.''

कुसानागीनं ती पाकिटं उघडली.

प्रत्येक पाकिटात एकेक कागद होता आणि त्या प्रत्येकावर काही शब्द होते. तो प्रत्येक शब्द संगणकावर टाइप केलेला होता. कुठलंही पत्र फारसं मोठं नव्हतं.

''अलीकडे तू जास्तच मेकअप करत असल्याचं माझ्या लक्षात आलंय. शिवाय छान छान, फॅशनेबल कपडेही वापरत आहेस. ही गोष्ट तुझ्या नेहमीच्या वागण्याशी जुळणारी नाही. तुला साधे कपडेच जास्त शोभून दिसतात. तू घरीसुद्धा उशिरा येत असल्याचा मला त्रास होत आहे. काम संपल्याबरोबर लगेच घरी परत येत जा.''

''तुला कशाचा त्रास होतोय का? जर तसं काही असेल तर मला सांगायला बिलकूल संकोच करू नकोस. म्हणूनच मी तुला रोज रात्री फोन करतो, हे तुला माहीत आहे. मी तुला अनेक गोष्टींविषयी सल्ला देऊ शकतो. तू इतर कोणावरही विश्वास ठेवू शकत नाहीस. तू इतर कोणावरही विश्वास ठेवताच कामा नये. फक्त माझ्यावरच विश्वास ठेव.''

''काही तरी भयावह घडलं आहे असं मला वाटतंय. तू माझा विश्वासघात करत आहेस अशी मला भीती वाटतेय. तू अशी कुठलीच गोष्ट कधीही करणार नाहीस असं मला अगदी मनापासून वाटत आहे, पण तू चुकून कधी तसं काही केलंसच तर मी तुला नक्कीच कधीही माफ करणार नाही. फक्त मीच तुझं संरक्षण करू शकतो.''

''मी माझ्या सोबत ही पत्रं नेली तर चालेल का?''

''अगदी आनंदानं न्या आणि तुमच्याकडेच ठेवा.''

''अलीकडे आणखी काही घडलं होतं का?''

''माझ्या बाबतीत? फारसं काहीच नाही...'' यासुकोचा आवाज क्षीण होत गेला.

''मग तुमच्या मुलीच्या बाबतीत?''

''अं...नाही, पण...मिस्टर कुदोंच्या बाबतीत एक गोष्ट घडली होती.''

''म्हणजे मिस्टर कुनियाकी कुदोंच्या बाबतीत? त्यांच्या बाबतीत काय घडलं होतं?''

''एकदा रात्री आम्ही जेवायला गेलो होतो, त्या वेळी त्याला एक विचित्र पत्र मिळाल्याचं त्याने मला सांगितलं. पण त्याच्यावर ते पाठवणाऱ्याची सही किंवा पत्ता असं काहीही नव्हतं. त्या पत्रात त्याने माझ्यापासून दूर राहावं असा इशारा देण्यात आला होता. त्या पाकिटात काही छायाचित्रंही होती. त्याच्या नकळत ती घेतली गेली होती.''

''म्हणजे तुमचा पाठलाग करणारी व्यक्ती त्याचाही पाठलाग करत होती तर...?''

त्या दोघा डिटेक्टिव्हनी एकमेकांकडे सहेतुक दृष्टिक्षेप टाकले. आतापर्यंतच्या सगळ्या माहितीवरून ती पत्रंही इशिगामीनंच लिहिली होती हे त्यांना स्पष्टपणे समजलं होतं. कुसानागीच्या मनात मानाबु युकावाचा विचार आला. युकावाला इशिगामीविषयी नितांत आदर होता. त्याचा गणितज्ञ मित्र एका स्त्रीचा लपतछपत पाठलाग करत फिरत होता, या गोष्टीमुळे युकावाला जोरदार धक्का बसेल असं कुसानागीला वाटलं.

दरवाजावर टकटक झाली. यासुकोनं आत यायला सांगितल्यानंतर तो तरुण डिटेक्टिव्ह आत आला. तो इशिगामीच्या अपार्टमेंटची झडती घेणाऱ्या टीममध्ये होता.

''डिटेक्टिव्ह कुसानागी, सरांना तुमच्याशी थोडंसं बोलायचं होतं.'' तो म्हणाला.

''ठीक आहे,'' कुसानागीनं मान डोलावली आणि तो दरवाजाच्या दिशेनं गेला.

त्या शेजारच्या अपार्टमेंटमधील डेस्कसमोरच्या खुर्चीत मामिया बसला होता. त्याच्या समोरच्या टेबलावरच्या पीसीचा मॉनिटर चमकत होता. काही तरुण डिटेक्टिव्ह एका खोक्यात पुरावा असलेल्या गोष्टी भरत होते.

पुस्तकाच्या फडताळाशेजारच्या भिंतीकडे निर्देश करत मामिया म्हणाला, ''जरा याच्यावर नजर टाक.''

कुसानागीनं तिकडे बघितलं आणि त्याने आवंढा गिळला.

त्या भिंतीच्या कोपऱ्यापासून तिथला वॉलपेपर काढण्यात आला होता आणि त्यामागच्या भिंतीचा एक चौरसाकृती तुकडा काढण्यात आला होता. त्या भोकातून एक पातळ वायर लोंबकळत होती आणि तिच्या टोकाला एक लहानसा ईयरफोन होता.

''ऐकून बघ.''

कुसानागीनं तो ईयरफोन कानात घातला आणि लगेच त्याला आवाज ऐकू येऊ लागले.

''जर आपण इशिगामीनं सांगितलेल्या गोष्टी सिद्ध करू शकलो, तर हे प्रकरण वेगानं पुढे सरकेल. मिस हानाओका, आम्ही तुम्हाला यानंतर फारसा त्रास देऊ असं मला वाटत नाही,'' अर्थातच हे किशितानीनं म्हटलं होतं. त्याचा आवाज किंचित लहान होता, पण व्यवस्थितपणे ऐकू येत होता. कुसानागीनं मामियाकडे नजर टाकली. जर त्याने स्वतःच ते पाहिलं नसतं तर तो ज्यांचं बोलणं ऐकत होता ते लोक त्या भिंतीच्या पलीकडे आहेत यावर त्याचा विश्वासच बसला नसता. त्याने पुन्हा एकदा बोलणं ऐकलं.

''इशिगामीवर खुनाचा आरोप ठेवला जाईल का?''

''ते न्यायालय ठरवेल. पण हे स्पष्टपणे खुनाचं प्रकरण आहे, त्यामुळे त्यांना मृत्युदंडाची शिक्षा मिळणार नाही, असं मानलं तर त्यांना काही काळ

एकांतवासात ठेवलं जाईल. पण काहीही झालं तरी आता यापुढे तुम्हाला त्याचा त्रास होणार नाही, मिस हानाओका,'' किशितानी म्हणाला.

एक डिटेक्टिव्ह म्हणून तो त्याच्या मर्यादा ओलांडून जास्त बोलला होता, असा विचार कुसानागीच्या मनात आला.

''मिस हानाओकाला आपण हे नंतर दाखवलं पाहिजे, पण माझ्या मनात याविषयी काही शंका आहेत,'' मामिया म्हणाला.

''इशिगामी काय करत होता, याची यासुको हानाओकाला कल्पना नव्हती असं तुम्हाला म्हणायचं आहे का?''

''तू तिच्याशी बोलत असलेलं सगळं मी या ईयरफोनवरून आधीच ऐकलं आहे,'' मामिया हसत म्हणाला. ''ही गोष्ट अगदी स्वच्छ आणि स्पष्ट आहे. इशिगामी हा स्त्रियांचा पाठलाग करणारा एक अट्टल, नमुनेदार गुन्हेगार आहे. आपल्या लक्ष्याशी आपला काही तरी निकटचा स्नेहबंध आहे या भ्रामक समजुतीतून तिच्या जवळ जाऊ पाहणाऱ्या प्रत्येक व्यक्तीपासून असा गुन्हेगार सुटका करून घेऊ पाहतो. त्यामुळे त्याने तिच्या पूर्वाश्रमीच्या नवऱ्याचा खून केला यात आश्चर्य वाटण्याजोगं काहीच नाही.''

कुसानागीनं नाखूशीनं हुंकार दिला.

''तुझ्या कपाळावर अजूनही आठ्या का आहेत? तुझ्या दृष्टीनं यात काही खटकण्याजोगं आहे का?''

''नाही. मला वाटत होतं की, मला हा इशिगामी एक व्यक्ती म्हणून चांगला समजला आहे. पण आता तो जे काही सांगत आहे, ते माझ्या मनातील त्याच्या प्रतिमेशी अगदीच विसंगत आहे. ही थोडीशी गोंधळात टाकणारी गोष्ट आहे.''

''एका माणसाचे अनेक चेहरे असतात. पाठलाग करणारे गुन्हेगार हे तसं करत असतील असं त्यांना बघितल्यानंतर बिलकूल वाटणार नाही.''

''मला हे माहीत आहे. पण तरीही...तुम्हाला या ऐकण्याच्या साधनाखेरीज आणखी काही सापडलं का?''

मामियानं अभिमानानं मान डोलावली. ''कोतात्सुची वायर सापडली. ती कपाटातील त्याच्या कोतात्सुच्या शेजारच्या खोक्यात व्यवस्थित ठेवण्यात आली होती. एखाद्या व्यक्तीचा गळा आवळण्यासाठी वापरता येणारी कापडी आवरणात असलेली विजेची वायर. ''आपल्याला जर तिच्यावर बळीच्या

त्वचेचा अंश सापडला तर आपली पाचही बोटं तुपात! काय?'' मामिया आपल्याच बोलण्यावर खूश होत म्हणाला.

''आणखी काही?''

''याच्यावर एक नजर टाक,'' मामियानं संगणकाचा माउस डेस्कवर मागे-पुढे हलवला. संगणकावर हादरे बसल्यासारख्या हालचाली होत होत्या. माउस वापरण्याची मामियाला सवय नव्हती हे तो माउस ज्या प्रकारे हाताळत होता त्यावरून कळत होतं. त्याला नुकतंच कोणी तरी ते शिकवलं होतं हे कुसानागीच्या लक्षात आलं. ''इथे बघ,'' तो म्हणाला.

त्याने वर्ड प्रोसेसिंग प्रोग्रॅम उघडला. स्क्रीनवर एक संपूर्ण पानभर मजकूर दिसत होता. कुसानागी ते शब्द वाचू लागला.

''तुम्ही ज्याला सतत भेटता त्या माणसाची ओळख मला समजली आहे हे मी सोबत जोडलेल्या त्याच्या दोन छायाचित्रांमुळे तुमच्या लक्षात आलंच असेल.''

''हा माणूस तुमचा कोण आहे, असं मला तुम्हाला विचारावंच लागत आहे.''

''जर तुमचे त्याच्याशी संबंध असतील तर हा गंभीर विश्वासघात ठरेल.''

''मी तुमच्यासाठी काय केलं आहे ते तुम्हाला समजत नाही का?''

''या प्रकरणात तुम्ही काय केलं पाहिजे हे तुम्हाला सांगण्याचा मला अधिकार आहे असं मी समजतो.''

''तुम्ही या माणसाला भेटणं तत्काळ थांबवलंच पाहिजेच.''

''तुम्ही तसं केलं नाही तर तो माझ्या क्रोधाचा बळी ठरेल.''

''या माणसाला मार्गातून दूर करणं आणि तोगाशीच्या दैवाशीच याचं दैवही जोडणं ही गोष्ट माझ्यासाठी सोपी असेल. माझ्याकडे हे करण्यासाठी लागणारा निश्चय आणि साधनं या दोन्ही गोष्टी आहेत.''

''मी तुम्हाला पुन्हा एकदा सांगतो, तुमचे जर या माणसाशी संबंध असतील तर तो विश्वासघात असेल आणि त्याबद्दल मी माफ करू शकणार नाही. मी नक्कीच सूड घेईन.''

सतरा

युकावा अगदी एकाग्रतेनं दूरवर बघत प्रयोगशाळेच्या खिडकीजवळ उभा होता. त्याच्या तिथल्या उपस्थितीत एक प्रकारची विमनस्कता होती. तो तिथे असूनही नसल्यासारखाच उभा होता. त्याच्या मनावर मणामणांचं ओझं असावं आणि त्याला कशाच्या तरी दारुण यातना होत असाव्यात असं त्याच्याकडे पाहिल्यावर वाटत होतं. त्याच्या जुन्या मित्रानं केलेल्या गुन्ह्याविषयी ऐकल्यानंतर त्याला नक्कीच धक्का बसला असावा, असं कुसानागीला वाटलं, पण त्याच वेळी त्यात आणखी काही तरी नक्कीच असलं पाहिजे असा संशयही त्याला आला.

'मग?' युकावानं हलक्या आवाजात विचारलं. ''इशिगामीच्या कबुलीजबाबावर तुझा विश्वास बसतो का? तुला त्याची कथा पटतेय?''

''एक डिटेक्टिव्ह म्हणून मला त्याच्या कबुलीजबाबावर विश्वास न ठेवण्याचं काही कारण आहे, असं वाटत नाही,'' कुसानागी क्षणभर थांबून म्हणाला. ''आम्ही त्याची माहिती वेगवेगळ्या कोनांतून तपासून पाहिली. इशिगामीच्या अपार्टमेंटजवळच्या स्थानिक बगिचातही मी थोडी शोधाशोध केली. तिथे मला एक सार्वजनिक टेलिफोन बुथ आढळलं. यासुको हानाओकाला फोन करण्यासाठी रोज आपण तिथेच जात असल्याचं त्याने सांगितलं होतं. तिथे जवळच असलेल्या किराणा मालाच्या दुकानदारानं त्याच्या वर्णनाच्या माणसाला तिथे फोन करायला आल्याचं पाहिल्याचं सांगितलं. त्याच्या तो लक्षात राहिलाय, कारण अलीकडच्या दिवसांत फारसे

लोक सार्वजनिक फोनचा वापर करत नाहीत. अनेक वेळा संध्याकाळी त्याने त्याला तिथून फोन करताना पाहिल्याचं त्याने सांगितलं.''

युकावा हळूहळू कुसानागीकडे वळला. ''एक डिटेक्टिव्ह म्हणून तू हाच विचार करतोयस, हे ठीक आहे, पण मी तुला विचारलं की, तुझा त्याच्या सांगण्यावर विश्वास बसलाय का? तू काय तपास केलास याची मला काहीच फिकीर नाही.''

कुसानागीनं मान डोलावली आणि उसासा टाकला. नंतर तो म्हणाला, ''खरं सांगायचं, तर ते सगळं बरोबर चाललंय असं मला वाटत नाही. त्याच्या कथेत कुठेही पळवाटा नाहीत. ते सगळं अगदी बरोबर आहे. पण त्यानेच सारं काही केलं अशी कल्पना करणं मला अजूनही शक्य होत नाही. अर्थातच हे सगळं मी आमच्या बॉसला सांगितलं, त्या वेळी तो काहीही ऐकून घ्यायला तयार नव्हता.''

''हा गुन्हा माथी मारायला कोणी तरी सापडलं म्हणून तुझ्या वरिष्ठांना आऩंदच झाला असेल याची मला खात्री आहे. त्यांना आणखी कोणाला तरी पकडावं असं का बरं वाटेल?''

''या कोड्याचा एक भाग जरी चपखल बसला नसता ना, तरी सगळ्या गोष्टी वेगळ्या पद्धतीनं घडल्या असत्या. पण तसं काहीच नाही. सगळं कसं अगदी परिपूर्ण आहे. आता सायकलवरच्या बोटांच्या ठशांचंच उदाहरण घेऊन बघ. तो बळी तिथे सायकलनं आला होता, हेच मुळात आपल्याला माहीत नसल्याचं त्याने सांगितलं. त्याच्या कुठल्याही गोष्टीत काहीही विचित्र नाही. इशिगामीच्या कबुलीजबाबामुळे सगळ्या वस्तुस्थितींना दुजोराच मिळतो. या प्रकरणाला आता इतका संवेग प्राप्त झाला आहे की, आता इथून मागे वळणं शक्यच नाही.''

''म्हणजे तुला त्याने सांगितलेली कहाणी पटत नाही. पण तुला प्रवाहाबरोबर पुढे जाण्याखेरीज गत्यंतर नाही. साहजिकच इशिगामीच तुझा तो खुनी आहे हे मान्य करण्यावाचूनही तुला पर्याय नाही.''

''हे बघ, मला हे माहीत आहे की, यामुळे तुलासुद्धा आनंद झालेला नाही, पण म्हणून त्याचं सगळं खापर माझ्यावर फोडू नकोस. तर्कनिष्ठ युक्तिवादांसमोर शास्त्रज्ञांनाही त्यांच्या शंका बाजूला ठेवाव्या लागत नाहीत का? हे मला तूच सांगितलं नव्हतंस का? मला वाटलं होतं की, तू भावनांपेक्षाही वस्तुस्थितींनाच जास्त महत्त्व देशील.''

युकावानं मान हलवली. पण त्याच्यातून त्याला काय सूचित करायचं होतं ते कुसानागीला समजलं नव्हतं. पण त्यानंतर युकावा त्याच्या समोर येऊन बसला. तो म्हणाला, ''मी इशिगामीला गेल्या वेळी भेटलो होतो त्या वेळी त्याने मला एक गणिती कोडं सांगितलं होतं. ती पी = एनपी ही प्रसिद्ध समस्या आहे. मूलतः तिच्यातून असं विचारलं जातं की एखादी समस्या स्वतः सोडवण्याचा विचार करणं जास्त अवघड आहे की, इतर कोणी तरी दिलेलं तिचं उत्तर अचूक आहे का हे तपासणं अवघड आहे.''

कुसानागीच्या कपाळावर आठ्या पडल्या. तो म्हणाला, ''हे गणित आहे? मला तर हे तत्त्वज्ञानासारखं वाटतंय.''

''माझं ऐकून घे. स्वतःला यात अडकवून घेऊन आणि आपला कबुलीजबाब देऊन इशिगामीनं तुला याचं उत्तर देऊन टाकलंय. या उत्तराकडे तू कुठल्याही दृष्टिकोनातून, कसंही पाहिलंस तरी ते अचूकच आहे. 'ही गोष्ट आम्हाला चांगली वाटतेय,' असं म्हणून तू मान डोलावून याला होकार दिलास तर तू पूर्णपणे हरलेला असशील. खरोखरच तू फक्त त्याने दिलेलं उत्तर बरोबर आहे की चूक आहे, इतकाच विचार करत असशील. ते एक आव्हान आहे आणि त्याला भिडण्यातच तुझी परीक्षा केली जाणार आहे.''

''मी आधीच सांगितलं त्याप्रमाणे आम्ही त्याचा तपास केला. त्याने सांगितलेल्या कथेला त्याने दिलेल्या प्रत्येक पुराव्यानं, इतर सगळ्या गोष्टींनी अगदी चपखल पुष्टी मिळते.''

''तू फक्त त्याने दिलेल्या पुराव्याच्या सगळ्या टप्प्यांचा मागोवा घेत आहेस. पण याशिवाय तुला हे प्रकरण अगदी व्यवस्थित माहीत आहे. अशा वेळी तुझ्याकडच्या माहितीत चपखल बसणारी इतर काही उत्तरं आहेत का, हे तू पाहिलं पाहिजेस. त्याने दिलेल्या उत्तरांखेरीज इतर एखादंही उत्तर उचित नाही, हे जर तू सिद्ध करू शकलास तरच तू त्याने दिलेलं उत्तरच योग्य आहे असं म्हणू शकतोस.''

युकावाचा स्वर त्याच्या नेहमीच्या स्वराच्या तुलनेत अतिशय कठोर होता. त्यावरून त्याचा संताप स्पष्ट होत होता. कुसानागीनं समतोल बुद्धीच्या कुसानागीला इतका चिडलेला फारसं पाहिलंच नव्हतं.

''म्हणजे इशिगामी खोटं बोलतोय असं तुला वाटतंय? तो खुनी नाही?''

युकावा विचारात पडला. त्याच्या कपाळाला आठ्या पडल्या आणि त्याने नजर झुकवली.

''तुझ्या या म्हणण्याला काय आधार आहे?'' डिटेक्टिव्हनं विचारलं. ''जर तुझ्याकडे या संदर्भातील एखादा सिद्धान्त असेल तर तो ऐकायची माझी तयारी आहे. पण तुझा जुना मित्र खुनी आहे हे ऐकण्याची तुझी इच्छाच नाही, असं तर नाही ना?''

युकावा उठून उभा राहिला आणि त्याने इशिनागीकडे पाठ फिरवली.

'युकावा?'

''हे खरं आहे. मला त्यावर विश्वास ठेवण्याची इच्छा नाही,'' युकावा म्हणाला. ''मी आधीही सांगितलं आहे त्याप्रमाणे तो माणूस अगदी तर्कनिष्ठ आहे. भावनाप्रधानता हा त्याच्याकडचा दुय्यम स्वरूपाचा आणि फारसा न दिसणारा गुणधर्म आहे. एखादी गोष्ट ही त्याच्या समोरच्या समस्येवरची प्रभावी उपाययोजना आहे असं त्याला वाटलं तर तो काहीही करू शकतो. पण तरीही त्यासाठी तो खुनी होण्यापर्यंतची मजल मारेल, अशी कल्पना करणं मला कठीण जातंय. विशेषतः ज्या व्यक्तीशी त्याचे काहीही वैयक्तिक संबंध नाहीत, अशा व्यक्तीसाठी तो इतक्या टोकापर्यंत जाऊ शकेल हे मला पटत नाही.''

''आणि तो खुनी असल्याचा निष्कर्ष फेटाळून लावण्यामागच्या तुझ्या तर्काचा हा पाया आहे?''

युकावा गर्रकन मागे वळला आणि त्याने त्या डिटेक्टिव्हकडे रोखून पाहिलं, पण त्याच्या नजरेत राग नव्हता, तर दुःख भरून राहिलं होतं.

''आपल्याला विश्वास ठेवण्याची इच्छा नसली तरी आयुष्यात अशा काही गोष्टी असतात की, आपल्याला त्यांच्यावर विश्वास ठेवावाच लागतो. मला हे माहीत आहे.''

''आणि तरीही इशिगामी निष्पाप, निरपराध आहे असं तुला वाटतंय?''

युकावाचा चेहरा भावनांमुळे काहीसा वेडावाकडा झाला आणि त्याने मान हलवली. ''मी असं म्हटलेलं नाही,'' तो म्हणाला.

''तुला काय झालं असावं असं वाटतंय ते मला माहीत आहे. तुला असं वाटतंय की, यासुको हानाओकानं तोगाशीचा खून केला आणि इशिगामी तिला वाचवण्याचा प्रयत्न करत आहे. पण आम्ही याच्या तपशिलात जितके

जास्त शिरलो, तितका तो सगळा प्रकार आपल्याला जसा असावा असं वाटतं तसा नसल्यासारखं आम्हाला आढळलं. इशिगामी हा तिचा पाठलाग करत होता असं दाखवणारे अनेक पुरावे आम्हाला सापडले. तिला वाचवण्याची त्याची कितीही जबरदस्त इच्छा असली तरी त्याच्या संदर्भातील ते पुरावे खोटे आहेत असं म्हणणं अतिशय कठीण आहे. शिवाय खुनासारख्या एखाद्या गोष्टीचा दोष स्वतःवर घेण्याची इच्छा असलेले असे कितीसे लोक असतात? यासुको इशिगामीची पत्नी किंवा त्याच्या कुटुंबातील एखादी व्यक्ती नाही. त्यामुळे तिचा अपराध लपवण्यासाठी तिला मदत करण्याची त्याला इच्छा असण्याचं काहीच कारण नाही. ज्या वेळी सगळ्या गोष्टी संपतात, त्या वेळी अनेक लोकांना एखाद्या ठिकाणी आता आपलं अपयश आपण मान्य करावं असं वाटतं. मानवी मनात असे विचार येतात.''

अचानकच एखादी गोष्ट लक्षात आल्याप्रमाणे युकावाचे डोळे विस्फारले. 'होय,' तो पुटपुटला. ''ज्या वेळी वाईट गोष्टी घडतात, त्या वेळी लोक हतबल होतात. त्याने ज्याप्रमाणे केलं होतं, त्याप्रमाणे अगदी अतिकडवट टोकापर्यंत जाऊन एखाद्याला संरक्षित करणं शक्य नसतं.'' त्याने दूरवर नजर टाकली. ''इशिगामीलासुद्धा ती गोष्ट अतिशय अवघड होती आणि त्याला ते माहीत होतं, म्हणूनच त्याने...''

'काय?'

'नाही,' युकावानं मान हलवली. ''काहीच नाही.''

''मला दिसतंय त्याप्रमाणे इशिगामीनं हे केलंय हे आपल्याला मान्य करावंच लागेल. जोपर्यंत नवीन वस्तुस्थितींवर प्रकाश पडत नाही, त्या समोर येत नाहीत, तोपर्यंत हा तपास वेगळ्या दिशेनं जाण्याची काहीच चिन्हं मला तरी दिसत नाहीत.''

युकावानं हातानं चेहरा पुसला. त्याने शांतपणे एक दीर्घ उसासा टाकला. ''त्यानेच ही निवड केली आहे,'' अखेरीस तो म्हणाला. ''त्यानेच त्याचं उर्वरित आयुष्य तुरुंगात राहण्याची निवड केलीय.''

''त्याने कोणाला तरी ठार मारलंय. त्यामुळे खरं तर ही त्याची निवड नाही.''

''खरंच आहे म्हणा,'' युकावा पुटपुटला. तो काही वेळ तसाच उभा राहिला आणि नंतर तसाच स्थिरपणे उभा राहत तो म्हणाला, ''मला माफ कर, पण मला थोड्या वेळासाठी एकट्याला राहू देत. मी खूप थकून गेलोय.''

युकावाला नक्कीच काही तरी डाचत होतं. त्याच्या बाबतीत काही तरी नक्कीच विचित्र घडत होतं. कुसानागीला आणखी प्रश्न विचारायचे होते, पण त्याऐवजी तो शांतपणे खुर्चीतून उठला. त्याचा मित्र खूपच थकून गेल्याचं त्याला दिसत होतं.

कुसानागी प्रयोगशाळा १३ मधून बाहेर पडला आणि मंद प्रकाशात उजळून निघालेल्या मार्गिकेतून बाहेर पडला. वरच्याच पायरीवर त्याला एक विद्यार्थी भेटला. कुसानागीनं त्या तरुणाचा कृश, उदास चेहरा ओळखला. तो युकावाचा पदवीच्या वर्गातील एक विद्यार्थी होता. त्याचं नाव तोकिवा होतं. गेल्या वेळी कुसानागी प्रयोगशाळेत गेला होता, त्या वेळी त्यानेच त्याला युकावा शिनोझाकीला गेल्याचं सांगितलं होतं.

त्याच्या जवळून जाताना तोकिवानं कुसानागीकडे पाहून थोडीशी मान हलवून त्याला ओळख दाखवली. 'अरे...,' कुसानागीनं त्याला हाक मारली. तोकिवा मागे वळला. त्याच्या चेहऱ्यावर गोंधळल्याचे भाव होते. कुसानागीनं त्याच्याकडे पाहून स्मित केलं. "तुला थोडा वेळ आहे का? मला तुला काही तरी विचारायचं आहे."

तोकिवानं मनगटावरच्या घड्याळाकडे नजर टाकली आणि तो म्हणाला, "ठीक आहे." त्याच्याकडे थोडा वेळ होता.

ते दोघेही भौतिकशास्त्राच्या प्रयोगशाळेतून बाहेर पडले आणि जवळच्या कॅफेटेरियात गेले. सहसा विज्ञान शाखेचे विद्यार्थी त्याच कॅफेटेरियात जात होते. कुसानागीनं दोघांसाठी व्हेंडिंग मशीनवरून कॉफीचे दोन कप घेतले आणि तो तोकिवाच्या समोर बसला.

"त्या प्रयोगशाळेत तुम्ही लोक ती इन्स्टन्ट कॉफी पिता, त्यापेक्षा ही कॉफी एका अर्थानं जास्त चांगली आहे," कुसानागी म्हणाला. त्याने कागदी कपातून कॉफीचा एक घोट घेतला.

तोकिवानं स्मित केलं, पण त्याचा चेहरा तणावपूर्ण होता.

एवढ्याशा गोष्टीसाठी किती करायला लागतंय...कुसानागीच्या मनात विचार आला. त्या विद्यार्थ्यासोबत थोडा जास्त वेळ इकडचं तिकडचं बोलावं का, असा मनात आलेला विचार कुसानागीनं झटकून टाकला आणि तो थेट मुद्द्यावर आला. "मला खरं म्हणजे साहाय्यक प्राध्यापक युकावाबद्दल तुला विचारायचं होतं. अलीकडे त्याच्या वागण्यात तुला काही विचित्रपणा जाणवलाय का?"

या प्रश्नानं तोकिवा अगदीच चकित झाल्याचं स्पष्टपणे दिसून आलं. आपण असा थेट प्रश्न विचारायला नको होतं असं कुसानागीला लगेच वाटून गेलं, पण आता बाण सुटला होता. त्यामुळे तो पुढे म्हणाला, ''म्हणजे मला असं म्हणायचं आहे की, त्याच्या विद्यापीठाच्या कामकाजाव्यतिरिक्त तो इतर कुठल्या कामात लक्ष घालत असल्याचं किंवा दुसरीकडे कुठे तरी जात असल्याचं तुझ्या लक्षात आलंय का?''

तोकिवाचा जबडा आवळला गेल्यासारखा दिसला. तो निदान या प्रश्नाचा गांभीर्यानं विचार करत असल्यासारखं तरी दिसत होतं.

कुसानागीनं त्याच्याकडे पाहून स्मित करण्याचा प्रयत्न केला. ''काळजी करू नकोस. तो कुठल्याही तपासकामात किंवा इतर कशातही गुंतलेला नाही. मला ते स्पष्ट करून सांगणं थोडंसं कठीण जातंय, पण युकावा माझ्यापासून काही तरी लपवतोय असं मला वाटतंय, कारण मला ते न समजणंच जास्त चांगलं होईल असं त्याला वाटतंय. मी त्याला ते विचारण्याचा प्रयत्न केला, पण तो किती दुराग्रही आहे, ते तुला माहीतच आहे.''

कुसानागीला आपला मुद्दा आपण किती चांगल्या प्रकारे त्याच्यापर्यंत पोहोचवला आहे ते समजत नव्हतं, पण कसं कोण जाणे, त्या विद्यार्थ्याच्या मनात त्याच्याविषयी आपुलकी निर्माण होत असल्याचं त्याला दिसलं. कदाचित त्याच्या प्राध्यापकाच्या दुराग्रहीपणाचा उल्लेख केल्यामुळे त्याला कुसानागीविषयी थोडीशी जवळीक वाटली असावी.

''ते कशावर संशोधन करत आहेत ते मला माहीत नाही, पण प्राध्यापक युकावा काही दिवसांपूर्वी ग्रंथालयाच्या ग्रंथपालाशी फोनवरून बोलत होते,'' तोकिवा म्हणाला.

''ग्रंथपालाशी? म्हणजे विद्यापीठाच्या ग्रंथालयाच्या?''

तोकिवानं मान डोलावली. ''ग्रंथालयाकडे वृत्तपत्रं होती का, असं ते त्यांना विचारत होते आणि किती आधीची वृत्तपत्रं ठेवण्यात आली आहेत, त्याची ते चौकशी करत होते.''

''वृत्तपत्रं? पण सगळीच ग्रंथालयं वृत्तपत्रं ठेवत नाहीत का?''

''होय. ठेवतात. पण किती आधीपासूनची वृत्तपत्रं ग्रंथालयात ठेवण्यात आली होती ते त्यांना हवं होतं.''

''तुला कशासाठी ते सांगता येणार नाही...?''

''नाही. त्यांना कुठल्या तारखेची वृत्तपत्रं पाहायची होती ते त्यांनी नेमकेपणानं सांगितलं नव्हतं. या महिन्यातील सगळीच्या सगळी वृत्तपत्रं ते वाचू शकतील का, असं त्यांनी त्यांना विचारल्याचं मी ऐकलं. म्हणजे असंच काहीसं, ते बोलत होते.''

''या महिन्याची? त्याला जे काही हवं होतं ते त्या वृत्तपत्रांमध्ये होतं याची तुला खात्री आहे का?''

''नक्कीच त्यांना हवी असलेली गोष्ट वृत्तपत्रांमध्ये होती – असणार, कारण त्यानंतर ते थेट ग्रंथालयात गेले होते.''

कुसानागीनं मान डोलावून तोकिवाचे आभार मानले आणि तो उठून उभा राहिला. त्याच्या हातात कॉफीचा कप होता आणि तोपर्यंत त्यात अर्धा कप कॉफी शिल्लक होती.

इम्पीरियल युनिव्हर्सिटीचं ग्रंथालय ही चांगली तीन मजली इमारत होती. कुसानागी तिथे शिकत असताना तो जास्तीत जास्त दोनदा किंवा तीनदाच त्या ग्रंथालयात गेला होता. आता तिथे काही तरी बदल झाला असेल, काही गोष्टींची भर पडली असेल असं त्याला वाटलं, पण नेमके कोणते बदल झाले होते ते त्याला समजत नव्हतं. खरं म्हणजे आधी ती इमारत कशी दिसत होती हेही त्याला आठवत नव्हतं. त्यामुळे ती सगळीच्या सगळी पुन्हा बांधली गेली असती तरी त्याच्या ते लक्षात आलं नसतं.

आता तो त्या इमारतीत आत गेला आणि दरवाजातून आत गेल्याबरोबर त्याला स्वागतकक्षात बसलेली स्त्री दिसली. त्याने तिला प्रो. युकावा अलीकडे या ग्रंथालयात केव्हा आला होता आणि त्याने कुठली वृत्तपत्रं वाचली होती हे तिला आठवत होतं का ते विचारलं. तिचा गोंधळ उडाला आणि तिने त्याच्याकडे संशयानं पाहिलं.

कुसानागीनं एक उसासा टाकला आणि तिला त्याचा बॅज दाखवला. ''काळजी करू नका. याचा प्राध्यापक युकावा यांच्याशी काहीच संबंध नाही. फक्त त्यांनी कोणती वृत्तपत्रं वाचली होती एवढंच मला हवं आहे,'' तो म्हणाला. तो एक विचित्र प्रश्न होता हे त्याला माहीत होतं, पण त्याला ती गोष्ट जाणून घेण्याची गरजच होती. शिवाय ती गोष्ट इतर कुठल्या प्रकारे समजू शकली असती असंही त्याला वाटत नव्हतं.

"मला वाटतं की, त्यांना मार्च महिन्यातील लेखांमध्ये स्वारस्य होतं," त्या महिलेनं शब्दांची काळजीपूर्वक निवड करत म्हटलं.

"नेमके कुठल्या प्रकारचे लेख त्यांना हवे होते हे तुम्ही सांगू शकाल का?"

"नाही. ते मी सांगू शकणार नाही. पण मी तुम्हाला एक गोष्ट सांगू शकेन. त्यांना फक्त स्थानिक बातम्यांच्या विभागावर नजर टाकायची होती, असं त्यांनी मला सांगितलं होतं."

"स्थानिक बातम्या? वर्तमानपत्रं कुठे आहेत ते दाखवू शकाल का?"

तिने त्याला वृत्तपत्रं बांधून ठेवलेल्या गठ्ठ्यांच्या रॅककडे नेलं. तिथे दहा-दहा दिवसांच्या वृत्तपत्रांचे गठ्ठे बांधून ठेवण्यात आले होते.

"आपल्याला इथे फक्त गेल्या महिन्याचीच वृत्तपत्रं पाहायला मिळतील," तिने त्याला माहिती दिली. "त्यापेक्षा जास्त जुन्या गोष्टी आम्ही रिसायकलिंगसाठी देऊन टाकतो. आम्ही आधी साइटवर जुनी वृत्तपत्रे ठेवत होतो. पण आता तुम्हाला ती इंटरनेट आर्काइव्ह्जमध्ये सापडतात आणि तिथेच तुम्हाला त्यांच्यातील जुने लेख वाचताही येतात."

"पण युकावाला - म्हणजे प्राध्यापक युकावांना फक्त मार्चमधील वृत्तपत्रंच हवी होती ना?"

"होय. म्हणजे प्रत्यक्षात दहा मार्चनंतरची."

"दहा मार्चनंतरची?"

"होय. त्यांनी असंच सांगितल्याचं मला आठवतंय."

"मी त्यांच्यावर नजर टाकली तर तुमची काही हरकत आहे का?"

"मुळीच नाही. फक्त तुमचं काम संपलं की मला सांगा."

ग्रंथपाल तिथून गेल्याबरोबर लगेच कुसानागीनं तिथले वृत्तपत्रांचे गठ्ठे खाली ओढून घेतले आणि तिथल्याच एका टेबलावर पसरले. त्याने दहा मार्चपासूनच्या बातम्यांच्या स्थानिक विभागांवर नजर टाकण्यास सुरुवात केली.

दहा मार्च हा अर्थातच शिन्जी तोगाशीचा खून झाल्याचा दिवस होता. त्यावरून युकावा तिथे त्याविषयीचंच संशोधन करण्यास आला होता, याला पुष्टी मिळत होती. पण त्याला वृत्तपत्रांमध्ये नेमकं काय शोधायचं होतं?

तोगाशी प्रकरणाशी संबंधित असू शकतील असं वाटलेल्या सगळ्या बातम्या आणि लेख कुसानागीनं भराभरा नजरेखालून घातले. अकरा मार्चच्या

सायंआवृत्त्यांमध्ये त्याला पहिल्यांदा काही बातम्या सापडल्या. त्यानंतर तेरा मार्चच्या सकाळच्या आवृत्त्यांमध्ये काही बातम्या सापडल्या. त्या वेळी पोलिसांनी बळीची ओळख जाहीर केली होती. त्यानंतर कुसानागीला आदल्या दिवशीच्या वृत्तपत्रांतच त्याविषयीची बातमी सापडली. इशिगामीनं कबुलीजबाब दिल्यानंतरची ती बातमी होती.

मग या वृत्तलेखांमध्ये युकावाला रुची वाटण्याजोगं काय होतं?

कुसानागीनं त्या सगळ्या प्रसंगोचित बातम्या अगदी काळजीपूर्वक पुनःपुन्हा वाचल्या. त्यांच्यापैकी कुठल्याही बातमीत कुठलीही खास वेगळी गोष्ट किंवा माहिती नव्हती. त्याच्या अपेक्षेप्रमाणेच सगळी माहिती आली होती. याचा अर्थ युकावाकडे वृत्तपत्रांमध्ये आलेल्या बातम्यांहून निश्चितपणे कसली तरी वेगळी माहिती होती. मग असं असताना या सगळ्या बातम्या वाचण्याचा त्रास त्याने का घेतला होता?

कुसानागी पुढे झुकून त्या वृत्तपत्रांच्या गठ्ठ्यावर हातांची घडी घालून काही वेळ तसाच विचार करत बसला.

त्याला युकावाच्या या वर्तनातून काहीही अर्थबोध होत नव्हता. त्याला एक गोष्ट मात्र नक्कीच माहीत होती. युकावासारखा माणूस जर खरोखरच काही तपास करत असता तर त्याच्या तपासाला मदत व्हावी म्हणून तो निश्चितपणे वृत्तपत्रांवर अवलंबून राहिला नसता. जपानमध्ये रोजच खून होतात आणि बहुतेक वृत्तपत्रांमध्ये फार मोठी घडामोड नसेल तर अशा बातम्या किरकोळ स्वरूपात येतात. तोगाशीचा खून ही काही फार मोठी किंवा विशेष बातमी नव्हती हे युकावाला माहीत होतं.

पण तरीही तो ग्रंथालयात येऊन उगाचच काही तरी शोधत बसण्यात वेळ घालवणाऱ्यांपैकीही नव्हता.

कुसानागीनं युकावाला काहीही सांगितलं असलं तरी इशिगामीनं तो खून केला असेल, असं त्याला स्वतःलासुद्धा अगदी मनापासून वाटत नव्हतं. आपल्या टीमची दिशाभूल झाली आहे आणि तपास चुकीच्या दिशेनं झाला आहे ही भावना तो मनातून झटकूही शकत नव्हता. ते चूक करत आहेत हे युकावाला माहीत होतं असं त्याला वाटलं. त्याआधीही अनेक वेळा युकावानं त्याला आणि पोलीस विभागाला मदत केली होती. या वेळीसुद्धा बहुधा त्याच्याकडे या प्रकरणाविषयीची मर्मदृष्टी असावी, असा त्याचा होरा होता. परंतु जर तसं असेल तर तो त्याविषयी का बोलत नव्हता?

कुसानागीनं ती वृत्तपत्रं पुन्हा त्यांच्या रॅकमध्ये ठेवून दिली आणि त्याचं काम झाल्याचं सांगण्यासाठी तो ग्रंथपालाकडे गेला.

''तुम्हाला त्यांच्यामुळे थोडी तरी मदत झाली असेल असं मला वाटतं...'' ती म्हणाली.

''होय. खूपच मदत झाली,'' कुसानागीनं फारसं स्पष्टीकरण न देता थोडक्यात उत्तर दिलं.

''प्रो. युकावांना काही विशिष्ट स्थानिक वृत्तपत्रांमध्येही रुची होती,'' कुसानागी सही करत असताना तिने म्हटलं.

'अं...?' कुसानागीनं तिच्याकडे वर पाहिलं. ''कुठल्या स्थानिक वृत्तपत्रांमध्ये?''

''त्यांनी छिबा आणि सैतामा परफेक्चर्सच्या वृत्तपत्रांची चौकशी केली होती, पण दुर्दैवानं आमच्याकडे ती नसतात.''

''त्यांनी आणखी कशाची मागणी केली होती का?''

''नाही. मला वाटतं त्यांनी इतकंच मागितलं होतं.''

''छिबा आणि सैतामा...?''

गोंधळलेल्या अवस्थेत कुसानागी ग्रंथालयातून बाहेर पडला. या वेळी मात्र युकावा नेमका काय विचार करत होता, त्याचा त्याला बिलकूल थांगपत्ता लागत नव्हता. त्याला स्थानिक वृत्तपत्रांमध्ये इतकी रुची का वाटत होती? कदाचित मुळातच तो त्या खून प्रकरणाच्या संदर्भातील कुठल्याच गोष्टीचा शोध घेत नसावा.

त्याच्या मनात विचारांचं काहूर उठलं होतं. कुसानागी पार्किंगच्या जागी आला. तो कार सुरू करणारच होता, तेवढ्यात विद्यापीठाच्या इमारतीतून झपाझपा चालणारा मानाबु युकावा त्याच्या थेट समोरून पुढे गेला. त्याच्या प्रयोगशाळेतील कोटाच्याऐवजी त्याने गडद नेव्ही जाकीट घातलं होतं आणि तो थेट पुढच्या प्रवेशद्वाराच्या दिशेनं निघाला होता. त्याच्या चेहरा अतिशय विचारमग्न दिसत होता.

युकावा रस्त्यावर गेला आणि डावीकडे वळला. ते पाहिल्यानंतर कुसानागीनं कार सुरू केली आणि तोही रस्त्यावर गेला. प्रवेशद्वारामधून बाहेर पडत असताना त्याने युकावावर नजर टाकली. युकावानं टॅक्सी

थांबवली आणि तो तिच्यात बसला. टॅक्सी पुढे निघाल्यावर कुसानागीही तिच्या पाठोपाठ निघाला.

युकावा दिवसाचा बहुतेक सगळा वेळ विद्यापीठातच घालवत होता. अविवाहित असल्यामुळे घरी जाण्याची त्याला घाई असत नव्हती, हे तो नेहमीच कुसानागीला सांगत होता. त्यामुळेच त्याचा आवडता रॅकेटबॉलचा खेळ विद्यापीठातच थांबून खेळणंही त्याला सहजशक्य होत होतं. तिथे जेवणही चांगलं आणि सुलभपणे मिळत होतं.

कुसानागीनं घड्याळावर नजर टाकली. त्या वेळी संध्याकाळचे पाचसुद्धा वाजले नव्हते. साहजिकच त्या वेळी युकावा नक्कीच घरी जाणार नव्हता.

कुसानागीनं युकावाच्या टॅक्सीचा पाठलाग तसाच सुरू ठेवला. गाडी चालवत असतानाच त्याने टॅक्सीची कंपनी आणि नंबर लक्षात ठेवला. गर्दीत चुकामूक झालीच तर पुन्हा गाडीला शोधता यावं म्हणून त्याने ते केलं होतं. तसं झालं असतं तर कंपनीला फोन करून त्या प्रवाशाला टॅक्सीनं कुठे सोडलं होतं ते त्याला शोधता आलं असतं.

त्यानंतर टॅक्सी तुलनेत जास्त गर्दी आणि रहदारी असलेल्या पूर्वेकडच्या रस्त्यावर वळली. टॅक्सीच्या आणि कुसानागीच्या कारच्या मध्ये इतरही बऱ्याच कार येत-जात होत्या. पण तरीही कुसानागीनं त्याचा पाठलाग तसाच सुरू ठेवण्यात यश मिळवलं होतं.

टॅक्सी निहोनबाशी परिसरातून पुढे गेली आणि समिदा नदी ओलांडण्याच्या थोडीशी आधी शिनओहाशी ब्रिजजवळ थांबली. इशिगामीच्या अपार्टमेंटची इमारत त्या पुलाच्या पलीकडेच होती. कुसानागीनं त्याची गाडी एका बाजूला घेतली आणि तिथे थांबून त्याने त्या टॅक्सीवर नजर ठेवली. युकावा टॅक्सीतून उतरला आणि पुलाच्या बाजूच्या पायऱ्या उतरून खाली गेला.

"तो निदान त्या अपार्टमेंटकडे तरी चाललेला नाही," कुसानागीनं विचार केला.

कुसानागीनं झटपट परिसरावरून नजर फिरवली आणि पार्किंगसाठी जागा शोधली. त्याचं दैव बलवत्तर होतं, त्यामुळे त्याला पार्किंगच्या जागेत कार लावायला जागा मिळाली. त्याने कार तिथेच सोडली आणि तो झटकन युकावाच्या पाठोपाठ निघाला.

युकावा समिदा नदीच्या पात्राकडेच्या रस्त्यावरून मंद गतीनं चालत होता. त्याला कुठेही निश्चितपणे जायचं असावं असं दिसत नव्हतं. तो फक्त तिथे सहज फिरत असावा. तो वरचेवर तिथे झोपड्या बांधून राहत असलेल्या बेघर लोकांवर नजर टाकत होता, पण तो तिथे जास्त काळ थांबला नव्हता.

बेघरांच्या झोपड्यांच्या अखेरच्या टोकाजवळ तो थांबला. नदीकाठावर बांधण्यात आलेल्या कठड्यांवर त्याने कोपरं टेकवली. त्यानंतर अचानकच तो कुसानागीच्या दिशेला वळला.

कुसानागी गोंधळला, पण युकावाला फारसं आश्चर्य वाटल्यासारखं दिसलं नाही. तो मंद स्मित करत होता.

तो डिटेक्टिव्ह पुढे आला. ''तू मला पाहिलं होतंस?''

''तुझी कार तशी थोडीशी आगळीवेगळीच आहे,'' युकावा सहजपणे म्हणाला. ''अलीकडच्या काळात रस्त्यांवर अशा प्रकारच्या जुन्या स्कायलाइन क्वचितच दिसतात.''

''म्हणजे तुझा पाठलाग होत असल्याचं तुला माहीत असल्यामुळेच तू इथे उतरलास का? की तू सुरुवातीपासून इथेच यायचं असं ठरवलं होतंस?''

''दोन्हीही गोष्टी खऱ्या आहेत आणि खोट्याही आहेत. मला मुळात जिथे जायचं होतं, ते ठिकाण इथून पुढे आहे. पण ज्या वेळी तू माझा पाठलाग करत असल्याचं माझ्या लक्षात आलं, त्या वेळी मी टॅक्सी ड्रायव्हरला थोडं आधीच थांबायला सांगितलं, कारण तुला या ठिकाणी आणावं असं मला वाटलं.''

''ठीक आहे. मी आभार मानतो. मला इथे आणावं, असं तुला का वाटलं?'' कुसानागीनं त्या परिसराची नजरेनंच झटपट छाननी करत विचारलं.

''मी इशिगामीशी अखेरचं बोललो होतो, ते इथेच बोललो होतो. त्या वेळी मी त्याला काही तरी सांगितलं होतं. मी त्याला असं सांगितलं होतं की, या जगाच्या चक्राचा निरुपयोगी आरा ठरणारी कुठलीच गोष्ट नसते. अगदी एखाद्या आऱ्यानं आपला तसा वापर केला जावा असं ठरवलं तरीही तसं होत नाही.''

''एक मिनिट, आऱ्याचा काय संबंध?''

''होय. मी त्याला तसंच सांगितलं होतं. त्यानंतर मी त्याला या प्रकरणाविषयी अनेक प्रश्न विचारले. त्याने बिलकूल ताकास तूर लागू दिला नाही. फक्त आम्ही निरोप घेत असताना त्याने स्वतःच एक उत्तर दिलं. त्या उत्तरातच त्याने आता हार पत्करली होती, हे स्पष्ट झालं होतं.''

''म्हणजे तू त्याला जे सांगितलं होतंस, त्यामुळे त्याने शरणागती पत्करली आणि आपल्या नशिबासमोर हार मानली असं तुला म्हणायचं आहे का?''

''शरणागती....मला वाटतं की, तू त्याला शरणागतीच म्हणावंस. त्याच्या दृष्टीनं ही शरणागती म्हणजे त्याने टाकलेला अख़ेरचा पत्ता आहे. काही काळापासून जाणीवपूर्वक त्याने यासाठी तयारी करून ठेवली होती.''

''मग त्याला तू असं काय सांगितलं होतंस?''

''तेच. चाकाच्या आऱ्याविषयी मी आता तुला सांगितलं ते.''

''नाही, त्यानंतर. तू त्याला प्रश्न विचारलेस असं तू म्हणालास. मला ते प्रश्न काय होते ते हवं आहे.''

युकावाच्या चेहऱ्यावर अतिशय शांततेचे भाव आणि स्मित उमटलं आणि त्याने हळूहळू मान हलवली. ''हा महत्त्वाचा भाग नाही.''

''तो महत्त्वाचा भाग नाही?''

''चाकाच्या आऱ्यांविषयीचा भाग हा त्यातला महत्त्वाचा भाग आहे. त्याच वेळी त्याने स्वतःला पोलिसांच्या स्वाधीन करायचं ठरवलं.''

कुसानागीनं मोठ्यानं उसासा सोडला. ''तू विद्यापीठाच्या ग्रंथालयात वृत्तपत्रं का तपासत होतास? तू त्यांच्यात काय शोधत होतास?''

''तुला हे तोकिवानं सांगितलं का? माझ्या दैनंदिन गोष्टींमध्ये तू इतकी रुची घेत असल्याचं बघून मला आश्चर्य वाटतंय.''

''अरे बाबा, मी तसं केलं नसतं. पण तुझ्याविषयी तू मला काहीही सांगत नव्हतास.''

''ते ठीक आहे. मला त्याचं काहीच वाटलं नाही. काहीही झालं तरी ते तुझं कामच आहे. तुझी इच्छा असेल तर तू माझाही हवा तेवढा माग काढत राहा.''

कुसानागी काही क्षण त्याच्याकडे तसाच रोखून बघत राहिला आणि नंतर त्याने नजर खाली वळवली. ''युकावा, कृपा करून कोड्यात बोलणं

थांबवं. तुला काही तरी माहीत आहे. ते काय आहे ते मला सांग. इशिगामीनं त्या माणसाचा खून केलेला नाही. हो ना? जर हे खरं असेल तर त्याने खून केला आहे असं तू का म्हटलं होतंस? त्याने न केलेल्या खुनासाठी तुझ्या जुन्या मित्राला तुरुंगात टाकलं जावं असं तुला वाटतं का?''

''इतकं गलितगात्र होण्याची आवश्यकता नाही. वर बघ.''

कुसानागीनं वर बघितलं. त्याने जोरात श्वास घेतला. युकावाचा चेहरा दुःखानं पिळवटला होता. त्याने एका हातानं कपाळ दाबून धरलं होतं आणि त्याने डोळे गच्च मिटून घेतले होते.

''अर्थातच त्याच्यावर खुनाचा आरोप व्हावा असं मला वाटत नाही. पण मला यातून बाहेर पडण्याचा काहीच मार्ग दिसत नाही. यापैकी काहीच घडलं नसतं तर बरं झालं असतं असं मला वाटतं.''

''तुला या सगळ्यांतून काय समजलंय? तू मला ते सांगत का नाहीस? आपण मित्र आहोत, मला सांग.''

युकावानं डोळे उघडले. त्याचा चेहरा अद्यापही अतिशय गंभीर होता. ''होय, तू माझा मित्र आहेस, पण तू एक डिटेक्टिव्हही आहेस.''

यावर काय बोलावं हे कुसानागीला सुचलं नाही. तो युकावाला अनेक वर्षांपासून ओळखत होता, पण इतक्या सगळ्या वर्षांत त्याला पहिल्यांदाच त्या दोघांमध्ये एक भिंत उभी राहिल्यासारखं वाटलं. त्याच्या मित्राच्या चेहऱ्यावर त्याला तोपर्यंत कधीच न दिसलेली वेदना, दुःख दिसत होतं आणि तो इतका दुःखी का होता हे कुसानागी त्याला विचारू शकत नव्हता.

''मी यासुको हानाओकाकडे चाललोय,'' युकावा म्हणाला. ''तुला माझ्या बरोबर यायचं आहे का?''

''मी येऊ शकतो का?''

''माझी काहीच हरकत नाही. फक्त तू शांत राहिलास तर बरं होईल.''

''ठीक आहे.''

युकावा मागे वळला आणि तो पुन्हा एकदा पुलाच्या दिशेनं चालू लागला. कुसानागीही त्याच्या पाठोपाठ गेला. युकावाला सुरुवातीला बेन्तेन ते या खानावळीतच जायचं होतं. कुसानागीच्या मनात पुन्हा एकदा ज्वलंत प्रश्नांची गर्दी उसळली. पण तरीही तो एकही शब्द उच्चारू शकत नव्हता. ते दोघेही शांतपणे चालत पुढे निघाले.

कियोसु ब्रिजच्या थोडासा आधी युकावा रस्त्यावर जाण्यासाठी पायऱ्यांवरून चढून वर गेला.

''तुला त्या कार्यालयांच्या इमारती दिसतात का?'' युकावानं त्यांच्या जवळच असलेल्या इमारतींकडे बोट दाखवत विचारलं. ''तुला प्रवेशद्वाराचा काचेचा दरवाजा दिसतो का?''

कुसानागीनं त्या दरवाजाकडे पाहिलं. त्यात त्या दोघांचीही प्रतिबिंबं पडली होती. ''होय. पण त्यांचं काय?''

''तो खून झाल्यानंतर लगेच मी इशिगामीला भेटलो होतो, त्या वेळी या दरवाजांमध्ये आमच्या दोघांचं प्रतिबिंब मी पाहिलं होतं. खरं म्हणजे पहिल्यांदा माझं तिकडे लक्षच गेलं नव्हतं. इशिगामीनं ते मला दाखवलं होतं. अगदी त्या क्षणापर्यंत या प्रकरणात इशिगामी गोवला गेला असेल असं मला बिलकूल वाटलं नव्हतं. जुन्या मित्राशी, स्पर्धकाशी पुन्हा एकदा भेट झाल्याबद्दल मी अतिशय आनंदात होतो.''

''म्हणजे ज्या वेळी तुम्हा दोघांचं प्रतिबिंब त्या दरवाजात दिसलं, त्या वेळेपासून तुला त्याचा संशय येऊ लागला?''

''प्रतिबिंबामुळे नव्हे. त्याने त्या वेळी जे म्हटलं होतं त्यामुळे मला तसं वाटलं. त्याने मला विचारलं होतं की, तू इतका तरुण कसा काय राहू शकलास? तुझ्या डोक्यावर अजूनही भरपूर केस आहेत. आपण दोघे किती वेगळे आहोत! त्यानंतर त्याने त्याच्या डोक्यावरून हात फिरवला. मला याचं आश्चर्य वाटलं. इशिगामीला कधीही शारीरिक दिसण्याची चिंता वाटत नव्हती. अशा गोष्टींवरून माणसाची किंमत ठरवता येत नाही, असंच त्याला नेहमी वाटत होतं आणि त्याला कधीही अशा प्रकारच्या गोष्टींना महत्त्व दिलं जाणारं आयुष्य जगण्याची इच्छा नव्हती. पण त्या वेळी त्याला त्याच्या विरळ होत चाललेल्या केसांची काळजी वाटत होती. त्या वेळीच माझ्या लक्षात आलं की, आपल्या दिसण्याविषयी काळजी करण्याइतक्या स्थितीपर्यंत तो पोहोचला होता. दुसऱ्या शब्दांत सांगायचं झालं तर तो प्रेमात पडला होता. पण तरीही मला असा प्रश्न पडला होता की, अचानकच या ठिकाणी आल्यानंतर तो असं काही का बोलला होता?''

कुसानागीच्या लक्षात आलं. ''कारण तेव्हा तो त्याच्या स्वप्नसुंदरीला भेटणार होता.''

युकावानं मान डोलावली. ''माझ्याही मनात अगदी असेच विचार आले. मी त्या खानावळीत काम करणाऱ्या त्या स्त्रीचा विचार करू लागलो. तिच्या पूर्वाश्रमीच्या नवऱ्याचा नुकताच खून झाला होता आणि त्याला तिचंच आकर्षण वाटत असावं असं मला वाटू लागलं. त्यातूनच माझ्या मनात एक महत्त्वाचा प्रश्न निर्माण झाला. त्याचा या खून प्रकरणाशी काय संबंध होता? तो जर त्या स्त्रीमध्ये इतका गुंतलेला होता, तर त्याला त्या खून-प्रकरणाची नक्कीच चिंता वाटली असती. पण तरीही तो आपल्याला फारसं स्वारस्यच नसल्यासारखं दाखवत राहिला होता. तेव्हा मला असं वाटलं होतं की, कदाचित मीच या सगळ्या प्रकरणाचा जास्त विचार करत असेन आणि तो तिच्या बिलकूल प्रेमात पडलेला नसेल. म्हणूनच मी पुन्हा एकदा त्याच्या बरोबर त्या खानावळीत गेलो. त्याच्या चेहऱ्यावरील भावांवरून, त्याच्या वागण्या-बोलण्यातून मला काही तरी समजू शकेल असं मला वाटलं होतं. आम्ही अगदी योगायोगानं तिथे गेल्यासारखे गेलो. त्याच वेळी यासुको हानाओकाचा एक परिचित तिथे अगदी अनपेक्षितपणे आला होता.''

'कुदो,' कुसानागी म्हणाला. ''तो तिला डेट करतोय.''

''हं, असं दिसतंय. त्या कुदोला बघून आणि त्याच्याशी सुरू असलेलं तिचं बोलणं बघून युकावानं त्याचे डोळे बारीक केले आणि मान हलवली. यामुळेच माझं काम झालं. तत्क्षणी माझ्या लक्षात आलं की, इशिगामीला तिची भुरळ पडली होती. त्याचा संपूर्ण चेहरा असूयेनं, त्या माणसाविषयीच्या द्वेषानं भरून गेला होता.''

''पण यातूनच आणखी एक प्रश्न निर्माण होत नाही का?''

''नक्कीच. यातून निर्माण होणाऱ्या विसंगतीचं फक्त एकाच प्रकारे स्पष्टीकरण करणं शक्य होतं.''

''इशिगामी त्या प्रकरणात गुंतला होता. म्हणूनच तुझ्या मनात त्याच्याविषयी संशय निर्माण झाला होता...'' कुसानागी म्हणाला.

कुसानागीनं पुन्हा एकदा त्या काचेच्या दरवाजाकडे पाहिलं. ''तुझ्या अशा प्रकारच्या वागण्यानं तू मला घाबरवून सोडतोस. आपल्या वागण्यातील किरकोळ गोष्टीमुळे, अपरिपूर्णतेमुळे तुला त्याचा संशय येईल आणि त्याची ती किरकोळ गोष्टच त्याचा मोठा, प्राणघातक दोष ठरेल असं इशिगामीला

कधीच वाटलं नसेल. त्यामुळे त्याला त्याच्या त्या बोलण्याची कसलीच चिंता वाटली नसेल.''

''तो एक अद्वितीय पुरुष आहे आणि त्याच्या-माझ्या भेटीला इतकी सगळी वर्षं उलटून गेली असली तरीही माझ्या मनात त्याच्याविषयीच्या सगळ्या आठवणी अगदी ताज्या, अगदी स्पष्ट आहेत. जर तसं नसतं तर ही इतकी किरकोळ गोष्ट माझ्या लक्षातही आली नसती असं मला वाटतं.''

''त्याचं दुर्दैव, दुसरं काय!'' कुसानागी रस्त्याकडे जात म्हणाला. पण युकावा त्याच्या पाठोपाठ चालत नसल्याचं लक्षात आल्यावर तो एकदम थांबला. ''मला वाटलं की, तू बेन्तेन तेकडे निघाला आहेस!''

नजर खाली झुकवत युकावा त्याच्याकडे आला. ''मी सहसा तुला एक गोष्ट करण्याविषयी कधीच विचारलं नसतं. पण आता मी तुला ते विचारणार आहे. तुला ती आवडेल असं मला वाटत नाही.''

कुसानागी हसला. ''ते काय आहे, त्यावर ते अवलंबून असेल.''

''तू डिटेक्टिव्ह आहेस हे तू क्षणभरासाठी विसरून जाशील?''

''तुला नेमकं काय म्हणायचं आहे, ते मला नेमकं समजत नाही.''

''मला तुला काही तरी सांगण्याची गरज वाटते. पण माझा मित्र म्हणून मला ते सांगायचं आहे, एक डिटेक्टिव्ह म्हणून नव्हे. त्याविषयी तू कोणालाही चकार शब्द सांगता कामा नये. तुझ्या वरिष्ठ पोलीस प्रमुखाला, तुझ्या मित्रांना किंवा अगदी तुझ्या कुटुंबीयांनाही तू ते सांगू नयेस. तू असंच करशील याचं तू मला वचन देतोस का?''

कुसानागीला युकावाच्या चश्म्याच्या मागे असलेल्या त्याच्या डोळ्यांमध्ये अतिशय निकड दिसली. जो निर्णय घेण्याची युकावाची बिलकूल इच्छा नव्हती, तो त्याला जबरदस्तीनं घ्यावा लागत असल्याचं त्याच्या स्पष्टपणे लक्षात आलं होतं.

''तू काय सांगतोस त्यावर मी वचन द्यायचं की नाही ते ठरवेन,'' असे शब्द अगदी त्याच्या जिभेवर आले होते, पण त्याने ते गिळून टाकले. जर त्याने तसं म्हटलं असतं तर युकावानं त्याच्याकडे पुन्हा कधीही मित्र म्हणून पाहिलं नसतं.

''ठीक आहे, मी तुला वचन देतो,'' कुसानागीनं म्हटलं.

अठरा

रांगेत असलेल्या अखेरच्या ग्राहकाकडे यासुकोनं फ्राइड चिकन असलेला जेवणाचा डबा दिला आणि घड्याळावर नजर टाकली. सहा वाजायला फक्त काही मिनिटांचाच अवधी उरला होता. तिने निःश्वास सोडला आणि तिची पांढरी टोपी काढून ठेवली.

दुपारच्या जेवणाच्या वेळीच कुदोनं तिच्या मोबाइल फोनवर तिला फोन केला होता. तिचं काम संपल्यानंतर त्याला तिला भेटायचं होतं. ''आनंद साजरा करण्यासाठी,'' तो म्हणाला. त्याच्या आवाजात शिगोशीग उत्साह भरून राहिला होता.

''कशाचा आनंद साजरा करायचा आहे,'' असं तिने त्याला विचारल्यावर तो म्हणाला, ''अरे..., अगदी स्पष्टच आहे. तुझ्या लक्षात येत नाही? त्यांनी खुन्याला पकडलंय. त्यामुळे आता यापुढे आणखी चौकशी नाही, पाळत नाही. ही गोष्ट नक्कीच साजरी करण्यासारखीच आहे.''

फोनवरच्या संभाषणातूनही कुदो अतिशय आनंदात आणि उत्साहात असल्याचं जाणवत होतं. त्यात साहजिकच अर्थ होता. त्याला खरोखरचं काय घडलं होतं ते माहीत नव्हतं. तरीही यासुको आनंद साजरा करण्याच्या मनःस्थितीत नव्हती. तिने त्याला त्याबद्दल सांगितलं.

''का?'' कुदोला तिच्या नकारामागचं कारण हवं होतं. तिने काहीच उत्तर दिलं नव्हतं. त्यावर ''ठीक आहे, मी समजू शकतो,'' यासारखं काही तरी तो हळूहळू पुटपुटल्यासारखा बोलला.

''हं...मी त्या बळीचा विचारच केला नव्हता. लोक एकमेकांपासून वेगळे झाल्यावरही त्यांच्यातील संबंध किती निकटचे आणि दृढ असतात हे बघून आश्चर्य वाटतं. मला माफ कर. मी तुला आनंद साजरा करायला सांगणं चुकीचं होतं.''

तो अगदी आनंदानं बेहोष झाला होता. पण यासुकोला थोडासाही आनंद झाला नव्हता.

''पण तरीही खरं म्हणजे...'' क्षणभर थांबून तो पुढे म्हणाला, ''मला तुझ्याशी आणखीही काही तरी बोलायचं होतं. तेही अतिशय महत्त्वाचं आहे. मला काहीही करून आज रात्री तुला भेटायचंच आहे. हे शक्य होईल असं तुला वाटतंय का?''

यासुकोनं त्याला नकार देण्याचा विचार केला. ती त्या मनःस्थितीतच नव्हती. इशिगामीनं तिला वाचवण्यासाठी तो आरोप स्वतःवर घेतला होता हे माहीत असल्यामुळे तिच्या मनाला अपराधीपणाची टोचणी लागून राहिली होती. पण तिने अशा प्रकारे कुदोला नकार दिला असता तर त्यामुळे एक प्रकारे तिचंच नुकसान झालं असतं, कारण तिच्या मनात खोलवर कुठे तरी एक उत्सुकता निर्माण झाली होती. त्याला असं काय महत्त्वाचं बोलायचं असेल असा प्रश्न तिच्या जिज्ञासेला चाळवत राहिला होता. ती कुठली महत्त्वाची गोष्ट होती, याबद्दल तिलाही कुतूहल वाटत होतं.

अखेरीस साडेसहा वाजता त्याने तिला न्यायला यावं हे तिने मान्य केलं. मिसातोनंही त्यांच्या सोबत यावं असं कुदोनं तिला सुचवलं होतं. पण यासुकोनं त्याला हळुवारपणे हरकत घेतली. तिला तिथे न नेण्यावर ती ठाम राहिली.

त्या दिवशी रात्री ती थोडी उशिरा घरी येईल असा निरोप तिने मिसातोसाठी अन्सरिंग मशीनवर ठेवला. या निरोपामुळे मिसातोला तिच्याविषयी काय वाटेल या विचारानं तिचं अंतःकरण जड झालं.

बरोबर सहाच्या ठोक्याला यासुकोनं तिच्या अंगावरचा ॲप्रन काढला. तिने स्वयंपाकघरात डोकावून बघितलं. ''आपलं आजचं काम संपलंय असं दिसतंय,'' तिने सायोकोला हाक मारून सांगितलं.

''अरे बाप रे! इतक्यात सहा वाजलेसुद्धा?'' सायोकोनं तिच्या ताटावरून नजर वर उचलली. ती जेवत बसली होती. ''मग चल, आभारी आहे. खानावळ बंद करायची काळजी करू नको. मी ते काम करते,'' ती म्हणाली

''आभारी आहे,'' यासुकोनं उत्तर दिलं.

''तू आज रात्री कुदोला भेटायला चाललेयस ना?'' सायोकोनं शांतपणे विचारलं.

'काय?'

''तुला दुपारी जेवणाच्या वेळी फोन आल्याचं माझ्या लक्षात आलं. त्याने तुला डेटवर येण्याविषयी विचारलं. बरोबर ना?''

गोंधळून गेलेल्या यासुकोनं काहीच उत्तर दिलं नाही. तिचं मौन म्हणजे तिला वाटत असलेला संकोच असावा असं समजून यासुको म्हणाली, ''मला तुमच्याविषयी आनंद वाटतोय,'' त्यानंतर सूचक चेष्टेनं ती म्हणाली, ''आता तोगाशीच्या खुनाची ती सगळी नकोशी वाटणारी भानगड संपलेय आणि कुदोसारखा एक चांगला माणूस तुझी वाट पाहतोय. मला वाटतंय की, तुझ्या नशिबानं आता पुन्हा पलटी मारलेय.''

'कदाचित...'

''अं हं, नक्कीच. मला त्याची खात्री आहे. तुझं काही तरी देणं होतं ते तू देऊन टाकलंयस. आता स्वतःसाठी आणि मिसातोसाठी थोडा आनंद शोधण्याची आणि त्याचा उपभोग घेण्याची वेळ आलेय.''

सायोकोच्या शब्दांनी यासुकोच्या अंतःकरणात परस्परविरुद्ध भावनांचा कल्लोळ उसळला. तिने स्वतःच तो खून केला होता हे समजलं असतं तर सायोकोनं तिला आनंद मिळवण्यास सांगितलं असतं का?

यासुकोनं तिचा निरोप घेतला आणि ती स्वयंपाकधरातून बाहेर पडली. ती सायोकोच्या नजरेला नजर भिडवू शकली नव्हती.

ते बेन्तेन तेमधून बाहेर पडली, पण घरी जाण्याच्या नेहमीच्या रस्त्याऐवजी ती दुसऱ्याच रस्त्यानं जाऊ लागली. तोगाशीला तिथे भेटलेल्या दिवसापासून तिने ती जागा तोपर्यंत टाळली होती. पण कुदोनं सहज भेटता येण्याजोगी जागा म्हणून त्यांच्या भेटीसाठी त्या जागेची निवड केली होती. ती जागा बदलण्यासाठी त्याचं मन वळवण्यासाठी तिला योग्य कारण सापडलं नव्हतं.

द्रुत गती महामार्गावरच्या उड्डाणपुलाच्या खालून जाणारा रस्ता त्या रेस्टॉरंटकडे जात होता. ती त्याखालून निघालीच होती, तेवढ्यात तिला कोणी तरी पाठीमागून हाक मारली. 'मिस हानाओका...'

ती थांबली आणि तिने वळून पाहिलं. तिला दोन परिचित व्यक्तींचे चेहरे दिसले. ते दोघेही तिच्याकडेच येत होते. त्यापैकी एक हा इशिगामीचा जुना मित्र आणि विद्यापीठातील प्राध्यापक युकावा होता आणि दुसरा डिटेक्टिव्ह कुसानागी होता. सगळं सोडून ते दोघे आता इथे तिच्याकडे का आले होते, ते यासुकोला समजत नव्हतं.

''मला ओळखलं का?'' युकावानं विचारलं. नकळत त्या दोघांच्याही चेहऱ्यावरून तिची नजर चपळाईनं फिरत असल्याचं यासुकोच्या लक्षात आलं. क्षणभरानंतर तिने मान डोलावली.

''मला माफ करा, तुम्ही कुठे निघाला आहात का?''

''होय...खरं म्हणजे...'' तिने घड्याळावर नजर टाकली. तिला किती वाजले होते ते बघितल्यानंतर एकदम उदास वाटू लागलं. ''खरं तर मला एका व्यक्तीला भेटायला जायचं होतं.''

''अस्सं. मला वाटतं की, आपल्याला थोडंसं बोलता आलं असतं तर बरं झालं असतं. फक्त अर्ध्या तासासाठी वगैरे. ते महत्त्वाचं आहे.''

''मला वाटतं, माझ्याकडे तितका वेळ नाही,'' यासुको म्हणाली.

''मग पंधरा मिनिटांचा वेळ काढता येईल? आम्हाला फक्त तेवढाच वेळ हवा आहे. आपण अगदी इथेच बोलू. त्या तिथल्या बाकड्यावर बसून...चालेल?'' युकावानं जवळच्या छोट्याशा सार्वजनिक बागेकडे बोट दाखवलं. तिथे थोडासा हिरवळीचा पट्टाही दिसत होता.

त्याचा स्वर हळुवार असला तरी त्याच्या वागण्यातून त्याला जे सांगायचं होतं तो विषय किती गंभीर होता ते समजत होतं. यासुकोच्या लगेच लक्षात आलं की, त्याला जे सांगायचं होतं ते अतिशय महत्त्वाचं होतं. विद्यापीठातील तो माणूस तिच्याशी त्या आधीही अशा प्रकारे बोलला होता. त्याचा स्वर आणि शब्द हळुवार होते, हलकेफुलके होते, पण त्यामागचं वजन जवळजवळ गुदमरवून टाकणारं होतं.

तिला शक्य तितक्या वेगानं तिथून जोरात पळून जावं असं वाटलं. पण तरीही एका विचित्र आकर्षणानं तिला तिथेच रोखून धरलं होतं. त्याला नेमकं काय सांगायचं होतं हे ऐकण्याची तिला उत्सुकता होती. ते काहीही असलं तरी इशिगामीविषयीचंच असेल हे तिला माहीत होतं.

''ठीक आहे. दहा मिनिटं बोलू या.''

''आभारी आहे,'' युकावा म्हणाला. त्याच्या चेहऱ्यावर स्मित होतं. तो त्या बागेच्या दिशेनं जाऊ लागला.

यासुको पहिल्यांदा गोंधळली, पण कुसानागी तिला हातानं इशारा करून पुटपुटला, ''चला, पुढे चला.'' तिने मान डोलावली आणि ती युकावाच्या पाठोपाठ निघाली. त्या डिटेक्टिव्हच्या खिन्न, निग्रही उपस्थितीमुळे तिच्या अंगावर काटा आला होता. ती खरं तर दबकून चालत होती.

यासुको एका बाकड्यावर बसला. तो दोन माणसांना बसता येईल इतका मोठा होता. त्याने यासुकोला बसण्यासाठी जागा ठेवली.

''तुला थांबायचं असेल, तर तिकडे उभा राहा,'' युकावानं हातानंच इशारा करून कुसानागीला म्हटलं. ''मला वाटतं की, आम्हाला आपापसांत बोलू देत.''

कुसानागीला याचा फारसा आनंद झाल्यासारखं दिसत नव्हतं, पण किंचित हिरमुसल्यासारखी हनुवटी पुढे करून तो बगिचाच्या प्रवेशद्वाराजवळ जाऊन उभा राहिला. तिथे त्याने सिगरेट बाहेर काढली आणि तो धूम्रपान करू लागला.

कुसानागीच्या दिशेनं कटाक्ष टाकत यासुको युकावाच्या शेजारी बसली. ''ते डिटेक्टिव्ह आहेत ना? त्यांना असं उभं केलेलं चालेल याविषयी तुमची खात्री आहे ना?'' तिने विचारलं.

''तुम्ही त्याची काळजी करू नका. मुळात मी एकटाच इकडे येणार होतो. इथे तो डिटेक्टिव्हपेक्षाही माझा मित्र म्हणूनच जास्त प्रमाणात आलाय.''

'मित्र?'

''आमच्या महाविद्यालयीन जीवनापासून आम्ही एकमेकांचे मित्र आहोत,'' युकावानं पुन्हा एकदा आपले शुभ्र दात दाखवत स्मित केलं. ''त्यामुळे तो इशिगामीचाही वर्गमित्र आहे. अर्थातच हे सगळं होईपर्यंत ते दोघेही एकमेकांना प्रत्यक्षात कधीच भेटले नव्हते.''

फक्त खून-प्रकरणानंतरच प्राध्यापक युकावा इशिगामीला भेटायला का आला होता, ते अखेरीस यासुकोच्या लक्षात आलं. इशिगामीनं तिला याविषयी काहीही सांगितलं नसलं तरी युकावानं या प्रकरणात रुची घेतल्यामुळे इशिगामीच्या सगळ्या कटाचा चक्काचूर झाल्याचा तिला संशय होता. तिच्या पूर्वाश्रमीच्या पतीच्या खुनावर कसं पांघरूण घालायचं

याचा कट रचत असताना त्या गणितज्ञानं नक्कीच तो डिटेक्टिव्ह हा त्याचा विद्यापीठातील समकालीन विद्यार्थी असेल किंवा युकावा आणि तो डिटेक्टिव्ह एकमेकांचे मित्र असतील याचा विचार केला नव्हता.

पण हे सगळं आता स्पष्ट झालं होतं. मग आता युकावाला तिच्याशी कशाविषयी बोलायचं होतं?

''इशिगामीनं या सगळ्यांत स्वतःला अडकवून घ्यायचं ठरवलं ही अतिशय क्लेशदायक गोष्ट आहे,'' युकावा अचानकच मुद्द्याला हात घालत म्हणाला. ''त्याच्याइतक्या प्रखर बुद्धिमत्तेच्या एखाद्या व्यक्तीला तुरुंगाच्या कोठडीत त्याची बुद्धिमत्ता वाया घालवत बसावं लागणं ही एक शास्त्रज्ञ म्हणून माझ्या दृष्टीनं खरोखरच दुःखदायक गोष्ट आहे.''

यासुकोला त्यावर काय उत्तर द्यावं तेच समजत नव्हतं. तिने गुडघ्यावर ठेवलेल्या हातांच्या मुठी वळल्या.

''खरं सांगायचं तर मला यावर विश्वास ठेवणं कठीण जातंय. तो अशी एखादी गोष्ट करेल असं मला बिलकूल वाटत नाही. म्हणजे तुमच्यावर पाळत ठेवल्याप्रमाणे तो तुमचा पाठलाग करत होता हे तर अशक्यच वाटतंय.''

यासुको त्याच्याकडे तिरप्या नजरेनं पाहत असल्याचं युकावाच्या लक्षात आलं. तिचं शरीर अगदी लक्षात येण्याइतकं ताठरलं होतं.

''नाही. कदाचित 'विश्वास ठेवणं' हा योग्य शब्द नसेल. मला खरं तर अगदी खात्रीनंच त्याने तसं केलेलं नाही हे माहीत आहे...त्याने....त्याने आम्हाला ही गोष्ट सांगितली त्या वेळी...इशिगामी खोटं बोलत होता. त्यामुळे असा प्रश्न निर्माण होतो की : तो का खोटं बोलला असेल? आपण खुनी असल्याचा कबुलीजबाब त्याने दिला आहे, पण तरीसुद्धा तो हे खोटं का बोलत आहे? मला त्यामागे फक्त एकच कारण असावं असं वाटतं. तो स्वतःसाठी खोटं बोलत नाही. तो कोणा दुसऱ्या व्यक्तीसाठी खोटं बोलतोय. सत्य लपवण्यासाठी तो खोटं बोलतोय.''

यासुकोनं आवंढा गिळला. ती मोठ्या कष्टानं नेहमीसारखा स्थिर श्वासोच्छ्वास करण्याचा प्रयत्न करत होती. या माणसाला नेमके तपशील माहीत नसले तरी कसं कोण जाणे, पण त्यानं सत्य शोधून काढलं होतं : 'इशिगामी कोणाचं तरी संरक्षण करत होता, कोणाचा तरी बचाव करत होता...आणि ते कोणी तरी हाच खरा खुनी होता.'

आता युकावा हर प्रकारे त्याच्या मित्राचा बचाव करू पाहत होता. या सापळ्यातून त्याच्या मित्राला बाहेर काढण्याचा सगळ्यांत सोपा मार्ग काय होता? खऱ्या खुनी व्यक्तीनं तिचा गुन्हा कबूल करून त्याच्या मित्राला याच्यातून मोकळं करावं असं त्याला वाटत होतं? म्हणून गुन्हा कबूल करण्याची गरज असल्याचं तो पटवून देऊ पाहत होता? पोलिसांकडे कबुलीजबाब देण्याची गरज असल्याचं तिला पटवून दिल्यानंतर त्याचा मित्र आरामात त्या खुनाच्या आरोपातून सुटू शकला असता.

आपल्या शेजारी बसलेल्या पुरुषाकडे यासुकोनं भयभीतपणे एक कटाक्ष टाकला. पण तो स्मित करत असल्याचं पाहून ती अतिशय आश्चर्यचकित झाली.

''मी तुम्हाला काही गोष्टी पटवून देण्यासाठी इथे आलोय असं तुम्हाला वाटतंय. हो ना?''

''नाही. मला असं का वाटेल?'' यासुकोनं जोरात नकारार्थी मान हलवली. ''तुम्ही मला काय पटवून देणार आहात हेच मला समजत नाही...''

''तुमचं म्हणणं बरोबर आहे. मला माफ करा, माझं बोलणं मनावर घेऊ नका,'' त्याने मान झुकवली. ''पण तरीही तुम्हाला काही तरी माहीत असलंच पाहिजे असं मला वाटतं. त्यासाठीच मी इथे आलोय.''

''ठीक आहे,'' पुन्हा बोलण्याच्या आधी यासुको क्षणभर थबकली.

''तुम्हाला नेमकं सत्य काय आहे तेच माहीत नाही, असं सांगण्यासाठी मी इथे आलोय.''

यासुकोचे डोळे आश्चर्याने विस्फारले. आता मात्र युकावाच्या चेहऱ्यावर स्मित नव्हतं.

''गुन्हा घडलेल्या दिवशी तुम्ही घटनास्थळी नव्हतात, इतरत्र होतात यासाठी तुम्ही जो पुरावा दिला आहे ना, तीच या सगळ्यांतील मेख आहे,'' तो पुढे म्हणाला. ''तुम्ही ज्या वेळी चित्रपटाला गेलात असं तुम्ही सांगितलं होतं, त्याच वेळी तुम्ही चित्रपटाला गेला होतात आणि तुमची मुलगीही तुमच्या बरोबर आली होती. पोलीस सतत प्रश्नांचा भडिमार करत असताना एखादी हायस्कूलमधील मुलगी इतका काळ खोटं बोलूच शकली नसती. तुम्हीसुद्धा खोटं बोलत नाही. तुम्ही चित्रपटाला गेला होतात.''

''ते खरंच आहे. मी खोटं बोलत नाही. पण हे सगळं तुम्ही मला का सांगत आहात?''

''तुम्हाला खोटं बोलावंच लागलं नाही, ही गोष्ट तुम्हाला विचित्र वाटत नाही का? पोलिसांच्या घणाघाती प्रश्नांना तुम्ही सहजपणे उत्तरं देऊ शकलात हेही तसंच कठीण नाही का? असं पाहा, हे स्पष्टच आहे की, इशिगामीनं इतर सगळ्या गोष्टी व्यवस्थित जुळवून आणल्या, त्यामुळे तुम्हाला फक्त सत्यच सांगावं लागलं. डिटेक्टिव्हनी कितीही जोरदार प्रयत्न केले, उलटसुलट प्रश्न विचारले तरी तुम्ही त्यांच्या समोर टिकून राहिलात, तुमच्या दरवाजापर्यंत निर्णायकपणे कुठलीही गोष्ट येऊ शकलीच नाही, तुम्ही डळमळीत झाला नाहीत, कारण तुम्ही सत्यच सांगत होतात. त्याबद्दल माझ्या मनात कसलीच शंका नाही. तुम्हाला संकटातून वाचवण्यासाठी त्याने एखादी पद्धतशीर युक्ती योजली असेल असं तुम्हाला वाटलं असलं तरी त्याने नेमकं काय केलं होतं ते तुम्हाला बिलकूल माहीत नाही. तुम्हाला त्याने काय केलं हे खात्रीपूर्वक सांगताच येणार नाही. माझं म्हणणं चुकीचं आहे का?''

''मला माफ करा, पण तुम्ही कशाविषयी बोलत आहात, तेच मला समजत नाही,'' यासुकोनं स्मित करण्याचा प्रयत्न केला, पण आपलं तोंड प्लॅस्टिकचं असावं अशी विचित्र भावना तिच्या मनात आली. तिचे ओठ थोडेसेही ताणणं तिला कठीण जात होतं.

''तुम्हाला वाचवण्यासाठी त्याने एक भयावह त्याग केला. तो त्याग इतका मोठा होता की, तुमच्या-माझ्यासारखे सर्वसामान्य लोक तो करण्याचा विचारही करू शकणार नाहीत आणि मी तर असं काही करण्याचा विचारही करू शकणार नाही. ज्या रात्री हे सगळं घडलं त्या रात्रीपासूनच तो तशीच परिस्थिती निर्माण झाली तर तुरुंगात तुमच्या जागी स्वतः जाण्याची तयारी करत होता याविषयी माझी खात्री आहे. त्याने संपूर्ण कटच या बांधिलकीभोवती रचला होता. दुसऱ्या शब्दांत सांगायचं झालं तर, त्याच्या हुकमाच्या एक्क्यात काहीही हस्तक्षेप होत नाही, तोपर्यंत तो काहीही करू शकतो हे त्याला माहीत होतं. मग तो हुकमाचा एक्का काय होता, हे तुम्हाला माहीत आहे का? अशा प्रकारच्या मार्गावरून खरं तर कोण जाईल? त्याला हे माहीत होतं की, त्याच्या दृष्टीनंही हे जवळजवळ अशक्य होतं. म्हणून आपल्यासाठी ते अशक्य ठरू नये म्हणून त्याने स्वतःच स्वतःचे परतीचे

सगळे दोर कापून टाकले. त्यामुळे एकदा सगळ्या गोष्टींना गती आली की, मग आपल्याला मागे फिरताच येऊ नये अशी सगळी तजवीज त्याने करून टाकली. त्याने जे काही केलं त्या सगळ्यांत याच गोष्टीचं मला सगळ्यांत जास्त आश्चर्य वाटतं.''

यासुको गोंधळून गेली होती. तो प्राध्यापक तिला कुठल्या दिशेनं नेत आहे ते आपल्याला माहीत आहे असं तिला वाटलं होतं. पण आता त्याने या कटाच्या सत्याची दुसरी बाजू तिच्या समोर मांडली होती. त्या क्षणापर्यंत तिच्या ती इतक्या स्पष्टपणे लक्षात आली नव्हती. या सगळ्या काळात इशिगामी काय काय करत होता हे यासुकोला अजिबातच माहीत नव्हतं... खऱ्या अर्थानं तिला ते माहीत नव्हतं. ते डिटेक्टिव्ह तिला वरच्यावर प्रश्न विचारत होते आणि तिच्याशी सहजपणे बोलत होते ही गोष्ट तिला आश्चर्यकारक वाटली नव्हती. एवढंच नव्हे तर तिला ते तीन वेळा प्रश्न विचारण्यासाठी आले होते, पण एकदाही काय घडलं असावं याच्या जवळपाससुद्धा ते फिरकू शकले नव्हते.

त्याने ते का केलं होतं ते यासुकोला माहीत होतं.

युकावानं घड्याळात पाहिल्याचं तिने पाहिलं.

''तुम्हाला या सगळ्या गोष्टी सांगताना मला वाईट वाटतंय,'' तो म्हणाला. त्याचा चेहरा दुःखानं आक्रसल्यासारखा झाला होता. ''कारण मी हे तुम्हाला सांगावं असं इशिगामीला नक्कीच वाटत नसेल. काहीही झालं तरी तुम्हाला सत्य कधीच कळू नये अशीच त्याची इच्छा असावी. त्याच्यासाठी नव्हे, तर तुमच्यासाठी, तुमच्या भल्यासाठी. कारण जर तुम्हाला समजलं तर आता तुम्ही मनात जितकं दुःख घेऊन जगत आहात, त्याहून जास्त वेदना, जास्त दुःख घेऊन तुम्हाला जगावं लागेल हे त्याला माहीत आहे आणि त्याला नेमकं हेच नको आहे. तरीही मला ते तुम्हाला सांगावंच लागेल. जर त्याच्या मनात तुमच्याबद्दल किती प्रगाढ प्रेम आहे याची मी तुम्हाला जाणीव करून दिली नाही तर एक मित्र म्हणून मी कदाचित त्याचं नुकसान करेन. तुमच्यासाठी त्याने आपलं आयुष्य कसं पणाला लावलं हे मला तुम्हाला सांगावंच लागेल. हे सगळं त्याच्या इच्छेच्या विरुद्ध असलं तरी तुम्हाला ते माहीतच नसावं हे मला सहन होणार नाही.''

यासुकोचं हृदय जोरजोरात धडधडत होतं. तिचा श्वासोच्छ्वास खालावत चालला होता. तिला आता आपण बेशुद्ध पडू असं वाटत होतं.

''तुम्ही काय सांगण्याचा प्रयत्न करत आहात ते मला निश्चितपणे समजत नाही,'' तिने हे ठासून सांगण्याचा प्रयत्न केला असला तरी तिच्या तोंडातून फक्त क्षीण आणि कापरा आवाजच बाहेर पडू शकला. ''तुम्हाला मला काही सांगायचं असेल, तर कृपा करून ते स्पष्टपणे सांगून टाका.''

''जुन्या एदोगावा इथे जो मृतदेह सापडला, त्या माणसाचा त्याने खून केला,'' युकावानं एक दीर्घ श्वास घेतला. ''इशिगामी हाच त्याचा खुनी होता. तुम्ही नव्हतात किंवा तुमची मुलगीही नव्हती. त्याने न केलेल्या खुनाची कबुली त्याने दिलेली नाही. त्या खुनाचा गुन्हा त्यानेच केला आहे.''

यासुकोनं आवंढा गिळला. आपण काय ऐकत आहोत हेच तिला कळेनासं झालं होतं. ''मात्र तरीही तो मृतदेह शिन्जी तोगाशीचा नव्हता. तो तुमचा पूर्वाश्रमीचा नवरा नव्हता. तो पूर्णपणे वेगळा माणूस होता. फक्त तो मृतदेह तुमच्या पूर्वाश्रमीच्या नवऱ्याचा असल्याचं भासवण्यासाठी त्याच्या मृतदेहाचा वापर करण्यात आला होता.''

यासुकोनं अविश्वासानं भुवया उंचावल्या, पण त्या भौतिकशास्त्रज्ञाचे डोळे दुःखानं भरल्याचं आणि त्याच्या चश्म्यावर अश्रू गोळा झाल्याचं तिने पाहिलं, त्या वेळी ते पूर्ण सत्य असल्याचं तिला झटकन उमजलं. तिने आवंढा गिळला. आपल्या तोंडातून आश्चर्यानं किंकाळी फुटू नये यासाठी तिने तोंडावर हात दाबून धरला. तिचा चेहरा एकदम म्लान दिसू लागला.

''मला वाटतं की, मी काय सांगण्याचा प्रयत्न करतोय ते तुमच्या लक्षात आलंय,'' युकावा हळुवारपणे म्हणाला. ''होय. तुमचं संरक्षण करण्यासाठी इशिगामीनं दहा मार्चला खून केला. शिन्जी तोगाशीचा खून झालेल्या दुसऱ्या दिवशी.''

यासुकोला तिचं डोकं गरगरत असल्यासारखं वाटलं. तिला भोवळ आल्यासारखं झालं. बाकड्यावर ताठ बसण्यासाठी ती आटोकाट प्रयत्न करत होती. तिचे हातपाय गार पडले होते. तिच्या सर्वांगाला हजारो काटे टोचत असल्यासारख्या वेदना तिला होत होत्या.

युकावानं त्या स्त्रीला सत्य सांगितलं आहे, हे दूरवर उभा असूनही कुसानागीच्या लक्षात आलं होतं.

तिचा चेहरा कमालीचा निस्तेज झाला होता. यात आश्चर्य वाटण्यासारखं काहीच नाही, असा विचार कुसानागीच्या मनात आला. ही कथा ऐकल्यानंतर धक्का न बसणारं कोणी असेल असं त्याला वाटत नव्हतं, निदान जी व्यक्ती या सगळ्यांत थेट गुंतलेली आहे तिला तरी धक्का बसल्याशिवाय राहिला नसता.

कुसानागीचा तरीही त्या सगळ्यांवर पूर्ण विश्वास बसला नव्हता. तिकडे येताना रस्त्यात युकावानं त्याचं म्हणणं कुसानागीला सांगितल्यावर कुसानागीनं काहीसं खोकल्यासारखं करून त्याविषयी संशय व्यक्त केला होता. इतक्या गंभीर गोष्टीच्या बाबतीत त्याचा मित्र असा विनोद का करत होता ते त्याच्या लक्षात येत नव्हतं. ती एक अवास्तव गोष्ट वाटत होती.

"हे अशक्य आहे," कुसानागीनं म्हटलं होतं. "यासुको हानाओकाचा गुन्हा लपवण्यासाठी त्याने दुसऱ्याच कोणाचा तरी खून केला? असा मूर्खपणा कोण करेल? बरं ते ठीक आहे, पण मला सांग त्याने त्यासाठी कोणाचा खून केला?"

हा प्रश्न ऐकल्यावर युकावा आणखी दुःखी झाला आणि त्याने त्याची मान हलवली. "त्याचं नाव काय होतं ते मला माहीत नाही. पण तो कुठला होता ते मला माहीत आहे."

"म्हणजे काय?"

"या जगात काही लोक रातोरात गायब होतात आणि कोणीही त्यांना शोधण्याची तसदी घेत नाही किंवा ते कुठे गेले असतील याची काळजी करत नाही. तो माणूस हरवल्याची तक्रारही कोणी दाखल केली नसेल हे मी तुला पैजेवर सांगतो. तो जो कोणी होता, त्याचा त्यानंतर त्याच्या कुटुंबीयांशी बिलकूल संपर्क उरलेला नव्हता...म्हणजे जर त्याचे कुटुंबीय जिवंत असतील तर!" युकावानं नदीच्या काठावरच्या रस्त्याकडे बोट दाखवलं. तिथूनच ते चालत निघाले होते. "तू आधीही या लोकांना इथे पाहिलं होतंस."

युकावा काय सांगत होता ते पहिल्यांदा कुसानागीला समजलं नव्हतं. पण त्याने नदीकाठाकडे पाहिल्यानंतर त्याच्या डोक्यात प्रकाश पडला. "बेघर लोक!" तो उद्गारला.

युकावानं मान डोलावली नाही. त्याने फक्त इतकंच म्हटलं, "तुला ते रिकामे कॅन गोळा करणारा माणूस आठवतो का? त्याच्या भागात राहणाऱ्या

प्रत्येक माणसाची त्याला माहिती आहे. मी एके दिवशी त्याच्याशी बोललो आणि त्यांच्या भागात जेमतेम महिन्याभरापूर्वी राहायला आलेल्या एकाबद्दल त्याने मला सांगितलं. तो त्याचा मित्र नव्हता, फक्त तो तिथे त्यांच्या बरोबर राहायला आला होता. त्याने तोपर्यंत स्वतःची झोपडीसुद्धा बांधली नव्हती. पण तरीही त्याला पुठ्ठ्यावर झोपायचा तिटकारा वाटत होता. कॅन मॅननं मला सांगितलं की, प्रत्येक जणच सुरुवातीला त्याच्यासारखाच असतो. तुमचा स्वाभिमान सोडून देणं कठीणच असतं, पण अखेरीस ते सगळेच मोडून पडतात. कसा कोण जाणे, पण हा नव्यानेच तिथे आलेला माणूस एके दिवशी कोणालाही काहीही न सांगता गायब झाला. त्याचं पुढे काय झालं असेल, असा विचार कॅन मॅनच्या मनात आला. पण बस्स, तितकंच. तिथे राहणाऱ्या इतर लोकांच्याही ते लक्षात आलं असेल, पण कोणीही त्याविषयी बोललं नाही. त्यांच्या जगात अशा प्रकारे लोकांनी अचानकच गायब होणं ही आश्चर्याची किंवा आगळीवेगळी घटना नव्हती.''

युकावा पुढे सांगू लागला, ''योगायोगानं दहा मार्चच्या सुमारास हा माणूस गायब झाला होता. तो पन्नास वर्षांचा होता. त्याचं वजन किंचित वाढलं होतं, पण तसा तो सर्वसामान्य शरीरयष्टीचा होता.''

एदोगावा इथे तो मृतदेह अकरा मार्चला सापडला होता.

''हे नेमकं कसं घडलं असावं हे मला खात्रीनं सांगता येणार नाही, पण इशिगामीला यासुको हानाओकाच्या गुन्ह्याविषयी नक्कीच समजलं असावं आणि त्याने तो लपवण्यासाठी तिला मदत केली असावी. फक्त मृतदेहाची विल्हेवाट लावून भागणार नाही हे त्याच्या लक्षात आलं असणार, कारण पोलिसांना तो मृतदेह सापडला असता तर ते नक्कीच तिचा दरवाजा ठोठावत आले असते. एकदा त्यांनी प्रश्नांचा भडिमार केला असता तर ती किंवा तिची मुलगी आपल्याला काहीच माहीत नाही, असं सांगण्याचं ढोंग करत राहिले असते का, याविषयी त्याच्या मनात शंका होती. म्हणून त्याने एक वेगळाच कट रचला. आपण कोणाचा तरी खून करावा आणि नंतर तो मृतदेह शिन्जी तोगाशीचा असल्यासारखं भासवावं असं त्याने ठरवलं असावं. तसं झालं असतं तर त्या बळीचा कुठे आणि कसा खून करण्यात आला होता हे त्याने हळूहळू पोलिसांसमोर उघड केलं असतं. जसजसा तपास पुढे सरकला असता, तसतसा यासुको हानाओकावरचा संशय कमी कमी होत गेला असता. असं का झालं असतं? कारण तिने त्या माणसाचा

नदीजवळ खूनच केला नव्हता. तो शिन्जी तोगाशीच्या खुनाचा पुरावाच नव्हता. तुम्ही पूर्णपणे स्वतंत्र प्रकरणाचा तपास करत होतात आणि तुम्हाला ते माहीतही नव्हतं.''

युकावा सांगत असलेली कथा खरी होती यावर विश्वास ठेवणं कठीण होतं. ती संपूर्ण कथा ऐकत असताना कुसानागी विश्वास बसत नसल्याप्रमाणे सतत त्याची मान हलवत होता.

''हा उपाय फक्त इशिगामीच्याच लक्षात आला होता, कारण तो नेहमीच या नदीकाठाच्या रस्त्यावरूनच जात होता. तिथे राहत असलेल्या बेघरांचा आणि त्यांच्या आयुष्याचा विचार करण्यासाठी त्याच्याकडे भरपूर वेळ होता. मुळातच ते का जगत होते? ते फक्त वेळ घालवत आपल्या मृत्यूची वाट पाहत तिथे थांबले होते का? ज्या वेळी त्यांचा मृत्यू होत होता, त्या वेळी ते कोणाच्या तरी लक्षात येत होतं का? कोणाला त्यांची पर्वा होती का? त्याने असाच विचार केला असावा असं मला वाटतं.''

''पण तो असा विचार करत होता, म्हणून त्यांच्यापैकी एखाद्याचा खून करणं उचित होतं का?'' कुसानागीनं विचारलं.

''नक्कीच ते उचित नव्हतं. पण ज्या वेळी तो कट रचत होता, त्या वेळी माझी अशी खात्रीच आहे की, तो त्यांना किंवा त्यांच्या विशिष्ट परिस्थितीला विसरला नसावा. मी तुला काय सांगितलं होतं ते आठवून बघ. जोपर्यंत त्याच्या दृष्टीनं एखादी गोष्ट तर्कनिष्ठतेत बसत असेल तोपर्यंत तो काहीही करू शकला असता.''

''म्हणजे खून ही तार्किक गोष्ट आहे?''

''खून केलेला मृतदेह हा त्याच्या दृष्टीनं त्याचं कोडं पूर्ण करण्यासाठी आवश्यक असलेला एक भाग होता.''

अगदी मोकळेपणानं बोलायचं झालं तर ही कथा अविश्वसनीय होती आणि युकावा ती सांगत होता, त्या वेळी ती ऐकताना तो आपल्या विद्यार्थ्यांना व्याख्यान देत असावा असं वाटत होतं. त्यामुळे कुसानागीला त्याच्या मित्राच्या तर्काचं आणि बोलण्याचंही आश्चर्य वाटत होतं.

''यासुको हानाओकानं शिन्जी तोगाशीला ठार मारलेल्या रात्रीनंतर, दुसऱ्या दिवशी सकाळी इशिगामीनं त्या बेघर व्यक्तीशी संपर्क साधला. त्यांचं काय संभाषण झालं असावं ते मी सांगू शकणार नाही. पण बहुधा

त्या माणसाला त्याने नोकरी देऊ केली असावी, असं समजण्यास चांगलाच वाव आहे. त्याने शिन्जी तोगाशीनं भाड्यानं घेतलेल्या खोलीत जावं आणि संध्याकाळपर्यंत तिथेच राहावं असं त्याने त्याला सांगितलं असावं. त्या आधीच्या रात्री इशिगामीनं त्या खोलीतून शिन्जी तोगाशीच्या बोटांचे सगळे ठसे पुसून टाकले असावेत. त्यामुळे त्या वेळी त्या खोलीत फक्त त्या बेघर माणसाच्या बोटांचे ठसे आणि केसांचा गुंता राहिला असावा. त्या रात्री इशिगामीनं सांगितलेल्या ठिकाणी त्याने दिलेले कपडे घालून तो माणूस पोहोचला असावा.''

''शिनोझाकी स्टेशनवर?'' कुसानागीनं विचारलं. पण युकावानं नकारार्थी मान हलवली.

''नाही, बहुधा त्या आधीच्या स्टॉपवर. म्हणजे मिझुईवर.''

''मिझुईवर का?''

''इशिगामीनं शिनोझाकी स्टेशनवरून सायकल चोरली होती आणि तो त्या माणसाला भेटायला मिझुई स्टेशनवर गेला होता. तिथे इशिगामीनं स्वतःसाठी आणखी एक सायकल आधीच ठेवली असण्याची शक्यता आहे. तो दोघेही जुन्या एदोगावा नदीच्या काठावर आले असावेत आणि तिथेच इशिगामीनं त्या माणसाचा खून केला असावा. तो शिन्जी तोगाशी नाही हे समजू नये म्हणून त्याने त्याच्या चेहऱ्याचा चेंदामेंदा केला. तांत्रिकदृष्ट्या विचार करता त्याने त्याची बोटं जाळण्याची आवश्यकता नव्हती, कारण आधीच तोगाशीच्या खोलीत त्याने त्याचा पुरावा सोडला होता. पण जर त्याने त्या माणसाच्या चेहऱ्याचा चेंदामेंदा केला असता आणि त्याची बोटं तशीच ठेवली असती तर त्यामुळे ते काम अर्धवट झालं असतं आणि पोलिसांना संशय आला असता. म्हणून त्याने त्याची बोटं जाळली. पोलिसांना मृतदेहाची ओळख पटवण्यास जास्त काळ लागू शकेल असं त्याला वाटल्यामुळे त्याने जाणीवपूर्वक सायकलवर बोटांचे ठसे तसेच ठेवून दिले. याच कारणामुळे त्याने त्या माणसाचे कपडेही अर्धवट जाळून टाकले.''

''पण या सगळ्यासाठी त्याला नवीन सायकलची चोरी करण्याची काय गरज होती, ते मला समजत नाही.''

''त्याच्या अपेक्षेप्रमाणे पुढच्या गोष्टी घडल्या नसत्या तर किमान नुकसान व्हावं यासाठी त्याने नवीन सायकल चोरली होती.''

"कसलं किमान नुकसान?"

"पोलिसांनी त्या बेघर व्यक्तीच्या खुनाची अचूक वेळ निश्चित करावी असं इशिगामीला वाटत होतं. ऑटॉप्सीमुळे मृत्यूची तुलनेत अचूक वेळच निश्चित होईल हे त्याला माहीत होतं, पण जर तो मृतदेह वेळेत सापडला नसता तर मृत्यूची निश्चित वेळ ठरवणं जास्त कठीण झालं असतं हे त्याला माहीत होतं. त्याचा कट अगदीच वाईट ठरला असता आणि जर त्या मृत्यूची वेळ आधीच्या संध्याकाळपर्यंत म्हणजेच नऊ मार्चपर्यंत मागे गेली असती तर त्याच संध्याकाळी तोगाशीचा खून झाला होता. त्या दिवशी यासुको हानाओकाकडे आणि तिच्या मुलीकडे त्या खुनाच्या वेळी अन्य स्थळी असल्याचा पुरावा नव्हता. हे घडू नये म्हणून त्याला दहा तारखेला किंवा त्यानंतर सायकलची चोरी झाली होती असा पुरावा हवा होता. म्हणूनच त्याने तिथे एका दिवसाहून कमी काळासाठी ठेवण्यात आलेल्या सायकलचीच निवड केली. त्यामुळे ती सायकल नेमकी कधी चोरीला गेली होती ते तिचा मालक निश्चितपणे सांगू शकला असता."

"म्हणून ती सायकल त्याला एकाहून जास्त गोष्टींसाठी उपयुक्त ठरली तर!" कुसानागी कपाळावर मूठ आपटत म्हणाला.

"ज्या वेळी ती सायकल सापडली होती, त्या वेळी तिचे दोन्ही टायर पंक्चर होते असं मी ऐकलंय. ती सायकल दुसऱ्या कोणी तरी तिथून चोरून नेऊ नये म्हणून इशिगामीनं तसं केलं होतं. हानाओकाचा पुरावा अतिशय उजवा ठरावा याची त्याने सर्वतोपरी काळजी घेतली होती."

"पण मग त्यांच्यासाठी त्याने इतका दुर्बल पुरावा कशासाठी तयार केला होता? अजूनही त्या चित्रपट पाहायला गेल्याच होत्या, असा ठाम पुरावा आम्हाला मिळवता आलेला नाही."

"पण त्या चित्रपटाला गेल्याच नव्हत्या असं दाखवणारा निर्णायक पुरावाही तुम्हाला आतापर्यंत गोळा करता आलेला नाही, हो की नाही?" युकावाने विचारलं. "कुठलाही दुर्बल पुरावा हा दबावाखाली तसाच ठामपणे उभा राहू शकत नाही. पण हा पुरावा तसाच ठाम राहिला. तुमच्यासाठी त्याने रचलेला हा सापळा होता हे तुझ्या अजूनही लक्षात आलं नाही का? त्याने त्या घटनास्थळी नसल्याचा अगदी भक्कम पुरावा तुम्हाला दिला असता तर पोलिसांना त्यांची संशयाची सुई इतरत्र कुठेतरी, कोणावर तरी वळवावी लागली असती. कदाचित सापडलेला मृतदेह हा शिन्जी

तोगाशीचा नसावाच अशी चमकदार कल्पनाही कोणाच्या तरी डोक्यातून निघाली असती. इशिगामीला त्याची भीती वाटत होती. त्यामुळे त्याने यासुको हानाओका ही खुनी आहे आणि मृत व्यक्ती ही शिन्जी तोगाशी आहे असं वाटावं अशीच सगळी तजवीज केली होती. एकदा पोलीस या आमिषाला बळी पडले असते की ते त्याच्या जाळ्यात अडकले असते.''

कुसानागीनं काहीशा संतापानं, काहीशा त्राग्यानं हुंकार दिला. युकावानं जसं म्हटलं होतं तसंच ते झालं होतं. एकदा त्यांनी तो मृतदेह शिन्जी तोगाशीचा असल्याचं निश्चित केल्यानंतर त्यांनी यासुकोवर संशय घेण्यास सुरुवात केली होती. का? कारण तिने दिलेला पुरावा अविश्वसनीय होता, लेचापेचा होता. त्यामुळे ते सतत तिच्यावर संशय घेत राहिले होते. याचा अर्थ त्यांना तो मृतदेह तिच्या पूर्वाश्रमीच्या पतीचा नव्हता असं कधीच वाटलं नव्हतं.

''काय भयावह माणूस आहे,'' कुसानागी पुटपुटला आणि युकावानं लगेच ते मान्य केलं. ''तू जे काही म्हणाला होतास त्याच वेळी प्रत्यक्षात त्याचा कट माझ्या लक्षात आला होता.''

''मी काय म्हणालो होतो?''

''गणिताच्या परीक्षेची रचना तो कशी करत होता हे सांगताना इशिगामीनं तुला काय सांगितलं होतं ते आठवतं का? त्याने तुला सांगितलं होतं की, मुलांच्या स्वतःच्या समजुतींमुळे निर्माण झालेल्या 'ब्लाइंड स्पॉट्स'चा तो उपयोग करून घेत होता. म्हणून तो बीजगणिताची समस्या भूमितीच्या समस्येप्रमाणे दिसावी अशी तिची रचना करत होता.''

''होय, पण त्याचं काय?''

''हीच ती संरचना होती. त्याने एक मृतदेह दुसऱ्यासारखा दिसावा असं केलं होतं आणि तसाच युक्तीनं संबंधित संशयित व्यक्ती घटनास्थळी नसल्याचं दाखवणारा पुरावाही तयार केला होता.''

कुसानागी खरोखरच थोडासा विव्हळल्यासारखा ओरडला.

''त्यानंतर इशिगामीच्या कामाचं वेळापत्रक तू मला दाखवलं होतंस ते तुला आठवतं का? त्याने दहा आणि अकरा तारखेच्याही सकाळी कामावरून सुट्टी घेतली होती. त्यावरूनच माझ्या लक्षात आलं की, जी घटना इशिगामीला खरोखरची दडवायची होती ती, दहा तारखेला नव्हे तर नऊ तारखेला घडली होती.''

''त्या दिवशी घडलेली घटना म्हणजे यासुको हानाओकाच्या हातून शिन्जी तोगाशीचा खून झाला होता.''

युकावानं सांगितलेली प्रत्येक गोष्ट त्या प्रकरणात अगदी चपखल बसत होती. खरं तर तो भौतिकशास्त्रज्ञ सांगत असलेली प्रत्येक गोष्ट - म्हणजे चोरलेली सायकल, अर्धवट जळलेले कपडे हे सगळं म्हणजे त्या कोड्याचा एकेक महत्त्वाचा भाग होता. कुसानागीला हे मान्य करावंच लागलं की, त्याच्यासकट या प्रकरणाचा तपास करणारा प्रत्येक डिटेक्टिव्ह इशिगामीनं रचलेल्या सापळ्याच्या गुंतागुंतीत अलगद अडकला होता.

'तरीही ही सगळी गोष्टच खरी वाटण्यापेक्षाही जास्त खोटीच वाटते. एक खून लपवण्यासाठी दुसऱ्या एखाद्याचा खून करावा असा विचार कोणी केला असता? पण हीच तर यातली गोम होती. आपण असा विचारही करू शकणार नाही हे त्याला माहीत होतं.' असा विचार कुसानागीनं केला.

''त्याच्या या सगळ्या कटाची आणखी एक बाजूही होती,'' जणू काही कुसानागीचे विचार वाचल्याप्रमाणे युकावा म्हणाला. ''जर सगळ्या गोष्टी उलटल्या तर यासुकोच्या जागी स्वतः गुन्हेगार म्हणून सगळा दोष आपल्याच अंगावर घ्यायचा असं इशिगामीनं आधीच ठरवलं होतं. पण जर त्याने स्वेच्छेनं हे सगळं स्वतःवर ओढवून घेतलं असतं तर तो कदाचित त्यापासून परावृत्तही होऊ शकला असता. हा धोका नेहमीच तिथे होता. कदाचित पोलिसांच्या प्रश्नांच्या सातत्यपूर्ण भडिमारासमोर तो मोडून पडला असता आणि सत्य सांगून बसला असता. अगदी आतासुद्धा त्याचा निर्धार कदाचित मोडून पडण्याची शक्यता असू शकेल अशी भीती त्याला वाटत असावी अशी मला शंका वाटते. त्याच्या कटाप्रमाणे, त्याने फक्त तो खुनी होता असा दावा करण्याचीच गरज होती. अर्थातच ही गोष्ट खरीसुद्धा आहेच. तो खुनी आहेच. त्यामुळे त्याने तुरुंगात गेलंच पाहिजे. पण तुरुंगात जाऊन गुन्ह्याची शिक्षा भोगून सामाजिक ऋण फेडण्याच्या बदल्यात ज्या व्यक्तीवर तो अतिशय मनापासून प्रेम करतो तिचं संरक्षण त्याला करता येतंय.''

''पण आपण पोलिसांच्या स्वाधीन झालं पाहिजे, हे इशिगामीच्या कधी आणि का लक्षात आलं?''

''फक्त त्यालाच समजू शकेल अशा भाषेत मी त्याच्याशी बोललो होतो. ते मी तुला आधीही सांगितलंय. आपल्या समाजाच्या चक्राचा कुठलाही आरा निरुपयोगी नसतो असं मी त्याला सांगितलं होतं. फक्त

एक आराच त्याचा कसा वापर केला जावा हे ठरवू शकतो असं मी त्याला सांगितलं होतं. शिवाय अगदी त्या आऱ्यानंसुद्धा स्वतःला निरुपयोगी ठरवायचं असं ठरवलं तरीही तसं होत नाही हेही मी त्याला म्हटलं होतं. त्याचा काय अर्थ होता ते तुझ्या लक्षात आलंय का?''

''त्याच्या कोड्याचा अखेरचा तुकडा म्हणून इशिगानीनं वापरलेल्या आपल्या त्या अनामिक बळीविषयी तू बोलत होतास. तो का जगत होता असं दुसऱ्या कोणाला तरी वाटणं आणि तो निरुपयोगी होता असं दुसऱ्या कोणी किंवा त्यानं स्वतःही ठरवलं असतं तरी ते तसं नव्हतं, कारण समाजातील प्रत्येक व्यक्ती कोणत्या ना कोणत्या कारणानं समाजासाठी गरजेची असते असं तू त्याला सांगितलंस.''

''इशिगामीनं जे केलं ते अक्षम्य आहे. त्याने स्वतःला पोलिसांच्या स्वाधीन करायला हवं होतं आणि मी आऱ्यांच्या माध्यमातून त्याला हेच सांगितलं होतं. पण त्याने जसं केलं अगदी त्याच प्रकारे तो हे सगळं करेल असं तेव्हाही मला वाटलं नव्हतं. तिचं रक्षण करण्यासाठी त्याने स्वतःला तिचा पाठलाग करणारा, तिच्यावर सतत पाळत ठेवणारा गुन्हेगार म्हणून सादर केलं. त्याने असं केल्यानंतरच त्याचा कट किती सखोल होता ते माझ्या लक्षात आलं.''

''मग शिन्जी तोगाशीचा मृतदेह कुठे आहे?''

''मला माहीत नाही. इशिगामीनं कुठल्या ना कुठल्या प्रकारे त्याची विल्हेवाट लावली असेल. कदाचित इतर काही पोलीस ठाण्यांच्या क्षेत्रात तो सापडला असेल आणि ते त्याचा तपासही करत असतील किंवा कदाचित तो सापडलाही नसेल.''

''म्हणजे आमच्या पोलीस ठाण्याच्या अधिकारक्षेत्राच्या बाहेर असं तुला म्हणायचं आहे का?''.

''होय. त्याने हा परिसर टाळला असेल. त्याने जो खून केला तो करणं त्याला टाळता आलं असतं. त्याने शिन्जी तोगाशीच्या मृतदेहाची विल्हेवाटही लावली असणार. पण त्याला बहुधा खऱ्या शिन्जी तोगाशीच्या मृतदेहाशी शिन्जी तोगाशीचा संबंध जोडला जावा असं वाटलं नव्हतं.''

''म्हणजे म्हणून तू ग्रंथालयात वृत्तपत्रं वाचलीस. असाच एखादा अज्ञात मृतदेह कुठे सापडला होता का, ते तू तपासत होतास.''

''पण मला कुठेही तोगाशीच्या वर्णनाचा मृतदेह सापडल्याचं आढळलं नाही. कधी ना कधी तो सापडेल याची मला खात्री असली तरी अजून तरी तो सापडलेला नाही. मुळतच तो मृतदेह त्याने इतक्या काळजीपूर्वक लपवला असेल का याविषयी माझ्या मनात शंका आहे. कारण काहीही झालं तरी मृतदेह शिन्जी तोगाशीचा आहे असं म्हटलं जाण्याचा धोका आता उरलेला नाही.''

''ठीक आहे, मग मी आता त्याचा शोध घ्यायला सुरुवात करतो,'' कुसानागी म्हणाला. पण युकावानं नकारार्थी मान हलवून त्याला नकार दर्शवला.

''तू वचन दिलं आहेस. आठवतं? मी तुझ्याशी एक मित्र म्हणून बोलतोय, मी डिटेक्टिव्हशी बोलत नाही. जर तुझ्या अधिकृत अधिकारात तू या माहितीवर काम करू लागलास तर मग आपले मैत्रीचे संबंध इथेच संपतील. मग आपल्यात फक्त एक खबऱ्या आणि डिटेक्टिव्ह इतकेच संबंध उरतील.''

युकावाच्या नजरेत अत्यंत गंभीर भाव होते. त्याच्याशी वाद घालण्यात काहीच अर्थ नव्हता.

''मी आता चेंडू तिच्याकडे टोलवणार आहे. ती काय करते ते पाहू या.'' युकावा बेन्तेन तेकडे निर्देश करत म्हणाला. ''नेमकं काय घडलंय हे सत्य तिला माहीत आहे का, याविषयी मला खरोखरच दाट शंका येतेय. इशिगामीनं कोणता त्याग केलाय ते तिला माहीत नाही. मी तिला सांगेन. ती काय करायचं ठरवतेय त्याची आपण वाट बघू या. तिला यातलं काहीही माहीत पडू नये आणि तिने आनंदानं राहावं असंच इशिगामीला वाटत असावं. पण मला हे पटत नाही. तिला हे माहीत असणं गरजेचंच आहे.''

''पण तुला जे सांगायचं आहे ते सांगितल्यानंतर ती स्वतःहून पोलिसांच्या स्वाधीन होईल आणि गुन्हा कबूल करेल असं तुला वाटतं?''

''माहीत नाही. एकूणच सगळी परिस्थिती लक्षात घेता, ती खरोखरच स्वतःला यात आता अडकवून घेईल असं मला वाटत नाही. इशिगामीला काय हवं असेल याचा मी विचार करतो त्या वेळी तिला अटक होऊ नये आणि तिने नेहमी असंच स्वतंत्र राहावं असंच त्यालाही वाटत असेल.''

"ठीक आहे. जर यासुको हानाओकानं स्वतःला अखेरीस पोलिसांच्या स्वाधीन केलं तर ठीक आहे, नाही तर मी नव्यानं तपासाला सुरुवात करेन. अगदी आपल्या मैत्रीचा त्यामुळे अंत होणार असला तरी हरकत नाही."

"मी समजू शकतो."

त्यानंतर कुसानागी त्या बगिचाच्या प्रवेशद्वाराजवळ सिगरेटींमागून सिगरेटी ओढत उभा राहिला होता आणि त्याचा मित्र यासुको हानाओकाबरोबर बोलत होता. आता यासुको पुढे झुकली होती आणि ऐकत होती. युकावा बोलत असताना तिने क्वचितच काही हालचाल केली होती. त्या वेळी युकावाचे ओठ हलत असल्याचं त्याला दिसलं. पण त्याच्या चेहऱ्यावरचे भाव बिलकूल बदलले नव्हते. तरीही कुसानागीला तो बागेच्या प्रवेशद्वाराजवळ उभा असतानासुद्धा त्या दोघांच्यात तणाव निर्माण झाल्याचं जाणवत होतं.

अखेरीस युकावा बाकड्यावरून उठला. त्याने यासुकोच्या दिशेनं किंचित झुकून तिचा निरोप घेतला आणि तो त्या डिटेक्टिव्हच्या दिशेनं निघाला. यासुको तशीच खिळल्यासारखी त्या बाकड्यावर बसून राहिली होती. ती बिलकूल हालचाल करत नव्हती.

"वाट पाहिल्याबद्दल आभारी आहे," युकावा म्हणाला.

"तू तिला सारं काही सांगून टाकलंस?"

'होय.'

"ती काय करणार आहे हे तिने तुला सांगितलं का?"

"नाही. तो सगळा वेळ जवळजवळ मी एकटाच बोलत होतो. ती काय करणार आहे असं मी तिला विचारलं नाही किंवा तिने काय केलंच पाहिजे तेही मी तिला सांगितलं नाही. आता ते सगळं तिच्या सद्सद्विवेकबुद्धीवर अवलंबून आहे."

"ठीक आहे. पण मी तुला आधीच सांगितलंय त्याप्रमाणे जर तिने स्वतःला पोलिसांच्या स्वाधीन केलं नाही तर..."

"होय, मला ते माहीत आहे," युकावा म्हणाला आणि चालू लागला. कुसानागीही त्याच्या सोबत चालत निघाला. "तू मला ते पुन्हा सांगण्याची

गरज नाही. त्याहूनही महत्त्वाची गोष्ट म्हणजे मीच तुला तू माझ्यावर एक उपकार करशील का, असं विचारणार होतो.''

''तुला इशिगामीला भेटायचं आहे का?''

हे ऐकल्यावर युकावाचे डोळे किंचित विस्फारले. ''तुला कसं काय समजलं?''

''आपण किती काळ मित्र आहोत?''

''अं...तसा बराच काळ झालाय,'' युकावानं मान हलवली आणि त्याच्या ओठांवर स्मित झळकलं. ''खरोखरच बराच काळ झालाय.''

एकोणीस

यासुको तशीच खिळल्यासारखी त्या बाकड्यावर बसून होती. तिला जे जे सांगण्यात आलं होतं, त्या सगळ्यांमुळे तिच्या मनावर मणामणांचं ओझं असल्यासारखं तिला वाटत होतं. त्याबरोबरच तिला शरीरही जड झाल्यासारखं वाटलं. तिच्या शरीराच्या रोमरोमाला धक्का बसून तो बधिर झाला होता. आता आपलं हृदय फुटून जाईल की काय, असं तिला वाटत होतं.

तो इतक्या टोकापर्यंत कसा काय गेला होता?

तोगाशीच्या मृतदेहाचं त्याने नेमकं काय केलं होतं ते इशिगामीनं तिला कधीच सांगितलं नव्हतं. त्याने तिला फक्त त्याविषयी तिने काळजी करण्याची गरज नाही, इतकंच सांगितलं होतं. "मी सारं काही व्यवस्थित हाताळलं आहे," असं त्याने तिला फोनवर बोलताना म्हटलं होतं आणि त्या वेळी नेहमीप्रमाणेच त्याचा आवाज अतिशय शांत होता.

तोगाशीचा खून झाल्याच्या दुसऱ्या दिवशी ती कुठे होती याचा पुरावा पोलिसांना का हवा होता, याचं तिला नेहमीच आश्चर्य वाटत राहिलं होतं. डिटेक्टिव्ह येण्याच्याही आधी इशिगामीनं दहा तारखेला संध्याकाळपासून रात्रीपर्यंत त्यांनी काय काय केलं पाहिजे, याच्या सूचना त्यांना स्पष्टपणे दिल्या होत्या. चित्रपट, रामेन, कॅरिओके आणि अगदी रात्री उशिरा तिने फोन करणं या सगळ्या गोष्टी त्याने तिला करायला सांगितल्या होत्या.

आपण ते सगळं का करत आहोत, हे माहीत नसतानाही त्याच्या सूचनेनुसार तिने प्रत्येक गोष्ट पार पाडली होती.

त्या डिटेक्टिव्हनी तिच्याकडे पुराव्याची मागणी केल्यानंतर तिने जे केलं होतं, तेच तिने त्यांना अगदी नेमकेपणानं सांगितलं होतं. पण तिच्या मनात 'तुम्ही मला दहा तारखेविषयी का विचारत आहात?' असा प्रश्न सातत्यानं येत होता.

आता त्या सगळ्यांचा अर्थ लागला होता. इशिगामीनं त्यांनाही एका वेगळ्या सापळ्यात अडकवलं होतं आणि तरीही तो सापळा किती भयावह होता. या सगळ्यांचं इतर काहीही स्पष्टीकरण असूच शकणार नाही हे माहीत असलं तरी तिचा त्यावर विश्वास बसत नव्हता. नाही. तिला त्यावर विश्वास ठेवण्याची इच्छा नव्हती. इशिगामीनं जे केलं होतं, ते त्याने केलं होतं यावर तिला विश्वास ठेवायचा नव्हता. एका सर्वसामान्य मध्यमवयीन स्त्रीसाठी त्याने त्याचं आयुष्य कसं झुगारून दिलं होतं याचा तिला विचार करण्याची इच्छा नव्हती. तिच्याकडे या सगळ्यांची भरपाई करण्याची क्षमता नव्हती किंवा त्याला भुरळ पाडणारीही कुठली गोष्ट नव्हती. इतका मोठा त्याग स्वीकारण्याइतकं तिचं हृदय मजबूत होतं, असं यासुकोला वाटत नव्हतं.

तिने हातांनी आपला चेहरा झाकून घेतला. तिचं मन काम करायचं थांबलं तर किती बरं होईल असं तिला वाटलं. आपले विचार एकदम बंद झाले तर आपण या सगळ्यांतून सुटू असं तिला वाटलं. तिला कशाचाही विचार करण्याची इच्छा नव्हती. युकावानं तो पोलिसांना काहीही सांगणार नसल्याचं सांगितलं होतं. ते सगळं अनुमान होतं, तो एक तर्क होता, त्याचा कुठलाही पुरावा त्याच्याकडे नव्हता. काय करावं हे ठरवणं तिच्याच हातात होतं. त्याने निर्णय तिच्यावर सोपवला होता. त्याने काय निवड करायची याचा अधिकार तिलाच दिला होता आणि तो अधिकार देण्याचा निर्णयच मुळात अतिशय क्रूर होता.

तिने यावेळी काय 'केलं पाहिजे' याविषयी ती निश्चितपणे काहीच ठरवू शकत नव्हती. तिच्यात फक्त उठून उभं राहण्याचंही त्राण नव्हतं. ती गुडघे वाकवून बसली होती आणि एकेक मिनिट पुढे सरकत चाललं होतं तसा एखाद्या गोठलेल्या दगडासारखा तिचा चेहरा थिजून गेला होता.

अचानकच कोणी तरी तिच्या खांद्यावर थोपटलं. तिने झटकन मान वर केली.

बाकड्याच्या शेजारी कोणी तरी उभं होतं. तिने त्याच्यावर हळूहळू नजर खिळवली आणि तिच्या लक्षात आलं की कुदो तिच्याकडेच पाहत तिथे उभा होता. त्याच्या चेहऱ्यावर काळजी दिसत होती.

''काय झालंय?''

कुदो तिथे का आला होता, हे तिच्या लक्षात येण्यासाठी थोडा वेळ जावा लागला. त्यांनी भेटायचं ठरवलं होतं हे लक्षात येईपर्यंत ती भकास नजरेनं त्याच्याकडे बघत राहिली. ती रेस्टॉरंटमध्ये गेली नव्हती, त्यामुळे तो नक्कीच तिला शोधत तिथपर्यंत आला होता.

''मला माफ कर. मी खूपच थकलेय,'' याहून जास्त वेगळं कारण देणं त्या वेळी तिला शक्य झालं नाही. शिवाय ते खरंही होतं. ती खूपच थकून गेली होती. तिचं फक्त शरीरच थकलं नव्हतं, तर तिचा आत्माच थकला होता.

''तुला बरं वाटत नाही का?'' कुदोचा आवाज हळुवार होता.

यासुकोच्या कानांना तो खूपच हळुवार वाटला आणि तिथे तो आवाज अगदीच विसंगत वाटत होता.

तिने स्वतःच तो गुन्हा केला होता हे सत्य त्याला बिलकूल माहीत नव्हतं. अगदी काही क्षणांपर्यंत ती आणखी एक गुन्हा करत होती आणि तिला तो माहीतही नव्हता.

''मी ठीक आहे...'' ती गोंधळल्यासारखी म्हणाली आणि उठून उभी राहिली. ती धडपडली. कुदोनं तिला आधारासाठी हात दिला.

''काही झालंय का? तुझा चेहरा अगदीच उतरलाय,'' त्याने विचारलं.

यासुकोनं नकारार्थी मान हलवली. काय झालं होतं ते ती स्पष्ट करू शकत नव्हती. त्याला ते ती स्पष्टपणे सांगू शकत नव्हती आणि इतर कोणालाही ते सांगू शकत नव्हती.

''काही नाही. मला थोडीशी मळमळ झाल्यासारखं वाटलं, अस्वस्थपणा वाटला आणि विश्रांती घेण्याची गरज वाटली. पण मला वाटतं की, आता मी ठीक आहे,'' ती म्हणाली. तिने आवाजात आत्मविश्वास आणण्याचा प्रयत्न केला होता, पण तिच्या अंगातलं त्राण निघून गेलं होतं.

''मी इथेच गाडी उभी केलेय. आपण जाण्याच्या आधी तुला थोडीशी विश्रांती घ्यायची आहे का?''.

तिने त्याच्या नजरेला नजर भिडवली आणि विचारलं, ''कुठे जायचंय?''

''मी रेस्टॉरंटमध्ये जागा आरक्षित केलीय. मी त्यांना सातपर्यंत येणार असल्याचं सांगितलंय, पण अर्धा तास उशीर झाला तर त्यामुळे फारसं काही बिघडेल, असं मला वाटत नाही.''

'हं...'

रेस्टॉरंट हा शब्द तिला अतिशय परका वाटला.

आता एखाद्या रेस्टॉरंटमध्ये जाऊन तिने जेवायला हवं होतं का? तिच्या छातीत इतकी कळ उमटत असताना तिने स्मित करण्याचं ढोंग करणं बरोबर होतं का? मान हलवत, स्मित करत अतिशय नाजूकपणे हातात काटा, चमचा धरून ती आनंदानं खाऊ शकली असती का? पण यात कुदोची काहीच चूक नव्हती.

''मला माफ कर,'' यासुको म्हणाली. ''आज रात्री नको. मला बरं वाटेपर्यंत काही काळ मला विश्रांती घेतली पाहिजे, आपण नंतर जाऊ असं मला वाटतंय,'' ती पुटपुटली.

''ठीक आहे, त्याचं एवढं वाईट वाटून घेऊ नकोस,'' कुदो तिच्या हातावर थोपटत म्हणाला. ''मला वाटतं की तुझं म्हणणं बरोबर आहे. तू ज्या सगळ्यातून गेलेयस त्यामुळे तू थकून जाणं अगदी साहजिक आहे. आज विश्रांती घे. त्यानंतर बहुधा तुला विश्रांती घेण्यासाठी वेळच मिळणार नाही. मी तुला काही काळ एकटीला सोडलं पाहिजे. मी अविचारीपणानं वागलो. मला माफ कर.''

यासुकोनं कुदोकडे पाहिलं. तो खरोखरच किती चांगला होता यामुळे ती चांगलीच प्रभावित झाली होती. त्याला खरोखरच तिची काळजी वाटत होती. इतकं प्रेम मिळत असतानाही ती आनंदात का राहू शकत नव्हती, हा विचार मनात आल्यावर तर तिला दुःखाचे आणखी कढ येत होते.

ती त्याच्या सोबत चालू लागली. त्याने तिच्या पाठीवर हळुवारपणे हात ठेवला होता. थोड्याच अंतरावर रस्त्यावर त्याची कार उभी करून ठेवण्यात आली होती. ते कारजवळ पोहोचल्यावर त्याने तिला घरापर्यंत सोडतो, असं सांगितलं. तिने त्याला नकार द्यायला हवा होता हे तिला माहीत होतं, पण तरीही तिने त्याला नकार दिला नाही. तिथून तिच्या

अपार्टमेंटपर्यंत एकटीनं जायचं तर तिला ते खूप लांबलचक, मोठं अंतर असल्यासारखं वाटत होतं.

"तुला बरं वाटतंय याची तुला खात्री आहे ना?" त्याने कारमध्ये बसल्यानंतर तिला पुन्हा एकदा विचारलं. "काही घडलं असेल तर ते माझ्यापासून लपवण्याची गरज नाही."

'त्याला काळजी वाटतेय यात काहीच आश्चर्य नाही. पण आता मला पुन्हा ठीक असल्याचं दिसावंच लागेल,' तिने विचार केला. "नाही. मी ठीक आहे. खरंच ठीक आहे. मला माफ कर," तिने त्याच्याकडे बघून स्मित केलं. पण तेवढं ढोंग करण्यासाठीही तिला सर्वशक्तीनिशी प्रयत्न करावा लागला.

तिला अनेक प्रकारे वाईट वाटत होतं. आज तिला भेटायला येण्यामागे कुदोचं काही तरी खास कारण होतं, हेही तिला आठवलं.

"कुदो, तुला कुठल्या तरी महत्त्वाच्या विषयावर माझ्याशी चर्चा करायची होती..."

"अं... होय," तो खाली बघत म्हणाला. "पण बहुधा आजची वेळ त्यासाठी चांगली नसावी."

'नक्की?'.

'होय,' त्याने कार सुरू केली.

खिडकीतून बाहेर बघत असताना, कार सुरू होत असताना बसलेल्या थोड्याशा धक्क्यानं यासुकोला स्वतःचं शरीर काहीसं हलत असल्याचं जाणवलं. सूर्यास्त झाला होता. शहरात रात्र झाली होती. 'जर सगळ्याच गोष्टी अंधकारमय होऊन गेल्या असत्या आणि जगाचा एकदम, इथल्या इथे नाश झाला असता तर किती बरं झालं असतं. मला किती दिलासा मिळाला असता,' तिच्या मनात विचार आला.

कुदोची कार तिच्या अपार्टमेंटसमोर थांबली. "विश्रांती घे. मी तुला नंतर फोन करतो," तो म्हणाला.

तिने मान डोलावली आणि कारचा दरवाजा उघडण्यासाठी हात पुढे केला. तेवढ्यात कुदो म्हणाला, 'थांब...'

यासुकोनं त्याच्याकडे मागे वळून पाहिलं. त्याने ओठांवरून जीभ फिरवली आणि स्टीअरिंग व्हीलवरचे हात खाली घेतले. त्यानंतर तो म्हणाला,

''बहुधा हीच चांगली वेळ असेल.'' कुदोनं त्याच्या सुटाच्या खिशात हात घातला आणि निळ्या रंगाचा एक दागिन्याचा बॉक्स बाहेर काढला. यासुकोला ते काय होतं ते त्याच्यावर कटाक्ष टाकल्यावरच समजलं होतं.

''टेलिव्हिजनच्या पडद्यावर सतत अशा प्रकारची दृश्यं दाखवली जातात. त्यामुळे आता हे सगळं एक प्रकारे भोंगळपणाचं वाटतं. पण मला हा सर्वसंमत विधी आहे असं वाटतं, त्यामुळे...'' त्याने तिच्या समोरच तो बॉक्स उघडला. त्याच्यात अंगठी होती. तिच्यातील मोठ्या हिऱ्याचा प्रकाश सगळीकडे पसरला होता आणि सगळ्या दिशांना त्याचे किरण चमकत होते.

'कुदो...' यासुकोला काय बोलावं ते सुचत नसल्यामुळे ती तशीच थांबली. ती चकित होऊन कुदोच्या चेहऱ्याकडे पाहत होती.

''अगदी आताच्या आता तू मला उत्तर दिलं पाहिजेस असं नाही,'' कुदो म्हणाला. ''तुझ्या भावना मला माहीत असल्या तरी मिसातोच्या भावनांचा विचार करावाच लागेल. फक्त मी एखादी हुक्की आली म्हणून हे सगळं करत नाही हे तुला माहीत असावं एवढंच मला वाटतंय. शिवाय मला इतकंच माहीत आहे की, मी तुला आनंदात ठेवू शकेन. तुम्हा दोघींनाही मी आनंदात ठेवेन. ही घे, पण ती घेतल्यामुळे मनावर तिचं ओझं बाळगू नकोस. ही फक्त एक भेटवस्तू आहे. जर तू माझ्या सोबत राहण्याचा विचार केलास तर ज्या हेतूनं ती अंगठी दिली जाते, तोच तिचा हेतू असेल. प्लीज, याचा विचार कर.''

तिच्या हातात असलेल्या त्या लहानशा बॉक्सचं वजन लक्षात आल्यावर यासुकोचं मन रितं झालं. तो काय म्हणत होता ते तिने अर्धवट ऐकलं. पण तरीही तिला ते समजलं होतं आणि त्यामुळे फक्त तिच्या मनातील गोंधळात भरच पडली होती.

''सॉरी, हे सगळं अगदी अचानक होतंय हे मला माहीत आहे,'' कुदो संकोचल्यासारखा हसत म्हणाला. ''तू घाईघाईनं उत्तर देऊ नकोस. तू मिसातोशीसुद्धा याविषयी बोलावंस असं मला वाटतं.'' त्याने हात पुढे करून यासुकोच्या हातातील बॉक्सचं झाकण बंद केलं.

यासुकोला काय बोलावं तेच सुचत नव्हतं. तिच्या मनात शब्दच तयार होत नव्हते. त्याऐवजी अनेक प्रतिमा तिच्या नजरेसमोर तरळून जात होत्या. कुदो, तोगाशी आणि इशिगामी यांच्या त्या वेगवेगळ्या प्रतिमा होत्या. त्यातही इशिगामीच्या प्रतिमा जास्त होत्या.

"मी...मी याविषयी विचार करते," अखेरीस ती कशीबशी म्हणाली.

कुदोनं मान डोलवली. त्याच्या चेहऱ्यावर समाधान दिसत होतं. यासुकोनं त्याच्याकडे बघून स्मित केलं आणि ती कारमधून खाली उतरली.

तो जाईपर्यंत तिथेच थांबून ती त्याच्याकडे पाहत राहिली आणि नंतर हळूहळू पायऱ्या चढून वर आली. दरवाजा उघडत असताना तिची नजर तिच्या हॉलच्या थोड्याशा खालच्या बाजूला असलेल्या शेजारच्या अपार्टमेंटच्या दरवाजावर पडली. त्याच्या टपालाच्या पेटीत भरपूर टपाल आलं होतं आणि ती अगदी शिगोशीग भरून गेली होती. मात्र त्यात वृत्तपत्र दिसत नव्हतं. इशिगामीनं स्वत:ला पोलिसांच्या स्वाधीन करण्याच्या आधी बहुधा वृत्तपत्राची वर्गणी भरली नसावी आणि आधी भरलेली रद्द केली असावी. त्याने बहुधा ते आपोआपच केलं असावं. त्यापुढे त्याला सकाळी लवकर उठून वृत्तपत्र वाचण्याची गरज पडणार नव्हती हे त्याला आधीच माहीत होतं. ती आत गेली.

मिसातो तोपर्यंत घरी आली नव्हती. यासुको शांतपणे बसली आणि तिने दीर्घ नि:श्वास सोडला. त्यानंतर ती पुन्हा उभी राहिली आणि मागच्या खोलीत गेली. तिथेच फडताळात ठेवलेला कुकीजचा बॉक्स काढून तिने त्याचं झाकण उघडलं. त्यात जुनी पत्रं होती. तिने तो सगळा गठ्ठा उचलला आणि त्याच्यातून सगळ्यात तळाशी असलेलं एक पत्र बाहेर काढलं. त्याच्या पाकिटावर काहीही लिहिलेलं नव्हतं. त्यात कागदाचा एक छोटासा कपटा होता आणि त्यावर काही तरी लिहिलेलं होतं.

इशिगामीनं त्या संध्याकाळी तो अखेरचा फोन करण्याच्या आधी तिच्या अपार्टमेंटच्या टपालपेटीत ठेवलेलं ते पाकीट होतं. त्याच पाकिटात तिला एक टीप सापडली होती आणि त्याबरोबरच तीन पत्रं मिळाली होती. तो तिचा कसा पाठलाग करत होता आणि तिच्यावर पाळत ठेवून राहत होता हे दाखवण्याचा पुरावा म्हणून ती पत्रं तिने द्यावीत असं त्याने सांगितलं होतं. पुरावा म्हणून ती पत्रं तिने पोलिसांना देऊन टाकली होती.

त्या टिपेत त्या पत्रांचा वापर कसा करावा आणि डिटेक्टिव्ह तिच्याशी बोलण्यासाठी आले तर तिने त्यांच्याशी काय व का बोललं पाहिजे हे इशिगामीनं त्याच्या नेहमीच्या तपशीलवार सूचना देण्याच्या शैलीत लिहिलं होतं. त्यात फक्त यासुकोसाठीच नव्हे, तर मिसातोसाठीही काही सूचना होत्या. त्यांना ज्या ज्या परिस्थितीला तोंड द्यावं लागण्याची शक्यता

होती, त्या प्रत्येक परिस्थितीत त्यांनी काय करावं याच्या त्या तपशीलवार सूचना होत्या. हानाओका कुटुंबावर कोणताही प्रसंग आला तरी त्या वेळी त्यांनी काय केलं पाहिजे हे त्यांना समजलं पाहिजे, या हेतूनं त्या देण्यात आल्या होत्या. या सूचनांमुळेच यासुकोला आणि मिसातोला पोलिसांच्या चौकशीला तोंड देता आलं होतं. जर आपण एखादं चुकीचं पाऊल उचललं आणि डिटेक्टिव्हना त्यात काही फसवणूक असल्याचा संशय आला तर इशिगामीनं तोपर्यंत मोठ्या परिश्रमानं केलेल्या सगळ्या गोष्टींवर पाणी पडेल हे यासुकोला माहीत होतं. मिसातोलाही ते माहीत होतंच.

त्या सूचनांच्या शेवटी त्याने एक अंतिम संदेश लिहिला होता :

''माझा असा विश्वास आहे की, कुनियाकी कुदो हा निष्ठावान आणि विश्वासू माणूस आहे. त्याच्याशी विवाह केला तर तुम्ही आणि मिसातो आनंदी होण्याची निश्चितपणे वाढती शक्यता आहे. कृपा करून माझ्याविषयी विसरून जा. कुठलाही अपराधीपणा बाळगू नका. जर तुम्ही आनंदी नसाल तर मी हे जे काही केलं आहे ते सगळं निष्फळ ठरेल.''

तिने ते पत्र पुन्हा एकदा वाचलं आणि तिच्या डोळ्यांतून पुन्हा एकदा घळाघळा अश्रू वाहू लागले.

तिने कधीही इतकं प्रगाढ समर्पण अनुभवलं नव्हतं. अशा प्रकारचं समर्पण असतं असा विचारही तिने कधीच केला नव्हता. तरीही इशिगामीकडे इतकं समर्पण करण्याची क्षमता होती. त्या निर्विकार मुखवट्याच्या आड ती दडलेली होती. सर्वसामान्य माणसाला जिचा अंदाजही बांधता येणार नाही अशा प्रकारची उत्कट इच्छा, भावना त्याच्याकडे होती.

ज्या वेळी त्याने स्वतःला पोलिसांच्या स्वाधीन केल्याचं तिने ऐकलं त्या वेळी तिला त्याने त्यांच्याऐवजी स्वतःला अटक करवून घेतली असं वाटलं. पण आता युकावाकडून सत्य ऐकल्यानंतर इशिगामीनं लिहिलेल्या त्या शब्दांनी तिच्या हृदयात खूप खोलवर जखम केली.

पोलिसांकडे जाऊन त्यांना सारं काही सांगावं अशी अनिवार इच्छा तिच्या मनात निर्माण झाली. पण त्यामुळे इशिगामी वाचला नसता. काहीही झालं तरी तोही खुनी होताच.

कुदोनं तिला दिलेल्या अंगठीच्या बॉक्सवर तिची नजर पडली. तिने तो उघडून ती अंगठी चमकत असल्याचं पाहिलं.

कदाचित इशिगामीला तिने जे करावं असं वाटत होतं, तेच तिने करायला हवं होतं. आनंदी होण्याची तिची संधी तिने घ्यायला हवी होती. कारण त्याने म्हटलं होतं त्याप्रमाणे जर तिने आता शरणागती पत्करली असती तर त्याने केलेलं सगळं काम, त्याचे परिश्रम वाया गेले असते.

पण तरीही सत्य लपवणं तिला कठीण जात होतं. आपल्या अंतरंगात इतकी काळीकुट्ट गोष्ट लपवून ठेवून ती कधी तरी खरोखरची सुखी झाली असती का? तिला उर्वरित आयुष्यभर अपराधीपणाच्या भावनेसह जगावं लागलं असतं आणि कधीही खरोखरची शांतता लाभली नसती. यासुकोला असंही वाटलं की, कदाचित या अपराधगंडासह जगणं हेच तिच्या अपराधाचं खरं प्रायश्चित्त असेल.

तिने ती अंगठी घालून पाहिली. तो हिरा खूपच सुंदर होता. तिच्या मनात हा अपराधगंड नसता आणि तिला कुदोबरोबर जाता आलं असतं तर ती किती आनंदी जीवन जगली असती. पण आता ते निरर्थक स्वप्न होतं. यापुढे तिची सद्सद्विवेकबुद्धी तिला टोचणी लावत राहिली असती. ती कधीही निखळ आनंद अनुभवूच शकली नसती.

तिचा मोबाइल फोन वाजला, त्या वेळी तिने तो बॉक्स बाजूला सारला होता. तिने एलसीडी पडद्यावर नजर टाकली. तो कुठला तरी अपरिचित नंबर होता. तिने फोन घेतला.

'हॅलो?'

''हॅलो, मिसातो हानाओकाच्या आईचा हा नंबर आहे का?'' तो एका पुरुषाचा आवाज होता. पण तिला तो ओळखता येत नव्हता.

''बोला, काही झालंय का?'' तिच्या पोटात ढवळल्यासारखं झालं.

''माझं नाव साकानो आहे. मी मोरिशिता मिनामी मिडल स्कूलमध्ये शिक्षक आहे. मी तुम्हाला अचानकच फोन करतोय, त्याबद्दल मला माफ करा.''

''काय झालंय? मिसातो ठीक आहे ना?''

''खरं म्हणजे ती आम्हाला नुकतीच क्रीडांगणाच्या मागे सापडलेय. तिचं मनगट चाकूनं किंवा कुठल्या तरी तीक्ष्ण हत्यारानं कापल्यासारखं दिसतंय.''

'काय..?' यासुकोचं हृदय बंद पडतंय की काय असं तिला वाटू लागलं. तिला धाप लागल्यासारखं झालं.

"तिला खूपच रक्तस्राव होत होता, म्हणून तिला रुग्णालयात नेण्यात आलंय. काळजी करू नका. ती बरी होईल. पण हा आत्महत्येचा प्रयत्न असण्याची शक्यता आहे. तुम्हाला हे माहीत असलं पाहिजे, म्हणजे तुम्ही आवश्यक पावलं उचलू शकाल असं मला वाटलं – "

तो माणूस पुढेही बोलत होता. पण यासुकोच्या कानांवर त्याचे शब्द फक्त आदळत होते. तिला त्यांचा काहीच बोध होत नव्हता.

इशिगामीच्या समोरची भिंत असंख्य ठिपक्यांनी, ओरखड्यांनी आणि इतर लहान खुणांनी भरून गेली होती. त्यांपैकी काही खुणांची त्याने निवड केली आणि मनातल्या मनात त्या सगळ्यांच्या सरळ रेषा तयार केल्या. त्यातून तयार झालेल्या ओळींच्या आणि स्तंभांच्या मांडणीत त्रिकोण, चौरस आणि षटकोन तयार झाले होते. त्याने त्या आकारांना अर्थातच मनातल्या मनात चार वेगवेगळ्या रंगांत रंगवण्यास सुरुवात केली. एकमेकांना लागून असलेल्या कुठल्याही दोन संलग्न रचना एकाच रंगात रंगवल्या जाणार नाहीत याची त्याने काळजी घेतली होती.

इशिगामीनं एका मिनिटाच्या आतच ती समस्या सोडवून टाकली होती. आता ती प्रतिमा पुसून टाकून त्याने विविध ठिपक्यांची निवड केली आणि पुन्हा तीच प्रक्रिया पार पाडली. तो एक साधासुधा प्रकार होता आणि तरीही त्यातली रुची बिलकूल कमी होऊ न देता तो तीच प्रक्रिया पुनःपुन्हा पार पाडत राहिला. जर त्याला चार रंगांच्या समस्येचा कंटाळा आला असता तर त्या वेळी तो फक्त भिंतीवरचे ठिपके वापरून ॲनालिटिकल भूमितीच्या समस्या सोडवण्याचा प्रयत्न करणार होता. भिंतीवरच्या प्रत्येक ठिपक्याच्या कोऑर्डिनेट्सचा हिशेब करण्यास भरपूर वेळ लागला असता.

तो हे फक्त भिंतींवरचे ठिपके मोजून करणार होता. त्याला ती खोली सोडून जाण्याची परवानगी देण्यात आली नसती तरी त्याला त्याची कुठे फिकीर होती? जोपर्यंत त्याच्याकडे कागद आणि त्यावर लिहिण्यासाठी काही तरी असणार होतं, तोपर्यंत त्याच्या गणिती समस्यांवर तो काम करू शकत होता. अधिकाऱ्यांनी अगदी त्याचे हात आणि पाय बांधून घातले असते तरीही त्याच्या डोक्यात त्याने नवनवीन समस्या सोडवल्या असत्या. ते त्याची दृष्टी किंवा श्रवणशक्ती काढून घेऊ शकले असते पण

त्याच्या मेंदूला तर ते स्पर्श करू शकले नसते. त्याच्या दृष्टीनं बंदिवास हे अमर्याद नंदनवन होतं. सुप्तावस्थेत पडून राहून माणसांना डिवचणाऱ्या सगळ्या गणिती खनिजांच्या समृद्ध साठ्यांचा शोध घेण्यासाठी लागणाऱ्या वेळाचा विचार केला तर आयुष्य किती लहान असतं, असा विचार त्याच्या मनात आला. त्याच्या कामाला कोणी मान्यता देण्याची गरज त्याला वाटत नव्हती. अर्थातच त्याचे सिद्धान्त प्रसिद्ध करायला त्याला आवडलं असतं. त्यांना मान्यता मिळाली असती आणि त्यांचं मूल्यमापन करण्यात आलं असतं तरीही त्याला ते आवडलं असतं. पण हा गणिताचा खरा मथितार्थ नव्हता. एखाद्या ठरावीक पर्वताच्या शिखरावर कोण पहिल्यांदा जातं हे पाहण्याची शर्यतच शिक्षणक्षेत्रात लागली होती. पण त्याच्या दृष्टीनं त्याने कुठल्या शिखरांचा शोध लावला होता हे फक्त त्याला स्वतःला माहीत असणंही पुरेसं होतं.

इशिगामीला तिथपर्यंत पोहोचण्यासाठी काही काळ लागला होता. अगदी काही वर्षांपूर्वीच त्याने असा भयावह निष्कर्ष काढला होता की, त्याच्या आयुष्यातील सगळा अर्थ नाहीसा झाला होता. त्याच्याकडे फक्त गणितं सोडवण्यापुरतीच बुद्धिमत्ता होती आणि तरीही तो त्या मार्गावरून जाऊन प्रगती करून घेऊ शकत नव्हता. मग त्याच्या अस्तित्वाला, त्याच्या जगण्याला काय अर्थ होता? रोजच तो मृत्यूवर चिंतन करत होता. जर तो मरण पावला असता तर कोणालाही दुःख झालं नसतं किंवा कोणाचीही फारशी गैरसोयही झाली नसती असा विचार करायला त्याने सुरुवात केली होती. त्याचा मृत्यू कोणाच्या खिजगणतीत तरी असेल का, अशी शंकाही त्याला येत होती.

त्याला गेल्या वर्षीचा एक दिवस आठवला...

आपल्या हातात एक लहान दोरखंड घेऊन तो त्याच्या अपार्टमेंटमध्ये उभा होता. तो दोरखंड कुठे जोडावा याचा विचार करण्यासाठी तो आढ्याकडे पाहत होता. पण त्या अपार्टमेंटमध्ये फास लावून घेण्यासाठीही कुठलीच जागा नव्हती हे त्या वेळी त्याच्या लक्षात आलं. अखेरीस कुठलाच पर्याय दिसत नसल्यामुळे त्याने भिंतीवरच्याच स्तंभावर एक मोठी खुंटी ठोकली. तिच्यावर त्याने तो गळफास टांगला आणि ती खुंटी कितपत वजन सहन करू शकेल याचा तो अंदाज घेऊ लागला. पण त्याच्या वजनानं तो स्तंभ चिरला गेला असला तरी खुंटी तशीच राहिली होती आणि दोरखंडही तुटला नव्हता.

त्याला कसलाच पश्चात्ताप वाटत नव्हता. ज्याप्रमाणे त्याच्या जगण्याला काहीही अर्थ उरलेला नव्हता, त्याप्रमाणेच त्याच्या मृत्यूलाही कुठलाच खास अर्थ नव्हता. तो स्टुलावर उभा राहून त्या दोरखंडाच्या फासात त्याची मान अडकवून घेण्याचा प्रयत्न करतच होता, तितक्यात दरवाजावरची बेल वाजली.

यात नियतीचा काही तरी हात असलाच पाहिजे.

आपण एकदा मृत्यू येण्यासाठी प्रयत्न करू लागलो की, मग त्यात कुठलाच व्यत्यय यायला नको, म्हणून आधी कोण आलंय ते पाहण्यासाठी त्याने दरवाजा उघडायचा असं ठरवलं. बाहेर कोण आलंय ते माहीत नसल्यामुळे कोणी तातडीच्या कामासाठी आलं असेल तर आपला प्रयत्न फसेल असं वाटल्यामुळे, आणि ते लोक आपल्याला दरवाजा उघडल्याशिवाय सोडणार नाहीत, असा विचार करत चरफडतच त्याने दरवाजा उघडला. तिथे आई आणि मुलगी अशा दोन स्त्रिया उभ्या होत्या.

आपण त्याच्या शेजारी राहायला आलो आहोत, असं सांगून त्या स्त्रीनं स्वतःची ओळख करून दिली. तिच्या शेजारी उभ्या असलेल्या मुलीनं थोडासा नाइलाज झाल्याप्रगाणे वाकून अभिवादन केलं. त्याने त्यांच्याकडे पाहिलं त्या वेळी इशिगामीच्या संपूर्ण शरीरावर एकाच जाणिवेनं रोमांच उभे राहिले.

'त्यांचे डोळे किती सुंदर आहेत,' असा विचार त्याच्या मनात आला. अगदी त्या क्षणापर्यंत कुठल्याही प्रकारच्या सौंदर्यामुळे तो असा घायाळ झाला नव्हता. त्याला कला कशाशी खातात हेसुद्धा समजत नव्हतं. पण त्या गूढ क्षणी त्याला अचानकच सगळ्यांचा बोध झाला होता. गणिताच्या समस्या सोडवण्यातही त्याला हेच सौंदर्य आढळत होतं. पण आता त्या दोघींच्या रूपानं तेच सौंदर्य त्याच्या समोर साकार झालं होतं.

इशिगामीला त्या स्त्रियांनी काय म्हटलं होतं ते आठवत नव्हतं. पण त्याच्याकडे पाहताना त्यांची बुबुळं ज्या पद्धतीनं उचलली गेली होती ते त्याच्या आठवणीत पक्कं बसलं होतं. त्यांच्या पापण्यांची हालचाल त्याच्या हृदयात ठसली होती.

या हानाओका महिलांना भेटलेल्या क्षणापासून इशिगामीचं आयुष्य पुरतं बदलून गेलं होतं. त्या एका क्षणात त्याचा कायापालट झाला होता. आत्महत्येचे सगळे विचार हळूहळू कधी नाहीसे झाले होते ते त्याचं त्यालाही

समजलं नव्हतं. त्याच्या दैनंदिन कामकाजात आनंद परतला होता. त्या दोघी त्या वेळी कुठे असतील, त्या काय करत असतील एवढा फक्त विचार करूनही त्याला आनंद होत होता. त्याच्या आयुष्याच्या पटलावर त्याने यासुको आणि मिसातो या को-ऑर्डिनेट्सची भर टाकली होती. त्याच्या आयुष्यात त्यामुळे त्याला चमत्कार झाल्यासारखं वाटलं होतं.

रविवार हा त्याचा सगळ्यांत आवडता दिवस होता. त्याने खिडकी उघडली की, त्याला त्या दोघींचं बोलणं ऐकू येत होतं. त्या काय बोलतात हे त्याला ऐकू येत नव्हतं, पण त्यांचे मंद आवाज त्याच्या कानांवर पडत होते. वाऱ्याबरोबर त्याच्या कानांवर पडणारे ते शब्द त्याला मधुर संगीतासारखे वाटत होते.

त्याला त्यांच्याविषयी कसलीही अभिलाषा नव्हती. त्याला त्यांच्याशी संपर्कसुद्धा साधू शकण्याचा प्रयत्न करता येणार नाही हे त्याला माहीत होतं. त्याचा गणिताशी जसा संबंध होता, तसाच त्या दोघींशीही होता. कुठल्या तरी भव्यदिव्य गोष्टीशी आपला संबंध जोडला जाणंच त्याच्या दृष्टीनं पुरेसं होतं. त्याने कुठल्याही प्रकारे मान्यता मिळवण्याचा प्रयत्न केला असता तर कदाचित त्याच्या स्वाभिमानाला धक्का बसला असता. त्यापेक्षा लांबच राहून तो त्यांच्या सान्निध्याचा मिळेल तितकाच लाभ घेण्याचा प्रयत्न करत होता.

मात्र ज्या वेळी संकट आलं आणि त्यांना मदतीची गरज होती त्या वेळी त्यांच्या मदतीला धावून जाणं ही गोष्ट इशिगामीच्या दृष्टीनं अगदीच स्वाभाविक होती. कारण काहीही झालं तरी त्या दोघी नसत्या तर त्या वेळी तो जिवंतही नसता. तो त्याच्यावरच्या त्यांच्या सगळ्यात मोठ्या ऋणाची परतफेड करत होता. त्यांनी नेमकं काय केलं होतं याची त्यांना निश्चितपणे काहीच कल्पना नव्हती. पण ते ठीक होतं. काही वेळा तुम्ही सहजपणे जे काही करता त्यामुळे तुम्ही एखाद्याचे तारणहार झालेले असता.

तोगाशीचा मृतदेह बघितल्यानंतर इशिगामीच्या मनात आधीच एक योजना तयार झाली होती. त्या मृतदेहाची संपूर्ण विल्हेवाट लावणं ही तशी कठीण गोष्ट होती. त्याने कितीही काळजीपूर्वक ते काम केलं असतं तरी ते उजेडात आलंच नसतं असं मानण्याची शक्यता अगदी शून्य होती. अगदी तो सुदैवी असता आणि जे घडलं होतं ते लपवण्यात त्याला यश आलं असतं तरी त्यामुळे यासुकोच्या हृदयातील दुःख हलकं झालं नसतं. कधी ना कधी ते सगळं उजेडात येईल अशी तिला आणि तिच्या मुलीला सतत

भीती वाटत राहिली असती आणि त्यांच्यावर असा कठीण प्रसंग यावा ही कल्पनाही त्याला सहन होत नव्हती.

यासुकोला आणि तिच्या मुलीला शांतपणे जगू देण्याचा एकच मार्ग होता. त्या दोघींना त्या प्रकरणापासून पूर्णपणे तोडून टाकणं हा तो मार्ग होता. त्या दोघींचा त्या प्रकरणाशी काही तरी संबंध असावा असं वाटण्याजोगं तो काही तरी करणार होता आणि त्याच वेळी खुनी म्हणून त्यांना पकडताही येऊ नये अशी तजवीजही करणार होता.

त्याच वेळी त्याने इंजिनिअरचा वापर करण्याचं नक्की ठरवून टाकलं. शिन ओहाशी ब्रिजवळच्या झोपड्यांच्या जवळ तो नुकताच राहायला आला होता. त्याला तो नेहमीप्रमाणेच इतर बेघरांपासून दूर एकटाच बसल्याचं आढळलं.

''माझ्याकडे तुझ्यासाठी एक नोकरी आहे,'' इशिगामीनं त्या माणसाला सांगितलं. अनेक दिवसांपर्यंत सुरू राहणाऱ्या नदीच्या कामाचा निरीक्षक म्हणून त्याची मदत त्याला हवी असल्याचं त्याने त्याला सांगितलं. त्या इंजिनिअरला बांधकाम क्षेत्रातील पार्श्वभूमी असल्याचं त्याच्या लक्षात आलं होतं.

पहिल्यांदा त्या इंजिनिअरला संशय आला. ''तुम्ही मलाच हे काम का सांगता?' त्याने विचारलं.

''मी एका अवघड परिस्थितीत सापडलोय,'' इशिगामीनं त्याला सांगितलं. त्यानंतर त्याने आधी नेमलेल्या माणसाला अपघात झाल्यामुळे तो हे काम करण्याच्या स्थितीत कसा नाही ते त्याला सांगितलं. शिवाय निरीक्षकाशिवाय त्याची फर्म काम पुढे सुरू करण्यास परवानगी देणार नाही, त्यामुळे त्या अनुपस्थित माणसाच्या जागी उभा राहण्यासाठी त्याला एका माणसाची गरज होती, असंही त्याने त्याला सांगितलं.

त्याने त्याला पन्नास हजार येन आगाऊ रक्कम म्हणून देऊ केले. त्यानंतर तो इंजिनिअर तयार झाला. त्यानंतर तोगाशीनं ज्या दुर्गम भागात खोली घेतली होती, तिकडे तो त्या इंजिनिअरला घेऊन गेला. तिथे त्याने त्याला तोगाशीचे कपडे घालायला दिले आणि संध्याकाळपर्यंत तिथेच शांतपणे बसायला सांगितलं.

संध्याकाळी त्याने त्या इंजिनिअरला मिझुई स्टेशनवरून बाहेर आणलं. इशिगामीनं त्याच्या आधीच शिनोझाकी स्टेशनवरून सायकल चोरली होती.

त्याने शक्य तितकी नवीन सायकल चोरली. त्या सायकलच्या चोरीची तक्रार केली जाईलच याची त्याला खात्री होती, कारण ती नवी कोरी होती.

त्याने ती नवीन सायकल इंजिनिअरला दिली. स्वतःसाठीही त्याने दुसरी सायकल आणली होती. त्यानंतर ते दोघेही नदीपर्यंत गेले. लवकरच ते जुन्या एदोगावा इथे पोहोचले.

त्यानंतर पुढे काय घडलं होतं ते आठवल्यानंतर इशिगामीच्या हृदयात एकदम विषण्णपणा आणि खिन्नता भरून आली. आपल्याला का मरावं लागत होतं हे त्या इंजिनिअरला कधीच समजलं नव्हतं.

इशिगामीनं या दुसऱ्या खुनाविषयी कोणालाही समजू दिलं नव्हतं. विशेषतः हानाओका मायलेकींना त्याने काहीही सांगितलं नव्हतं. म्हणूनच त्याने खुनाचं हत्यार म्हणून तेच हत्यार, तीच वायर वापरली होती आणि बळीलाही त्याच प्रकारे गळा घोटून ठार मारलं होतं.

आपल्या बाथ टबमध्ये तोगाशीचा मृतदेह ठेवून त्याने त्याचे सहा तुकडे केले. ते वेगवेगळ्या पिशव्यांमध्ये भरून त्यांना दगड बांधले त्यानंतर त्याने समिदा नदीत स्वतंत्रपणे ते फेकून दिले. त्यासाठी रात्रीच्या अंधाराचा त्याने फायदा घेतला होता. तीन वेगवेगळ्या ठिकाणी त्याने नदीत त्या पिशव्या फेकून दिल्या होत्या. त्यांपैकी निदान काही पिशव्या तरी पोलिसांना सापडतील असं त्याला वाटलं होतं, पण त्याला त्याची पर्वा नव्हती. पोलिसांना कधीही ते शरीराचे तुकडे कोणाचे आहेत ते समजू शकलं नसतं. त्यांच्या नोंदीनुसार तोगाशी आधीच मरण पावला होता आणि त्याचा मृतदेह सापडला होता. एकच माणूस दोनदा मरू शकत नाही.

फक्त युकावाच हे सगळं शोधून काढू शकेल याची त्याला खात्री वाटत होती. म्हणूनच इशिगामीनं स्वतःहून पोलिसांच्या स्वाधीन व्हायचं ठरवलं. काहीही झालं तरी त्याची अगदी सुरुवातीपासूनच गुन्हा कबूल करण्याची तयारी होती आणि त्यासाठी तो आधीपासूनच सगळी आवश्यक तयारी करत राहिला होता.

युकावा कुसानागीशी बोलला असता. कुसानागीनं त्यानंतर त्याच्या वरिष्ठाच्या कानांवर ते घातलं असतं. पण पोलिसांना काहीच करता आलं नसतं. त्या वेळी तरी त्यांची त्या मृतदेहाच्या बाबतीत दिशाभूल झाली होती, असं समजण्याजोगा कोणताच पुरावा त्यांच्या हाती नव्हता.

काहीही झालं तरी आता तो मागे फिरणारच नव्हता. त्याने सुरू केलेला कट आता बराच पुढे गेला होता आणि तो थांबवण्याची त्याला आता गरजही वाटत नव्हती. त्या बुद्धिमान भौतिकशास्त्रज्ञाचे अंदाज कितीही चतुराईचे असले तरी त्याने काहीच फरक पडणार नव्हता. न्यायालयात प्रत्यक्ष गुन्हेगारानं दिलेल्या कबुलीजबाबासमोर ते टिकूच शकले नसते.

'मी जिंकलो,' त्याने विचार केला.

त्याला भोंग्याचा आवाज ऐकू आला. याचा अर्थ त्या कोठडीतील कोणाला तरी भेटायला लोक आले होते. सुरक्षारक्षक खुर्चीतून उठून उभे राहिले. तो तुरुंगाच्या दरवाजांच्या सळयांजवळ उभा राहिला. सुरक्षा रक्षकांनी इशिगामीला कोठडीतून बोलावून घेतलं, त्याची तपासणी केली आणि त्याला कुसानागीकडे सुपूर्द करण्यात आलं. हे सगळं घडत असताना तो डिटेक्टिव्ह एक शब्दही बोलला नव्हता.

कोठडीच्या बाहेर कुसानागी इशिगामीकडे वळला आणि त्याने त्याला विचारलं, ''तुम्हाला कसं वाटतंय?''

ती त्या डिटेक्टिव्हची विनम्रतेनं वागण्याची पद्धत होती की, तो त्याने चतुराईनं आखलेल्या डावपेचाचा भाग होता ते इशिगामीला सांगता आलं नसतं.

''खरं सांगायचं तर थोडासा थकलोय. अगदी प्रामाणिकपणे सांगायचं तर मला या सगळ्या कायदेशीर प्रक्रियांमधून शक्य तितक्या लवकर बाहेर पडायचंय.''

''काळजी करू नका. या वेळी मी तुम्हाला प्रश्न विचारण्यासाठी अखेरचाच नेणार आहे. तुम्हाला भेटायला कोणी तरी आलंय.''

इशिगामी विचारात पडला. त्याच्या कपाळावर आठ्या पडल्या. ते कोण असेल? यासुको तर येणार नाही, असं त्याला वाटत होतं.

कुसानागीनं त्याला चौकशी कक्षात नेलं आणि दरवाजा उघडला. आत मानाबु युकावा बसला होता. त्याने इशिगामीकडे रोखून पाहिलं. त्याच्या चेहऱ्यावर खिन्न भाव होता आणि तो विचारमग्न दिसत होता.

'हा अखेरचा अडथळा,' इशिगामीनं स्वतःला संकटाला तोंड देण्यासाठी सज्ज करत असताना विचार केला.

काही वेळ त्या दोन्ही बुद्धिमान व्यक्ती टेबलाच्या समोरासमोरच्या खुर्चीवर शांतपणे बसून राहिल्या. कुसानागी त्यांच्यावर नजर ठेवून भिंतीला टेकून उभा राहिला.

''तू थोडासा खराब झाल्यासारखा दिसतोयस,'' अखेरीस युकावा म्हणाला.

''हं, मी तर व्यवस्थित खातो-पितोय. मला काय झालंय?'' इशिगामीनं उत्तर दिलं.

''ऐकून बरं वाटलं. मला तुला असं विचारायचं आहे की, आपल्यावर एखाद्या महिलेचा पाठलाग करत असल्याचा, तिच्यावर पाळत ठेवून राहिल्याचा शिक्का बसल्याबद्दल तुला वाईट वाटत नाही?'' युकावानं ओठांवरून जीभ फिरवत विचारलं.

''पण मी पाठलाग करणारा नाहीच,'' इशिगामीनं उत्तर दिलं. ''त्याउलट मी यासुको हानाओकाचं संरक्षण करत होतो. अर्थातच खुलेपणानं नाही. मी आधीच पोलिसांना ते हजार वेळा सांगितलंय.''

''तू त्यांना काय सांगितलंस ते मला माहीत आहे आणि तू आतासुद्धा तिचाच बचाव करतोयस आणि संरक्षण करतोयस हेही मला माहीत आहे.''

इशिगामीला हे फारसं न रुचल्याचं दिसलं. त्याने कुसानागीकडे एक कटाक्ष टाकला. ''तुमच्या तपासाला या चर्चेनं कशी काय मदत होणार आहे?''

कुसानागी काहीच बोलला नाही.

''मला जे माहीत आहे ते मी त्याला सांगितलंय,'' युकावा म्हणाला. ''तू खरोखरचं काय केलंस आणि खरोखरचं कोणाला ठार मारलंस ते मी त्याला सांगितलंय.''

''तुझ्या अंदाजांविषयी, तर्कांविषयी तू कोणाशीही चर्चा करण्यास मोकळा आहेस, याची मला खात्री आहे.''

''मी तिला - यासुको हानाओकालासुद्धा - ते सांगितलंय.''

इशिगामीने गाल आक्रसून घेतले. पण लवकरच त्याने चेहऱ्यावर हलकं स्मित आणण्याचा प्रयत्न केला. ''मग तिने कदाचित काही प्रमाणात खेद व्यक्त केला असेल. तिने माझे आभार मानले का? पण मी जे काही ऐकलंय त्यावरून तरी मी तिच्यासाठी काहीच केलेलं नसावं अशा प्रकारे ती

तिच्या आयुष्यात पुढे चालली आहे. जणू काही मी तिच्या वाटेतील काटे दूरच केले नसावेत अशी ती पुढे चालल्याचं मी ऐकलंय!''

कुसानागीनं आवंढा गिळला. हे बोलताना इशिगामीनं चेहरा वेडावाकडा करून झिडकारल्या गेलेल्या पाठलाग करणाऱ्या गुन्हेगाराची भूमिका हुबेहूब वठवली होती. कुठलीही एखादी व्यक्ती दुसऱ्या व्यक्तीला स्वतःला इतकी समर्पित करते, वाहून घेते हे त्याने कधीही ऐकलं किंवा पाहिलं नव्हतं. ती गोष्ट प्रभावी होती आणि तितकीच भयावहसुद्धा होती.

''जोपर्यंत तू स्वतः सांगणार नाहीस, तोपर्यंत सत्य उजेडात येणार नाही अशी तुझी समजूत असावी असं दिसतंय. पण तू अगदी पूर्णपणे अचूक, परिपूर्ण नाहीस.'' युकावा म्हणाला. ''दहा मार्चला एक माणूस अचानक गायब झाला. एक निष्पाप माणूस. त्याने कसलाच अपराध केला नव्हता. जर आम्ही तो कोण होता हे शोधून काढलं आणि त्याच्या कुटुंबाचा शोध घेतला तर आम्ही डीएनए चाचणी करू शकतो. शिन्जी तोगाशीचा मृतदेह असल्याचं समजल्या गेलेल्या मृतदेहाच्या डीएनएशी त्याची तुलना केली की आम्हाला सत्य समजण्यास उशीर लागणार नाही.''

''तू काय बोलतोयस ते मला बिलकूल समजत नाही,'' इशिगामी स्मित करत म्हणाला. ''पण तू ज्या कोणा माणसाचा आता उल्लेख केलायस, त्याला कुटुंब असेलच असं नाही. ते नसेलही. अगदी इतर कुठल्याही मार्गानं तो कोण होता हे तुम्ही शोधून काढलंच तरीही त्यासाठी भरपूर वेळ लागेल आणि कठोर परिश्रम लागतील. तुमचं हे सगळं रटाळ प्रवचन आटोपेपर्यंत खटला संपलेला असेल. शिन्जी तोगाशीच्या खुनाचा खटला संपून गेलेला असेल. पोलिसांचे हात बांधलेले असतील किंवा कदाचित...'' त्याने कुसानागीकडे बघितलं. ''कदाचित तुम्ही या माणसाची कथा ऐकाल आणि माझ्यावर आरोप ठेवण्यापासून परावृत्त व्हाल, याचा अर्थ तुम्ही मला निर्दोष सोडाल. पण कशाच्या आधारावर? मी गुन्हेगार नाही म्हणून? मीच गुन्हेगार आहे याची मी तुम्हाला हमी देतो. मी कबुलीजबाब दिलेला गुन्हेगार आहे.''

कुसानागीनं खाली फरशीकडे नजर झुकवली, कारण ते खरं होतं. जोपर्यंत इशिगामीचा कबुलीजबाब खोटा किंवा चुकीचा असल्याचं ते सिद्ध करणार नव्हते, तोपर्यंत कायदेशीर प्रक्रिया थांबवणं अशक्य होतं. ती यंत्रणा अशा प्रकारे फक्त तर्कावर काम करत नव्हती.

''मी तुला आणखी एक गोष्ट सांगू इच्छितो,'' युकावा म्हणाला.

इशिगामीनं त्याच्याकडे पुन्हा एकदा पाहिलं आणि भुवया उंचावल्या.

''तुझा मेंदू, तो विलक्षण बुद्धिमान मेंदू अशा प्रकारे वापरला गेला यामुळे माझ्या मनात सतत खिन्नपणा भरून येतोय. त्यामुळे मला खरोखरच दुःख होतंय. या अख्ख्या जगात ज्याच्यासारखा कोणीच नाही असा माझा एक सहकारी, एक मित्र, एक स्पर्धक मी गमावून बसलोय याचं मला विलक्षण वाईट वाटतंय.''

इशिगामीच्या चेहऱ्यावर त्याच्या तोंडापासून एक सरळ रेषा उमटली आणि त्याने नजर झुकवली. जणू काही याला उत्तर देण्याची त्याची ऊर्मी तो दाबून टाकत होता!

क्षणभरानंतर त्याने कुसानागीकडे पाहिलं. ''मला वाटतं, याचं बोलून संपलंय. मी आता माझ्या कोठडीत जाऊ शकतो का?''

कुसानागीनं मान डोलावली. त्या भौतिकशास्त्रज्ञानंही मूकपणे मान डोलावली.

कुसानागीनं दरवाजा उघडला. इशिगामी पहिल्यांदा बाहेर पडला आणि त्याच्या पाठोपाठ मंद पावलं टाकत हळूहळू युकावाही बाहेर गेला.

एकदा खोलीच्या बाहेर पडल्यानंतर युकावा एका बाजूला थांबला आणि कुसानागी इशिगामीला घेऊन त्याला ठेवण्यात आलेल्या कोठडीकडे जाऊ लागला. तेवढ्यात त्या सभागृहाच्या कोपऱ्याजवळ दोन आकृत्या दिसल्या. तो किशितानी होता आणि त्याच्या मागून एक स्त्री येत होती.

यासुको हानाओका.

''हे सगळं काय आहे?'' कुसानागीनं त्या कनिष्ठ डिटेक्टिव्हला विचारलं.

''सर मी....या मिस हानाओकांनी पोलीस ठाण्याशी संपर्क साधला आणि त्यांना आपल्याला काही तरी सांगायचं आहे असं त्यांनी सांगितलं. पण तुम्ही विश्वासही ठेवणार नाही, असं काही तरी त्यांनी सांगितलं. त्या म्हणाल्या की...''

''थांब. त्यांनी हे फक्त तुलाच सांगितलंय का?''

''नाही. सरही होते.''

कुसानागीनं इशिगामीकडे पाहिलं. त्या गणितज्ञाचा चेहरा पांढराफटक पडला होता. त्याचे डोळे लालभडक झाले होते. त्याने यासुकोकडे पाहिलं.

''तुम्ही इथे काय करताय...?'' त्याने कुजबुजल्यापेक्षा जेमतेम किंचितशा मोठ्या आवाजात विचारलं.

यासुको त्या डिटेक्टिव्हच्या मागे थिजल्यासारखी उभी राहिली. त्यानंतर हळूहळू तिच्या चेहऱ्यावरचे भाव बदलत गेले. तिच्या डोळ्यांतून अश्रुधारा सुरू झाल्या. ती इशिगामीच्या समोर गेली आणि तिने स्वतःला त्याच्या पायांवर झोकून दिलं.

''मला माफ करा...मला माफ करा. तुम्ही आमच्यासाठी हे काय केलं...? आमच्यासाठी तुम्ही हे काय सगळं केलंय...?'' ती बोलत असताना तिची पाठ थरथरत होती.

''तुम्ही हे काय बोलताय? तुम्ही हे सगळं काय करताय असं तुम्हाला वाटतंय?...हा काय मूर्खपणा...'' इशिगामी हळूच घोगऱ्या आवाजात म्हणाला. त्याचा आवाज गूढ होता. जणू काही तो एखाद्या मंत्राचं पठण करत असावा असा तो वेगळाच वाटत होता!

''मला माहीत आहे की, आम्ही आनंदात राहावं, सुखी व्हावं असं तुम्हाला वाटत होतं, पण हे...हे अशक्य आहे. मीसुद्धा जे काही केलं आहे, त्यासाठी मलाही शिक्षा भोगावीच लागेल. माझाही धिक्कार करावाच लागेल. तुमच्या बरोबर मीसुद्धा या गुन्ह्यातील आरोपी आहे, यातला माझा वाटा मी उचलतेय मिस्टर इशिगामी. मी तुमच्यासह शिक्षा तरी भोगूच शकते. मी तुमच्यासाठी फक्त इतकंच करू शकते. मला माफ करा. मला माफ करा. मला खूप...खूप वाईट वाटतंय.'' यासुकोनं तिचे दोन्ही हात फरशीवर ठेवले आणि डोकंही टेकवलं.

इशिगामी मागे सरकला. तो प्रचंड क्षोभानं त्याचं डोकं हलवत होता. त्याचा चेहरा दुःखानं पिळवटून निघाला होता.

त्यानंतर तो मागे वळला. त्याने कपाळावर हाताच्या मुठी आपटल्या आणि त्यानंतर जोरात विव्हळल्यासारखी आरोळी ठोकली. एखाद्या पशूसारखा तो हिंस्रपणानं जोरात ओरडला, विव्हळला होता. त्याच्या आवाजात गोंधळ आणि दारुण निराशा होती. ती आरोळी ऐकणाऱ्या प्रत्येकाचं हृदय ती ऐकून विदीर्ण झालं.

त्याला ताब्यात घेण्यासाठी दोन सुरक्षा रक्षक धावतच पुढे आले.

''त्याला एकट्याला सोडा,'' त्याच्या आणि त्या सुरक्षा रक्षकांच्या मध्ये येत युकावा ओरडला. ''तुम्ही त्याला निदान ओरडू, रडू द्या. तेवढंच तुम्ही त्याच्यासाठी करू शकता.''

युकावा इशिगामीकडे वळला. त्याने त्या माणसाच्या खांद्यांवर हळुवारपणे त्याचे हात टेकवले.

इशिगामी जोरात किंचाळल्याचं कुसानागीनं ऐकलं त्या वेळी तो गणितज्ञ त्याच्या आत्म्याची आरोळीच सगळ्यांना ऐकवतोय असं त्याला वाटलं.

अनुवादक परिचय

शिक्षण - एम.एस्सी. एम.फिल (बॉटनी), एम.जे.सी. (पत्रकारितेतील पदव्युत्तर पदवी), एन.डी. (डॉक्टर ऑफ निसर्गोपचार). दहावीनंतर ओपन नॅशनल मेरीट स्कॉलरशिप. प्रत्येक पदवी आणि पदव्युत्तर परीक्षेत विद्यापीठात प्रथम किंवा द्वितीय येण्याचा समावेश. राज्यस्तरीय कबड्डी खेळाडू. नाट्य, नृत्य, वक्तृत्त्व स्पर्धेत अनेक पारितोषिके.

एम.फिल.चे शिक्षण सुरू असताना दोन वर्षे कोल्हापूरच्या राजाराम महाविद्यालयात सीनियर लेक्चरर. 'दैनिक सकाळ'मध्ये वरिष्ठ उपसंपादकपदी कामकाज. विद्यार्थी बातमीदार असल्यापासून एकूण २२ वर्षे काम. शोधपत्रकारितेच्या अनेक वृत्तमालिका गाजल्या. त्यांच्यासाठी काही मानसन्मान व प्रतिष्ठेची पारितोषिकं. शिवाजी विद्यापीठात चार वर्षे पत्रकारितेच्या मानद प्राध्यापिका. 'स्त्री-पुरुष समानता' विषयावरच्या युरोपमध्ये झालेल्या चर्चासत्रासाठी आंतरराष्ट्रीय पत्रकार संघाकडून निवड.

पत्रकारितेच्या क्षेत्रातून बाहेर पडल्यानंतर गेली दहा वर्षे अनुवादिका म्हणून काम सुरू. या कालावधीत ८८ इंग्रजी आणि ८ हिंदी पुस्तकांसह एकूण ९६ पुस्तकांचा मराठीत अनुवाद. सुमारे ११० पुस्तकांचे संपादन. अनुवाद आणि पत्रकारिता या क्षेत्रांतील कार्याबद्दल केंद्र शासनाच्या युवा व क्रीडा मंत्रालयाचा पुरस्कार, तसेच अनुवादासाठी नाशिकच्या १५० वर्षे

जुन्या ग्रंथालयांचा प्रतिष्ठेचा स्वातंत्र्यवीर सावरकर पुरस्कार. दहा स्वतंत्र पुस्तकांचे लेखन. 'पदन्यास' या पुण्याच्या कथक नृत्य संस्थेत तीन वर्षे अध्यापन. काही न्यूज फिचर्ससाठी दैनंदिन घडामोडींवर आधारित लेखन सुरू. आकाशवाणी आणि दूरदर्शनच्या कार्यक्रमांमध्येही सहभाग.